मंजुल बजाज यांच्या लिखाणात असलेल्या प्रांजळपणामुळे त्यांनी रंगवलेल्या व्यक्तिरेखांच्या भावनांचे संवेदनशील चित्र वाचकाच्या थेट मनात उतरते. अतिशय सहजगत्या पण, काळजीपूर्वक वापरलेल्या त्यांच्या प्रत्येक शब्दातून हा भावनापट आपल्याला संबंधित व्यक्तीच्या आयुष्याचं दर्शन घडवतो.

— डेक्कन हेराल्ड, इंडिया

भारतातील अनेक निसर्गरम्य ठिकाणी घडणाऱ्या या विविध गोष्टी; कधी पर्वताच्या कुशीत वसलेल्या गावात, कधी दाल सरोवराच्या शिकाऱ्यात, कधी मुर्शिदाबाद येथील आमराईत, कधी नर्मदा सरोवराच्या बांधकामामुळे विस्थापित झालेल्या आदिवासी पाड्यात... मंजुल यांची प्रभावी लेखणी आणि कथेच्या गाभ्याला हात घालणारा आशय यामुळे प्रत्येक कहाणी आपल्याला गुंगवून ठेवते. वाचून झाले तरी त्यांनी रेखाटलेली व्यक्तित्वं आपल्या मनात तळ ठोकून बसतात. सुरुवातीला नेहमीच्या वाटेने जाणारी प्रत्येक कथा अचानक सुंदर वळण घेते. लालसेचे अनेक पदर उलगडत जातात. उद्दामपणा हा स्थायीभाव असणाऱ्या माणसांच्या मनाचा थांग घेण्याचा यशस्वी प्रयत्न या कथांमधून आपल्यासमोर येतो.

— आउटलूक मॅगझिन, इंडिया

आजकालच्या काळात बहुतांशी इंग्लिश लेखन प्रामुख्याने नागरी संस्कृती आणि उपभोगवादाकडे झुकलेले असताना बजाज यांच्या विविध कथा वाचून प्रगतिशील लेखकांच्या संपन्न साहित्यिक कलाविष्काराची जाणीव होते. भारताच्या कानाकोपऱ्यांतील भाव त्या सहजगत्या इंग्लिशमध्ये उतरवतात. कथा वाचताना कुठेही परकेपणा जाणवत नाही. याच पद्धतीने सर्व इंग्लिश लेखक भारतीय कथांच्या आत्म्यापर्यंत पोहोचू शकले तर बहार येईल.

– एशियन एज, न्यू दिल्ली

सामान्यत: भारतीय बाजाच्या इंग्लिश कथांची गुंफण मध्यमवर्गीय आणि शहरी भारतीयांभोवती झालेली विशेषत्वाने आढळून येते. त्या पार्श्वभूमीवर बजाज यांच्या कथा आपल्याला भारतातील ग्रामीण भागाची सफर घडवून आणतात. सामान्यांहून सामान्य जीवन जगणाऱ्या व्यक्तींना त्या आपल्या लेखणीच्या सामर्थ्याने वैशिष्ट्यपूर्ण रूप बहाल करतात; मग सोयीसाठी लग्न लावून दिलेली मुर्शिदाबादची युवती असो की मोठं धरण बांधण्यापायी विस्थापित झालेली आदिवासी असो. दिल्ली, कोलकाता, गोवा, उत्तर प्रदेशातील खेडी, मध्य भारत, पंजाब आणि काश्मिर अशा विविध ठिकाणी घडणाऱ्या या कथांना त्यांनी विलक्षण हातोटीने रंगवलं आहे. प्रत्येक कथा वाचताना आपण मनाने तिथे कधी जाऊन पोचतो हेदेखील आपल्या लक्षात येत नाही.

– द संडे गार्डियन, इंडिया

मानवी मनोव्यापारांचे भेदक चित्रण...

दैनिक लोकसत्ता १३-१०-२०१९

'Another Man's Wife' या इंग्रजी पुस्तकाचा अनुवाद

एका लालसेने

प्रेमाचे मनोहारी विभ्रम दर्शवणारा कथासंग्रह

मंजुल बजाज

अनुवाद

डॉ. शुचिता नांदापूरकर-फडके

मेहता पब्लिशिंग हाऊस

Please contact us at **Mehta Publishing House,** Pune.
✆ +91 020-24476924 / 24460313
Email : production@mehtapublishinghouse.com
Website : www.mehtapublishinghouse.com

- *या पुस्तकातील लेखकाची मते, घटना, वर्णने ही त्या लेखकाची असून त्याच्याशी प्रकाशक सहमत असतीलच असे नाही.*

ANOTHER MAN'S WIFE by MANJUL BAJAJ

Translated into Marathi Language by Dr. Suchita Nandapurkar-Phadke

एका लालसेने / अनुवादित कथासंग्रह

अनुवाद : डॉ. शुचिता नांदापूरकर-फडके
Email : author@mehtapublishinghouse.com

प्रकाशक : सुनील अनिल मेहता, मेहता पब्लिशिंग हाऊस,
१९४१, सदाशिव पेठ, माडीवाले कॉलनी, पुणे - ४११०३०.

अक्षरजुळणी : एडी कोऑथर्स डॉक्युमेन्टेशन सर्व्हिसेस प्रा. लि.,
न्यू अजंठा ॲव्हेन्यू, कोथरूड, पुणे - ४११०३८.

मुद्रक : रेप्रो इंडिया लि., मराठे उद्योग भवन,
अप्पासाहेब मराठे मार्ग, प्रभादेवी, मुंबई - ४०००२५.

मुखपृष्ठ : मेहता पब्लिशिंग हाऊस

प्रथमावृत्ती : ऑगस्ट, २०१९

किंमत : ₹ ३२०

P Book ISBN 9789353172466
E Book ISBN 9789353172473
E Books available on : play.google.com/store/books
www.amazon.in

प्रिय आईस,
तुझ्याच मांडीवर तर मी शिकले,
उत्तम प्रकारे सांगितलेल्या
गोष्टींवर प्रेम करायला–

सर्वस्पर्शी चुंबनाची ओढ असते–एकाच;
संपूर्ण आयुष्यात–एकदाच;
शरीरांतर्गत आत्म्याला उजळवून टाकणाऱ्या; सर्वार्थाने...

रूमी

अनुक्रमणिका

परिपक्व आंबे

"अम्मी, अगं रांड आहेस तू!"

पहाटे चार वाजता मी शाकीरच्या खोलीतून बाहेर पडताना दाराशीच समीना उभी आहे. ते शब्द जणू तिने थुंकले आहेत माझ्यावर. तिच्या ओठांवर तिरस्काराची तीव्र मोहोर उमटली आहे. 'या अल्लाह ! असल्या दुर्मुखलेल्या छपरी पोरीला का मी जन्म दिला?' खरं तर एका आईने आपल्या पोटच्या पोरीबद्दल असा विचार करणं अगदी चुकीचं आहे. पण काय करू? माझा इलाजच नाही. समीनाच्या या विचित्र वागण्यामुळे मला तिचा तिरस्कार वाटतो आहे. तेरा वर्षांची झाली; पण ना छातीला उभार ना मनाला उभारी. तिची ती सपाट छाती, काळजाचा ठाव घेऊ पाहाणारे छोटे पण भेदक डोळे आणि स्वभावाचा हलकटपणा दर्शवणारी पातळ ओठांची मुरड. या सगळ्यामुळे ती अधिकच निस्तेज दिसते.

थपाथपा तेल थापलेल्या तिच्या केसांची वेणी खसकन ओढून मी तिला म्हणते, "पहाटे अभ्यासाच्या नावाखाली उठायचं आणि इतरांच्या खोल्यांमध्ये चोरून-चोरून डोकवायचं हे तारुण्यात पदार्पण करणाऱ्या मुलींना मुळीच शोभत नाही. विशेषकरून, ज्यांच्या छातीवरची कमळं उमललेली नाहीत त्यांना तर मुळीच नाही."

वेणी ओढल्यामुळे तिला जोरात दुखलंय. ती एक पाऊल मागे सरकते. आता माझ्या चेहऱ्यावर हसू उमलतं. पोटमाळ्यावरच्या शाकीरच्या खोलीतून बाहेर पडून मी माझ्या तळमजल्यावरच्या

खोलीकडे जाण्यासाठी भरभर पायऱ्या उतरू लागते. गेल्या काही वर्षात मी स्वत:च किती हलकट मनोवृत्तीची झाले आहे, हे माझं मलाच जाणवतं. पण छे! मला जराही पश्चात्ताप नाही होत आहे. ढोंगीपणाशी माझं पहिल्यापासूनच वावडं आहे.

थोड्या वेळानं तिचे हुंदके ऐकू येऊ लागतात. "त्या हरामखोर शाकीरबरोबर झोपते ती!" मुन्नीबाईच्या गळ्यात पडून ती हमसाहमशी रडू लागते.

वा! काय पण शब्द वापरलेत पोरीनं! तिच्या बोलण्याचं मला हसू येतं. एरवी किती गोड बोलते. आचारविचार या दोन्ही बाबतींत अतिशय सौम्य आहे ती. जणू पावित्र्याची मूर्तीच! तिच्या वडिलांच्या मनात आहे तशीच. आदर्श, गुणी लेक. चला, मी तिच्यात निदान थोड्याशा तरी भावना चेतवू शकते! या गोष्टीचा मला चक्क आनंद वाटतो आहे.

"श! मुलांनी आपल्या आई-वडिलांच्या आयुष्यात दखल देणं योग्य नाही." मुन्नीबाईचा समजावण्याचा आवाज येतो. म्हातारी बाई आपलं काम चोख करते आहे. मला आठवतं तेव्हापासून मुन्नीबाई आमच्या कुटुंबाचा एक भाग आहे. म्हटलं तर नात्यातली आहे, म्हटलं तर नोकर. ती जर नात्यातली असती तर कुटुंबात तिला थोडाफार दर्जा मिळाला असता. फक्त नोकरच असती तर निदान पगार तरी मिळाला असता; पण ती धड ना इकडे, ना तिकडे; त्यामुळे आमच्या कुटुंबाच्या उपकारावर जगणं एवढंच ती करू शकते जे ती निष्ठेने करते. आमच्या घरात वावरताना स्वत:ची कोणत्याही प्रकारची अडचण आम्हाला होणार नाही याचं भान तिला असतं. ते कधीच सुटत नाही. सुटून चालणारही नाही. उलट, आम्ही तिला आमच्या घरात आसरा दिला आहे या ओझ्याखाली ती कायम दबलेली असते.

कधीपासून आहे बरं ही मुन्नीबाई आमच्याकडे? मी शाळेत होते तेव्हापासून तर नक्कीच. मला आठवतंय ना, मी ऐटीत शाळेत जायची तेव्हा माझं दप्तर सांभाळत मुन्नीबाई माझ्या मागे-मागे धावायची. मी माझ्याच तालात मग्न असायची. फक्त मलाच ऐकू येणाऱ्या ठेक्यावर पावलं टाकत, दर दहा पावलांवर थांबून स्वत:भोवती गिरकी घेऊन, पदन्यास करत, काल्पनिक प्रेक्षकांना अदबीने सलाम करत आणि त्यांच्या टाळ्यांचा कडकडाट ऐकत माझी पदयात्रा सुरू असायची. तीन-चार वर्षांपूर्वी, मी जेव्हा मुर्शिदाबादहून कलकत्त्याला राहायला आले तेव्हा मुन्नीबाईला घेऊन आले. रोज रात्री ती समीनाच्या खोलीत स्वत:ची पथारी पसरते आणि उजाडायच्या आत अंथरूण आवरून, आमच्या नजरेआड, समीनाच्या पलंगाखाली ठेवते. दिवसभरात घरातल्या कुठल्याही भागावर, कोणत्याही प्रकारे, मालकी हक्क तर सोडाच पण वावरण्याचा हक्कसुद्धा ती दाखवत नाही.

त्या दोघी माझ्याबद्दल बोलत असताना मी समीनाच्या खोलीत जाते. "एक तर तू आपल्या शिक्षकाला नावानं हाक मारता कामा नये. किती हा उद्धटपणा!" तसं

पाहिलं, तर मला काहीही फरक पडत नाही; पण माझं म्हणणं ठासून मांडायला मला एक मुद्दा मिळालाय, तो मी कसा गमवीन? एवढं बोलल्यावर मी समीनाच्या पलंगाच्या बाजूच्याच भिंतीवर जाणीवपूर्वक तोंडातल्या पानाची जोरदार पिचकारी मारते. तो लालभडक धब्बा पाहून तिला माझ्या रागाची वेळोवेळी आठवण यायला हवी ना, म्हणून.

संध्याकाळ होऊ लागली आहे. समीना अगदी उदासवाणी बसली आहे. डोक्यावरून अदबीने ओढलेली ओढणी आणि हातात पुस्तक– अक्षरांकडे टक लावून पाहाते आहे. शाकीरने सांगितलेल्या विनोदावर मुलांना खळखळून हसू येतं आहे. दहा आणि आठ वर्षांची माझी मुलं अरिफ आणि अल्ताफ–शाकीरबद्दल त्यांची कुठलीच तक्रार नाही. अगदी विनाशर्त स्वीकारलं आहे त्यांनी त्याला. अभ्यास करून झाला की जवळच्या बागेत शाकीर, मुलं आणि त्यांचे मित्र फुटबॉल आणि क्रिकेट खेळतात. दर शुक्रवारी शिकवणी झाली की शाकीर आपली बॅग घेऊन जायला निघतो तेव्हा ते काही त्याच्या विरहाच्या कल्पनेने व्याकूळ होत नाहीत, परंतु सोमवारी जेव्हा शाकीर परततो तेव्हा मात्र खुल्या मनानं आणि आनंदानं ते त्याचं स्वागत करतात. आठव्या-दहाव्या वर्षी समीनासुद्धा अशीच तर होती; आनंदी, तंदुरुस्त. ती अशी उदासवाणी होत कधी मिटत गेली बरं? छे! मला तर आठवतच नाही.

शाकीर निघायची तयारी करू लागतो. तसं मी पुढे होऊन त्याला म्हणते, "चला सर, दारापर्यंत येते की सोडायला!"

मधल्या कॉरिडरमध्ये येताच माझं चुंबन घेण्याच्या मिषानं तो मला भिंतीशी ढकलतो आणि मी चक्क दचकते. माझ्या तोंडून अस्फुट उद्‌गार बाहेर पडतात. शुक्रवारच्या संध्याकाळी शाकीरची धिटाई वाढलेली असते आणि माझी सावधानता. "शाकीर, अरे प्लीज, इथे नको ना!" मी त्याच्या कानात कुजबुजताच त्याचे डोळे विलक्षण मस्करीनं नाचू लागतात. हलकेच हसत तो म्हणतो, "राणी! कुठे जायचं मग? इथे तर आमराईसुद्धा नाही." आमच्या घरी मुर्शिदाबादला आमच्या आमराया आहेत. पिकलेल्या हिमसागर आंब्याच्या घमघमाटाने वातावरणात मस्त मादकता भरते. उघड्या आकाशाखाली चांदण्या रात्री त्या आमराईत आमच्या प्रणयाला बहर येत असे. त्या आठवणींनी आजही मला खूप काही होतं... कधीकधी एखाद्या आंब्याची गोडी पापदेखील करायला लावते, नाही का!

समीना आहेच दाराशी– चेहरा पिळवटलेला, ऊर धपापलेला– "अम्मी, अगं, किती घाणेरडी आहेस तू. थांबवत का नाहीस हे सारं?" एखाद्या जातिवंत नागासारखी ती फिस्कारते.

"का गं? मत्सर वाटतो की काय? तो पेपर टाकणारा मुलगा येतो ना, त्याच्याबरोबर जरा प्रयत्न तर करून बघ." असं बोलून मी चक्क निघून जाते.

"मुन्नीबाई, चार समजुतीच्या गोष्टी सांग हिला, नाहीतर मी या इस्त्रीनं शिक्षा करीन तिला." म्हातारीच्या हातातली तापलेली इस्त्री हिसकावून घेत मी गरजते. समीनाच्या खोलीत इस्त्रीच्या टेबलपाशी उभी असलेली मुन्नीबाई अजूनच वाकून जाते. समीनाच्या आचारविचारांचा सभ्यपणा मला आता साहवेनासा झाला आहे. संताप होतो आहे माझा. तिच्या वेळी मला दिवस गेले तेव्हा मी किती प्रचंड आखडले होते. तीही तशीच झाली आहे, आखडलेली, करकचून बांधलेली, गुंतलेली अन् घाबरलेली.

प्रत्येक आठवड्याचा शेवट हा आमच्या घराकरता अगदी शांततेचा काळ. शुक्रवारी सरत्या संध्याकाळी खानसाहेब, म्हणजे माझा नवरा, मुर्शिदाबादहून रेल्वेने येतात. ते आता साधारण पन्नास-पंचावन वर्षांचे आहेत. नक्की नाही सांगता येणार मला. पंधरा वर्षांपूर्वी आमच्या दोघांचं लग्न झालं तेव्हा त्यांना त्यांचं वय विचारावं असं मला वाटलं नव्हतं. मी जेमतेम सतरा वर्षांची होते. त्या मानाने ते इतके म्हातारे दिसू लागले होते, माझ्या दृष्टीने तर जगातील सर्वात जख्ख म्हातारा! चांगलं टक्कल पडू लागलं होतं त्यांना. आता तर मागच्या भागातच काय ते आठ-दहा केस उरले आहेत त्यांच्या डोक्यावर. मुद्दाम लांब वाढवून, कलप लावून एका बाजूनं दुसऱ्या बाजूवरती विंचरून बसवतात खानसाहेब. केस असल्याचा आभास निर्माण करण्याचा कोण हा आटापिटा! त्यांच्या डोक्याचा रुपेरी चंद्र झाकू पाहाणारे ते एकांडे शिलेदार त्यांच्या डोळ्यावरच्या जाडजूड, काळ्या प्लास्टिकच्या कडा असलेल्या चश्म्याशी रंगाच्या बाबतीत कमालीचं साधर्म्य दाखवतात. त्यांच्या अंगात कायम काळा किंवा तपकिरी किंवा बेज रंगाचा सफारी सूट असतो. इस्त्रीची झंझट नको म्हणून मुद्दामच टेरेलिनचा शिवलेला. हं! पण झोपताना मात्र खानसाहेब आवर्जून चौकड्याची लुंगी आणि स्वच्छ, सुती, पांढरा शर्ट घालतात.

खानसाहेबांचा प्रत्येक कार्यक्रम अतिशय शिस्तबद्ध आणि आखीवरेखीव असतो. त्यांच्या व्यवसायामध्ये त्यांच्या शिस्तीचं प्रतिबिंब दिसतं. इतक्या वर्षांनंतर माझ्यादेखील लक्षात आलं आहे, त्यांना अगदी ठरावीक आणि साचेबद्ध कार्यक्रम आवडतो. त्यांना खूश ठेवणं मुळीच कठीण नाही. प्रत्येक शुक्रवारी संध्याकाळी केशर घातलेली मटण बिर्याणी, पुदिन्याची चटणी आणि घट्ट विरजलेलं ताजं दही असं जेवण तयार असतं आणि हो, मीसुद्धा आमच्या लग्नात त्यांच्या चुलतभावाच्या बायकोनं दिलेली दुबईच्या सुप्रसिद्ध शबाना स्टोअर्समध्ये खरेदी केलेली काळी अंतर्वस्त्र आणि खानसाहेबांनी लिंबोणी रंगाचा, हिरवट छटा असलेला, सिंगापूरहून

आणलेला झिरझिरीत गाउन– या वेषात. तो गाउन माझ्या हातात देताना मोठ्या डौलात त्यांनी मला सांगितलं होतं, 'मुस्तफा'मधून आणलाय!' सिंगापूरला असलेलं हे प्रचंड मोठं दुकान त्यांना खूप आवडतं. अगदी डोकेदुखीवरच्या बामपासून ते अत्याधुनिक इलेक्ट्रॉनिक वस्तू, कपडे, अंतर्वस्त्र, खेळणी, अन्नपदार्थापर्यंत प्रत्येक गोष्ट तिथे मिळते, एकाच छताखाली. बिझनेस ट्रिपसाठी आलेल्या प्रत्येकाला घरी जाताना आपल्या कुटुंबीयांकरिता योग्य भेटी निवडण्याच्या दृष्टीने या दुकानाइतकं सोयीचं काहीच नाही.

माझ्या डोक्याखाली दोन उशा आणि एक लोड असतो. ओठ विड्यामुळे लालचुटूक रंगलेले असतात. त्या संध्याकाळी मी कसं वागावं याबद्दलसुद्धा खानसाहेबांचे आडाखे पक्के असतात. आमच्या त्या भव्य, शिसवी, कोरीव काम केलेल्या पलंगावर, डोक्याशी सजवलेल्या लालचुटूक मखमलीच्या पार्श्वभूमीवर अतिशय मादक सिनेनटीसारखे नखरे करत, त्यांना चाळवावं तेही अगदी कणाकणानं यावर त्यांचा कटाक्ष असतो. थोड्याच वेळात ते एखादं गाणं लावतात आणि मग नाचायची फर्माईश होते. आणि अशाच काही क्षणी माझ्या मनात त्यांच्याबद्दल प्रचंड तिरस्कार दाटून येतो. शाकीरबद्दलचं प्रेम जितकं खरं आणि मनस्वी आहे तितकाच हा तिरस्कारदेखील आहे.

या सगळ्यातला विरोधाभास कधीकधी मला अक्षरशः संपवून टाकतो. नृत्याचे सगळेच प्रकार श्रेष्ठ आहेत, परंतु कथ्थकची रचना विशेष आहे. त्याचा ठेका इतका विलक्षण आहे की त्यापायी माणसाच्या मेंदूला झिणझिण्या येतात, आनंदाचं उधाण येतं. अगदी मंद लयीत सुरू होणारा कथ्थकचा पदन्यास ता- धिग् -धिग् - ता कणाकणानं वाढू लागतो. नर्तकी आपले पाय सरळ ठेवते आणि पावलांची गती तबल्याच्या ठेक्यांशी, आवर्तनांशी जुळवून घेऊ लागते. गती इतकी वाढते की तुमची खात्री पटते की जमिनीवर आघात करण्याव्यतिरिक्त इतर कुठलीही क्रिया पावलांकडून होणार नाही आणि नेमकी तेव्हाच नर्तिका गिरक्या घेऊ लागते– आपल्या टाचेच्या आधारावर स्वतःचा तोल सांभाळत ती पाच, नऊ, पंधरा गिरक्या घेतच राहाते. आता गती अजूनच वाढते. जणू एखादी वीज सळसळू लागते. पृथ्वी आणि आकाश, जमीन आणि छत, श्रोते आणि स्वतः नर्तकी त्या आवर्तनात गर्र् गर्र् फिरू लागतात. गिरक्यांमध्ये हरवून जातात. आता या फिरण्याला अंत नाही असं बघणाऱ्याला वाटू लागतं आणि त्याच क्षणी विलक्षण तन्मयतेने, स्वतःचा तोल सांभाळत, नर्तकी अतिशय मोहक प्रकारे स्तब्ध उभी राहाते. मी लहानपणी शिकलेला हा नृत्याचा प्रकार लखनौमधल्या अनेक कोठ्यांवर आणि कुंटणखान्यांत तिथल्या तवायफ आणि कोठेवाल्यांकडून सर्रास केला जात असे. त्या नृत्यापायी खुळावलेले राजेमहाराजे आपले जनानखाने जणू विसरून जात. त्यांच्याकरिता

सजलेल्या, कौमार्याच्या पायघड्या घालणाऱ्या आपल्या बेगमांना खुशाल विसरून जात. कोठेवालीचा नखरा, अदा, बेभान नाचणं, विभ्रम, लाडिक कटाक्ष या साऱ्यांची त्यांच्यावर प्रचंड मोहिनी पडत असे. तिचं नृत्यदेखील कमालीचं असे.

मात्र एका पत्नीनं काय करायचं असतं? नवऱ्याने निवडलेल्या एखाद्या भिक्कार सिनेगीतावर कामुकपणे नाचत त्याची मर्जी राखायची असते. सौद्याची आपली बाजू पूर्ण करायची असते. मी बायको होते ना खानसाहेबांची! त्यामुळे, सूचक मादक हालचाली करत, शरीराला झटके देत, प्रत्येक हावभावातून त्यांना आव्हान देत, रंगलेल्या लालचुटूक ओठांतून चुंबनांचा वर्षाव करत, त्या गाण्याच्या अनुषंगाने त्यांना चेतवणं हाच माझा धर्म होता आणि खानसाहेब– बुभुक्षित नजरेनं माझा नाच बघतात. आपण हिला पोसतो आहोत आणि त्या बदल्यात ती स्वत:चं तारुण्य आपल्यावर असं उधळते आहे या समजुतीमध्ये मला न्याहाळण्यात त्यांना अतीव समाधान मिळतं आहे.

मी मात्र त्या नाचानं शिणून जाऊन खानसाहेबांच्या त्या आलिशान पलंगावर झोपण्याचा प्रयत्न करते. शरीर प्रचंड थकलेलं असतं पण मन... त्याची तगमग वाढत जाते. खानसाहेबांच्या घोरण्याच्या तालावर उत्तर रात्रीपर्यंत माझं कूस बदलणं चालू राहातं. अशा तळमळण्यातच कधीतरी डोळा लागतो आणि मग मला स्वप्नं भेडसावू लागतात. माझ्या या स्वप्नात कायम रेल्वेचा प्लॅटफॉर्म तरी असतो, नाहीतर रेल्वेगाडी तरी – बरेचदा तर मी लालगोला- सिआलदा या रात्रीच्या पॅसेंजर ट्रेनमध्ये बसलेली असते. एका हातात माझी वळकटी, तर दुसऱ्या हातात माझी पथारी अगदी घट्ट धरून ठेवलेली असते. रुळांवरून जाणाऱ्या रेल्वेच्या घर्षणामुळे डब्यातील सगळे बर्थ निथळायला सुरुवात होते. पण थांबा! हा बर्थचा घाम नाहीच मुळी; हा घामसुद्धा नाही. माझ्या स्वत:च्या शरीराचं एक डबकं झालंय आता. या प्रवासात, कधीकधी मुलंसुद्धा असतात माझ्याबरोबर आणि मग पाहता-पाहता वरच्या बर्थवरून मुलं खाली कोसळू लागतात, जणू काही लाकडी बाहुल्याच! किंवा कधी अरिफ आणि अल्ताफ प्लॅटफॉर्मवर हरवून जातात. मी सैरावैरा धावत सुटते, जिवाच्या आकांताने त्यांना हाका मारते. त्यांना शोधण्यासाठी जणू वेडी होते आणि तेवढ्यात मला ते दिसतात. एका लाकडी पेटाऱ्यात बंद करून टाकलेले– त्यांचं पार्सल मलेशिया किंवा मध्यपूर्वेकडे रवाना झालेलं असतं. आंब्यासारखे दिसणारे त्यांचे चेहरे एका बाजूला चक्क कलंडलेले असतात. कधी स्वप्नामध्ये मीच एक प्लॅटफॉर्म झालेली असते. येणारी ट्रेन पकडण्याच्या नादात हजारो पावलं मला तुडवत, चिरडत इकडून तिकडे धावत असतात. ट्रेन्स येतात आणि जातात. मी मात्र तशीच तिथे, तुडवून घेत बसलेली असते. एखाद्या स्वप्नात कुठूनसा अचानक शाकीर येतो. त्याच्यात जणू वीरश्री संचारलेली असते. तो स्वत:ला

खानसाहेबांच्या अंगावर अक्षरश: झोकून देतो. त्याबरोबर चारही बाजूंनी त्यांचे बारीक-बारीक तुकडे उडू लागतात, काच की हाडं हे मला कळतच नाही.

इतकी भयानक स्वप्नं पाहून मी जेव्हा सकाळी उठते तेव्हा मला चक्क ताजंतवानं वाटत असतं. चालत्या गाडीच्या खडखडाटात गाढ झोपण्याची कला अनेक लोकांना साधते, नाही का? आवाजाच्या त्या तालामुळे लय लागून उत्तरोत्तर त्यांची झोप प्रगाढ होत जाते.

शनिवार मात्र फक्त मुलांचा असतो. कधी सिनेमा, कधी प्राणिसंग्रहालय, तर कधी नुसतीच खरेदी. प्रत्येक शनिवारचा मूड वेगळा असला, तरी त्याची गुंफण फक्त मुलांभोवती. ज्या दिवशी हवा चांगली असते त्या दिवशी व्हिक्टोरिया स्मारकाच्या बाहेर असलेल्या मोकळ्या पटांगणाकडे आम्ही मोर्चा वळवतो. तिथे मिळणारी झाल-मुरी (भेळ) मुलांना भलतीच आवडते. कितीही तिखट लागली तरी, नाका-डोळ्यांतून पाणी येत असलं तरी मुलं त्या भेळेवर आडवा हात मारतात. समीना आणि मी मात्र भेळेऐवजी पाणीपुरी खाणं पसंत करतो (इथली पाणीपुरी जगामध्ये 'एक नंबर' आहे याबद्दल आमच्या दोघींचं चक्क एकमत होतं.) मोठ्या कौतुकाने खानसाहेब आमचं खाद्यप्रेम पाहात असतात, ते मात्र काहीच खात नाहीत. हे असे उघड्यावरचे अन्नपदार्थ त्यांच्या पोटाला सोसत नाहीत.

मनसोक्त खाऊन झालं की अल्ताफची नजर टांग्याकडे वळते. टांग्यामधून रपेटीकरता तो हट्टाला पेटतो. त्याच्या या हट्टावरून आम्ही सुरुवातीला रागावतो, तरी टांग्यात बसल्यावर आम्हांला सगळ्यांनाच खूप मजा येते. 'टांग्यात बसायला आता तू काय कुक्कुलं बाळ आहेस का?' असं आपण थोड्याच वेळापूर्वी अल्ताफला विचारलं होतं हेसुद्धा आम्ही विसरतो. व्हिक्टोरिया स्मारकाला टांग्यातून प्रदक्षिणा घालण्यात न्यारीच मजा आहे. भव्य कमानी असलेली ती पांढरी शुभ्र संगमरवरी वास्तू खानदानी साज ल्यालेली आहे. तिला नजरेच्या टप्प्यात ठेवून फिरण्यासारखं सुख नाही. त्यानंतर मुलांची लहर लागेल त्याप्रमाणे फुगे, पतंग, चेंडू तर समीनासाठी हेअरक्लिप्स् किंवा गळ्यातलं-कानातलं अशी काही ना काही खरेदी होते. आत्ता उन्हाळा सुरू आहे म्हणून आम्ही सगळे आइस्क्रीमवर ताव मारतो. थंडीत पॉपकॉर्न्सचा फडशा पाडतो. मुलं खूप आनंदात असतात, विशेषत: समीना, तिचा आपल्या वडिलांवर भयंकर जीव आहे. रविवारी मी आणि खानसाहेब आमच्या व्यवसायाबद्दल चर्चा करतो. आंब्याच्या या व्यवसायामध्ये पूर्वीपासून असलेली कोणकोणती खानदानं काय-काय करत आहेत याबद्दल खानसाहेब मला माहिती पुरवतात. नात्या-गोत्यातील घडामोडी सांगतात. अर्थात, एकदम खूप भडभडून बोलून टाकणं हा खानसाहेबांचा स्वभावच नाही; त्यामुळे ते जे काही थोडंसं सांगतील त्यावर मी समाधान मानते. तसंही, आमच्या गप्पांचा अधिकाधिक भाग

'खानसाहेबांच्या आमराईबद्दलच्या भविष्यकालीन योजना' हाच असतो.

"यंदाच्या मॉन्सूनमध्ये मी 'कोटीहुर' आणि 'राणीपसंद'ची झाडं काढून टाकणार आहे. त्याऐवजी लंगड्याची कलमं लावणार आहे." तीक्ष्ण सुऱ्यानी भोसकल्यागत वेदना मला जाणवतात, पण मी वाद घालत नाही. "माझ्यासाठी दोन्हीचं एक-एक झाड ठेवा," मी म्हणते.

'कोटीहुर', 'राणीपसंद'. आंब्याच्या या जातींची नजाकत काही और आहे. नखरा तर असा की नवजात शिशूसारखं कापसात हलकेच लपेटलं तर टिकणार, तेसुद्धा जेमतेम काही तास. ही फळं कधी पिकतात हे कळायला दर्दी असावं लागतं. पिकण्याचा तो क्षण अचूक साधायचा तर नजर आणि स्पर्श दोन्हीही तयार असायला हवेत; ते येऱ्यागबाळ्याचे काम नव्हे!

खानसाहेब पक्के व्यावसायिक आहेत. त्यांच्या दृष्टीने टिकाऊ आंबाच काय तो फायदेशीर. माझ्या वडिलांकडून हा व्यवसाय चालवायला घेतल्यापासून ज्या पद्धतीनं तो फोफावला आहे त्यावरून खानसाहेबांचा धोरणीपणा सहज लक्षात येतो. आता आम्ही मलेशिया आणि मध्यपूर्वेच्या राष्ट्रांमध्ये कलमी लंगडा निर्यात करतो. लंगडा चवीला एकदम नामी असतो, किंचितसा तीव्र स्वाद असलेल्या या आंब्याची गोडीसुद्धा न्यारी असते. इतर आंब्यांच्या तुलनेत लंगडा त्याच्या स्वादामुळे आणि गंधामुळे विशेष खुलतो. पार डोक्यात भिनणारा गंध ही तर लंगड्याची खासियत आहे. लंगड्याच्या आमराईत नुसतं उभं राहिलं तर आपण नशीले होतो. खानसाहेबांनी लावलेल्या कलमी लंगड्याला असेल का असा घमघमाट? की मग आंबे पिकण्यासाठी वापरण्यात येणाऱ्या इथ्रेल ३९ एसएलचा किंवा फळ अधिक मोठं व्हावं म्हणून झाडाला देण्यात येणाऱ्या नत्रयुक्त खतांचा वास भिनला असेल त्याच्यामध्ये? मुर्शिदाबादमधून मधमाश्यांचं उच्चाटन करणाऱ्या कीटकनाशकांचा वाससुद्धा येत असेल का त्याला? नाहीतर मग माझ्या हरवलेल्या पावित्र्याचा गंध...

त्यानंतरचा चर्चेचा विषय असतो मुलांच्या शाळा. "या वेळी अरिफनं गणितात छान मार्क्स मिळवले आहेत. अल्ताफचं इंग्रजी खूप सुधारलं आहे", हे ऐकताच खानसाहेबांचे डोळे चमकतात. त्यांच्या मनातले विचार मला अचूक उमगतात. त्यांच्या व्यवसायाची उत्पन्नाची बाजू अरिफ सांभाळेल तर विक्री, मार्केटिंग या बाजू सांभाळायला अल्ताफचा बोलका स्वभाव उपयोगी पडेल. भविष्याकरिता अचूक आखणी हे खानसाहेबांचं स्वभाववैशिष्ट्य आहे.

"त्यांचा शिक्षक त्यांच्यावर खूप मेहनत घेतो," मी हळूच म्हणते. हे म्हणताना माझं मला खूप छान वाटतं. शाकीरला एक शिक्षक म्हणून या घरात आणायचा घाट मी घातला तेव्हा मी खूप घाबरले होते. आपली ही योजना कितपत यशस्वी होते याची धाकधूक मनात होती. मुळात, शाकीर हा एक सामान्य विद्यार्थी होता. मात्र,

शिक्षक म्हणून वावरणारा शाकीर कोणी वेगळाच आहे. त्याचं मुलांकडे पुरेपूर लक्ष असतं. त्याची चिकाटीदेखील वाखाणण्याजोगी आहे. तो आल्यापासून मुलांच्या प्रगतीचा आलेख चढता आहे. कुठलाही प्रश्न प्रेमानं हाताळला तर सुटतो हे शाकीरला माहिती आहे.

"शाकीरने अजूनही पोटमाळ्यावर राहाणं आवश्यक आहे का? सुरुवातीला आपण म्हटलं होतं की काही दिवस राहील - समीना मोठी होते आहे." हे विचारत असताना खानसाहेबांच्या कपाळावर अस्पष्ट आठ्या दिसू लागतात.

"या अल्लाह ! हे काय भलतंच!" मी त्यांचं बोलणं मध्येच तोडते, "मुळात आपली समीना किती समजूतदार आणि धोरणी आहे, नाही का गं समीना?" बोलता-बोलता मी समीनाच्या कुशीत बोटं रुतवते, तिलाच कळेल अशा रितीने. "शिवाय तिच्या डोक्यावर कायम ओढणी असते, विशेषकरून शाकीर समोर असताना."

खानसाहेब आणि शाकीर जेमतेम एक-दोन वेळा समोरासमोर आले असतील. शाकीरच्या उल्लेखामुळे त्यांना काही वेगळं जाणवलंही असेल, तरी त्यांनी ते दर्शवलं नाही. मुरलेला व्यावसायिक आपले पत्ते कधी उघडे करतो का?

समीनाकडे पाहात खानसाहेब पसंतीनं मान डोलावतात.

मुलगी कधीच एकटी जन्माला येत नाही. जन्मत:च लाज आणि भीड या जुळ्या बहिणी तिच्या साथीला असतात. लाज ही भिडेपेक्षा एखाद-दोन सेकंदांनी मोठी आहे, कुजबुजत्या स्वरात धोक्याचा इशारा देणारी, सभ्यता शिकवणारी, धोक्याची जाणीव करून देणारी... नजर खाली ठेव, वाऱ्याची झुळूक आली आहे – स्कर्ट सावर, पळू नकोस इतक्या जोरात, स्कर्ट वर गेला आहे, गुडघे झाक, तिकडे नको पाहूस, श्श! त्याला हात लावू नकोस, तिथे नको, आवर, थांब अगं...! भीड मात्र थोडीशी आगाऊ, गप्पिष्ट, थट्टेखोर आणि निष्कारण मनात अपराधीपणाची भावना जागवणारी असते. ती कायम तुमच्या मागे एक पावलावर असते. 'तू असं करायला नको होतंस, का केलंस? कुणी पाहिलं तर? अरेरे! अगदी लाज आणलीस बघ!'

काव आणणाऱ्या या जोडगोळीची ओळख मी समीनाला मुळीच करून दिली नव्हती. मला वाटलं होतं की, माझ्या मुलीला काय गरज आहे अशा फाजील दांभिकपणाची. तिने असं लाज आणि भिडेच्या कात्रीत अडकून खोट्या नम्रतेला आणि भेकड लबाडीला शरण जाणं मला मान्य नव्हतं, माझ्या मुलीने 'स्व'ची जाणीव करून घ्यावी असं मला वाटत होतं; पण माझ्या नकळत त्या दोघींनी तिच्या नजरेत मुक्काम ठोकलेला लख्ख जाणवतो आहे मला. तिच्या डोळ्यांमधलं त्या दोघींचं समाधानाचं हसू लपत नाही. समीनासुद्धा त्यांच्या सहवासात आनंदी आहे,

हसते आहे. माझा सहवास तिला तसाही आवडत नाही.

सोमवारी सकाळी ६च्या ट्रेननं खानसाहेब मुर्शिदाबादला रवाना होतात. शाकीरला यायला दुपार उजाडते. मुलं शाळेतून घरी येण्याआधी दोन-तीन तास फक्त आमच्या दोघांचे असतात. एखादं गाणं किंवा नृत्य जसं मंद लयीत सुरू होऊन मग उत्कटतेला पोहोचत, खुलतं तसंच काहीसं प्रणयाचंही आहे ना? हलकेच सुरुवात होऊन... शाकीरचे वडील, माझे आणि त्याचेही उस्ताद, आम्हाला नेहमी सांगत असत, "तुमचा पहिला पदन्यास, पहिला ठेका किती हळुवारपणे उतरतो यावर तुमच्या लयीची उत्कटता आणि शेवटाची नाट्यमयता अवलंबून असते." शाकीर आता तबला लावून घेतो आणि मोठ्या नजाकतीनं ठेका धरतो. मी घुंगरू बांधून नाचायला येईपर्यंत त्याला तबल्याच्या बोलांनी भारून टाकलेलं असतं.

पूर्वी, माझ्या पायातले घुंगरू निखळून पडेपर्यंत मी नाचू शकत असे. विखुरलेले ते घुंगरू पाहून वाटायचं की स्वर्गातून मुक्त हस्तानं आशीर्वादाची उधळणच झाली आहे आमच्या दोघांवर – आमचे उस्तादजी तर नेहमी म्हणत की, नर्तकाच्या स्वत:च्या समजून घेण्याच्या क्षमतेवर कथ्थक नृत्याच्या प्रकटीकरणाचं कौशल्य अवलंबून आहे. कथ्थकमधला कोणताही तोडा तुम्ही केवळ शंभर नाही, तर हजार प्रकारांनी सादर करू शकता. तुमची कल्पनाशक्ती, तुमची ऊर्मी आणि तुमचे विचारतरंग एकत्र आले की नृत्य रंगणारच. हं, मात्र तुमच्यामध्ये कल्पनाशक्तीचा अभाव असेल, तर मग काही न बोललेलं बरं. नृत्याच्या नूतन आविष्कारापासून नर्तकाला फारकत घ्यायला लावणारी दुसरी गोष्ट म्हणजे नर्तक आणि वादक यांच्यामध्ये ताळमेळ नसणे. शाकीर आणि मी... आमच्यात हा प्रश्न कधीच उद्भवला नाही.

शाकीर अगदी हलकेच बोल वाजवायचा- धा, गे, ना, तिरकीट्... त्या प्रसन्न शांततेमध्ये प्रत्येक बोल अगदी अलगद, पण स्पष्ट उमटायचा. तालाला रुंजी घालायला लावण्याचं सामर्थ्य त्यात असायचं. त्याने वाजवलेले बोल उचलत उस्तादजी सुरू करायचे. ता थै तत् तत् ता- थै- तत् - तिगडा- दिग् दिग् -थै ता- थै... तेच बोल माझ्या घुंगरातून निघू लागायचे. माझी पावलं थिरकू लागायची. आम्ही तिघेही त्या तालावर स्वार व्हायचो. हिंदी सिनेमातील प्रेमात पडण्याची दृश्यं आठवली की आजही मला हसू येतं. ते झाडामागून पाहाणं, फुलपाखरं, पक्षी, चांदण्या रात्री अन् काय अन् काय! या कशाची गरज नसते प्रेमात पडायला. ना कुठल्या ईश्वरी संकेताची गरज असते आपला प्रियकर ओळखायला – तिथे ना नाद हवा ना रंगाची उधळण. एकमेकांच्या सहवासात असताना एक अनोखी शांतता हलकेच त्या दोघांनाही प्रेमाच्या समान धाग्यात लपेटते. त्या नीरव शांततेची व्याप्ती

हीच जणू त्यांच्या प्रेमाची ओळख बनते.

"कथ्थक शिकवणाऱ्याच्या मुलाचं भवितव्य असं कितीसं उज्ज्वल असणार आहे?" माझी वयस्कर आत्या त्या दिवशी ठासून म्हणाली.

"आपल्या आमराया खानसाहेबांकडे गहाण पडल्या आहेत. तू जर नकार दिलास तर आपण अक्षरश: रस्त्यावर येऊ,"– अम्मीनं पुष्टी जोडली.

"तू एकुलती एक आहेस, तेही मुलगी. तुला वाटलं तरी कसं की तू प्रेमविवाह करू शकशील?" नज्मानं –माझी मैत्रीण– माझी कानउघडणी केली.

प्रत्येक शेतकरी आपल्या बागेमधलं सर्वांत रसरशीत फळ राखून ठेवतो, येणाऱ्या विशेष पाहुण्यांकरिता. मी आता तारुण्याने मुसमुसले होते, माझ्या वडिलांच्या आमराईमधला सर्वाधिक चवदार, रसरशीत, गच्च भरलेला आंबाच जणू! आमच्या कुटुंबाकरिता खानसाहेब सर्वेसर्वा बनले होते. लावून दिलं माझं लग्न त्यांच्यासोबत. आता वडिलांच्या हयातीत तरी त्या आमराया त्यांच्याच असणार होत्या. त्यांच्या माघारी आमराया आणि त्यांची खरी मालकीण म्हणजे मी– आमच्यावर खानसाहेबांचा हक्क असणार होता.

त्यांच्याशी लग्न करण्याआधी मी पण माझी अट समोर मांडली. माझं नृत्य माझं जीवन होतं. माझं लग्न हा एक सौदा होता. प्रत्येकजण आपला स्वार्थ आणि नफा दोन्ही जपत होते. माझ्यामुळे तर सगळ्यांना बरकत होती ना? मग मी कशी मागे राहाणार?

माझ्या आईची आणि माझीही अतिशय आवडती हिंदी सिनेमा नटी मरताना अगदी एकाकी होती. तिला सोबत होती ती केवळ तिच्या कवितांची आणि दारूची. आपल्या नवऱ्याकडून घटस्फोट मिळाल्यावर त्याला उद्देशून केलेल्या एका कवितेमध्ये तिने त्याला विचारलं होतं–

'तू माझी मेहर परत केलीस खरी-
परंतु तुझ्यावर उधळून दिलेलं माझं तारुण्य...
ते तू मला परत करू शकतोस का?'

तिने स्वत:ला मुक्तपणे उधळून लावलं होतं. मी तसं नक्कीच करणार नव्हते. माझ्या दृष्टीने माझ्यासाठी अनमोल असलेलं माझं नृत्य, माझा जणू श्वास- तो चालू राहायलाच हवा होता.

लग्नानंतर पहिल्यांदा माहेरी येणार होते मी. आत्यानं शाकीरला पाठवलं होतं मला घेऊन येण्यासाठी. घरी पोहोचण्याआधी आम्ही आमराईमध्ये शिरलो. शाकीर माझ्यावर कोसळला तेव्हा मी त्याला म्हटलं होतं, "काही आंबे फांदीवरून अलगद तोडून खायचे असतात ना?" शाकीरचं ते इतकं आसुसलेलं रूप मी त्या आधी कधी अनुभवलं नव्हतं; पण त्याने तरी मला इतकं नटलेलं कधी पाहिलं होतं?

घरी पोहोचल्यावर आत्यानं मला तडक तिच्या खोलीमध्ये नेलं होतं. माझ्या चेहऱ्यावरचा विस्कटलेला मेकप हलकेच नीट करता-करता ती म्हणाली होती, "कसं आहे ना! चोरी करताना पकडलं जाणं हा गुन्हा आहे. तेव्हा आपण कधीही पकडले जाणार नाही याची काळजी घे." तिच्या बोलण्याचं गांभीर्य तिच्या डोळ्यांतून प्रतीत होत होतं. तिला काय म्हणायचं आहे हे मी अचूक ओळखलं.

सोपं नव्हतं ते सगळं. किती चढउतार पाहिले शाकीरने आणि मी. कधी महिनोन् महिने उपास घडायचा एकमेकांशिवाय. नोकरीसाठी तो दोन वर्षं जेदाहला राहिला होता. त्या वेळी तर... मुर्शिदाबादसारख्या छोट्या शहरात सगळे सगळ्यांना नावानिशी ओळखतात. आम्हाला एकमेकांची नजरभेटसुद्धा दुरापास्त होती. गेल्या तीन-चार वर्षात मात्र माझ्या जिवाला थोडीशी का होईना पण शांतता लाभली आहे. अर्थात, त्याकरिता मला काय-काय क्लृप्त्या लढवायला लागल्या ते माझं मला ठाऊक. अतिशय काळजीपूर्वक योजना आखून, अनेक गोष्टींकडे कानाडोळा करून मोठ्या हिकमतीने मी पावलं टाकली. मला मनापासून हवीशी असणारी एकमेव व्यक्ती होती शाकीर, त्याच्यासाठी वाट्टेल ते करायची माझी तयारी होती. त्याला मी सौदी अरेबियाहून परत यायला लावलं. आम्ही दोघं एकत्र येण्याचा एखादा राजरोस मार्ग मी तयार करीन अशी ग्वाही दिली.

माझं सामान भरून, मुलांना घेऊन, कलकत्त्याला येण्यासाठी मी जेव्हा ट्रेनमध्ये बसले तेव्हा माझ्या अम्मीने अक्षरश: टाहो फोडला. मी कुटुंबाच्या परिघातून बाहेर पडते आहे म्हणून होणारं ते दु:ख होतं का? छे! मुळीच नाही. जसा मी त्या घराचा उंबरठा ओलांडला तशा 'त्या' जुळ्या बहिणी– 'भीड आणि लाज' कायमच्या माझ्या आयुष्यातून हद्दपार झाल्या, माझ्यासाठी तर मेल्याच– त्यांच्या मृत्युप्रीत्यर्थ तिने व्यक्त केलेला शोक होता तो. तिला कळलं नव्हतं की, त्या जुळ्या बहिणींची हकालपट्टी मी फार पूर्वीच केली होती. कथ्थक शिकता-शिकता आपसूक ते होत गेलं. जमिनीवर पावलांचा आघात करताना, कंबरेला झटके देताना, नितंबांना झुलवताना, हातांना हवेत मुक्त विहरू देताना, नजरेचे विभ्रम आत्मसात करताना, नर्तनाचा आविष्कार स्वत:मध्ये पूर्णपणे भिनवताना आणि विशेष करून कथ्थकचे अविभाज्य अंग असणाऱ्या गिरक्या घेताना अत्यावश्यक असलेला समतोल साधत असताना हळूहळू, प्रत्येक पायरीवर त्या अदृश्य जुळ्या बहिणी माझ्यापासून दूर-दूर होत गेल्या. त्यांच्या त्या जीवघेण्या पकडीतून, मी जाणीवपूर्वक आणि निश्चयाने स्वत:ची सुटका करून घेतली होती.

मुलांच्या शिक्षणाचं कारण देऊन मी कलकत्त्याला घर केलं आहे. पाच-सहाशे घरकुलांच्या एका मोठ्या वसाहतीतल्या एका स्वतंत्र घरात आमचं वास्तव्य आहे. त्या परिसरातील घरं, इमारती, रस्ते सारंच उदासवाण्या संध्याकाळसारखं निष्प्रभ

आहे. नजर वेधून घेणारं काहीही नाही तिथे. एकमेकांना उभे-आडवे छेदत जाणारे रस्ते आपल्यात मश्गूल असतात. तसं म्हटलं तर कलकत्ता शहर प्रचंड गजबजलेलं आहे; त्यामुळे कोणाच्या लक्षात येत नाही की, शहराचा आत्मा कधीचा नाहीसा झाला आहे. प्रचंड वर्दळ आणि कोलाहलात हा इतका सूक्ष्म वेध घेण्याचं भान तरी आहे का कोणाला? नजर जाईल तिथे फक्त माणसं दिसतात, पू भरलेल्या जखमेत अळ्यांसारखी वळवळणारी, अन्नावर घोंगावणाऱ्या माश्यांच्या थव्यांसारखी, कुठूनशा अचानक उगवलेल्या टोळधाडीसारखी– माणसंच माणसं, पाहावं तिथे फक्त माणसं. नोकरी, पैसा, यश यांच्या शोधात भटकणारी, चुकणारी, हरवणारी माणसं. त्यांना नक्की हवंय तरी काय ते एक देवच जाणे!

माझी मात्र कशाबद्दल तक्रार नाही. ना त्या सर्वसामान्य, उदासवाण्या घराबद्दल ना त्या शहराच्या दमट हवामानाबद्दल. इतरांना काय म्हणायचं ते म्हणू दे, काय मिळायचं आहे ते मिळू दे. मला मात्र जे हवं होतं ते पूर्णार्थानं मिळतंय. मला माझी ओळख हरवायची होती. अनामिकता हवी होती. ती तशी मिळाली म्हणून मी अतिशय खूश आहे. ती जपली गेली पाहिजे म्हणून मी शेजाऱ्यांशी ओळख करून घेणंसुद्धा टाळलं आहे.

समीनाला मात्र माझ्या या वागण्याचा संताप येतो. शेजारच्या मित्र-मैत्रिणींमध्ये बागडण्याचं तिचं वय आहे. हातात हात घातलेल्या, खिदळणाऱ्या, गुजगोष्टी करणाऱ्या तिच्या वयाच्या मुली रस्त्यावरून जाताना तिला दिसतात तेव्हा तिच्या नजरेतील आर्तता अगदी स्पष्ट असते. मी तिला बाहेर जाण्याची, त्यांच्याबरोबर मैत्री करण्याची कधी आडकाठी केली नाही. तरीही ती बाहेर पडत नाही कारण तसं करण्याची हिंमत तिच्या ठायी नाही आणि म्हणून ती माझा तिरस्कार करते. इतर चारजणींच्या आईप्रमाणे मीही असावं अशी तिची तीव्र इच्छा आहे. मला तिला सांगावसं वाटतं की "अगं बाई, मी कुठे थोपवलं आहे तुला? माझ्यातली आई म्हणत नाही की कुणाशी मैत्री करू नकोस; पण विनाकारण तू त्या अदृश्य जुळ्या बहिणींना थारा दिला आहेस स्वत:च्या मनात, डोळ्यांत. मला विचारलंस तरी का त्या वेळी? त्यांच्या पकडीमध्ये जखडवून घेतलं आहेस स्वत:ला. माझं म्हणणं तुला ऐकूनच घ्यायचं नाही. आता त्या दोघींच्या बाबतीतलं सत्य तुझं तुलाच शोधून काढावं लागणार आहे; पण म्हणून मी काही शेजाऱ्यांची ओळख वगैरे करून घेणार नाही. नजरांचे पहारे चुकवण्यासाठी तर मी घरापासून इतक्या दूर आले आहे. माझ्या या नवीन जीवनाला माझ्या हातानी सुरुंग लावण्याचा वेडेपणा आता मी मुळीच करणार नाही."

मी तर म्हणेन की, खरं प्रेम हे सोन्यापेक्षाही चांदीसारखं असतं. हवेवर ठेवली की चांदीची झळाळी कमी होते आणि ती अगदी काळवंडते. तसंच काहीसं प्रेमाचं

आहे. दोघांव्यतिरिक्त तिसऱ्याची नजर प्रेमावर पडली की ते हमखास काळवंडतं. ईश्वराने जेव्हा ॲडम आणि इव्हला घडवलं तेव्हाच ही सुरुवात झाली. आपल्या सृजनशीलतेवर खूश होऊन त्या नियंत्याने आपल्या निर्मितीकडे एक कटाक्ष टाकला. मात्र, ती त्याची सर्वात मोठी चूक ठरली. नर आणि नारीतील नग्नता म्हणजे मूर्तिमंत पावित्र्य असतं. ते इतकं अलवार असतं की प्रत्यक्ष ईश्वराच्या नजरेनंसुद्धा ते कलंकित होतं. ईश्वरानं त्या नग्नतेला जोखण्याचा यत्न केला त्या क्षणी ते पावित्र्य नष्ट झालं. कोणालाही जोखणं ही भयंकर वाईट गोष्ट आहे, आपल्या अस्तित्वाला अक्षरश: डागाळून टाकतं हे जोखणं. आपल्या सर्वांगावर मग जमा होतो एक थर, कितीही खरवडून काढला तरी तो पुन:पुन्हा चढत राहातो. म्हणून प्रेमाचं जतन फार काळजीपूर्वक केलं पाहिजे. प्रेमाचं पावित्र्य जपायचं असेल तर त्याचं अस्तित्व फक्त त्या दोघांपुरतं मर्यादित राहायला हवं. तिसऱ्या कोणाला त्याची किंचितशी चाहूल जरी लागली तरी ते झाकोळून जायला सुरुवात होते. त्यानंतर कितीही प्रयत्न केले तरी त्याची पूर्वीची झळाळी काही त्याला परत मिळत नाही.

लोकप्रिय मासिकांमधील गुळगुळीत कागदावरच्या आकर्षक जाहिरातींमध्ये हरवणाऱ्या समीनाला मी पाहाते. त्यात दाखवलेल्या वस्तूंवरून तिची नजर हटत नाही. त्यांच्या साक्षीनं ती स्वत:च्या स्वप्नील दुनियेमध्ये वावरू लागते. तिला ते सारं हवं असतं. मी जर तिला सांगितलं की, प्रत्येकाला इतर कशाची नाही तर फक्त आणि फक्त प्रेमाची गरज आहे तर तिचा माझ्यावर विश्वास बसणार नाही. प्रेमाच्या अभावानं प्रचंड पोकळी निर्माण होते, ती पोकळी भरून काढण्यासाठी गरज पडते ती वेगवान गाड्या, खासगी विमानं, महालासारखी घरं, हिरे, उंची घड्याळं, उत्तमोत्तम कपडे, कमनीय बांधा, प्रसिद्धी, पारितोषिकं, सत्कार, कौतुक सोहळे या साऱ्यांची. सगळा आभास असतो. पोकळी कायम रिकामी राहाते. शाकीर जर प्रथितयश कलाकार असता किंवा प्रचंड श्रीमंत असता तर त्याच्याशी असलेली माझी घसट माझ्या अम्मीबरोबर लेकींनंही खपवून घेतली असती कदाचित. सद्य स्थितीत मात्र त्यांच्या दृष्टीने शाकीरची किंमत शून्य होती. जगाला दाखवता येईल असं कुठलंही यश त्याने मिळवलेलं नाही. त्याचं जिणं आश्रिताचंही वाटत असेल त्यांना. आणि मला काय वाटतं बरं शाकीरबद्दल? आमच्यामधला द्वैतभाव इतका संपला आहे की मला इतर कशाची मातब्बरी वाटत नाही. आमच्या दोघांच्याही लेखी आमच्या दोन शरीरांचं अस्तित्व केवळ एक आहे. त्या पलीकडे आम्ही काही जाणत नाही, त्या पलीकडे कशाची हाव आम्हाला नाही.

मी त्याला एकदा सुचवलं होतं की, माझ्यासारख्या तीन मुलांच्या आईची, एका गृहिणीची साथ देण्यापेक्षा त्याने कोणा प्रथितयश नर्तकीच्या जाहीर कार्यक्रमांमध्ये तबला वाजवावा. त्याच्या गुणांची, तबलावादनावरच्या त्याच्या पकडीची लोकांना

जाणीव करून द्यावी. यावर शाकीर म्हणाला होता, "बिबी, समुद्राची व्याप्ती किती आहे याच्याशी काय करायचं आहे? बुडण्याची मजा अनुभवायची असेल, तर समुद्राची खोली लक्षात घ्यायची गरज असते."

कितीतरी धक्के खाल्ल्यानंतर आता कुठे मला आणि माझ्या शाकीरला थोडंसं स्थैर्य मिळालं आहे. नेमकी ही समीना सगळं उधळून टाकायला निघाली आहे. कसं वागावं याची जराही अक्कल नाही तिला. निष्कारण उघडउघड वैर पत्करते आहे. शाकीरबरोबर माझं नातं मी जोपासणं हा तिच्या दृष्टीने अक्षम्य अपराध आहे. तिच्या मनामध्ये माझ्याबद्दल फक्त आणि फक्त तिरस्कार भरला आहे. हल्ली तर वरचेवर त्याचा उद्रेक होत असतो. वाटतं की नेहमीच्या समीनाऐवजी, अनेक डोळ्यांचा, अक्राळविक्राळ राक्षस माझ्यासमोर उभा ठाकला आहे की काय? अशा वेळी तिच्या नजरेत ठाण मांडून बसलेल्या भीड आणि लाज दोघीही माझ्यावर हल्ला करू लागतात. त्यांना चेव चढतो. त्या तिच्या शरीराचा ताबा घेतात. ती हातवारे करू लागते, माझ्यावर बोट रोखू धजावते, दाणदाण पावले टाकत माझ्यावर चाल करून येते. त्या क्षणी दया-माया-मार्दव यांसारख्या भावना तिच्या आजूबाजूलादेखील फिरकत नाहीत.

"नालायक, हरामखोर! अगदी गलिच्छ बाई आहेस तू! छिनाल आहेस तू! थांब जरा, या वेळी अब्बूंना सगळं सांगते की नाही बघ!"

समीनाचा तो थयथयाट आज विकोपाला गेला होता. शब्दांच्या रूपानं ती जणू गरळ ओकत होती. पण म्हणून हे असं बोलायचं? माझाही राग उसळला. खाडकन तिच्या मुस्काटात लगावली. हाताची पाचही बोटं उमटली तिच्या फिकुटलेल्या गालावर.

"तू अब्बूंचा विश्वासघात का करते आहेस? त्यांच्याशी निष्ठेने का वागत नाहीस?" हुंदके देत-देत समीना मला कसाबसा प्रश्न करते आणि मग चक्क मूर्खासारखी ऊर बडवायला लागते.

'खाऽऽड'! पुन्हा एक जबरदस्त चपराक तिच्या गालावर बसते. अर्धवट वयाच्या मुलीला प्रेम आणि निष्ठा काय कळणार म्हणा! शाकीरच्या अंगावरचा शर्ट टरकावून दाखवू का तिला? माझं नाव गोंदवलं आहे त्याने छातीवर. फक्त चौदा वर्षांचा होता तो तेव्हा की तिला ऐकवू धडधड माझ्या हृदयाची? एकेका स्पंदनातून तिला शाकीर-शाकीर असा पुकारा ऐकू येईल की खेचत घेऊन जाऊ तिला मुर्शिदाबादला, त्या आमराईमध्ये? आमच्या दोघांच्या एकमेकांवरच्या प्रेमाचा, भावनांचा दरवळ आजही तिथला आसमंत व्यापून उरला आहे. तिथल्या झाडाच्या प्रत्येक पानात, रंध्रात आमच्या अस्तित्वाच्या खुणा आहेत. प्रत्येक आंब्यात आमच्या प्रेमाची गोडी ठासून भरली आहे. म्हणे विश्वास आणि निष्ठा! ही काय शिकवणार

मला त्याबद्दल? त्याच्या बळावर तर इथवर पोहोचले आहे मी.

समीना आता गुडघ्यांवर बसून रडते आहे, गयावया करते आहे, "नको गं, नको माझ्या वडिलांना फसवू."

वडील? हं! माझा संताप पराकोटीला पोहोचला आहे. "दळभद्री कार्टे, थोबाड बंद ठेवायला काय घेशील? तुझा बाप कोण आहे हेसुद्धा मला सांगता येणार नाही," माझ्या तोंडातून शब्द बाहेर पडतात.

हे ऐकताच समीना पार कोसळते जमिनीवर. मी नको होतं असं बोलायला. अरिफ आणि अल्ताफ मला शाकीरपासून झाले आहेत याबद्दल माझी खात्री आहे. परंतु समीनाबद्दल मला तसं खात्रीनं सांगता येणार नाही. तिच्या वेळी मला दिवस राहिले तेव्हा म्हाताऱ्यात थोडा का होईना पण दम होता, हे खरं.

माझ्यासमोर बसलेल्या, भान हरपलेल्या माझ्याच लेकीकडे मी सुन्न होऊन पाहाते आहे. किती कोवळी आहे अजूनही ती! अचानक तिच्याबद्दल माझ्या मनामध्ये प्रचंड कणव दाटून येते.

कदाचित खानसाहेब तिला पटेलसं समजावून सांगू शकतील. अरिफच्या वेळी मला दिवस गेले होते त्या वेळची ही गोष्ट आहे. गर्भारपणाच्या खुणा माझ्या शरीरावर उमटू लागल्या होत्या. ओटीपोटाचा आकारही लक्षात येऊ लागला होता. त्या दिवशी खानसाहेब माझ्याशी गप्पा मारत होते. अर्थात, ते बोलत होते आणि मी ऐकत होते. विषय होता आमराई आणि आंब्याचा व्यापार. त्या वेळी माझ्या ओटीपोटावर नजर टाकून ते म्हणाले होते, "बेगम, चतुर शेतकरी हे पाहाण्याच्या फंदात पडत नाही की, इतकं फळ देणारं बीज नक्की आलं कुठून आणि कसं? ते वाऱ्यानं आणलं की पावसानं? तो फक्त एवढंच जाणतो की परिपक्व आंब्यावर फक्त त्याचा अधिकार असतो."

सीमापार

वर्तमानपत्राचा तो तुकडा जीर्ण झाल्यामुळे पिवळसर पडला होता. प्रत्येक घडीवर फाटू लागला होता. मिसेस लालनी तो आपल्या थरथरत्या हातात नीट धरायचा प्रयत्न केला. आता त्या पुन:पुन्हा निरखून पाहू लागल्या. ''हो तोच तो! शंका घ्यायला जागा नाही. अगदी नक्की तोच.'' दिल्लीमध्ये एका नोकराने एका कुटुंबातील चौघांचा खून केला होता. 'मालकाच्या घरातील चारजणांचा खून करून, घरातील रोख रक्कम व दागिन्यांसह नोकराचे पलायन'. पहिल्या पानावरची ठळक अक्षरांमधली ती बातमी, इतक्या वर्षांनंतरही सहज वाचता येत होती. पश्चिम दिल्लीच्या एका घरात घडलेली ती दुर्घटना होती. त्या दुर्दैवी कुटुंबाचा फोटोसुद्धा होता. नरेश देवन (४२), सौ. प्रतिमा देवन (३८) आणि त्यांची मुलं साक्षी (१६), अभय (१२). सुटाबुटातील कुटुंबप्रमुख, सोन्याच्या दागिन्यांनी मढलेली आणि भरपूर मेक-अप केलेली त्याची बायको आणि त्यांना साजेशा पोशाखामधली त्यांची मुलं, असा तो फोटो बहुधा एखाद्या लग्नकार्यात काढलेला असावा. मृत्यूची बातमी आणि तो फोटो यांच्यातला विरोधाभास प्रकर्षानं जाणवत होता. कदाचित तो फोटो खुनापूर्वी काही महिने आधी काढलेला असावा.

या खुनासंबंधी आपण काहीतरी वाचलं होतं, असं मिसेस लालना वाटलं. तसं पाहिलं तर दिल्लीमध्ये अशा प्रकारे इतके खून होतात की कशावरही नेमकं बोट ठेवणं तसं कठीण जातं.

खून झाला की पोलीस खातं खडबडून जागं होतं. सजग राहाण्याबद्दल, आपल्या नोकराचाकरांची इत्थंभूत माहिती ठेवण्याबद्दल, त्यांचा फोटो काढून घेण्याबद्दल साऱ्या जनतेला वर्तमानपत्राच्या माध्यमातून पुन:पुन्हा आवाहन केलं जातं. प्रत्येक घराच्या सुरक्षिततेच्या दृष्टीने तसं ते आवश्यकही असतं म्हणा, पण तरीदेखील, त्या साऱ्याचा पाठपुरावा करणं सगळ्यांना जड जातं. पिढ्यान्‌पिढ्या राबलेल्या हातांबद्दल शंका घेणं घरमालकांना प्रशस्त वाटत नाही. दुसऱ्या बाजूला नोकरवर्ग दबून जातो की आपल्या हातून एवढीशी जरी चूक झाली तरी पोलिसांचा ससेमिरा आपल्या कुटुंबीयांच्या मागे लागेल. मग भलेही त्यांची कुटुंबं दूर कुठल्या तरी गावात असली तरी काय झालं? काही दिवस किंवा महिने म्हणा हवे तर, वातावरणात एक ताण असतो. कालांतराने, हळूहळू सारं पुन्हा निवळतं आणि परत एखादा खून झाला की तळापासून ढवळून निघतं. आता नोकरांच्या हातून खून होतात म्हणून नोकर ठेवणं बंद थोडंच होणार आहे? मग धुणी-भांडी, केरवारे, स्वयंपाक, बाजारहाट यांसारखी हमाली कामं करायची कोणी? कुटुंबप्रमुखांनी की त्यांच्या सुविद्य पत्नींनी की शेफारलेल्या मुलांनी? उच्चवर्गीयांना श्रम विकत घेण्याची जी चटक लागली आहे ती कशी काय कमी होणार? आराम मिळण्यासाठी वाट्टेल ती किंमत देण्याची त्यांची तयारी असते. ती बदलण्याची ना शक्यता असते ना त्यांची इच्छा.

निर्घृण हत्या झालेल्या त्या कुटुंबाचा फोटो पाहून मिसेस लाल थबकल्या नव्हत्या मुळी. इनसॅटमध्ये त्या नोकराचा, पोस्टाच्या तिकिटाच्या आकाराचा जो फोटो दिला होता त्यावर त्यांची नजर खिळली होती. तो नोकर खून करून फरारी झाला होता. मिसेस लालनी परत एकदा तो फोटो निरखून पाहिला. 'नक्की हा तोच आहे, बहादूर, अगदी शंभर टक्के!'

घराच्या बाजूच्या हिरवळीवर उकिडवं बसून, मान खाली घालून, एकाग्र चित्तानं काळजीपूर्वक बहादूर पिट्युनियाच्या वाफ्यामधले तण उपटत होता. तिच्या मते तो एक उत्तम माळी होता. आपण बरं आणि आपलं काम बरं हा त्याचा खाक्या होता. तो फारसा बोलतदेखील नसे. त्याच्या अबोल स्वभावामुळे आणि एकांडेपणामुळे तो इतर नोकरांना आवडत नसे. मात्र, तो कामाला चोख होता. म्हणून मिसेस लालनी नोकरांच्या चहाड्या चुगल्यांना जराही भीक न घालता त्याला कामावर राहू दिलं होतं.

"हो, नक्की 'तो' आहे. आता माझी खात्रीच पटली आहे." बहादूरपासून काही फूट अंतरावर उभं राहून त्याला पुन:पुन्हा निरखून बघताना त्या पुटपुटल्या.

त्यांच्या चेहऱ्यावर एक छद्मी हास्य चमकून गेलं. साधारण पंचावन्न वर्षांच्या मिसेस लाल तशा धिप्पाडमध्ये जमा होत होत्या. सामान्य निस्तेज चेहरा, विरळ होत चाललेल्या, पण अजूनही काळ्या असलेल्या सैलसर केसांचा मानेवर रुळणारा अंबाडा, डोळ्यांखाली वय आणि त्रागा दर्शवणारी काळी वर्तुळं! नशिबाच्या या

खेळावर त्या आता भलत्याच खूश झाल्या होत्या. नाहीतर रद्दी म्हणून टाकून द्यायचा वर्तमानपत्राचा जुना तुकडा नेमका आजच आणि तोही त्यांच्याच हातात का पडावा बरं ?

इतके दिवस मनोभावे केलेली देवीची भक्ती आज फळाला आली होती. त्यांची श्रद्धा अनाठायी नव्हती. त्यांची प्रार्थना वाया गेली नव्हती. नाहीतर घराच्या मागच्या कोपऱ्यात अडगळीच्या खोलीत असलेलं लोकरी कपडे ठेवायचं कपाट साफ करण्याची बुद्धी त्यांना दहा-बारा वर्षांनंतर नेमकी आज का व्हावी बरं? आणि कपाटाचे खण स्वच्छ करताना, नियतीचा संकेत असल्यागत तो छोटासा, पोस्टाच्या तिकिटाएवढा फोटो त्यांच्यासमोर कुणीतरी मुद्दाम ठेवल्यासारखा का यावा बरं? विनाकारण घडत नसतात अशा गोष्टी. साक्षात देवी माँ त्यांना बदला घेण्याचा मार्ग दाखवत होती. आता मनात कुठलाही संदेह निर्माण होण्याअगोदर कृती केलेलीच बरी.

श्रद्धेच्या या प्रांतात मिसेस लाल अद्याप नवशिक्या होत्या. तीन वर्षांपूर्वी त्यांच्या नवऱ्यानं, डॉ. लालनी त्यांच्याहून तरुण असलेल्या एका स्त्रीच्या नादी लागून त्यांना वाऱ्यावर सोडून दिलं होतं. स्वत:च्या मनाचं सांत्वन करण्याच्या धडपडीत त्यांना देवी माँच्या भक्तीचा मार्ग सापडला होता किंवा बरा वाटला होता असं म्हणू या. आजपर्यंत त्यांच्या लक्षात आलं होतं की, प्रत्येक बऱ्या-वाईट घटनेमागे काही ना काही ठोस कारण, विधीचे संकेत असतात. नक्की! आणि म्हणून इतर नोकरांनी बहादूरबद्दल कितीही तक्रार केल्या, तरी त्याला काढून टाकण्याची बुद्धी त्यांना झाली नव्हती. कोणत्या तरी दैवी शक्तीचा हात असणार यामागे. जे घडतं ते अतिशय पद्धतशीर घडत असतं हेच खरं. या साऱ्या घडामोडींवर ताबा ठेवणारी शक्ती सर्वोच्च आहे.

बहादूर बसला होता तिथे त्या पोहोचल्या. अतिशय काळजीपूर्वक हातातल्या कुदळीने तो आता माती वरखाली करत होता. त्याचं लक्ष जाऊन त्याने मान उचलून वर त्यांच्याकडे बघेपर्यंत त्या तशाच उभ्या राहिल्या. त्याचं लक्ष आपल्याकडे गेलं आहे याची खात्री झाल्यावर त्या म्हणाल्या, "भिकुराम, जरा घरात येऊन मला भेट. तुला एक खास काम सांगायचं आहे."

"जी मेमसाब!" तो क्षणार्धात बोलून गेला खरा, पण त्याच क्षणी त्याचा चेहरा अगदी पांढराफटक पडला. विजेचा झटका बसल्यागत त्याचा चेहरा आक्रसला, भुवयांची कमान झाली, डोळे आता खोबणीतून बाहेर पडतील असं वाटू लागलं. अचानक कुठूनतरी आक्रमण झाल्यागत त्याची अवस्था झाली. त्याचं सर्वांग घामानं डबडबलं. 'हं, म्हणजे आपल्याला वाटलं आहे त्याप्रमाणे हा बहादूर म्हणजे 'तो' माणूस आहे तर'. आता त्यांच्या डोळ्यांमध्ये एक विलक्षण चमक आली. एक

नवीन अस्त्र आलं होतं त्यांच्या हातामध्ये. 'बस्स झालं रोज-रोज रडणं-भेकणं आणि झोपेविना तळमळत रात्री काढणं. आज अगदी शांत झोप लागेल. ज्यांनी मला छळलं आहे त्यांना त्यांच्या करणीचं फळ मिळण्याची वेळ आली आहे'.

तो म्हातारा माळी संभ्रमात पडला होता. लाल यांची ती इस्टेट एका टेकडीवर होती. तळाशी एका झोपडीत माळ्याचं वास्तव्य होतं. वरच्या त्या घरात जायचं म्हणजे... त्याला ब्रह्मांड आठवलं. वर्षानुवर्षं उन्हातान्हात राबून त्याचा चेहरा काळवंडला होता. मूळचे मिचमिचे डोळे चिंतेने पार आत गेले होते, ते उघडे आहेत की मिटलेले हेसुद्धा कळत नव्हतं खरं म्हणजे. भीतीने हृदय जोरात धडधडत होतं. टेकडीच्या त्या टोकावरच्या, सफरचंदांच्या झाडांनी वेढलेल्या घराच्या बगिच्यातून तो मघाशी मोठ्या झपाट्याने बाहेर पडला होता. धावतपळत, कशीबशी त्याने आपली झोपडी गाठली होती. होता होईल तितकं पटकन आपलं सामान आवरायचं आणि या जागेपासून शक्य तितक्या दूर निघून जायचं हा एकमेव विचार त्याच्या मनात होता; पण आपल्या झोपडीमध्ये पोहोचताक्षणी आपली कल्पना किती टुकार आहे हे लक्षात येऊन तो अधिक बावरला होता. इतक्या वर्षांनंतर पुन्हा एकदा पळून जाऊन नव्या जागी बस्तान बसवणं अशक्य आहे, ही जाणीव त्याला प्रकर्षानं झाली.

आपले पडलेले खांदे ताठ करण्याचा निष्फळ प्रयत्न करत त्याने धीर एकवटला. बंगल्याकडे अतिशय विमनस्कपणे पाहिलं आणि स्वत:च्या इच्छेविरुद्ध, पाय ओढत-ओढत तिकडे जायला निघाला. फार पूर्वी त्याच्या डाव्या पायाला जखम झाली होती; त्यामुळे चालताना तो पाय जरा फरफटला जायचा. तिथे जाऊन पाहावंच लागेल की बाईसाहेबांना काय आणि किती माहिती आहे. त्याचा भूतकाळ कळल्यावर त्या पुढे काय करणार आहेत, हे समजून घेणं महत्त्वाचं होतं. कदाचित त्याची दया येऊन त्या सोडूनही देतील, पोलिसांना काहीही कळवणार नाहीत. नशिबाची साथ पुन्हा सुटली असेल, तर मात्र तुरुंगाची हवा खाण्यावाचून आता गत्यंतर नाही. त्या बंगल्यात पोहोचल्याशिवाय सुटणार नाही हा तिढा.

नियती जेव्हा दार ठोठावते तेव्हा तुम्ही कुठेही पळून जाऊन, लपून बसू शकत नाही. तो याआधीही अनेकदा पळून गेला होता.

न्यू राजेंद्रनगरमध्ये असलेलं शंभर स्क्वेअर यार्डाच्या चिंचोळ्या जागेवर बांधलेलं देवन यांचं ते दुमजली घर होतं. फाळणीच्या वेळी पश्चिम पंजाबमधून आलेल्या निर्वासितांना सरकारी योजनेअंतर्गत ती जागा मिळाली होती. तेव्हापासून तीन-चार वेळा तिची खरेदी-विक्री झाली. पाच वर्षांपूर्वी देवन यांनी ती विकत घेतली होती. बाह्यदर्शनी त्या घरामध्ये कोणताही बदल दिसून येत नव्हता. फक्त टेक्श्चर प्रकारामध्ये फिकट हिरव्या रंगाचा सिमेंट पेंट मारलेला दिसत होता. घराच्या

आतल्या भागाचा मात्र नूरच पालटलेला होता. सगळीकडे पांढऱ्याशुभ्र संगमरवरी फरशा, अद्ययावत स्वयंपाकघर, पाश्चात्य पद्धतीनं नटवलेल्या बाथरूम्स... सगळीकडे लखलखाट होता.

देवन कुटुंब त्या घरात राहायला आल्याच्या दुसऱ्या दिवशी कॉलनीच्या गुरख्याच्या ओळखीनं भिकुराम त्यांच्याकडे कामाला लागला. तो गुरख्याचा गाववाला होता म्हणून दिल्लीमध्ये वडीलकीच्या नात्यानं गुरखा त्याच्याकडे लक्षसुद्धा देत होता. भिकू नुकताच नेपाळहून आला होता. तो दिल्लीमध्ये काम शोधत होता. तो जरी अठरा वर्षांचा होता, तरी बहादूरनं त्याचं वय बळेच बारा सांगितलं होतं. त्याच्या लहानखुऱ्या चणीमुळे ते खरंही वाटत होतं. कधी पुरेसं खायला न मिळाल्यामुळे आलेल्या अशक्तपणाची त्यात भर पडली होती. देवनांकडे मात्र भिकूला रोजचं जेवण स्वत:च्या हातानं वाढून घेण्याची मुभा होती. काही विशेष गोड पदार्थ किंवा चिकन-मटण केलं असेल, तर मात्र बाईसाहेब स्वत:च्या हातानं इवल्याशा वाटीत तो पदार्थ घालून भिकूपुढे ठेवत. एरवी चॉकलेट्स, बिस्किट्स, वेफर्स सर्रास उघड्या कपाटात ठेवले जात. इम्पोर्टेड चॉकलेट्स आणि ड्रायफ्रुट्स तेवढे कायम कुलपात असत. फावल्या वेळात बागेमध्ये समवयस्कांशी गप्पा मारताना भिकूच्या लक्षात आलं होतं की देवनांकडचं वातावरण इतर बंगल्यांमधील वातावरणापेक्षा सुसह्य आहे.

त्याच्या आयुष्याला कलाटणी देणारा तो दिवस नेहमीसारखा उजाडला होता.

"रामू," बाईसाहेबांनी आवाज दिला. अंगावर जरा बरा पंजाबी ड्रेस, नेहमीची पीच रंगाची लिपस्टिक आणि खांद्यावर पर्स असा जामानिमा करून त्या बाहेर निघाल्या होत्या. त्याचं भिकुराम हे नाव उच्चारायचा त्यांना फार कंटाळा यायचा म्हणून त्या कायम त्याला 'राम' या नावाने हाक मारायच्या.

त्याचीही त्या नावाला काहीच हरकत नव्हती. शिवाय, त्यांनी ते पहिल्या दिवशी सांगितलं होतं.

दरवर्षी नेपाळहून तरुणांचा लोंढा भारतामध्ये येत असे. उंच हिमालयामधील खाचखळग्यांनी भरलेल्या रस्त्यांच्या पार असलेली आपली घरं सोडून ही तरुणाई कामाच्या शोधार्थ भारताच्या पठारी प्रदेशात येत असे. एकदा इथे आल्यावर स्थिरस्थावर व्हायला, आधीपासून इथे वास्तव्य करत असलेल्या आपल्या गाववाल्यांच्या बरोबर मिसळून जायला त्यांना वेळ लागत नसे; कारण इथल्या स्थानिक रहिवाशांना त्यांची गरज असे. घराची राखण करणारे इमानी गुरखे, स्वयंपाक, बाजारहाट, साफसफाई करणारी मुलं... इथे येणाऱ्या प्रत्येकाला काम मिळत होतं.

बाईसाहेबांनी पुन्हा एकदा सूचनांची उजळणी केली. आठवड्यातून तीन वेळा मैत्रिणींबरोबर रमी खेळण्याचा शिरस्ता होता त्यांचा. इतक्या सूचना देऊन झाल्यावरही

निघता-निघता त्यांनी बजावलं, ''हे बघ, बाथरूम्स स्वच्छ करायला विसरू नकोस.'' त्याने नेहमीप्रमाणे हसून सगळ्याला मान डोलवली. घरात असल्या की 'हे कर, ते कर' अशा सूचनांच्या भडिमाराने त्या फार काव आणत म्हणून त्या जेव्हा रमी खेळायला किंवा इतर कामासाठी बाहेर जात तेव्हा तो खूश होत असे. आपलं काम नीटनेटकं, मनापासून करायला त्याला आवडत असे, विशेषत: कुणाचा ससेमिरा मागे नसला की; कामाला लागण्याआधी त्याचा एक शिरस्ता होता. अभयच्या खोलीत जाऊन त्याच्या कपाटातून त्याची लाल-काळी टोपी काढायची आणि स्वयंपाकघर आणि हॉल यांना जोडणाऱ्या चिंचोळ्या पॅसेजमधल्या आरसा लावलेल्या भिंतीसमोर उभं राहून, मोठ्या ऐटीत अचूक कोन साधत ती डोक्यावर ठेवायची. अभय हल्ली अशा पद्धतीने ती टोपी घालत असे. त्याही दिवशी बाईसाहेब बाहेर पडल्यावर त्याने ती टोपी घालून स्वत:कडे पाहिलं. आरशातल्या आपल्या प्रतिमेवर खूश होऊन त्याने डोळा मारला आणि स्वत:ला हाक मारली– ''काय भिकुराम, कसं काय!'' ठीक आहे. आपलं नाव थोडंसं बदललं असेल, पण दोन वेळा पोटभर खायला मिळतंय की, शिवाय सुरक्षितता मिळते ती वेगळीच. मात्र हे असं अधूनमधून स्वत:ला पुकारलं की कसं बरं वाटतं.

त्याच्या मनासारखं सगळं झाल्यावर भिकुरामनं सॅनिफ्रेशची बाटली आणि ब्रश बादलीत ठेवला आणि ती बादली घेऊन दोन-दोन पायऱ्या चढत शीळ घालत वरच्या मजल्यावरची बाथरूम स्वच्छ करायला निघाला. साक्षीची बाथरूम स्वच्छ करायला कमी वेळ लागत असे म्हणून तो नेहमी आधी ती स्वच्छ करे. अभयला कितीही वेळा सांगितलं तरी तो आपले ओले कपडे बाथरूममध्ये खाली भिरकावत असे. ''तू बाथरूम स्वच्छ ठेवली नाहीस तर तुला शिक्षा म्हणून मी तुझ्याबरोबर मागच्या व्हरांड्यात क्रिकेट खेळणं बंद करीन'' या भिकुरामच्या पोकळ धमकीचा त्याच्यावर काहीही परिणाम होत नसे.

मास्टर्स बाथरूम स्वच्छ करणं हे मात्र जिकिरीचं कामं होतं. त्याला सर्वाधिक वेळ लागे. तिथल्या बेसिनमध्ये बाईसाहेबांच्या मेंदीनं रंगलेल्या केसांचे पुंजके अडकलेले असत. टॉयलेटच्या बाजूला दमट झालेले, कसेतरी दुमडलेले वर्तमानपत्र आणि सिगारेटस्च्या थोटकांनी भरून वाहणारा ॲशट्रे असे. दाराच्या मागच्या हुक्सना रोज इतके कपडे अडकवलेले असत की, बहादूरला प्रश्न पडे की एवढे कपडे बदलतात तरी कधी हे लोक. गाउन्स, नायटीज्, पायजमे, कधीकधी तर न धुतलेली, बदललेली अंतर्वस्त्रेसुद्धा. स्वत:ला स्वच्छ करण्याच्या नादात आपण बाथरूम किती घाण करतो आहोत याचं भान कसं नसतं या मोठ्यांना असा विचार भिकुरामला रोज भेडसावत असे. बरं, घाई असते असं म्हणावं तर बाथरूममध्ये शिरल्यावर बाहेर यायला तासन्‌तास लावतात ही माणसं. वेळ आणि स्वच्छता यांचे

हे व्यस्त प्रमाण भिकुरामला काही केल्या उलगडत नसे. त्याला स्वत:ला अंघोळ आदि आन्हिकं उरकायला फक्त सहा मिनिटं पुरत. बाथरूमच्या बाहेर येणारा भिकुराम हा स्वच्छ, नीटनेटका आणि टापटीप दिसे. त्याने जेव्हा त्यामागचं रहस्य जाणून घेण्याचा प्रयत्न केला तेव्हा बहादूरचाचा त्याला म्हणाला होता, ''बेटा, अरे इतकी मोठाली पापं असतात ना की ती धुऊन काढायला वेळ लागणारच. शिवाय त्यांच्या डोक्यात किडे किती वळवळतात रे, ते नकोत का निघायला?'' आपल्या या उत्तरावर खूश होऊन चाचा खूप हसला होता.

देवनचे जे शेजारी पहिल्यांदा त्यांच्या घरी येत त्यांना सर्वांत आधी बाथरूम्स दाखवल्या जात. तिथले सारख्या रंगाचे बेसिन्स आणि कमोड्स, गरम-थंड पाण्याचे मिक्सर्स, अत्याधुनिक शॉवर, सुंदर रंगसंगती साधणाऱ्या, हटके डिझाइन्स असणाऱ्या टाइल्स... हे सारं पाहून आलेला नवागत थक्क होई. त्यानंतर आलेल्या पाहुण्यांमध्ये असणाऱ्या पुरुषांना श्री. देवन आपल्या 'खासगी बार'कडे घेऊन जात. ड्रॉइंग रूमच्या एका कोपऱ्यात असलेल्या एका चकचकीत अर्धवर्तुळकार बार टेबलाच्या मागच्या भिंतीशी मोठ्या आकाराचं रोझवूड लाकडाचं, काचेचं कपाट आलेल्या पाहुण्याला खुणावत असे. त्या टेबलाच्या अलीकडच्या बाजूला दोन सुबक आणि उंच बारस्टूल ठेवलेले होते. श्री. देवनसारख्या प्रशस्त माणसानं त्या स्टुलावर बसणं ही कसरत होती, परंतु सरावामुळे त्यांना ती जमत असे. श्री. देवन अशा प्रकारे आपल्या 'बार-श्रीमंतीचं' प्रदर्शन करत असताना सौ. देवन आलेल्या महिलावर्गाला मोठ्या अभिमानानं स्वयंपाकघरात नेऊन, क्रॉकरीचं दूर-दर्शन घडवत. तेहतीस पिसेसचा त्यांचा तो बोन चायनाचा डिनर सेट, त्या खणात मुद्दामहून बसवलेल्या लाइटच्या सोनेरी प्रकाशात न्हाऊन निघे.

विचारांच्या तालात चालत-चालत भिकुराम साक्षीच्या खोलीत पोहोचला आणि त्याने तिच्या बाथरूमचं दार ढकललं.

त्याबरोबर शॉवरच्या धारांमधून एक जोरदार किंकाळी त्याच्या कानी पडली. उघड्या अंगावर शॉवरच्या धारा झेलणाऱ्या साक्षीला समोर पाहून भिकुराम अवाक झाला. खरंतर स्तब्ध झाला. त्याचं इवलसं हृदय छातीच्या पिंजऱ्यातून बाहेर पडतंय की काय असं त्याला वाटलं. एक क्षणही वाया न घालवता तो तडक वळला आणि बाथरूमच्या बाहेर पडला. त्याच्या डोक्यात हलकल्लोळ माजला होता. डोळे एकदम लाल झाले होते. साक्षी! ही घरी कशी? अरे हो की, तिला आज मैत्रिणींबरोबर सिनेमाला जायचं होतं म्हणून तिने शाळेला दांडी नाही का मारली! कसं विसरलो आपण?

पण मग अंघोळीला गेल्यावर तिने बाथरूमच्या दाराला कडी का नाही घातली बरं? जवळजवळ मिनिटभर तो बाथरूमच्या बाहेर तसाच उभा राहिला. त्याला काही

सुचत नव्हतं. मग काहीतरी विचार डोक्यात आल्यामुळे तो धावत सुटला आणि स्वयंपाकघराच्या मागच्या बाजूला असलेल्या आपल्या खोलीत शिरला. तो मुळापासून हादरला होता. त्या खोलीच्या भिंती आपल्याभोवती फेर धरून नाचत आहेत याची त्याला खात्री पटली. भिंतीवर ब्रुस लीचं पोस्टर लावलेलं होतं. भिकुरामला त्याच्या या विचित्र अवस्थेतून सोडवणं कठीण आहे असा भाव त्याच्या चेहऱ्यावर उमटला होता. आजवरच्या आयुष्यात अशी ओलेती, उघडी स्त्री त्याने कधी पाहिली नव्हती. स्वत:च्या बायकोला, राधेलासुद्धा त्याने असं पाहिलं नव्हतं. नेपाळमधल्या त्या एका खोलीच्या घरात तो, त्याची बायको, भाऊ, भावाची बायको, कुटुंबामधील इतर सदस्य... एकांत तरी काय मिळणार असा? त्याच्या वाट्याला आजवर आला होता तो बायकोचा रोमांच उठवणारा स्पर्श, अंधाऱ्या रात्री सोडलेले उसासे आणि जमेल तितक्या आवेगानं, पण चोरटेपणानं भोगलेलं शरीरसुख.

'यात माझी काही चूक नव्हती' तो स्वत:ला परत-परत समजावत राहिला. 'तिने बाथरूमच्या दाराला आतून कडी घालायला हवी होती. हो! पण ती घरी आहे हे तुला माहिती होतं ना?' तिचे आई-वडील त्याला दोष देणार याबद्दल त्याला शंका नव्हती.

साधारण तासाभरानं घराचं मुख्य दार धाडकन बंद झाल्याचा आवाज त्याच्या कानी पडला तेव्हा साक्षी घरातून बाहेर पडल्याचं त्याच्या लक्षात आलं. इतक्या वेळानंतर आता कुठे त्याने नेहमीसारखा मोकळा श्वास घेतला. खोलीत आल्यानंतर साधारण पंधरा-वीस मिनिटांनंतर त्याच्या हृदयाची धडधड बरीच स्थिरावली होती, पण तरीही शॉवरखालचा तिचा देह काही केल्या त्याच्या नजरेसमोरून हटेना. तो अचानक समोर आल्यावर तिचे विस्फारलेले डोळे, क्षणार्धात तिने झाकून घेतलेलं स्वत:चं स्त्रीत्व, त्यानंतर एकमेकांच्या नजरेत बघत गेलेला एक क्षण, त्यानंतर तिने ठोकलेली आरोळी आणि त्याचं बाथरूममधून वायुवेगानं बाहेर पडणं हे सारं पुन:पुन्हा त्याला दिसत होतं.

त्यांना हे कळलं तर त्याचा पगारही न करता ते त्याला हाकलवून देतील. साक्षी घरात एकटी आहे हे माहीत असल्याने तो जाणूनबुजून तिच्या बाथरूममध्ये शिरला होता, असंच त्यांना वाटणार. या घरात तो नोकर म्हणून कामाला लागला तेव्हा साक्षी खूप लहान होती. त्याने कधीही तिच्याकडे वेगळ्या नजरेनं पाहिलं नव्हतं. त्याच्या दृष्टीने अभय काय आणि साक्षी काय, दोघेही सारखे होते; पण तरीही त्याच्या लक्षात आलं होतं की, आताशा बाईसाहेब साक्षीला घरात एकटं ठेवून कुठेही जात नाहीत. साक्षीनं जर त्याला तिच्या खोलीतून एखादी वस्तू आणायला फर्मावलं तर त्या तिला रागावत. सकाळी ती नाइटीमध्ये खाली आलेली त्यांना मुळीच खपत नसे. इतकंच काय तर ती आजूबाजूला वावरत असताना तो जर तिथे

असेल तर त्या घारीसारखं लक्ष ठेवून असत. त्या सतत तिला जाणीव करून देत की, ती आता मोठी होऊ लागली आहे.

साक्षी आता काय करेल बरं, त्याच्या मनात आलं– आपली चूक होती हे लक्षात आलं तर ती काहीही करणार नाही, कदाचित कोणाला काही बोलणारसुद्धा नाही. काही घडलं नसल्यासारखं दाखवेल. या शहरातल्या मुलींचा काय भरवसा? भलत्या निलाजऱ्या असतात. लाजबिज गुंडाळून ठेवलेली असते त्यांनी. शॉवरखाली उभी असलेली साक्षी त्याच्या नजरेसमोर आली आणि त्याचं रक्त उसळ्या मारू लागलं. वयात येणारं तिचं शरीर त्याच्या मनातून जाईचना. आपण आता पूर्वीप्रमाणे निर्मळ नजरेनं तिच्याकडे पाहू शकणार नाही हे त्याच्या लक्षात आलं.

त्याला एक गोष्ट चांगली कळून चुकली– त्याने तिथून निघून जायला हवं.

पण असं कसं निघून जाणार? त्याची आजवरची शिल्लक त्यांच्याकडे होती, त्याच्या पलंगाच्या वरच्या बाजूला भिंतीवर त्याने मागच्या महिन्यापर्यंतचा हिशोब लिहून ठेवला होता. अभयच्या कंपासमधून त्याने एक लहानशी पेन्सिल तेवढ्याकरिता घेतली होती. तो स्वत: पाचव्या वर्गापर्यंत शिकला होता; त्यामुळे त्याला बऱ्यापैकी आकडेमोड येत होती. तो जेव्हा कामाला लागला तेव्हा त्याचा पगार हजार रुपये महिना होता. म्हणजे पहिल्या तीन वर्षांमध्ये त्याने ३६,००० रुपये कमावले होते. दोन वर्षांपूर्वी त्याचा पगार महिना पंधराशे करण्यात आला होता. त्या हिशोबाने अजून ३६,००० रुपये जमले होते. म्हणजे ७२,००० रुपये ही त्याची कमाई होती. दिल्लीमध्ये आल्यापासून तो चार वेळेला, दसऱ्याला घरी गेला होता. प्रत्येक वेळी जाताना त्याने पाच हजार रुपये नेले होते, म्हणजे ७२,००० रुपयांपैकी २०,००० रुपये त्याला मिळाले होते आणि ५२,००० रुपये त्यांच्याकडे जमा होते. भिंतीवरची आकडेमोड पाहात त्याने परत-परत हिशोब केला. प्रत्येक वेळी ५२,००० रुपये बाकी हे उत्तर त्याला मिळत गेलं.

'माझ्या आयुष्याची कमाई घेतल्याशिवाय कसा जाईन मी? आई-वडील, भाऊ यांच्याशिवाय पाच वर्षं राहिलो आहे आणि तिथला रम्य निसर्ग...? हल्ली तर राधाचाही विरह सहन करावा लागतो आहे. पाच वर्षं इथे कामाचे ढीग उपसतो आहे, झाडझूड, साफसफाई, धुणं, भांडी, स्वयंपाक..... इतक्या वर्षांच्या श्रमांचा मोबदला न घेता कसं जायचं?

त्याच्या पलंगाच्या बाजूच्या त्या भिंतीवर त्याने चोख हिशोब ठेवला होता. त्या आधारे दर दोन-तीन महिन्यांनी तो बाईसाहेबांना 'येणे बाकी' सांगत असे. हसून, त्याला उडवून लावत त्या म्हणत, "तुझे पैसे कुठे पळून थोडेच जाणार आहेत?" आता मात्र स्वत:च्या पैशांशिवाय पळून जायची वेळ त्याच्यावर आली होती.

त्या लहानशा खोलीत त्याचा जीव घुसमटू लागला. साक्षीने मारलेली किंकाळी

अजूनही त्याच्या कानात घुमत होती. मधूनच त्याचा श्वास जोरात होऊ लागायचा. भडकलेलं डोकं, तापलेला श्वास आणि कोंदट झालेली खोली यामुळे तो त्रासला. दाराची कडी हलके उघडून मांजराच्या पावलांनी दबकत-दबकत हॉलमध्ये पोहोचला. आता त्याने स्वत:वर ताबा मिळवणं गरजेचं होतं. त्याने पुढे होऊन बार उघडला आणि झटक्यात रमची बाटली उघडून एक मोठ्ठा घोट घेतला. मघापेक्षा त्याची अवस्था थोडी सुधारली होती. 'बरं झालं, आपण त्या खोलीमधून बाहेर पडलो ते' त्याने मनात म्हटलं. तो काही कोणी सामान्य किंवा बदलीचा नोकर नव्हता. ही मंडळी या घरात वास्तव्याला आली त्या दिवसापासून तो त्यांच्याकडे कामाला होता. पाच वर्षं हा बराच मोठा काळ आहे. ते त्याला कुटुंबाचा सभासद समजत होते. जे झालं त्यात आपली काही चूक नव्हती. अपघात होता तो, हे त्यांच्या नक्की लक्षात येईल. कोणत्या शब्दांत सांगावं बरं त्यांना? या विचारापाशी येताच त्याची मती कुंठित होत होती.

आता त्याने स्वत:साठी रमचा एक मोठा पेग भरला आणि चतुराईने रमच्या आधीच्या पातळीपर्यंत बाटलीत पाणीसुद्धा भरलं. स्वत:बद्दल थोडीशी खात्री वाटून आता तो फोनच्या दिशेने निघाला. 'साहेबांशी थेट बोलावं, हे बरं राहील. इथून निघून जाण्यासाठी काहीतरी वेगळं कारण दिलं की झालं. साहेब आत्ता आनंदपर्बत भागातील त्यांच्या ऑटो स्पेअर पार्ट्सच्या फॅक्टरीमध्ये असतील. त्यांचा तो शिरस्ताच आहे. दुपारपर्यंत तिथे थांबून मग ते सदरमधल्या ठोक मार्केटमध्ये जातात. एकदा ते दुकानात पोहोचले की मग ग्राहकांच्या गराड्यामध्ये अडकतात. त्यानंतर फोनवरसुद्धा ते एकटे सापडणार नाहीत. त्यापेक्षा आत्ताच बोलावं त्यांच्याशी.'

"साहेब गावाकडून पत्र आलंय. माझा मोठा भाऊ अचानक वारला. मला ताबडतोब निघायला पाहिजे. कृपा करून माझा हिशोब करा." प्रयत्नपूर्वक आपला आवाज शांत ठेवत तो साहेबांना म्हणाला. एरवीदेखील तो घाईनं बोलला की साहेब म्हणत, "तू चिनी भाषेत बोलतोस की काय?" म्हणून आता त्याने सावकाश एक-एक शब्द उच्चारला.

"कितीदा सांगितलं आहे रे की, अतिशय महत्त्वाचं काम असल्याशिवाय फॅक्टरीमध्ये फोन करत जाऊ नका? समजत नाही का? मी संध्याकाळी घरी आलो की बोलू, समजलं?" त्याला पुढे बोलू द्यायची संधी न देता देवन साहेबांनी फोन बंद करून टाकला. खरंतर ते मनानं चांगले होते. त्याच्या पाठीवर थाप मारून त्याला जोक सांगणं, त्याच्याबरोबर हसणं यात त्यांना कमीपणा वाटत नसे. मात्र, पैसे मागितले की त्यांचा नूर बदलत असे. अशा वेळी, शिव्या द्यायलासुद्धा ते मागेपुढे पाहात नसत. मग ती त्यांची बायको असो की मुलं. साधे महिन्याच्या खर्चाचे पैसे असोत की मुलांचा पॉकेटमनी अनेकदा बाईसाहेब चार-चार दिवस

दाताच्या कण्या करायच्या तेव्हा कुठे त्यांच्या घट्ट मुठीतून थोडेसे पैसे सुटायचे, तेही अतिशय नाराजीने आणि नाइलाजाने.

आपल्या हातातल्या शांत झालेल्या रिसीव्हरकडे भिकूने अगदी हतबुद्ध होऊन पाहिलं. हा मार्ग तर बंद झाला. आता काय करावं बरं? बहादूरचाचाला विचारावं का? तो आपला गाववाला आहे. तसं म्हटलं तर नातं नाही काही; पण आपल्याला पुतण्याप्रमाणेच वागवतो तो. त्याच्यामुळे तर या घरामध्ये नोकरीला लागलो आहोत आपण; पण सांगायचं काय त्याला? योग्य शब्दांची जुळवाजुळव करत भिकू त्या खोलीमध्ये येरझारा घालू लागला. 'नाही, असं नाही करता येणार. चाचा पक्का दारुड्या आहे. एक पेग पोटात गेला की, त्याची जीभ सैल सुटते. आपण काय बोलत आहोत याचं भानदेखील त्याला उरत नाही. मी जर त्याला हा प्रसंग सांगितला तर उद्या सकाळपर्यंत सगळ्यांना समजेल. चाचाच्या हातात रात्री बाटली आली की संपलं! मग सगळेजण चर्चा करू लागतील. आपण मित्रांना भेटायला गेलो की, ते आपल्याला टोमणे मारतील, चिडवतील. इतकंच नाही तर साक्षीबद्दल अचकट विचकट बोलतील. त्याच्याही पुढे त्यांची कल्पनाशक्ती धावेल. ते साक्षीबरोबर काल्पनिक प्रसंग निर्माण करतील, तिच्या देहाचं वर्णन करायला आपल्याला भाग पाडतील. आपण तिला 'तशी' पाहिली हे त्यांना कळायचा अवकाश, त्या सगळ्यांचे विचार चौखूर उधळतील आणि मग... छे! छे! असं काहीदेखील होता कामा नये. साक्षीचा विचारसुद्धा कोणी करता कामा नये. नको! आपण बहादूरचाचाशी बोलायलाच नको या विषयावर.

किर्ररर... दारावरची बेल कर्कशपणे वाजली आणि विचारात हरवलेला भिकू खाडकन भानावर आला. हातातल्या ग्लासमधली रम त्याने एका झटक्यात जिरवली. बघता-बघता तीन पेग मारून झाले होते त्याचे. घाईघाईने त्याने तो ग्लास बार काउंटरच्या खाली लपवला आणि मग तो दार उघडायला धावला.

"रामू, पटकन जेवायला वाढ," खांद्यावरचं जड दप्तर भिकूच्या अंगावर भिरकावत आणि बूट जमिनीवर फेकत अभय ओरडला. हॉलमधल्या सेटीवर बसता बसता रिमोट हातात घेऊन त्याने टीव्ही सुरू केला.

अभय शाळेतून आला म्हणजे दीड वाजलेला दिसतो आहे. काय करावं? वेळ किती भर्रकन संपला. मघाशी तर काळ, वेळ सारं काही स्तब्ध झालं होतं आणि आता इतक्या झर्रकन पुढे पळतो आहे. कशावर ताबा नाही ठेवता येत. स्वयंपाक करायची शुद्ध कुठे होती त्याला?

खिशातून बिडी काढून, ती शिलगावून त्याने आधी एक मोठा झुरका घेतला. मग गॅसवर पाण्याचं पातेलं ठेवलं उकळायला. बाईसाहेब यायच्या आधी एक्झॉस्ट फॅन लावणं गरजेचं आहे. या बयेला कसा काय बिडीचा वास येतो देव जाणे.

स्वयंपाकघरात बिडी न फुंकण्याची सक्त ताकीद दिलेली होती त्याला. त्याने घाईघाईने तयार नूडल्सची दोन पाकिटं शिजायला ठेवली. टीव्हीसमोर बसलेल्या भुकेल्या अभयची कळी नूडल्स पाहून खुलेल, असा सोयीस्कर विचार त्याने केला.

सुपी नूडल्सचा गंध त्याच्या नाकात शिरताच त्याला जाणीव झाली की, सकाळपासून त्याच्या पोटात अन्नाचा कणही गेला नव्हता. पोटात गेलेले रमचे पेग एव्हाना भुकेच्या डोंबात भर घालू लागले होते.

'चुकलंच आपलं, इतकी नको होती प्यायला.' प्यायलेल्या रमची भरपाई करण्यासाठी त्यात पाणी भरणंसुद्धा शक्य नव्हतं. 'ती बाटली लपवून ठेवून आपण त्या गावचेच नाही हे दाखवणं बरं. त्यापेक्षा, ती बाटली गायब झाली आहे हे त्यांच्या लक्षात यायच्या आधी आपण इथून गायब होणं अधिक बरं,' मनाशी विचार पक्का करत तो पेपर, स्टेशनरी, पुस्तक अशा अनेक लहान-मोठ्या वस्तूंच्या गराड्यात हरवलेल्या काळ्या फोनकडे झेपावला. त्याला वाटलं की, तो फोन हवेत तरंगतो आहे. पायाखालच्या शुभ्र संगमरवराची हिरवी कड विचित्र तेजाने झळकत होती. त्याच्या हालचाली इतक्या विचित्र होत्या की नूडल्स खाणाऱ्या अभयनी खाणं थांबवून त्याच्याकडे पाहिलं. "तुला काही होतंय का?" पण त्याच्या प्रश्नाला उत्तर न देता भिकूने घाईघाईने नरेश साहेबांना फोन लावला.

"प्लीज साहेब, माझं ऐकून घ्या. माझ्यावर भयानक प्रसंग ओढवला आहे. माझा मोठा भाऊ अचानक मेल्यामुळे मला घरी जायला हवं आहे. बाईसाहेबांना मी हिशोब दाखवला आहे. तुमच्याकडे माझं ५२,००० रुपयांचं येणं बाकी आहे. मला ते आत्ता हवे आहेत कारण मी आता परत येऊ शकणार नाही. माझ्या भावाची जागा मला घ्यायला हवी. आमची जमीन गहाण पडली आहे. साहेब, माझं देणं चुकतं करा, कृपा करा माझ्यावर, उद्या त्याचा अंतिम संस्कार असल्यामुळे मला कोणत्याही परिस्थितीत आज निघायला हवं आहे." आपण बोलत असताना मध्येच साहेब फोन बंद करून टाकतात की काय अशी भीती वाटत असल्यामुळे आपल्या थरथरणाऱ्या हातातल्या रिसीव्हरमध्ये भिकूने एका दमात सगळं बोलून टाकलं.

"साल्या, प्यायला आहेस वाटतं? हरामखोर! मी काय एवढे पैसे खिशात ठेवून फिरतो का रे? माहीत नाही का तुला धंद्यात किती मंदी आहे ते? पुढचे काही महिने तरी मी तुझे पैसे मुळीच देऊ शकणार नाही, समजलं?"

बाईसाहेबांसाठी सोन्याच्या जाडजूड बांगड्या घेऊन सकाळी सोनार घरी आला होता. त्यांच्या करणावळीवरून दोघांमध्ये किती वेळ घासाघीस चालू होती. शेवटी ५०,००० रुपयांवर तडजोड झाली होती. बाईसाहेब चतुर खऱ्या. भिकूला बांगड्यांची खरी किंमत कळू नये म्हणून त्यांनी मुद्दाम त्याला स्वयंपाकघरात पिटाळलं होतं; बिस्किटं घेऊन येण्याच्या निमित्ताने; पण तोही कसला खट, खरी किंमत कळेपर्यंत

तो आजूबाजूला रेंगाळत राहिला होता. तो बिस्किटांच्या बशा घेऊन बाहेर आला तशा बाईसाहेबांनी अगदी सहजपणे त्या बांगड्या आपल्या पर्समध्ये ठेवल्या. त्या फारशा मौल्यवान नाहीत हे दाखवण्याचा त्यांचा प्रयत्न होता. देवनसाहेब दोन-चार दिवसांत सोनाराला पैसे देतील याची ग्वाहीसुद्धा त्यांनी दिली.

चारच्या सुमारास बाईसाहेब बाहेरून आल्या. त्यांच्या दोन्ही हातांत खूप सारं सामान होतं. रमी खेळून झाल्यावर त्या परस्पर शॉपिंगला गेल्याचं दिसत होतं. इतकं वजन उचलून आणल्यामुळे त्यांचा श्वास फुलून आला होता. आल्या-आल्या त्यांनी चौफेर नजर फिरवली. त्यांच्या तीक्ष्ण नाकानं लगेच बिडीचा वास टिपला. त्या वासानं त्यांना नेहमीसारखं मळमळू लागलं.

त्यांनी काही बोलायला सुरुवात करायच्या आधीच आपण बोलायला हवं, असा विचार करत भिकू पुढे झाला.

"बाईसाहेब, माझा भाऊ वारल्याचा फोन आला होता गावाहून. घरी माझ्या कुटुंबाला माझी गरज आहे. मला अगदी आजच्या आज निघायला हवं आहे. कृपा करून साहेबांना माझा हिशोब चुकता करायला सांगा." बोलता-बोलता तो खरोखरच हुंदके देऊ लागला. नाटक करायची गरज नाही पडली त्याला.

आपल्यासमोर उभ्या असलेल्या त्या गलितगात्र पोराकडे प्रतिमा देवननी एक नजर टाकली. या क्षणी बिडीच्या वासाकडे दुर्लक्ष करणं योग्य आहे हे त्यांना जाणवलं. त्याबद्दल नंतरदेखील रागावता येईल म्हणा. या पोराची समजूत काढणं गरजेचं आहे, आता हा निघून जाण्याच्या तयारीत दिसतो आहे!

"थांब थांब! जायच्या गोष्टी कशाला करतो आहेस. मी पटकन कपडे बदलून येते, मग आपण दोघेही संध्याकाळसाठी स्वयंपाक करता-करता बोलू या. आलेच मी पटकन," एवढं बोलून ती तिच्या खोलीत गेली. बहुतेक वेळा भिकू सगळा स्वयंपाक करे, प्रतिमा फक्त काय कसं बनलं आहे ते पाहायला आणि चव घ्यायला स्वयंपाकघरात येई. कधीकधी मात्र ती स्वत: स्वयंपाक करे– अशा वेळी भिकू भाज्या चिर, भांडी विसळ, ओटा धू अशी मदत करे. कपडे बदलून आल्यावर तिने भिकूसमोर चार कांदे, तीन टोमॅटो आणि लसणाच्या काही पाकळ्या ठेवल्या. "हे सगळं मटणाकरता काप आणि कणीक भिजव."

"हे बघ भिकू, मी तुझ्या आईसारखी आहे, हो ना? मी काही सांगितलं तर राग मानू नकोस." काल संध्याकाळी शेजारच्या बागेतून तो खूप उशिरा आला म्हणून आपण त्याला चांगलं फैलावर घेतलं होतं. चुकलंच आपलं. नरेशलासुद्धा सांगितलं पाहिजे. ऊठसूट त्याच्यावर खेकसत जाऊ नकोस. जरा दमानं घे, हल्ली मिळतात कुठे भिकूसारखी मुलं? आणि आपलं घर सुटलं तर नव्यानं कॉलनीमध्ये राहायला आलेल्या लोकांचा डोळा असणार त्याच्यासारख्यावर. पगारवाढीची लालूचसुद्धा

दाखवतील त्याला. त्यांच्यापायी आम्हालाही निष्कारण या नोकरांचे पगार वाढवून द्यावे लागतात! प्रतिमाच्या डोक्यात विचारचक्र सुरू होतं.

मग ते दोघं मिळून स्वयंपाकाला लागले. बराचसा स्वयंपाक आटोपल्यावर तिला चहाची तल्लफ आली म्हणून त्यांनी छोटासा 'टी ब्रेक' घेतला. आदल्या रात्री त्याच्यावर घेतलेल्या तोंडसुखाचं परिमार्जन करण्याच्या दृष्टीने प्रतिमाने त्याला अगदी मधाळ आवाजात म्हटलं, "काय रे वेड्या, जाण्याच्या गोष्टी कशाला करतो आहेस? कालच मी माझ्या भावाला विचारलं आहे की, आमच्या भिकूला ऑफिसबॉय म्हणून यायची खूप इच्छा आहे, तर तसं जमेल का? तुला माहिती आहेच माझा भाऊ सरकारी नोकरीत वरच्या पदावर काम करतो म्हणून." तिचा तो स्वर, तिचं बोलणं... क्षणभर भिकूच्या नजरेत आशेचे किरण दिसले; पण दुसऱ्या क्षणी त्याला वास्तवाचं भान आलं. त्याचं लक्ष्य एकच होतं. साक्षी घरी यायच्या आधी आपले पैसे मिळवायचे आणि इथून कायमचं निघून जायचं. एकदा का ती घरी आली की मग सगळा गोंधळ झाला असता.

काही विचित्र घडलं आहे हे प्रतिमाच्या गावी नव्हतं. आपल्याच तालात ती पुढे म्हणाली, "तू पाचवी इयत्ता पास झाला आहेस ना भिकू?"

त्याने अगदी उदासपणे तिच्याकडे पाहिलं. त्याचा भाऊ वारला आहे याचं तिला वाईट वाटल्याचं काहीही चिन्ह नव्हतं. उलट तिच्या या अशा वागण्याने ती गुंतागुंत मात्र वाढवत होती. तिथून निघून जाण्यासाठी आपण भाऊ मेला आहे, असं खोटं सांगितलं हे बहुधा तिच्या लक्षात आलं आहे याचा भिकूला खूप संताप आला. सगळंच त्रांगडं होऊन बसलं होतं. भूक, राग आणि रम यांच्या एकत्रित परिणामामुळे भिकू अस्वस्थ झाला. अचानक त्याला रडू कोसळलं. 'हा मी इथे रोज राबतो आहे, दिवसातून तीन-तीन वेळा यांना पोटभर खाऊ घालतो आहे; पण माझ्या पोटात काल रात्रीनंतर अन्नाचा कणही गेलेला नाही याची हिला किंचितही जाण नसावी?' आपल्याला 'दोन नंबरला' जायचं आहे असं सांगून तो तिथून उठला आणि गच्चीत असलेल्या छोट्या टॉयलेटमध्ये जाण्यासाठी घराच्या मागच्या बाजूला असलेला गोल जिना चढू लागला.

फॅक्टरीमधून आल्यावर साहेब तडक वरच्या मजल्यावरच्या त्यांच्या खोलीमध्ये गेले. अंघोळ करून खाली यायचं आणि जेवायच्या आधी एक पेग मारायचा हा त्यांचा शिरस्ता होता. ड्रिंक घेताना ते सर्वाधिक चांगल्या मूडमध्ये असतात हे भिकूला एव्हाना चांगलं ठाऊक झालं होतं; त्यामुळे त्याने ती वेळ साधायचा निश्चय केला. आता थेट विषयाला हात घालण्यावाचून पर्याय नव्हता.

भिकू या घरात कामाला लागून जेमतेम २-३ महिने झाले होते. कसं वागावं,

कसं बोलावं हे त्याला फारसं माहीत नव्हतं. अशात एकदा सोसायटीमध्ये दुसऱ्या कुटुंबाकडे काम करणाऱ्या एका प्रौढ नोकराने त्याला काही कानमंत्र दिले. शेजारच्या बगिच्यामध्ये एका मोडक्या, गंजक्या बेंचवर बसवून भिकूला त्याने सेवेची दीक्षा दिली होती. तो नोकर गेली पंधरा वर्षे एकाच मालकाकडे काम करत होता. त्यामागे नक्की काहीतरी कारण होतं. त्याने मोठ्या प्रेमाने भिकूला समजावलं होतं, "हे बघ भिकू, प्रत्येकाची एक दुखरी नस असते. ती ओळखून सांभाळता आली तर मग काम फत्ते होतं. ती इतकी अचूक सांभाळायची की, मग आपल्या हातून होणाऱ्या छोट्या-मोठ्या चुका कुणीही मनावर घेत नाही. आपण ज्या घरामध्ये कामाला आहोत तिथे आपण कधी झाडलोट टाळतो, कधी फर्निचर पुसायचा कंटाळा करतो, कधी चिल्लरवर हात मारतो, कधी घरात बंदी असलेले अपशब्द मुलांसमोर उच्चारतो; पण मुख्य तत्त्व – दुखरी नस सांभाळायचं – पाळलं तर या लहानसहान चुकांकडे मालक लोक दुर्लक्ष करतात." त्या नोकराच्या मालकाचा गुडघा दुखरा होता. नोकर, प्रत्येक रात्री न चुकता आठवणीने आणि मनापासून त्याच्या गुडघ्याला मालिश करतो. त्या कामात तो जरादेखील हयगय करत नाही. त्याच नोकरानं भिकूला बजावलं की, "तुझ्या मालकाची दुखरी नस शोधून काढणं आणि मग ती सांभाळणं हे तुझ्या हातात आहे. मग बघ काय जादू होते ते. दोघांना अगदी मुठीत ठेवता येईल तुला." हे बोलत असताना आपसूकच त्या नोकरानं आपल्या पंजाची घट्ट मूठ वळून त्याला दाखवली होती. भिकूने गेली पाच वर्षं त्याचा सल्ला तंतोतंत पाळला होता.

बाईसाहेबांचा रमी क्लब आणि साहेबांचा संध्याकाळच्या ड्रिंक्सचा जामानिमा सांभाळला की एरवी ते दोघं त्याच्या बारीकसारीक हरकतींकडे दुर्लक्ष करत. भिकूनं कधीतरी कामाचा कंटाळा केला किंवा त्यांच्या बोलण्याकडे दुर्लक्ष केलं तरी खपवून घेत. इतकंच काय, कधीतरी तो जरा नशेत असला तरी त्याला ढील देत. बाईसाहेब रमी खेळायला बाहेर पडल्या की, तीन-चार तासांची निश्चिंती असे. परंतु त्या वेळात भिकू दक्षतेने घराची काळजी घेई, मुलांकडे लक्ष देई, टापटीप ठेवी. रमी खेळण्यापायी घराकडे तिचं दुर्लक्ष होत आहे हे ऐकून घेणं किंवा रमी सोडून घरात बसणं प्रतिमाला अजिबात सहन झालं नसतं.

नरेश साहेबांसाठी संध्याकाळी घरी निवांत ड्रिंक्सचे घोट घेत बसणं तितकंच महत्त्वाचं होतं. हे लक्षात आल्यापासून भिकूनं त्यांची उत्तम बडदास्त ठेवली होती. त्यांचा बार पुसून चकचकीत केलेला असायचा. धुळीचा कणसुद्धा कुठे दिसायचा नाही. त्यांच्या टेबलवरचा स्टीलचा तो खास ट्रे, अतिशय उच्च दर्जाचा क्रिस्टल ग्लास बर्फाच्या तुकड्यांनी भरलेली आईस-बकेट हे सारं अगदी वाट पाहात असायचं नरेश देवनची. ऑफिसमधून घरी आल्यावर अंघोळ करून भिकूने पलंगावर

काढून ठेवलेला पांढरा शुभ्र कुडता-पायजमा घालून खाली आल्यावर तो सरंजाम बघून नेहमीच नरेशची कळी खुलायची.

"रामू, जा जरा अन्न गरम करायला ठेव आणि अभयला अंघोळ करून घ्यायला सांग. साक्षीचा फोन आला आहे. ती पोहोचेल इतक्यात." टीव्हीसमोर बसलेल्या बाईसाहेबांनी फर्मान सोडलं. त्याच्या लहरीपणाकडे तूर्तास तरी दुर्लक्ष करावं असं त्यांनी ठरवलं होतं.

साक्षीचा फोन आला होता. ती पोहोचते आहे घरी. रामूच्या डोक्यामध्ये हे शब्द घणघणू लागले. त्याची तगमग शिगेला पोहोचली. काहीतरी केलं पाहिजे आणि तेसुद्धा या क्षणाला याची त्याला पुन्हा एकदा जाणीव झाली. एरवी तो साहेबांच्या आजूबाजूला रेंगाळत असे. त्यांना ड्रिंक्स घेताना काही हवं-नको असेल ते तत्परतेने देत असे; पण आज मात्र तो थेट त्यांच्यासमोर जाऊन उभा राहिला. ते सोफ्यावर बसून निवांतपणे ग्लासमधल्या ड्रिंक्सचा आस्वाद घेत होते.

"साहेब... माझी बाकी,"

त्याचे शब्द कानी पडताच नरेश देवनने मान वर करून त्याच्याकडे पाहिलं. त्या क्षणी त्यांना अनेक गोष्टींचा उलगडा झाला. रमला आलेली पाणचट चव, नोकराची किंचित जड झालेली जीभ, ऑफिसमध्ये असताना आलेले त्याचे फोन... "हरामी, माझी रम पित होता तर!"

एका तिरमिरीत देवन सोफ्यावरून उठले आणि भिकुरामच्या कानाखाली सणसणीत थप्पड दिली, एकदा, दोनदा, तीनदा. भिकूच्या नजरेसमोर तारे चमकले. त्याच्या चेहऱ्यातून जणू वाफा निघू लागल्या, समोरची जमीन गर्रगर्र फिरू लागली.

"गेली पाच वर्षं मी तुला सांभाळतो आहे, पण तू...! साला, नेपाळी रांडेचा मुलगा! मी तुला खाऊपिऊ घालतो आहे, कपडालत्ता पुरवतो आहे आणि तू...? माझी दारू पिण्यापर्यंत मजल गेली तुझी?"

"साहेब, माझ्या आईचं नाव घ्यायची गरज नाही,"– सावकाश एक-एक शब्द उच्चारत तो बोलला. त्याचे डोळे आक्रसले, डोळ्यांत जणू अंगार पेटला.

"साला, एक तर चोरी करतो, माझी दारू पितो. वरून मला पैसे मागतो. अशी चोरी केल्यानंतर हिंमत तरी कशी होते तुझी पैसे मागण्याची? पैसे हवेत म्हणे! आता तुझ्या आईला अंगाखाली घेतल्याशिवाय एक छदामसुद्धा मिळणार नाही हे लक्षात ठेव!" नरेश देवन जोरात ओरडला. आपण नक्की काय बोललो याचं त्याला भान नव्हतं.

आधीच नरेशनं थोबाडीत मारल्यामुळे भिकू संतापला होता. दोन्ही गालांतून झिणझिण्या येत होत्या. आपल्या मेहनतीचे पैसे घेऊन पटकन इथून बाहेर पडण्याची आशा मावळू लागली होती. पोटात भुकेचा डोंब उसळला होता, त्यात त्याच्या

आईबद्दल नरेश अत्यंत हलकटपणे बोलला. भिकू संतापाने बेभान झाला. त्याचा तोल सुटला. आपण काय करतो आहोत याची जाणीव त्याला राहिली नाही. तिरमिरीत ढांगा टाकत तो देवनच्या बाजूला आला, त्याच्या शेजारची रमची बाटली उचलून ती त्याने सर्व शक्तीनिशी देवनच्या डोक्यात हाणली. बाटलीमध्ये उरलेली रम आश्चर्यचकित देवनच्या चेहऱ्यावरून ओघळू लागली. देवन रागाने लाल झाला. ते पाहून थांबण्याऐवजी भिकूला अधिक चेव चढला. फुटलेल्या दारूच्या बाटलीच्या रूपाने त्याच्या हातात प्राणघातक शस्त्र आलं होतं. त्याच्या उपाशी पोटातील रम आणि डोक्यातील संताप एकत्रितरित्या त्याच्या शरीरात उसळून आले. आगीचा एक प्रचंड लोळ त्याला जाणवू लागला. त्या आगीमध्ये ती खोली, तिथली माणसं आणि तो स्वत: जळून जाऊ लागले. 'नाही, मी जळता कामा नये. माझ्या मेहनतीचे पैसे...' हा विचार मनात आला आणि भिकूनं ती फुटकी बाटली देवनच्या पोटात खुपसून त्याचा कोथळा बाहेर काढला. उष्ण रक्ताचं कारंजं उसळलं. शुभ्र संगमरवरी फरशी क्षणात रक्तात न्हाऊन निघाली. भिकूच्या कोणत्याही कृतीवर आता त्याचा ताबा उरला नव्हता.

तेवढ्यात बेल वाजली. त्याबरोबर दचकून भिकू वळला. आता आपण इथून पळून जायला पाहिजे हा विचार त्याच्या मनात होता.

तेवढ्यात बाईसाहेब हॉलमध्ये पोहोचल्या. रक्ताच्या थारोळ्यात पडलेल्या आपल्या नवऱ्याकडे पाहाताच त्या बेंबीच्या देठापासून किंचाळल्या. दुसऱ्या क्षणी त्यांनी जखमी वाघिणीसारखी भिकूच्या अंगावर झेप घेतली. त्याचं नरडं घट्ट पकडून त्याला मारायचा, खाली पाडायचा प्रयत्न त्या करू लागल्या. भिकूही त्यांना प्रतिकार करू लागला. दोघंही एकमेकांना तुल्यबळ होते. त्याच्या हातातून ती फुटकी बाटली सोडवण्यासाठी त्या त्याचा हात पिरगळू लागल्या. या धडपडीत त्यांचा कुडता समोरून फाटला आणि त्यांची छाती उघडी पडली. त्यांच्या उघड्या पडलेल्या छातीनं त्याचा उरलासुरला विवेक नाहीसा झाला. आपली छाती झाकण्याच्या प्रयत्नात भिकूच्या हातावरची त्यांची पकड क्षणभर सैल झाली. भिकूमधल्या राक्षसाला तेवढं पुरेसं होतं. त्यांना जमिनीवर पाडून भिकूने त्याच बाटलीनं त्यांनाही भोसकलं.

दारावरची बेल पुन्हा वाजली. 'बस्स! आता सारं काही संपवून टाकतो' रागाच्या उद्रेकात तो दाराशी गेला. ती कार्टी या साऱ्याच्या मुळाशी आहे. दार उघडताच त्याने तिच्यावर झेप घेतली. "बघ, तू काय केलंस," असं ओरडत आपल्या अंगावर आलेला, रक्ताने माखलेला भिकू पाहून ती किंचाळली आणि मग प्रचंड भीतीने अगदी स्तब्ध झाली ती कायमची. भिकू तिला भोसकत राहिला. तिच्या अंगातून अनेक ठिकाणांहून रक्त येऊ लागलं. रक्ताचे ओहोळ जमिनीवर वाहू लागले. ते

एकत्र होत रक्ताची धार सोफ्यापर्यंत गेली, कार्पेट भिजलं, जमीन रंगली. ती धार पार स्वयंपाकघरापर्यंत जाऊन थांबली. इतक्या सगळ्यांचा जीव घेऊन सांडलेलं ते रक्त त्याच्याकरिता जीवनदायी ठरणार होतं. एवढ्या हिंसेनंतरही त्याचं तारतम्य कुठेतरी जागं होतं.

आता वेळ घालवून चालणार नव्हतं. घाईने पायऱ्या चढून तो मास्टर बेडरूममध्ये पोहोचला, कपाटातल्या ड्रॉवरमधून सोन्याच्या बांगड्या आणि बाईसाहेबांच्या पर्समधून दोन हजार रुपये काढून आपल्या खिशात टाकले. तेवढ्यात, त्याला नजरेच्या कोपऱ्यातून हालचाल जाणवली. भीतीने थरथर कापणारा, रडणारा अभय फोन लावायचा प्रयत्न करता होता– "रामू का केलंस तू....?" रक्ताच्या धारांत अभयचा प्रश्न अर्धाच राहिला.

त्यानंतर तो सतत वेगवेगळ्या रस्त्यांवरून पळत होता. नेहमीचे रस्ते अचानक अनोळखी आणि अंधारे झाले होते. तीन तास पळत राहिल्यावर एका पब्लिक टेलिफोन बूथमधून त्याने हरीसिंगला फोन लावला आणि मदतीची विनंती केली.

मुनिरका नावाच्या एका छोट्याशा खेडेगावातल्या एका टीचभर खोलीमध्ये तो सहा तास बसून होता. लोकांच्या नजरेआड, स्वत:ला वाचवत. हरीसिंग त्याच्या मेव्हण्याचा दूरचा नातेवाईक होता. भिकुरामला या सगळ्यातून सहीसलामत बाहेर काढणं मोठं जिकिरीचं काम होतं. उद्देश, परिस्थिती, फसवणूक या खूप नंतरच्या गोष्टी होत्या. चारजणांचा खून, तोही जाणीवपूर्वक... भिकुराम वाचणं कठीण होतं. त्या खोलीत बसल्या-बसल्या भिकूच्या डोळ्यांसमोर सारे प्रसंग तरळू लागले. त्या आठवणीनं तो थरथरू लागला. त्याला ताप भरला. आपल्यावर झालेल्या अन्यायाच्या जाणिवेने त्याला खोलवर वेदना झाल्या. त्या असह्य होऊन तो रडू लागला. आपल्या संतापाची ज्वाला तशीच पेटती ठेवायचा त्याने कितीही प्रयत्न केला तरी आता ती विझली होती, त्याने संपवलेल्या चार आयुष्यांसारखी. त्यांच्या आठवणींनी त्याला पुन्हा भरून आलं. संतापाची जागा पश्चात्तापानं घेतली. त्या कुटुंबाचा एक भाग होता तो. गेल्या पाच वर्षांतील बहुतांश काळ त्याने त्या कुटुंबाबरोबर विशेषत: मुलांबरोबर घालवला होता. "माझ्याशी क्रिकेट खेळ ना!" म्हणून लडिवाळपणे त्याच्यामागे लागणारा अभय, युनिफॉर्म घालून शाळेत निघालेली, "डब्यात काय दिलं आहेस रे?" असं विचारणारी साक्षी, कधीतरी चिडून त्याची खरडपट्टी काढल्यावर "मी तुझ्या आईसारखी आहे ना रे?" असं प्रेमानं विचारणाऱ्या बाईसाहेब, त्या बघत असलेल्या टीव्ही सीरियलमधल्या एका नटीच्या सुटलेल्या पार्श्वभागावर कॉमेंट करणारे, त्याच्या पाठीवर थाप देणारे साहेब... किती आठवणी होत्या त्याच्या मनात. कशा थोपवणार आणि कुठवर थोपवणार होता तो?

"तुझं हे रडणं-भेकणं बंद कर मूर्खा!" सहा तासांनी शेवटी एकदाचा आत आलेला हरीसिंग त्याच्यावर खेकसला, "त्यांच्या नशिबात मरणं होतं आणि तुझ्या नशिबात मारणं. बस्स! तुला जर आता इथून खरोखरच सटकायचं असेल तर डोकं ताळ्यावर ठेव, शांत राहा आणि विचार करणं थांबव."

टीव्हीवरच्या बातम्यांत नेहमी दाखवतात तसं नेपाळ-भारत सीमा पार करणं सोपं नाही. भरीत भर म्हणजे भिकुरामचे फोटो सगळीकडे लावलेले होते. सर्व स्थानिक वृत्तपत्रांमध्येसुद्धा त्याचे फोटो देऊन जनतेला आवाहन करण्यात आलं होतं. उत्तर भारताच्या सर्व सीमारेषांवर पोलीस विशेष करून सजग होते. तब्बल पाच वेळा प्रयत्न केल्यावर शेवटी पूर्वेकडच्या धुलाबरी भागातून नेपाळमध्ये चोरून प्रवेश करण्यात तो यशस्वी झाला. तिथून झुमलामध्ये असलेल्या त्याच्या गावात पोहोचायला त्याला तब्बल पंधरा दिवस लागले. त्याकरिता किती डोंगर-दऱ्या आणि खाचखळगे तुडवावे लागले हे त्यालासुद्धा सांगता आलं नसतं.

त्या दुर्दैवी दिवशी त्याने म्हटलं होतं की, "माझा भाऊ मेला आहे." इकडे त्याच्या गावात त्याच्या भावानंसुद्धा एव्हाना त्याला मृत घोषित केलं होतं कारण त्याच्या या घृणास्पद कृत्याने त्याने साऱ्या खानदानाचं नाव कलंकित केलं होतं. आता त्यांच्या जमातीवर कोणी विश्वास ठेवला असता? त्याच्यामुळे सगळ्यांची विश्वासार्हता गमावल्यागत झाली होती. भिकू गावात पोहोचला तेव्हा त्याच्या भावानं थयथयाट केला होता. भिकूच्या मागावर असलेल्या पोलिसांना त्याचा वास लागल्यावाचून राहाणार नाही हे त्याच्या भावाला माहीत होतं. पोलीस आपल्या घरापर्यंत पोहोचणार या कल्पनेनं तो प्रचंड हादरला होता.

त्याचे वृद्ध आई-बाप निर्विकार चेहरा करून बसले होते.

आणि त्याची राधा? फक्त तिच्याच डोळ्यांमध्ये त्याला थोडीशी सहानुभूती दिसली होती. तो तिथे आला आहे हे कुणी पोलिसांना कळवायच्या आधी त्यानं तिथून निघून जायला हवं हेदेखील तिने सुचवले होते. तिचे भाऊबंद भटके मजूर होते – वेगवेगळ्या पहाडांमधून कंदमुळे शोधत ते फिरत असत. उंच पर्वतशिखरांवर जाऊन, जीव धोक्यात घालून जटामांसी आणि कुटकीसारख्या औषधी वनस्पती शोधून आणत असत. त्या उंचच उंच, बर्फाच्छादित, एकांड्या पर्वतरांगांतून फिरताना ते टोळ्यांनी हिंडत असत. कधी त्यांना दुर्मीळ जातीची भूछत्रं मिळत, तर कधी अति दुर्मीळ प्रकारची दगडफुलं. अनेकदा तर ते अशा दुर्गम जागी जात जिथे बिबटे आणि कस्तुरीमृगांव्यतिरिक्त कोणत्याही प्राण्याचे पाय लागले नसतील, मग माणसाची तर गोष्टच सोडा. आता ते निघाले होते पश्चिमेकडे, भारतातील हिमाचल प्रदेशाच्या दिशेने. तिथे त्याचा शोध घ्यावा अशी शंकासुद्धा कोणाला येणं शक्य नव्हतं. मग तो त्यांच्या टोळीमध्ये सामील झाला. स्वत:ची ओळख मिटवून, त्या

अनेकांमधला एक बनून निघाला, पुन्हा भारताच्या दिशेने. आपल्या जवळच्या सोन्याच्या बांगड्या त्याने राधाला दिल्या. मात्र, त्या विकण्यात किती धोका आहे हेदेखील बजावलं. अगदी वाईट परिस्थितीमध्ये तिला फक्त त्या बांगड्यांचाच आधार होता आता.

दिल्लीतून परागंदा झालेला रामू हिमाचल प्रदेशाच्या टेकड्यांवरील सफरचंदाच्या बागेत येऊन थांबला, तो बहादूर म्हणून. भारत आणि नेपाळमधल्या सीमारेषा अनेक वेळा पार करता-करता त्याची ओळख बदलून गेली. हरकाम्या घरगडी असणारा, ऑफिसबॉयची स्वप्नं पाहाणारा तरुण भिकुराम या प्रवासात कायमचा हरवला होता. त्या उमद्या तरुणाची जागा घेतली होती म्हाताऱ्या बहादूर माळ्यानं. जमिनीची मशागत करून नवीन बी टाकण्यात आणि झाडांची काळजी घेण्यात त्याला शांती मिळू लागली होती. आता त्याला स्वत:शिवाय इतर कोणाच्याही सोबतीची आस उरलेली नव्हती.

उलटणारी वर्षे माणसाला म्हातारपण नाही देत, ते येतं अनुभवांमुळे!

सात-आठ वर्षांपूर्वी तो पुन्हा एकदा सीमापार पोहोचला होता. आपल्या राधाला इथे घेऊन येण्यासाठी; पण ती त्याची शेवटची खेप ठरली. तिथे पोहोचल्यावर ती दुसऱ्यांदा गर्भवती आहे आणि सोन्याच्या बांगड्या भावाच्या बायकोच्या हातात आहेत हे पाहून त्याला सारं कळून चुकलं होतं. स्वत:चं शरीर आणि त्याने सुपुर्द केलेल्या सोन्याच्या बांगड्या याशिवाय काय होतं अगतिक राधाकडे. तिच्यासाठी तिथे आसरा मिळवणं गरजेचं होतं. अशा परिस्थितीत जे करावं लागेल ते तिने केलं होतं. तडजोड - सौदा. त्या कुटुंबातलं तिचं स्थान पक्कं झालं; पण त्याला मात्र आता त्या कुटुंबात जागा उरली नव्हती. विमनस्क होऊन तो तिथून निघाला त्या वेळी तिने त्याच्याकडे टाकलेला शेवटचा कटाक्ष. काय नव्हतं त्यात? प्रेम, कणव, आत्मीयता, अनुकंपा आणि आपण काहीही करू शकत नाही म्हणून दाटलेला संतापदेखील; पण त्याने तिला यत्किंचितही दोष दिला नाही. ती त्याची नेपाळला शेवटची भेट होती. एव्हाना त्याला कळून चुकलं होतं की, जीवनाच्या या रंगमंचावरचे संवाद नियती लिहिते; आपण फक्त भूमिका निभावत असतो.

नियती कधी शॉवरखाली अंघोळ करणाऱ्या निर्वस्त्र मुलीच्या रूपात येते, कधी ती तुमची स्वत:ची बायको असते; पण तिच्या पोटात दुसऱ्याचा अंश वाढत असतो; तिला कितीही पश्चात्ताप होत असला तरी. या वेळेला नियती एका मध्यमवयीन स्त्रीच्या रूपात येऊन त्याला बोलावते आहे.

"ये इकडे, बस माझ्या बाजूला, हे बघ मला देवी माँच्या मूर्तीखाली काय सापडलं आज," मिसेस लालच्या हातात जीर्ण झालेला, पिवळा पडलेला वर्तमानपत्राचा

तुकडा होता. त्याचा तो पूर्वीचा चेहरा त्याच्याकडे रोखून पाहात होता. "घाबरू नकोस. देवी माँनी तुला माझ्याकडे पाठवलं आहे."

त्याने तिच्या नजरेच्या दिशेनं पाहिलं. देवीची अष्टभुजा आणि अष्टमुंडा मूर्ती मिसेस लालच्या देवघरातून जणू त्याच्याकडे रोखून पाहात होती. इतक्या अंतरावरूनही तिने मर्दन केलेला राक्षससुद्धा त्याला दिसला.

"तू माझ्या भावासारखा आहेस ना? माझ्या अपमानाचा बदला तू घ्यावास ही देवीची इच्छा आहे. माझं ऐक, हे वाईट दिवस लवकर जातील." गेल्या तीन वर्षांमध्ये त्या प्रचंड इस्टेटीची वाताहत होऊ लागली होती, त्याकडे इशारा करत त्या म्हणाल्या. आता त्या लहानशा खोलीमध्ये त्या अस्वस्थपणे येरझारा घालू लागल्या. अति उत्तेजित झाल्यामुळे त्यांना श्वास घेणंदेखील कठीण झालं होतं. चालताना अंगावरच्या काळ्या-निळ्या कफ्तानमधून त्यांचे सुजलेले घोटे उघडे पडत होते. "तो मूर्ख म्हातारा आणि त्याचं ते मूर्ख पाखरू यांना आपण दोघं मिळून संपवून टाकू."

सर्जन असलेल्या डॉ. लाल यांना पंचक्रोशीमध्ये खूप मान दिला जाई. त्यांचं कौशल्य निर्विवाद होतं. तीन वर्षांपूर्वी त्यांनी आपल्या रिसेप्शनिस्टबरोबर नवीन संसार थाटला होता. त्याकरता त्यांनी आपलं टेकडीवरचं घरसुद्धा सोडलं होतं. प्रेमासाठी माणूस किती त्याग करतो! मिसेस लाल त्यांच्या त्या खानदानी घरातून बाहेर पडायला तयार नव्हती. डॉक्टरसाहेब तिच्या खर्चाचा सर्व भार उचलत होते. इस्टेटीची देखभाल करत होते. मात्र, आता त्या तरुण रिसेप्शनिस्टला दिवस गेले होते. आपलं मूल अनौरस म्हणून जन्माला यावं, असं तिला मुळीच वाटत नव्हतं. मात्र, मिसेस लाल घटस्फोट द्यायला राजी नसल्यामुळे या प्रेमी युगलाला लग्न करता येत नव्हतं. डॉ. लाल त्यांच्या मागे लागले होते घटस्फोटासाठी. डॉ. लालनासुद्धा बोबड्या बोलांचे आणि दुडुदुडु धावणाऱ्या पावलांचे वेध लागले होते. शिवाय त्यांनी आता ते टेकडीवरचं घर रिकामं करावं अशीही डॉक्टरांची इच्छा होती. ते त्यांना लहान घर बघून द्यायला तयार होते, पण त्या बधत नव्हत्या. त्याही हट्टाला पेटल्या होत्या, 'मी तुझा कुठलाही खर्च उचलणार नाही' या डॉक्टरांच्या धमकीलासुद्धा त्यांनी किंमत दिली नाही. इतके दिवस त्यांच्या मनात डॉक्टर आणि त्यांची ती नवीन बायको यांच्याबद्दल फक्त तिरस्कार होता; परंतु आताशा त्याची जागा खुनशी विचारांनी घेतली होती.

"मारून टाक तिला, मारून टाक. तुझा तो फोटो पाहता क्षणीच मला कळलं की, आपल्याला नक्की काय करायला हवं ते," आता त्यांचा आविर्भाव बदलला होता, चेहरा खुनशी झाला होता. फिरता-फिरता मधूनच त्या दातांवर दात घट्ट दाबून धरत होत्या. हवेत ठोसे लगावत होत्या. त्याच्यासमोर येताच त्या झपकन थांबल्या.

फिरता-फिरता त्यांचा सैलसर अंबाडा सुटल्याने त्यांचे विरळ केस चेहऱ्यावर विखुरले होते. बहादूरच्या डोळ्यांत रोखून बघत त्यांनी त्याला जोखण्याचा प्रयत्न केला.

"बाईसाहेब, मी भिकुराम नाही." त्याने अतिशय सावकाश हे शब्द उच्चारले. मोठा प्रयास पडला होता ते चार शब्द बोलताना – संवादाची सवय पूर्णपणे तुटली होती. 'भिकुराम'... आपल्या नावाचा किती अभिमान होता त्याला; पण आज तेच नाव त्याच्यासाठी कलंकित झालं होतं. ते उच्चारायचीसुद्धा त्याला बंदी होती.

"ठीक आहे. तुझी मर्जी! वर्तमानपत्राचं हे कात्रण मी पोलिसांना देते. त्यांना ठरवू दे काय करायचं ते!" भिकुरामचा तो छोटासा फोटो त्याला दिसेल अशा बेताने धरून ती उन्मादानं हसू लागली. त्याच्या नाकावरचा मस फोटोमध्येही ठळकपणे दिसत होता. त्यांनी त्याभोवती पेनानं वर्तुळ काढलं होते. त्याच्या विरळ भुवया आणि डाव्या भुवईवरचा तो लांबलचक व्रण स्पष्ट दिसत होता. त्यालाही त्यांनी अधोरेखित केलं होतं. तो फोटो दिसताच स्वत:च्या विश्वात हरवलेला बहादूर भानावर आला.

"घाबरू नकोस!" गुप्त खलबतं करण्याचा आव आणत त्या कुजबुजल्या. त्यांचे डोळे अत्यानंदाने गरागरा फिरत होते. "हे सगळं नीट पार पडलं की तुला ५०,००० रुपये बक्षीस द्यायचा आदेश देवीनं मला दिला आहे."

'पन्नास हजार रुपये! कोणे एके काळी याच पन्नास हजारांपायी मी जीव घ्यायला मागेपुढे पाहिलं नव्हतं.'

मिसेस लाल आता छोट्याशा नॅपकीननं आपले डोळे टिपत होत्या. त्यांनी रडायला कधी सुरुवात केली? किती भयंकर थकलेल्या दिसत होत्या त्या! त्याला खरंतर त्यांची खूप कीव आली. दु:ख हे दारूसारखंच असतं, काहींना ते खुलवतं, इतरांशी जोडतं, तर काहींना ते संपूर्णपणे उद्ध्वस्त करतं. त्या दु:खानं मिसेस लालना पोखरून टाकलेलं दिसत होतं. त्यांच्या अंतर्मनाचा ताबा घेऊन त्यांना खिळखिळं करून टाकलेलं दिसत होतं.

"बाईसाहेब, त्याचा काहीही उपयोग नाही. डॉक्टरसाहेबांना सारं कळून चुकेल आणि मग तर ते तुमच्याकडे मुळीच परतणार नाहीत. उलट, तुम्ही जेलमध्ये जाल." खुनशी विचारांमध्ये, कुणाला मारून टाकण्यामध्ये कुणाचा लाभ नसतो हे त्याच्याइतकं कोणाला समजलं होतं? तुरुंगापासून जरी त्याने स्वत:ला वाचवलं होतं तरी आपण कोणत्याही क्षणी पकडले जाऊ या भीतीनं त्याचं संपूर्ण आयुष्य ग्रासलं होते.

"तुला काय वाटलं, मला तो म्हातारा परत हवा आहे? या घरात पाय ठेवण्याची हिंमत जरी त्याने केली ना तरी मी माझ्या हातांनी त्याची मुंडी पिरगळून

टाकीन.'' त्यांनी रागानं टेबलावर हात आपटला. त्यांच्या कपाळावर घामाचे थेंब तरारले, संताप पराकोटीला गेला. थरथरत्या हातांनी त्यांनी स्वत:साठी ग्लासभर पाणी ओतून घेतलं आणि औषध घेण्यासाठी टेबलाच्या ड्रॉवरमध्ये हात घातला.

''जा तू आता, नीघ इथून, मी तुला बोलवेपर्यंत झोपडीच्या बाहेरही पडू नकोस.''

आपल्याला खूप काळजीपूर्वक पावलं टाकली पाहिजेत. नवऱ्याचासुद्धा बंदोबस्त होईल अशी योजना आखायला हवी. त्या म्हाताऱ्या माळ्याच्या अति काळजीमुळे तिच्या डोक्यात एक किडा वळवळू लागला. 'आता डॉक्टर जेलमध्ये जाईल.'

दुसऱ्या दिवशी सकाळी त्याला बोलावणं पाठवलं तोवर त्या शांत झाल्या होत्या. आदल्या रात्रीच्या उद्रेकाचं कुठलंही चिन्ह त्यांच्या चेहऱ्यावर किंवा हावभावांमध्ये दिसत नव्हतं. स्वच्छ स्नान करून निळ्या काठांची पांढरी साडी नेसून, केसांचा घट्ट अंबाडा बांधून त्या तयार होत्या. एका हातात मेडिकलचं जुनं पुस्तक होतं. त्यातील मेड्युला ऑब्लाँगेटा या भागावर त्यांनी खूण करून ठेवली होती. मानेवरच्या याच ठिकाणी भिकूने हल्ला करायचा होता. त्यांच्या दुसऱ्या हातामध्ये एका पाकिटात सर्जिकल ग्लोव्हज् आणि छोटी धारदार सर्जिकल सुरी होती. आपल्या हातातील वस्तूंकडे त्या मोठ्या समाधानाने पाहात होत्या.

अगदी बारकाईने विचार करून त्यांनी योजना आखली होती. त्या सर्जिकल ग्लोव्हज्वर आणि सुरीवर डॉक्टरांच्या हातांचे ठसे उमटलेले होते. त्याच्या साहाय्याने भिकूने म्हणजेच बहादूरने त्यांच्या त्या तरुण बायकोचा खून करायचा होता. अजूनही त्यांच्याकडे डॉक्टरांच्या सर्जरी-क्लिनिकची एक किल्ली होती. हव्या त्या वस्तू आणण्यासाठी आदल्या रात्री उशिरा, एकट्या त्या तिथे गेल्या होत्या. सकाळी नाश्त्यानंतर डॉ. लाल हॉस्पिटलमध्ये गेले की, भिकुरामने त्या मुलीवर हल्ला करायचा होता. खुनाचा आरोप डॉ. लालवर आला असता. प्रेयसीशी भांडण, अति प्रेमातून खून असे मथळे त्यांच्या डोळ्यांसमोर तरळू लागले. मग त्यानंतर आपणच डॉक्टरांच्या इस्टेटीची एकमेव वारसदार... कल्पनेनं अजून एक इमला चढवला.

'या भिकूला नकार तर देऊ दे खरा, त्याला पोलिसांच्याच तावडीत देते'. तो गयावया करू लागला. पुन:पुन्हा नकार देऊ लागला; पण त्यांच्या मनावर जराही परिणाम होत नव्हता. दुर्गेच्या मूर्तीसारख्या त्यासुद्धा दगडी निश्चलतेने बसून राहिल्या. त्याचे कुठलेच शब्द त्यांच्यापर्यंत पोहोचत नव्हते.

''बाईसाहेब, मी हे खरंच करू शकत नाही!'' त्याच्या विनवणीचा काही उपयोग नव्हता.

एकदा खुनी म्हणून शिक्का बसला की, माणूस आयुष्यभर खुनी असतो.

त्यांच्यासमोर मान झुकवून तो उभा होता. त्याचा नकार कायम होता.

"मूर्खा, आता बऱ्या बोलानं सांग, तू हे करणार आहेस की नाही? नाहीतर मी आता रोहितला बोलावते." रोहित शर्मा, तिथला पोलीस सुपरिंटेंडंट, मिसेस लालच्या मैत्रिणीचा मुलगा होता. त्याच्या आईच्या सांगण्यावरून तो महिन्यातून किमान एकदा तरी मिसेस लालना भेटून जात असे. अशा वेळी तो त्याच्या ताफ्यासह आणि लाल दिव्यांच्या गाड्यांसह येत असे. त्या एवढ्या मोठ्या इस्टेटीवर त्या एकट्या राहात होत्या; त्यामुळे कुणी त्यांचा गैरफायदा घेऊ नये, त्यांना त्रास देऊ नये, चोरीमारी करू नये हा त्या भेटीचा मुख्य उद्देश असे.

"बाईसाहेब, माझं ऐका तर खरं," भिकूने बोलायला सुरुवात केली, पण आपल्या बोलण्याचा काहीही उपयोग नाही हे लक्षात येऊन तो पुन्हा गप्प झाला. नियतीनं दारावर थाप मारली की, तिथे कुठलीही युक्तिप्रयुक्ती चालत नाही हे भिकूइतकं चांगलं कुणी जाणलं होतं? पळायला वाव नसतो. या वेळी तर पळून जायला जागाही नव्हती. त्याचंही एक घर होतं, स्वत:चं, हक्काचं. आई-वडील होते, भाऊ-भावजय, नातेवाईक, बायको, देश... पण ते सारे सीमेपार होते, पूर्वी – आता ना ती सीमा होती ना त्या पार जाण्याची काही शक्यता.

लागोपाठ तीन दिवस रोज सकाळी भिकू लपूनछपून बघत असतो. हॉस्पिटलमध्ये निघालेले डॉ. लाल आणि त्यांना निरोप देणारी त्यांची दुसरी बायको. त्यानंतर तो तसाच परत येतो, न वापरलेले ग्लोव्हज् आणि सुरी घेऊन. आज तीन दिवस त्याचं ते परत येणं पाहून मिसेस लालचा धीर सुटत चालला आहे.

काही वर्षांपूर्वी डॉ. लालच्या इस्टेटीवर येऊन पोहोचला तेव्हा भिकू निराश्रित होता. पोलिसांच्या ससेमिऱ्यातून सुटका करून घेऊ इच्छित होता. तिथे मैलोन्मैल पसलेली गर्द वनराई, दाट सावली देणाऱ्या ओक वृक्षांच्या रांगा, त्या भव्य बंगल्याभोवतालच्या बगिच्यामध्ये फुललेले प्रिमरोझ आणि व्हायोलेट फुलांचे गालिचे हे सारं त्याने पाहिलं. त्याला सौंदर्यामधलं अध्यात्म जाणवलं.

तीन दिवसांपूर्वी पहिल्यांदाच त्याने डॉक्टरांच्या तरुण बायकोला, अनुमिताला पाहिलं. गर्भारपणामुळे तिची कांती विलक्षण उजळली होती. तिच्याभोवती जणू आभा पसरली होती. तिचं अंतरंगसुद्धा तेजस्वी झालं होतं. डॉक्टरांचा निरोप घेताना तिने त्यांच्याकडे बघून हलकेच हास्य केलं होतं. त्या हास्यात प्रेमाची ऊब आणि मायेचा ओलावा होता. घरात येऊन तिने रेडिओ लावला तेव्हा तिच्या हातांची आणि मनगटाचीसुद्धा अगदी मोहक हालचाल झाली होती. त्यानंतर अतिशय अलवारपणे तिने आपल्या ओटीपोटावरून हात फिरवत बाळाला गाणं ऐकायला सांगितलं होतं. त्या वेळी तिच्या चेहऱ्यावर अनोखी शांतता होती. या साऱ्यामधून त्याला मूर्तिमंत पावित्र्याचे दर्शन झाले होते. शुद्ध, सात्त्विक सौंदर्य कायमचे नष्ट करण्याऐवजी

स्वत:लाच पुन:पुन्हा संपवून टाकणे चांगले, असा त्याच्या मनाने कौल दिला.

अचानक त्याला एका तरुणीची किंकाळी ऐकू आली, 'नाही, रामू नाही!' साक्षीचाच आवाज होता. आज साक्षीसुद्धा या तरुणीएवढी असती. कदाचित लग्न होऊन तीसुद्धा गर्भारपणानं अशी वाकलेली असती.

त्या भव्य वास्तूमध्ये दुडुदुडु धावणाऱ्या पावलांचा आवाज त्याच्यादेखील कानावर पडला.

वळवाची मोठी सर आली. तो सगळा परिसर स्वच्छ धुतला गेला. पावसात न्हालेल्या सृष्टीने नव्याने श्वास घेतला. त्याच पावसाने जंगलाचा कणन्‌कण गच्च भिजवला. ओक वृक्षाच्या पानांचे गर्द गालिचे आधीपासूनच पसरले होते जंगलभर. त्या ओल्या पानांमुळे सगळीकडे निसरडं झालं होतं. 'मरणं किती सोप्पं आहे आता' त्याच्या मनात आलं. त्या टेकडीच्या तळाशी पडलेला स्वत:चा निष्प्राण देह त्याला दिसला. सगळ्यांना वाटेल की निसरड्या रस्त्यावरून चालताना पाय घसरून त्याचा दुर्दैवी अंत झाला. त्याच्या नसण्याची दखलसुद्धा कोणी घेणार नाही. लोकांच्या दृष्टीने त्याचं अस्तित्व आणि त्याच्या स्वत:च्या दृष्टीने त्याचं जगणं अनेक वर्षांपूर्वी संपलेलं होतं.

इतकं सगळं असूनही त्याला वाटलं की, आपण आत्ता मरू नये. त्याच्या आयुष्यात पहिल्यांदा सृजनाचे धुमारे फुटू लागण्याची चाहूल लागली होती. एक पवित्र मातृत्व त्याच्या नजरेसमोर आकाराला येत होतं. एक लहानसा जीव या प्रसन्न वातावरणामध्ये पहिला श्वास घेणार होता. आपल्या जननीचे काळेभोर डोळे घेऊन येणारं बाळ हा आसमंत न्याहाळणार होतं; पण कुणाला तरी मरावं लागणार होतं...

बहादूरच्या बाजूला असलेल्या बाबागाडीमध्ये आपल्या इवल्याशा बाळाला झोपवून अनुमिता सरळ झाली, "माझा त्याच्यावर पूर्ण विश्वास आहे, अगदी स्वत:पेक्षा अधिक," असं म्हणत तिने डॉक्टर लालच्या हातात हात गुंफला. त्या खडकाळ रस्त्यावरून, सफरचंदांच्या बागांमधून पार ओक वृक्षांच्या गर्द राईपर्यंत रपेट मारून येणार होते ते. रोज सकाळचा त्यांचा ठरलेला कार्यक्रम होता तो.

दोन महिन्यांपूर्वी ते या इस्टेटीत राहायला आले तेव्हा ती नाखूशच होती. तिच्या मनात शंकाकुशंकांनी, भीतीनं घर केलं होतं. मोठ्या अनिच्छेने तिने इथे राहायला सुरुवात केली, सुरुवातीचे काही दिवस तर डॉक्टरसाहेब प्रचंड व्यग्र होते. अकाली मृत्यू, अंत्यविधी, अनेक पाहुणे या सगळ्यांतून जरा मोकळे होताच त्यांनी इस्टेटीकडे लक्ष वळवलं. नाही म्हटलं तरी गेल्या तीन वर्षांत तसं दुर्लक्षच झालं होतं. शिवाय, त्या दोघांमध्ये कळत नकळत अंतर निर्माण झालं होतं. त्यांच्या पत्नीच्या अपघाती मृत्यूबद्दल त्या दोघांनाही अपराधी वाटत होतं.

या काळात बहादूर आपल्या बागकामामध्ये गर्क होता. केवळ त्याच्या आधारावर ती तग धरू शकली. या दोन महिन्यांत त्याने जीवनाची रहस्यं तिला समजावली. हलक्या हातानं जमिनीची मशागत करताना, झाडांना खत देताना कधीतरी नियतीचा पुसटसा उल्लेख करताना जीवनाचं मर्म उलगडलं होतं. त्याच्यामुळे तिला एक नवीन दृष्टी प्राप्त झाली होती.

"बेटी, जे जुनं झालं आहे, नष्ट व्हायच्या मार्गावर आहे, ते मातीमध्ये विलीन होणार. हा सृष्टीचा नियम आहे. त्याच्याशिवाय नवीन अंकुर फुटणार कसे?" नियतीची खेळी समजवताना त्याने तिचीही समजूत घातली होती.

त्याच्या मनाच्या कोमलतेवर, जीवनाकडे पाहाण्याच्या त्याच्या दृष्टीवर तिचा खूप विश्वास बसला होता. आज ती उभी होती ती केवळ त्याच्यामुळे. त्या अबोल म्हाताऱ्या माळ्याचं आणि आपलं नशीब कुठल्यातरी समान आणि अदृश्य धाग्यांनी बांधलेलं आहे अशी जाणीव तिला होत होती. आपल्या नवऱ्याला हे जाणवून घेता येईल याबद्दल तिला खात्री नव्हती. तिचा तो नवरा, डॉक्टर लाल, विज्ञाननिष्ठ असल्यामुळे त्यांचा दृष्टिकोनच वेगळा होती. त्यांनी थट्टेवारी नेलं, तरी ती मात्र नियतीच्या साधर्म्याबद्दल त्यांना सांगणार होती; पण आत्ता नाही, पुढे कधीतरी.

हातात हात घालून फिरायला निघालेलं ते आनंदी जोडपं पाहून बहादूरच्या चेहऱ्यावर प्रसन्नतेचं हसू उमललं. बाबागाडीतल्या बाळाकडे अतीव स्नेहाची एक दृष्टी टाकत त्याने ती गाडी थोडीशी बाजूला घेतली. कोवळ्या उन्हाची तिरीप आता थेट त्या इवल्या-इवल्या पायांवर आणि हाताने शिवलेल्या गोधडीतून बाहेर डोकावणाऱ्या गुलाब पाकळ्यांसारख्या मुलायम बोटांवर पडू लागली. त्याचा सुरकुतलेला म्हातारा चेहरा बाळाच्या ओळखीचा होता. तो इवलासा जीव त्याच्याकडे पाहून विश्वासाने हसला.

सिमल्याच्या स्थानिक वृत्तपत्रांमध्ये एका छोट्याशा चौकटीमध्ये मिसेस लाल यांच्या अपघाती मृत्यूची बातमी आली होती. बंगल्याच्या सभोवतालच्या निसरड्या रस्त्यावरून पाय घसरून पडल्यामुळे त्यांचा मृत्यू झाला होता. त्यांच्याकडे काम करणाऱ्या म्हाताऱ्या माळ्याला त्यांचा देह आढळला होता.

म्हातारा माळी एकटाच स्वत:शी हसला.

आता तो नियतीच्या हातातलं खेळणं नव्हता. तर तिने केलेल्या गुन्ह्याचा साथीदार होता.

जन्मभ्रूण

सूर्याची कोवळी किरणं हलक्या पावलांनी जमिनीवर उतरली. आसमंत हळूहळू जागा होऊ लागला. दुरून कुठूनतरी कोंबड्याची बांग आली. शेजारच्या शेतात चाललेल्या विहिरीच्या पाण्याचा उपसा खळखळत पुढे सरकू लागला. पक्ष्यांच्या चिवचिवाटानं झाडांवर जाग दिसू लागली. त्यातच कोणीतरी ओरडत असल्यासारखा आवाज आला. एकेका आवाजाची नोंद घेत गाढ झोपेतून भूषण हलकेच जागा होऊ लागला. अर्धवट झोपेत त्याने पाय लांब ताणून मोकळे केले. 'चला, उठायला हवं. घरी उल्शा वाट पाहात असेल.' आपल्या सावळ्या पण सुकुमार बायकोच्या आठवणींनी त्याच्या चेहऱ्यावर हसू फुटलं. तिचा हसरा चेहरा त्याच्यासमोर आला आणि त्याला खऱ्या अर्थानं जाग आली. झटक्यात उठून त्याने आळस दिला.

कालची रात्र भूषणनं त्यांच्या शेतामधल्या छोट्याशा खोपटात घालवली होती, गहू कापणीवर आला होता. रात्री उशिरापर्यंत काम चालू होतं. गव्हाचा हंगाम म्हणजे लगबग असते. वेळ साधणं महत्त्वाचं असतं. तशी ती काल अचूक साधली गेली होती. गव्हाची कापणी आणि मळणी होऊन तो पोत्यात भरून, पोती शिवून, वजन होऊन ट्रॅक्टरवर लादली गेली होती. ओव्या कापलेल्या गव्हाच्या चाऱ्याचे ढीग शेतामध्ये रचून ठेवले होते. दारातून सूर्याचे कवडसे आत येऊ लागले. भूषणचे हात-पाय आखडले होते. गहू तयार करायचा म्हणजे येऱ्यागबाळ्याचं काम नाही हे त्याच्या अंगी पक्कं मुरलं होतं.

सगळ्या कामावर देखरेख ठेवणं फार जिकिरीचं काम असतं. बिहारी मजूर कामात तरबेज असले तरीही मालकाच्या कंबरेचा काटा ढिला व्हायचा तो होतोच.

मघाचा तो ओरडण्याचा आवाज आता अगदी जवळ आला. कोणीतरी बाई त्याला जोरजोरात हाका मारत होती– 'भूषण... भावजी... भावजी, चलाऽऽऽ लवकर चला!' हा तर जितूचा, त्याच्या भावजयीचा आवाज. जिवाच्या आकांतानं धावत येणारी जितू त्याच्या नजरेस पडण्याआधी तिचा पिळवटून टाकणारा आवाज त्याच्या कानी पडला. काही क्षणांत ती त्या खोपटाच्या दारात उभी राहिली. तिचा गोरापान चेहरा श्रमांनी लाल झाला होता. भरधाव पळत आल्यामुळे दम लागून तिचा ऊर धपापत होता. "चला पटकन चला, ताबडतोब निघा- उल्शा उठत नाही. काहीतरी भयंकर झालं आहे." तिचं कृश शरीर थरथर कापत होतं.

ते ऐकलं आणि त्याच क्षणी त्याचं मन त्याच्या शरीरापासून विलग झालं.

त्यानंतर शेतातून रस्ता काढत, घराच्या दिशेनं वाऱ्याच्या वेगानं धावणारा, अर्धा किलोमीटर अंतर तुडवणारा भूषण कोणी वेगळाच होता. हुंदके देणारी जितू त्याला गाठण्याच्या प्रयत्नांमध्ये होती. घरात पोहोचताच परिस्थितीचा अंदाज घेणारा, कामचलाऊ स्ट्रेचरवर बेशुद्धावस्थेत असणाऱ्या बायकोकडे पाहाणारा, तिथली सगळी सूत्रं हाती घेतलेल्या आईला पाहाणारा भूषण कोणी दुसरा होता.

"भूषण, घाई करायला हवी. एक क्षणही वाया न घालवता आपल्याला हिला जालंधरला न्यायला हवं." फगवाराच्या पुढे २० किलोमीटर अंतरावर जालंधर होतं. आपत्कालीन परिस्थितीमध्ये तिथल्या सिव्हिल हॉस्पिटलइतका दुसरा कुठला चांगला पर्याय नव्हता.

काल संध्याकाळी भूषण आणि उल्शा गप्पा मारत बसले होते तेव्हा तर ती एकदम छान होती.

"मग काय झालं?" यांत्रिकरित्या त्या कोणी दुसऱ्याने प्रश्न विचारला. खरा भूषण इतका बधीर झाला होता की, त्याला काहीही जाणवत नव्हतं. त्याच्या आईनं पस्तीस वर्षं सरकारी दवाखान्यात मिडवाइफचं काम केलं होतं. जन्म आणि बाळंतपण याची तिला इत्थंभूत माहिती असणं स्वाभाविक होतं आणि हो मृत्यूचीसुद्धा. एकूणच या भागात बरेचदा जन्माच्या पाठोपाठ मृत्यूसुद्धा दाखल होत होता.

"पुत्तर, आता वेळ घालवू नकोस! चल पटकन!" उत्तरादाखल तिने पुन्हा घाईनं म्हटलं. तिच्या स्वरात असलेली चिंता जाणवण्याइतकी स्पष्ट होती. एरवीच्या तिच्या निर्विकार चेहऱ्यावर काळजीच्या आठ्यांचं भलं मोठं जाळं पसरलं होतं. अगदी सामान्य प्रिंटच्या फुला-पानांच्या, हिरवट पिवळ्या, पूर्ण बाह्यांच्या सलवार-खमीजमधूनही रज्जोजीचा थुलथुलीतपणा जाणवत होता. तिच्या विरळ होत चाललेल्या केसांचा लांबसडक शेपटा आता फक्त टोकालाच काय तो काळा दिसता होता.

उरलेल्या केसांवरचा डाय निघून जमाना झाला होता. मिडवाइफच्या सेवेतून निवृत्त झाल्याबरोबर तिने डाय करण्याचे सोपस्कार बंद करून टाकले होते.

यंत्रवत मान हलवून भूषण ट्रॅक्टर पार्क केलेल्या शेडकडे निघाला.

"अरे नाही! ट्रॅक्टर नको. खूप उशीर होईल. तू पटकन आरकेच्या टॅक्सी स्टॅंडवरून ऑम्नी व्हॅन बोलव. जा पटकन, वेळ नको घालवू."

साधारणत: लग्न किंवा जवळच्या सहलींकरता अनेकदा ती व्हॅन भाड्याने धावत असे. आजच्यासारखी इमर्जन्सी उद्‌भवली की प्रसंगी स्थानिक ॲम्ब्युलन्स म्हणूनदेखील तिचा सर्रास उपयोग होत असे.

उल्शाला व्हॅनमध्ये ठेवून ते जालधंरच्या दिशेने निघाले. रज्जोजीला वाटू लागलं की, चारही बाजूंनी व्हॅनच्या भिंती तिला चिरडू पाहात आहेत. 'वाहे गुरू, वाहे गुरू, वाहे गुरू! सतनाम, सतनाम, सतनाम!' तिचा अखंड जप सुरू होता. तिच्या साठ वर्षांच्या उभ्या आयुष्यात आज पहिल्यांदाच ती इतकी घायकुतीला येऊन जप करत होती. तिच्या ओळखीतल्या आणि चाळिशी पार केलेल्या बायका केव्हाच नामस्मरणात गर्क झाल्या होत्या. परंतु मिडवाइफचं काम करत असलेल्या रज्जोजीला केव्हाही, कुठेही जावं लागे. वेळेच्या अनियमिततेमुळे म्हणा किंवा अतिशय व्यग्र असल्यामुळे म्हणा रज्जोजीने अजूनही या दिशेने वाटचाल केली नव्हती. अर्थात, ती काही नास्तिक नव्हती. ऐन संकटात आपण त्याचा धाव करू शकतो हे तिला माहीत होतं आणि सर्वव्यापी परमेश्वरावर तिची तेवढी श्रद्धादेखील होती. आजची परिस्थिती मात्र वेगळी होती. तिचा धिप्पाड देह भीतीनं थरथरत होता. डोक्यावरची ओढणी नीट करायलासुद्धा तिला प्रयास पडत होते. 'देवा, मला ने, पण उल्शा मिंज आणि तिच्या मुलीला वाचव रे बाबा!' ती मनापासून देवाला विनवत होती.

जन्म-मृत्यूच्या उंबरठ्यावर असलेल्या उल्शा मिंजला कशाचीच शुद्ध नव्हती. स्ट्रेचरवर ठेवलेला तिचा देह एक प्रकारच्या गाढ आणि खोल निद्रेमध्ये गेला होता. कोणत्याही क्षणी तिचा आत्मा मुक्त होऊ शकला असता. त्या व्हॅनमध्ये तिच्या अगदी बाजूला बसून, तिच्या आयुष्याकरिता देवाकडे भीक मागणाऱ्या, काकुळतीला आलेल्या रज्जोजींच्या मनात मात्र ती आत्ताही फक्त उल्शा मिंज होती.

"पोरी, तुझं नाव काय?" त्या काळ्यासावळ्या मुलीला रज्जोजींनी विचारलं. तिचे गडद तपकिरी डोळे लाल झाले होते. भूषण तिला घेऊन आला होता.

"उल्शा मिंज.

"कुठली आहेस?

"झारखंड."

फक्त एका शब्दात उत्तर देणाऱ्या त्या मुलीच्या डोळ्यांत कुठलेही भाव नव्हते. तरी ती उद्धट वाटत होती. काय करावं? या अनोळखी मुलीला ठेवून घ्यावं का? अगदीच परकी आहे ती. जमेल का?

"घरकाम येतं का?"

"हो."

"हे असले कपडे चालणार नाहीत इथे," रज्जोजी अगदी कठोरपणे म्हणाल्या. तिने नेसलेल्या साडीतून तिची रेशमी सावळी कंबर नजरेत भरत होती.

"जितू, तुझे दोन जुने सलवार सूट तिला दे आणि घरातलं काम समजावून सांग," पंचविशीतल्या आपल्या सुनेवर, कुलजीतच्या बायकोवर त्या खेकसल्या.

'आणलं तरी कुठून हिला? शेजारच्या हरयाणात भरलेल्या गुरांच्या बाजारातून.' "बैल विकून आलेल्या पैशांतून मी तिला एकरकमी विकत घेतलं आहे," भूषण म्हणाला. घरकाम करायला एका बाईची नितांत गरज होती. रज्जोजींचं वय झालं होतं. पसारा मोठा होता आणि जितूची तब्येत पहिल्यापासून तोळामासा होती. शिवाय, अलीकडे तिला क्षयाचं निदान झाल्यामुळे तिच्याकडून कामाची काय अपेक्षा ठेवणार?

त्या मुलीमध्ये हत्तीचं बळ होतं. तिची सकाळ साऱ्यांच्या आधी व्हायची. बाकीचे उठेपर्यंत ती गुराढोरांचं खाणं तयार करून त्यांना खायला द्यायची आणि येताना स्वयंपाकासाठी जळण घेऊन यायची. त्यानंतर बादली भरभरून पाणी नेऊन ढोरांना पाजायची आणि येताना धारोष्ण दुधाच्या बादल्या आणायची. बाहेरच्या बोअरवेलमधून सगळ्यांना पुरेसं पाणी भरायची. तोवर जितू उठून पुरुषांचं चहापाणी पाहायची. तिचा सासरा, नवरा आणि दीर यांच्याकडे जातीनं लक्ष पुरवायची. त्या वेळी तिच्या पाच आणि सात वर्षांच्या मुलांचा ताबा रज्जोजीकडे असायचा. त्यांना तयार करून शाळेत पाठवणं हे तिचं आवडीचं काम होतं. तोवर उल्शा मिंज चुलीपाशी स्वयंपाकाला लागलेली असायची. बाजूच्या पहाडी जंगलामधून आलेली ही मुलगी धट्टीकट्टी पण अगदी शांत होती. सतत कुठेतरी हरवलेली असायची.

अगदी जबरदस्त ताकद होती खरी तिच्यात!

तीच उल्शा मिंज आता अगदी निपचित पडली होती. तिचं मनगट हातात घेऊन रज्जोजी तिची नाडी पाहू लागल्या तशी तिच्या चेहऱ्यावर क्षणभर वेदना चमकली. 'देवा कृपा कर, वाचव तिला! मरू देऊ नकोस!' मघापासून किमान शंभराव्यांदा तरी रज्जोजी पुटपुटल्या.

त्यांच्यासमोर भूषण बसला होता. अजूनही तो हरवलेल्या अवस्थेत होता. सुन्न मनाने गाडीच्या खिडकीतून बाहेर बघत होता. बघत कुठला होता म्हणा, त्याची नजर बाहेर होती, इतकंच. त्यांचा प्रवास सुरू होऊन तासभर होत आला होता, तरी

तो धक्क्यातून बाहेर आला नव्हता. 'हे सगळं कसं झालं?' हा साधा प्रश्न विचारणंदेखील त्याला अजून सुचलं नव्हतं. रज्जोजींनी त्याकरता देवाचे आभार मानले. काय सांगणार होत्या त्या? जे काही सांगायचं ते फार विचारपूर्वक सांगायला हवं होतं. विचार करायला वेळ होता कुठे? आता फक्त प्रार्थना आणि याचना, बस्स! दुसरं काही नाही. 'देवा, कृपा कर रे! एकदाच, फक्त एकदाच, या वेळी मला माफ कर, दया कर देवा!' त्यांच्या मनानं पुन्हा करुणा भाकली.

जालंधर जवळ आलं.

तेवढ्यात व्हॅनचा ड्रायव्हर म्हणाला, "भ्राजी, पुढे काहीतरी गडबड दिसते आहे."

अमृतसर-दिल्लीला जोडणाऱ्या पूर्वीच्या ग्रँड ट्रंक म्हणजेच आत्ताच्या नॅशनल हायवे नंबर एकवर ते पोहोचले तेव्हा मोठ्या प्रमाणावर ट्रॅफिक जाम झालेला दिसला. शेजारचा दुआबा भाग अतिशय सुपीक होता. बियास आणि सतलज नद्यांच्या मध्यभागी वसलेल्या या प्रांतात हंगाम नेहमीच दणदणीत होत असे. यंदा तर गव्हाचं विक्रमी उत्पादन झालं होतं; त्यामुळे गव्हाच्या थप्प्या लादलेले ट्रॅक्टर्स आणि ट्रक्स जालंधर मार्केटकडे निघाले होते. सगळ्यांच्या कापण्या नुकत्याच आटोपल्यामुळे जो-तो मालाला चांगला भाव मिळवण्यासाठी घाई करत होता. त्याची परिणती ट्रॅफिक जाममध्ये झाली होती. ड्रायव्हरने घाईघाईने गाडीचे लालपिवळे दिवे लावले, सायरन सुरू केला; पण ट्रक्स आणि ट्रॅक्टर्सच्या गर्दीवर काडीचाही फरक पडला नाही. दयामाया न दाखवता सगळेजण तसेच बसून राहिले. बाहेरच्या परिस्थितीचा अंदाज घेण्याकरता भूषण व्हॅनमधून उतरला खरा, पण समोरचा ट्रॅफिक पाहून तो हतबुद्ध झाला. ऑक्ट्रॉय चेकपॉइंटपासून भूषण उभा होता तिथपर्यंत साधारण दीड किलोमीटरची ती लांबचलांब रांग बघून त्याने विमनस्कपणे डोक्याला हात लावला.

"माँजी, या तुमच्या कोण आहेत?" परिस्थितीचं गांभीर्य जाणून घेण्याच्या दृष्टीने ड्रायव्हरने विचारले.

'कोण- हं! खालच्या जातीची गुलाम, चेटकीण, मोहिनी...'

"हं! मुलगी आहे माझी," उघडपणे त्या इतकंच म्हणाल्या. मग एकदम त्यांना रडू कोसळलं. इतका वेळ दाखवलेला संयम त्या अश्रूंमध्ये वाहून जाऊ लागला. डोळ्यांतून गालावर ओघळणारे अश्रू त्यांच्या त्वचेवरील सुरकुत्यांमध्ये हरवू लागले. त्यांच्या अचानक रडण्याने ड्रायव्हरसुद्धा गोंधळला.

रस्त्यावरचा ट्रॅफिक थोडासा पुढे सरकला. त्याबरोबर भूषण घाईने गाडीत चढला.

"माँ, काय झालं? गेली का ती?" पण ती मेली तर ही कशाला रडेल? खरंतर उल्शाला चांगल्या हॉस्पिटलमध्ये नेण्यासाठी हिने एवढी धडपड तरी का

करावी? उल्शा मिंज मेली काय किंवा जगली काय, या सगळ्यांना त्याने काय फरक पडणार आहे म्हणा? माँ तर म्हणेल पुन्हा काही बैल विकले की, त्या पैशांमधून झारखंडमधली अजून एखादी आदिवासी मुलगी विकत आणता येईल. हो, पण उल्शा मिंजची जागा कुणीही भरून काढू शकणार नाही...

किती अबोल आहे ती! रात्री त्याच्या कुशीत शिरल्यावरही ती एक शब्ददेखील उच्चारत नसे. तिचे ते धीरगंभीर तपकिरी डोळेच काय ते बोलत. तिचं सगळं शहाणपण तिच्या देहबोलीतून त्याच्याशी संवाद साधे. त्याला मिठीत घ्यायला तिने हात पुढे केले की, त्याला जाणवत असे साल वृक्षाच्या पानांची सळसळ, जंगलातून गोळा करून आणलेल्या मोहाच्या फुलाचा मदमस्त गंध, डोंगर-दऱ्यांतून खळाळत वाहणाऱ्या झऱ्यांचा नाद... जसं रात्रीतून दिवस उजाडतो, आकाश धरणीला मिळतं तसंच स्त्री आणि पुरुषाचं नातं असतं, बरोबरीचं. तिने त्याला प्रेमाची ही एकमेकांना समसमान लेखणारी भाषा शिकवली होती. गडद अंधाऱ्या रात्री, साऱ्यांच्या नकळत ती जेव्हा अनवाणी पायाने, पण स्वाभिमानाने त्याच्या माळ्यावरच्या खोलीत येई, तेव्हा त्याला हे रोज उलगडे. जेव्हा भल्या पहाटे ती तिथून जायला निघत असे तेव्हाही ती ही भाषा बोलत असे, अबोलपणे, पुन्हा रहाटगाडग्याला जुंपून घेण्यापूर्वी.

"माँ, बाऊजी, मला लग्न केलं पाहिजे." एका रात्री जेवणानंतर अचानक भूषणने जाहीर केलं.

त्याच्या या वक्तव्यावर सारेजण एकदम स्तब्ध झाले. त्याच्या बाऊजींनी रज्जोजीकडे प्रश्नार्थक चेहऱ्यानं पाहिलं. त्यानंतर आपल्या पेल्यातल्या पाण्यानं आपल्या स्टीलच्या ताटामध्ये हात धुतले आणि शांतपणे उठून ते निघून गेले. त्याचं बोलणं ऐकून त्याचा मोठा भाऊ कुलजीत हादरला आणि मग रागारागाने त्याने दुसरीकडे मान वळवली. काही अक्कल आहे की नाही याला? घरातल्या धाकट्या मुलांनी 'मला लग्न करायचं आहे' असं म्हणायचं नसतं. हा अलिखित नियम ठाऊक नाही का याला? जितू इतकी आजारी असताना हा मूर्ख मुलगा असा विषय काढतो आहे. सगळी लाजलज्जा गुंडाळून ठेवली आहे की काय याने? कुलजीतसुद्धा तिथून निघून गेला.

"पुत्तर, मुली कुठे मिळतात? तुला तर माहिती आहे की, आपल्या भागात बायको मिळणं किती कठीण आहे. बरं, ज्या काही आहेत त्यांचे आई-वडील त्यांना इंग्लंड - अमेरिकेतली स्थळं बघतात," रज्जोजी त्याचं सांत्वन करण्याच्या सुरात बोलू लागल्या, "जे काही आहे त्यातच आपल्याला आनंद मानला पाहिजे, नाही का जितू?" एक मोठा निःश्वास टाकत तिने आपल्या सुनेकडे अर्थपूर्ण नजरेनं पाहिलं. "बाकी, तू सांग गं त्याला समजावून."

आपल्या ओढणीचं टोक बोटाभोवती घट्ट लपेटत, मान जराही वर न करता जितूने कसाबसा होकार दर्शवला.

त्या रात्री रज्जोजींना झोप लागली नाही. 'किती स्वार्थी झाली आहे ही पिढी. या दोन मुलांचं काय करायचं? समजत नाही का यांना? जेवत असताना भूषण किती पटकन बोलला. आपला बाप आपल्याच बाजूला बसून जेवतो आहे याचा जरादेखील मुलाहिजा राखला नाही त्याने आणि तो कुलजीत...! आपला मोठा मुलगा, त्याला नको का थोडी तरी अक्कल? भावाची गरज कळायला नको होती का त्याला? पण छे! कसचं काय! त्या कचकड्याच्या बाहुलीच्या तैनातीत सारं काही विसरून गेला आहे तो. आणि सर्वात मुख्य म्हणजे जितू! तशी चांगली मुलगी आहे, लग्न होऊन या घरात आली तेव्हा हुंडा घेऊन आली. नाहीतर हल्ली कोण देतंय म्हणा हुंडा! पण भलतीच लाजरी आहे ती; हो, पण आता ही इस्टेट तिच्या मुलांसाठी सुरक्षित ठेवायची असेल तर तिला दिराकडे थोडं जास्त लक्ष द्यावं लागेल ना! त्यात कसली आली आहे लाजलज्जा. आपल्या संस्कृतीमध्ये पूर्वापार चालत आलं आहे हे सारं. द्रौपदी नव्हती का झोपली पाच पांडवांबरोबर?

रज्जोजीनी ती रात्र तळमळत, उसासे देत, कूस बदलत काढली. शेजारी निवांत झोपलेल्या बाऊजींना घोरण्यापुढे काही ऐकू येईल तर ना! आता हा असा विषय प्रत्यक्ष आईनं का बोलायचा असतो मुलांशी आणि सुनेशी? समजून-उमजून वागायला नको या मुलांनी. निदान आजचा हा लाजिरवाणा प्रसंग तर टळता.

दुसऱ्या दिवशी सकाळी दोघंही भाऊ जेव्हा शेतात जाण्यासाठी ट्रॅक्टरवर बसले तेव्हा कुलजीत म्हणाला, "भूषण, मला जितूची काळजी वाटते. आधीच ती अशक्त, त्यात त्या टीबीच्या औषधांपायी तिचा जीव त्रासला आहे. तिला अजून काही झेपणार नाही."

"अरे, पण उल्शा बघते ना घरकाम वगैरे सगळं."

त्याचं बोलणं ऐकून कुलजीतचा संताप अनावर झाला. शेतात पोहोचेपर्यंत तो एकटक, फक्त समोरच्या रस्त्यावर नजर रोखून होता. नंतर दिवसभरात तो आपल्या धाकट्या भावाशी अवाक्षरही बोलला नाही

आपल्या भावाला काय सुचवायचं होतं ते भूषणला त्या रात्री जाणवलं. उल्शाला मिठीत घेऊन तो पहुडला होता. ती गाढ झोपली होती, परंतु त्याचं विचारचक्र सुरू होतं. 'म्हणून आपला भाऊ इतका रागावला आहे आपल्यावर.'

सकाळ होताच तो अधीरपणे आपल्या भावाच्या खोलीत शिरला. "भ्राजी, मला लग्न करायचं आहे ते उल्शा मिंजशी. तू आणि जितूनं मला पाठिंबा दिला पाहिजे."

जेव्हा घरात सगळ्यांना हे कळलं तेव्हा वातावरणाचा नूरच पालटला. नेहमीप्रमाणे बाऊजींनी काहीही प्रतिक्रिया व्यक्त केली नाही; पण रज्जोजींनी मात्र आकाशपाताळ

एक केलं. घराबाहेर टाकलेल्या बाजेवर छाती बडवत, आरडाओरड करत, साऱ्यांचा उद्धार करणे हा त्यांचा एकमेव उद्योग झाला. आपले शेजारी आणि नातेवाईक आपल्याला काय म्हणतील या कल्पनेने त्यांना हुंदक्यावर हुंदके येत. जातीबाहेरच्या त्या बाईपासून झालेली मुलं आपल्या शेतातून पळत आहेत, खेळत आहेत या जाणिवेने त्यांची तहानभूक हरपली, पण भूषण आपल्या निर्णयावर ठाम होता, काही केल्या तो ऐकत नव्हता. शिवाय कुलजीत व जितूचाही त्याला पाठिंबा होता.

रात्र झाली की रज्जोजींना दिसायची त्यांच्या मांडीवर जबरदस्तीने दिलेली त्या काळ्या कुलटेची काळी मुलं. आपल्या शुद्ध वंशामध्ये ही काळ्या रक्ताची भेसळ सहन करणं त्यांना कधीही जमणार नव्हतं. काय करायचं? या त्यांच्या यक्षप्रश्नाला त्यांच्या नवऱ्यानं त्या रात्री मोजून चार शब्दांत उत्तर दिलं होतं, "वेळ आली की पाहू!" त्यांचा नवरा मितभाषी होता; पण त्याचबरोबर धोरणीसुद्धा होता. त्याला माहिती होतं की नको असलेलं पोर 'पाडणं' आता पूर्वीसारखं कठीण नव्हतं. "मेडिकल सायन्सचा काहीतरी उपयोग केला पाहिजे आपण," त्यांनी तिच्या लक्षात आणून दिलं. रज्जोजीचं आयुष्य गेलं होतं त्याच्यात; त्यामुळे 'त'वरून ताकभाताचा इशारा अचूक कळला त्यांना.

दुसऱ्या दिवशी सकाळी उठल्यावर त्या आपणहून भूषणकडे गेल्या आणि म्हणाल्या, "मी जरा जास्त ताणून धरलं; पण ठीक आहे. कर तू लग्न. मात्र, अगदी साधेपणानं करावं लागेल. नातेवाईक कसे बोलतात हे माहिती आहे तुला."

लग्न झालं म्हणून उल्शाच्या जीवनशैलीमध्ये किंचितही बदल झाला नाही. घरातलं सगळं काम ती उपसत होती. रात्री काय ती भूषणच्या बरोबर झोपत होती. रज्जोजी तिला ना आपली सून मानत होत्या ना आपल्या घरातला एक सदस्य. त्यांच्या लेखी ती आजही फक्त उल्शा मिंज होती. उल्शानेसुद्धा काही तक्रार केली नाही. तिला त्यांच्याकडून काही अपेक्षा नव्हत्या. ती पूर्वी राहायची तो परिसर किती वेगळा होता. तिथला तो रमणीय निसर्ग तिच्या मनात घर करून होता. लांब-लांब पसरलेली सपाट शेतजमीन, त्यात डोलणारं निलख पीक या कशात तिचा जीव रमत नव्हता. दिवसभराच्या कामाची लय, तिच्या खोलीचा आसरा आणि तिच्या नवऱ्याचा पाठिंबा या तीन गोष्टी खूप होत्या तिच्याकरता. अनोळखी प्रदेशात ती स्वत: एक अभ्यागत होती. आपल्या भावना तिने कसोशीनं आपल्यापुरत्या मर्यादित ठेवल्या होत्या.

पण गर्भारपणाची जाणीव झाली मात्र... उल्शा खुलली. तिच्या मनात भावनांचे तरंग उमटू लागले. कदाचित हेच माझं विश्व आहे असं वाटून तिला त्या घराबद्दल आपुलकी वाटू लागली. निसर्गाची कमाल असते नाही का? वाळलेल्या, शुष्क रानामध्ये वसंताच्या आगमनाने पालवी फुटते. वळवाच्या सरींनी तृषार्त धरणीला

तृप्त केलं की, तिच्या कणाकणांतून अंकुरायला जीवन धडपडू लागते. रखरखीत धगीचा कितीही आव आणला तरी सृजनाची चाहूल मनाला आनंदाने डोलायला लावते. आपल्याही नकळत. रंगाचा आणि भावनांचा प्रसन्न सोहळा अनुभवायला मिळतो – उल्शाच्या बाबतीतदेखील तसंच काहीसं घडलं.

"माँ, उल्शाला दिवस गेले आहेत. काही महिने तरी जळण आणायची वेगळी सोय करावी लागेल," भूषणनं रज्जोजींना सांगितलं.

गर्भपरीक्षा करणारी मोबाइल व्हॅन त्यांच्या गावात यायला दोन आठवड्यांचा अवधी होता. तोवर धीर धरणं रज्जोजींना शक्य नव्हतं. दुसऱ्या दिवशी उल्शाला घेऊन त्या फगवारामधल्या खासगी नर्सिंग होममध्ये गेल्या. तिथल्या परीक्षणातून त्यांना जेव्हा कळलं की, तिच्या पोटात मुलीचा गर्भ आहे तेव्हा कुठे त्यांना जरा शांत वाटलं. आता पुढचं सारं सोप्पं होतं आणि मुख्य म्हणजे त्यांच्या हातात होतं. भूषण अजूनही या काळ्या-कजाग चेटकिणीच्या जादूने बांधलेला होता; त्यामुळे तो कधी हट्टीपणा करेल याचा अंदाज बांधणं तसं कठीण होतं; 'पण आता हिच्या पोटात मुलीचा गर्भ वाढतो आहे म्हटल्यावर पुढचं सगळं अगदी सहज साध्य करता येणार होतं. हिरव्याकंच गव्हाच्या शेतातून अनावश्यक तण उपटून फेकणे काय आणि मुलीचा गर्भ पाडणे काय... दोन्ही गोष्टी त्याच्या लेखी तितक्याच कवडीमोलाच्या असणार'. रज्जोजींच्या मनात विचारचक्र फिरू लागलं.

अनपेक्षित विरोध झाला आणि तोही स्वत: उल्शाकडून. ती एक शब्दही ऐकून घ्यायला तयार नव्हती. जी मुलगी अजून जन्मालासुद्धा आली नव्हती तिच्या बाबतीत ती आत्तापासूनच सावध झाली होती. रज्जोजी हतबुद्ध झाल्या. इतकी वर्षं मिडवाइफ म्हणून काम केलं. हजारो, लाखो बायकांची बाळंतपण केली, बाळं पाडली; पण हे असं आक्रित? प्रत्यक्ष सासूला, नवऱ्याला, कुटुंबाला विरोध करणारी असली बाई त्यांनी आजवर पाहिली नव्हती. त्यांचं घराणं, संस्कृती, रितीरिवाज, चाली, कारणं, त्यामागची भूमिका... कुठलीही मात्रा चालेनाशी झाली. कळकट्ट चेटकीण हट्टाला पेटली होती.

तीच नाही, तर कुटुंबातला प्रत्येकजण त्यांचा विश्वासघात करायला सरसावला होता. त्यांची बाजू घेणं तर सोडा, पण कुलजीत आणि जितू त्यांच्या बाजूला फिरकत नव्हते.

भूषणनं तर संतापून विचारलं होतं, "अगं, तू स्वत: एक स्त्री आहेस ना? तरी हे असं?" त्या हेकट बाईने त्याचे कान भरले असणार. ती बाहेरून आलेली परकी बाई, तिला काय कळणार या घराचे रितीरिवाज? आपल्या कुटुंबाचं सौख्य टिकवण्यासाठी गृहिणीला कोणता धर्म निभवावा लागतो हे कळून घ्यायची अक्कल तरी आहे का तिच्यामध्ये?

एरवी काही न बोलतादेखील त्यांना पाठिंबा देणारा त्यांचा नवरा, या वेळी त्यांनीही काढता पाय घेतला. "तुमच्या बायकांच्या भानगडी तुम्हीच निस्तरा. आम्हा पुरुषांपर्यंत काहीही आणायची गरज नाही." रात्रीच्या जेवणानंतर तिने हा विषय काढताच त्यांनी रज्जोजींना फटकारलं. नेहमीसारखं रज्जोजींनी पाण्याचा तांब्या घेऊन येईस्तोवर न थांबता, स्वत:च ताट उचलून घासायला टाकलं, हात धुतला आणि तडक तिथून निघून गेले.

त्यांचा भरवसा आता फगवारामधल्या डॉक्टरांवर होता. मिडवाइफचं काम करत असताना त्यांनी तिथल्या प्रत्येक डॉक्टरकडे असंख्य केसेस पाठवल्या होत्या; त्यामुळे आपलं काम बिनबोभाट होणार याविषयी त्यांना तिळमात्रही शंका नव्हती. बसस्टँडच्या आजूबाजूला असलेले दवाखाने आणि जीटी रोडपर्यंतचा परिसर त्यांनी पिंजून काढला; पण एकही डॉक्टर उल्शाची केस हातात घेईना. त्यांना त्यासाठी कन्सेन्ट फॉर्मवर भूषणची सही हवी होती. एक तर उल्शाला साडेतीन महिने पूर्ण झाले होते; त्यामुळे तिच्या जीवाला धोका होता. त्यातच सरकारी कायदेही पूर्वीपेक्षा अधिक कडक झाले होते आणि त्यांची काटेकोर अंमलबजावणी केली जात होती. चालू प्रॅक्टिस बंद करून तुरुंगात जायची कोणाला हौस असणार?

रज्जोजी जेव्हा लहान होत्या तेव्हा त्यांची आई त्यांना वारंवार सांगायची, "कधीकधी माणसाला थोडं वाकड्यातसुद्धा शिरावं लागतं." त्या वयात त्यांना आपल्या आईच्या सांगण्यातला मथितार्थ कळला नव्हता कधी; पण आता त्यांना चांगलं कळून चुकलं होतं की वाकडी वाट केल्याशिवाय काही इलाज नाही.

एक दिवस त्या एकट्याच कपूरथळ्याच्या जिल्हा रुग्णालयात पोहोचल्या. त्यांच्या ओळखीच्या एका फार्मसिस्टशी सविस्तर चर्चा केली. मार्केटमध्ये आलेल्या नवीन औषधांची इत्थंभूत माहिती त्याला होती. त्याने रज्जोजींना कल्पना दिली की, नव्याने आलेली 'फक्त एक गोळी' पुरेशी आहे. अर्थात, ती पहिल्या ३ दिवसांत घ्यावी लागते; त्यामुळे त्यांच्या सुनेच्या दृष्टीने ती निरुपयोगी होती; पण तरीही खास त्यांना मदत करण्यासाठी गुंगी आणणारा स्ट्रॉंग डोस करून द्यायला तो तयार होता. सुनेचा गर्भपात घरच्या घरी करण्याआधी त्यांनी तिला इंजेक्शनमधून तो डोस दिला की झालं. आजकाल सारं कसं सुलभ आणि सुटसुटीत झालं आहे याची त्याने पुन:पुन्हा ग्वाही दिली. मिडवाइफ म्हणून काम करताना अनेकदा कोणकोणत्या प्रकारे काम करावं लागलं होतं रज्जोजींना. आजही ते आठवलं की त्यांच्या कित्येक रात्री तळमळत जातात. ज्या हाताने त्या नाळ कापत त्याच हाताने त्या अनेकदा त्या बाळाची जीवनयात्रासुद्धा... चला, बरं आहे आता, निदान सारं चटकन निपटतं तरी.

उल्शाला चार महिने पूर्ण झाले होते. उशीर झाला होता; पण इलाजही नव्हता. आता वेळ घालवून चालणार नव्हतं. मात्र, भूषणची अडचण होती समोर. एक रात्र

तरी तो बाहेर हवा. मनाशी काहीतरी विचार करून त्यांनी भूषणला हाक मारली, "भूषण"...

रोजच्यासारखं बोलण्यातून बोलणं वाढून वादाला तोंड फुटणार याची भूषणला खात्री होती. जरा त्रासून त्याने ओ दिली.

"गहू कापणीला आला आहे. मला वाटतं, तू रात्रीची राखण करावीस शेतामध्ये. दोन रात्रींपूर्वी, शेजारच्या बलजित भाप्पांच्या शेतात लुटारूंची धाड पडली होती. नशीब भाप्पांचं की, त्यांच्या शेतात फारसा माल नव्हता; पण रिकाम्या हाती गेलेले लुटारू गप्प कसे बसतील? कुणी सांगावं, उद्या ते आपल्याही शेतात येऊ शकतात."

कितीतरी दिवसांनी माँ गर्भपाताव्यतिरिक्त काही बोलते आहे हे ऐकून भूषणची कळी खुळली, ती सांगत होती ते खरं होतं. सगळ्या शेतांमध्ये कामचलाऊ खोपटं उभारली होती. कोणत्या खोपटामध्ये त्या टोळ्या लपून बसल्या असतील ते सांगणं, शोधणं तसं कठीण होतं. बरेचदा तर ते पिऊन तर्र होऊन चोऱ्या करत होते, असंही कळलं होतं. शिवाय, कित्येक दिवसांत तो रात्रीचा शेतात गेला नव्हता. त्या कल्पनेनं त्यालाही बरं वाटलं. कुठलीही हरकत न घेता त्याने तयारी दाखवली.

भूषणचा अडसर दूर झाला. त्या उल्शाच्या नादी लागण्यात काही अर्थ नव्हता. तिला ऐकायची सवय नव्हती. एकदा का ती झोपली की, मग तिला ते गुंगी आणणाऱ्या औषधाचं इंजेक्शन द्यायचं आणि त्यानंतर ताबडतोब तिची ती कार्टी 'पाडायची.' बस्स! ठरलं! अशा वेळी बायकांनी कितीही हात-पाय झाडले, लाथा मारल्या, आर्जवं-विनवण्या केल्या, रडल्या-भेकल्या तरी रज्जोजींवर त्याचा जराही परिणाम होत नसे; पण ही चेटकीण... हिचं काय सांगावं? जोरही खूप आहे हिच्यामध्ये. त्यापेक्षा ती गुंगली की लगेच...

सगळे गाढ झोपले असताना रज्जोजींनी जितूला झोपेतून खसकन उठवून आणलं होतं. आपल्या पेंगुळलेल्या नजरेनं ती रज्जोजींच्या हालचाली टिपू लागली. अतिशय सहजतेने त्यांनी झोपलेल्या उल्शाला इंजेक्शन दिलं. खरंतर आपण एकटीने हे उरकून टाकावं असा विचार त्यांनी आधी केला होता; पण मग त्यांना वाटलं की, जितूलाही कळलं पाहिजे की कुटुंबाच्या इभ्रतीसाठी काय-काय करावं लागतं ते. त्यांनी एकट्यांनी किती आणि कुठवर झेलायचं सारं? जितू आता लहान नाही. या कुटुंबाची जबाबदारी घ्यायला कधी शिकणार ती?

सुई टोचल्याच्या जाणिवेने उल्शानं दचकून डोळे उघडले. ती काहीतरी बोलायला गेली, पण तेवढ्यात इंजेक्शनचा परिणाम होऊन तिच्या डोळ्यांवर झापड आली. त्या फार्मसिस्टनी दिलेलं औषध जबरदस्त परिणामकारक होतं तर! काही क्षणांत उल्शाचं शरीर सैलावलं. तिची शुद्ध हरपली. पटकन तिचे कपडे काढायचं

फर्मान रज्जोजींनी सोडलं. जितूवर ती जबाबदारी सोपवून स्वत: रज्जोजी डायलेटर, क्युरेटर, फोर्सेप्स् आणि गरम पाणी आणायला गेल्या. डॉक्टर्स ते सारं वापरताना तिने हज्जारदा पाहिलं होतं. तिला स्वत:ला पारंपरिक पद्धती सोप्या वाटायच्या; पण ही दळभद्री बया कशाला बधली नव्हती; त्यामुळे त्यांचा नाइलाज झाला होता.

जितूचं हृदय जोरजोरात धडधडत होतं. मात्र, सासूला विरोध करण्याची ताकद तिच्यामध्ये नसल्यामुळे ती खालमानेने गुपचूप सांगितलेलं काम करत होती. इंजेक्शनचा परिणाम होऊन बेशुद्ध झालेल्या उल्शाला घडणाऱ्या अत्याचारापासून वाचवण्याची तीव्र इच्छा तिच्या मनात खळबळ माजवत होती. निदान धावतपळत जाऊन शेतात असलेल्या भूषणला ताबडतोब घेऊन यावं, असं तिला वाटलं. त्याने आपल्या माँला थांबवलं असतं; परंतु मनातले विचार प्रत्यक्ष आणण्याचं धाडस तिच्यामध्ये नव्हतं. आपल्या सासूला ती कायम टरकून असायची. म्हणूनच मनात विचारांचं कितीही वादळ सुरू असलं, तरी तिचे हात मात्र सासूच्या आज्ञेबरहुकूम काम करत होते.

रज्जोजी सगळा जामानिमा घेऊन खोलीत परतल्या तेव्हा उल्शा तयार होती. त्यांनी मान डोलवली. आता त्यांना आपल्या कामाव्यतिरिक्त काहीही दिसत नव्हतं. उताणं झोपलेल्या उल्शाच्या दणकट सावळ्या पायावरून त्यांची नजर झरझर वर सरकली.

आणि त्या जोरात ओरडल्या. त्यांचा तोल जाऊन त्या पडणार होत्या. आधारासाठी पटकन त्यांनी जितूला धरलं. कुठूनतरी अचानक आलेल्या बाणाने त्यांच्या छातीचा वेध घेतला होता जणू. त्यांचं हृदय वेदनेनं पिळवटून गेलं. ते असह्य होऊन त्यांनी जमिनीवर बसकण मारली. दोन्ही हात छातीवर गच्च दाबून वेड्यासारख्या धडधडणाऱ्या आपल्या हृदयाला शांत करायचा केविलवाणा प्रयत्न त्या करू लागल्या. त्यांची नजर खिळली होती उल्शाच्या बेंबीच्या बरोबर खाली. "ती खूण, ती खूण!" त्यांनी बोटानं निर्देश केला. निमूटपणे त्यांना न्याहाळणाऱ्या जितूला काही समजलं नाही.

उल्शाच्या बेंबीच्या खाली चांदणीच्या आकाराची काळी जन्मखूण होती.

रज्जोजींनी याआधी फक्त एकदा ती खूण पाहिली होती, तीसुद्धा अगदी थोडा वेळ. तरीसुद्धा वर्षानुवर्षं त्यांना ती झोपेत, स्वप्नात दिसत राहिली, त्यांची झोप उडवत राहिली; अगदी आजही. जेमतेम काही क्षण पाहिली होती त्यांनी ती खूण. त्या रात्री जन्मलेल्या त्यांच्या मुलीला दिवसाचा प्रकाश पाहू दिला गेला नव्हता. रज्जोनी आपल्या स्वत:च्या हातांनी छोटासा खड्डा खणून तिला गाडलं होतं. बाजूला उभी असलेली रज्जोची आई थंडपणे पाहात होती. रात्रभर रज्जो आपल्या नखांत अडकलेली काळी माती एकटक बघत होती; पण तिचे हात आता कधी स्वच्छ होणार नव्हते.

इतकी वर्षं त्यांनी ती किंकाळी दाबून ठेवली होती. विस्मरणात गेलेल्या एका जिवाची आठवण प्रचंड उसळी मारून त्या किंकाळीच्या रूपानं बाहेर पडली होती. एका नवीन जाणिवेनं झपाटून त्या उल्शाकडे झेपावल्या. भान हरवलेल्या उल्शाला मिठीत घेऊन आक्रंदू लागल्या.

"माझी लेक, माझी लेक," त्यांचे शब्द जितूच्या कानी पडले. पुन:पुन्हा उल्शाच्या केसातून हात फिरवत, तिला मायेनं जवळ घेत त्या हेच दोन शब्द उच्चारत होत्या. पुढचे दोन तास त्या तशाच हुंदके देत, तिच्याजवळ बसून होत्या. इतकी वर्षं घातलेला संयमाचा बांध आज अनावर होऊन फुटला होता, नाहीतर त्या इतक्या कशा रडल्या असत्या?

"लेकराला थोडी विश्रांती घेऊ दे," थोडं शांत झाल्यावर रज्जोजी म्हणाल्या. पुन्हा एकदा अतीव प्रेमाने उल्शाच्या केसांमधून हात फिरवून त्या उठल्या. "सकाळपर्यंत येईल ती शुद्धीवर." असं बोलून तिथून बाहेर पडल्या.

सकाळ झाली तरी उल्शा शुद्धीवर आली नाही. तिच्यासारखी तगडी, खंबीर आणि ठणठणीत स्त्री बेशुद्धीतून बाहेर पडली नाही हे नवल होतं. उजाडल्यावर जेव्हा जितू तिला पाहायला तिच्या खोलीत गेली तेव्हा कुठे त्यांच्या लक्षात आलं. दोन तासांनंतरही परिस्थितीमध्ये काही फरक पडला नाही तेव्हा मात्र रज्जोजींचं धाबं दणाणलं. 'आपण तिला गुंगीच्या औषधाचा अति स्ट्राँग डोस तर दिला नाही ना? की त्या औषधात काहीतरी भेसळ होती, ज्यामुळे उल्शाच्या जिवाचं काही बरं वाईट... उल्शाला त्या औषधाची ॲलर्जी वगैरे तर नव्हती ना?' अनेक शंका त्यांच्या मनात थैमान घालू लागल्या. धास्तावून त्यांनी जितूला हुकूम सोडला, "जा, पटकन भूषणला बोलावून आण. काहीतरी गोंधळ झाला आहे. तिला हॉस्पिटलमध्ये नेलेलं बरं."

आणि आता त्या व्हॅनवजा ॲम्ब्युलन्समध्ये माय-लेक एकमेकांच्या बाजूला एकमेकांना अपरिचित असल्यासारखे बसले होते. भूषण अजूनही भानावर आला नव्हता; पण त्याच्यामध्ये जागा असलेला तो दुसरा माणूस ड्रायव्हरला पुन:पुन्हा विचारत होता, "झाला का रस्ता मोकळा?" त्या विचारण्यात यांत्रिकपणा जास्त होता. त्याचे विचार आता त्या ट्रॅफिकवर केंद्रित झाले होते. ही ॲम्ब्युलन्स, हा प्रवास, समोर बसलेली हुंदके देणारी ही बाई हे सारं एखादं वाईट स्वप्न असावं असं त्याला वाटत होतं. आपण झोपेतून जागे होऊ शकलो तर हे दु:स्वप्न विरून जाईल याची त्याला खात्री होती. मग तो उल्शाला त्याच्या या स्वप्नाबद्दल सांगेल आणि ती हलकेच आपली बोटं त्याच्या चेहऱ्यावरून फिरवेल, नेहमीसारखी. त्यानंतर तिच्या स्मितासरशी त्याचं ते भयानक स्वप्न नाहीसं होईल.

रज्जोजींची अखंड प्रार्थना सुरू होती. घरातून निघाल्यापासून त्यांना येत असणारी प्रत्येक प्रार्थना म्हणून झाली होती. कुठल्यातरी प्रार्थनेचा उपयोग होईल या आशेने त्या सतत देवाला आळवत होत्या.

तेवढ्यात ड्रायव्हर जोरात म्हणाला, "माँजी, अहो पाऊस पडू लागला आहे." तो काय म्हणतो आहे याचा अर्थ कळायला त्यांना थोडा वेळ लागला. भूषण मात्र अधिकच वैतागला. या पावसामुळे अजून खोळंबा होणार हे त्याला कळून चुकलं. पावसाचा जोर वाढला. बघता-बघता गाडीच्या छतावर आणि खिडक्यांवर ताडताड आवाज करत पावसाचे थेंब पडू लागले. बाहेरचा आसमंत झोडपला जाऊ लागला. सुसाट वारा वाहू लागला. तेवढ्यात जोर वाढला आणि अचानक रस्ता पांढरा दिसू लागला. थोडा वेळ कोणाला काही कळलंच नाही. काही क्षणांनी त्यांच्या लक्षात आलं की, चक्क गारपीट होऊ लागली होती. एप्रिल महिन्यात इतका प्रचंड पाऊस पडेल असं स्वप्नातही कोणाला वाटलं नव्हतं.

पावसाच्या पाण्यानं आणि गारांनी माल खराब होऊ नये म्हणून सर्व ट्रॅक्टर्स आणि ट्रक्सनी भराभरा आसरा शोधायला सुरुवात केली. बघता-बघता समोरचा वाहनांनी गच्च भरलेला रस्ता मोकळा झाला. या अवकाळी वारा-वादळापासून स्वत:ला वाचवण्याच्या नादात ऑक्ट्रॉय वसूल करणारा पोलीससुद्धा आपल्या जागेवरून उठून आडोशाला गेला. एवढ्या रिकाम्या रस्त्यावरून जालंधर गाठायला १०-१५ मिनिटंदेखील पुरेशी होती. निसर्गानं चमत्कार करून दाखवला होता.

हॉस्पिटलमध्ये पोहोचल्यावर तिथल्या निष्णात डॉक्टरांनी उल्शाचा ताबा घेतला. त्यांनी तिला तडक इमर्जन्सी वॉर्डमध्ये दाखल करून भराभरा उपचार करायला सुरुवात केली. इकडे रज्जोजी आणि भूषणच्या जिवाची घालमेल काही केल्या संपत नव्हती. इमर्जन्सी वॉर्डच्या बाहेर बसलेल्या रज्जोजी अखंड देवाची करुणा भाकत होत्या आणि भूषण न थांबता येरझारा घालत होता. त्याची अस्वस्थता शिगेला पोहोचली. साधारण तासाभराने बाहेर येऊन डॉक्टरांनी जेव्हा त्यांना सांगितलं की, 'आता बाळाच्या आणि आईच्या जिवाला धोका नाही' तेव्हा कुठे रज्जोजींचा जीव थाऱ्यावर आला. सकाळी शेतात झोपलेल्या भूषणला उठवायला जितू धावत-ओरडत गेली होती. त्यानंतरच्या घटना पाहाणारा भूषण कोणीतरी त्रयस्थ होता. जुन्या जमान्यातली एखादी टीव्ही सीरियल किंवा सिनेमा आपण पाहात आहोत, असा काहीसा भाव त्या त्रयस्थाच्या मनात होता. मात्र, डॉक्टरांचा हसरा चेहरा आणि आश्वासक आवाज कानी पडताच भूषण भानावर आला. एक दीर्घ नि:श्वास सोडून त्याने इतका वेळ कोंडून ठेवलेल्या भावनांना वाट करून दिली. त्याबरोबर तो त्रयस्थसुद्धा दूर निघून गेला. साधा श्वास घेतानासुद्धा त्याची छाती भरून आली होती. अचानक त्याला जाणवलं की, आपल्याला खाली बसण्याची नितांत आवश्यकता

आहे. त्या इर्मजन्सी वॉर्डच्या बाहेर, पेशंटच्या नातेवाइकांना बसण्यासाठी असलेली खुर्च्यांची रांग आता कुठे त्याला दिसली.

गुडघ्यावर बसून वाहे गुरूचे आभार मानणाऱ्या रज्जोजीही त्याला दिसल्या.

नंतरचे अनेक दिवस, महिने रज्जोजींना एकच जाणीव होती. देवानं ऐन वेळी आपल्याला उल्शाच्या बेबींखालची जन्मखूण दाखवली म्हणून आपल्या हातून होणारा अनर्थ टळला.

हळूहळू त्या गावात आणि मग पंचक्रोशीत ती गोष्ट पसरली. आता त्याला बातमी म्हणायचं की अफवा ते ठरवणं आणि त्यामागे कोण होतं ते सांगणंही कठीण होतं. कदाचित स्वत: रज्जोजींनीसुद्धा सांगितलं असेल; पण 'आपण केलेल्या पापांची भरपाई करण्याची संधी देवानं आपल्याला दिली आहे.' ही गोष्ट कर्णोपकर्णी झाली. सगळ्यांचाच, विशेष करून स्त्रियांचा त्यावर पक्का विश्वास बसला. नव्हे, त्यांच्या मनात ती श्रद्धा जागली. त्या दिवशी गुरदीपची आई रडत-भेकत रज्जोजींकडे आली होती. आपला मुलगा मणिपुरी मुलीशी लग्न करण्यासाठी हटून बसला आहे हे तिच्या मनाला झेपत नव्हतं. तिला समजावतानाही रज्जोजींनी पाप-पुण्याचा हवाला दिला होता.

चांदणीच्या आकाराच्या त्या जन्मखुणेची बातमीसुद्धा गावा-गावांमध्ये जाऊन धडकली.

देवानं त्यांना इशारा दिला होता. कधीकाळी त्यांच्यापासून ओरबाडून घेतलेल्या त्यांच्या मुली त्यांच्याकडे परतण्याची वेळ आली होती. या मुली दिसायला त्यांच्याहून खूप वेगळ्या होत्या, निमुळते डोळे, नकटे नाक, रंगाचे वेगवेगळे पोत... पण त्यांना जंगलांनी, डोंगर-दऱ्यांनी, नद्यांनी जणू अभिमंत्रित केलं होतं. त्यांच्या धमन्या-धमन्यांतून वाहणारा ताजा रक्तप्रवाह जणू तिथल्या मानवजातीचा उद्धार करण्यासाठीच आला होता.

'दोआबेदी धियाँ लौट अईंया!' दोआबच्या लेकी घरी परतत आहेत, एका गावाकडून दुसऱ्या गावाकडे बातमी पसरत गेली. 'या भूमीवरच्या मातांनो, पसरा आपले हात आणि घ्या त्यांना कुशीत, मोकळ्या मनानं. तुमच्या हातून घडलेल्या मूक पापांचं परिमार्जन करण्याची वेळ आली आहे.' जणू ईश्वर त्यांच्या कानात सांगत होता. मिडवाइफ आणि नर्सेस आता गर्भपात करायला सपशेल नकार देऊ लागल्या. आतापर्यंत कोणत्याही बाबतीत अवज्ञा न करणाऱ्या सुना गर्भजल परीक्षेला ठाम नकार देऊ लागल्या. गावांतूनच नाही, तर शहरांतूनही आया मोकळेपणानं मुलीची आई असल्याचं सुख अनुभवू लागल्या. प्रेमाने आणि अभिमानाने त्यांना तयार करून शाळेत पाठवू लागल्या... बाईच्या जन्माला येण्यात आता ना कोणाला

लाज वाटत होती ना भीती!

यथावकाश उल्शानं मुलीला जन्म दिला, तेव्हा रज्जोजींना सर्वाधिक आनंद झाला. अतिशय मायेने त्यांनी आपल्या नातीला उचलून जवळ घेतलं. नुकत्याच जन्मलेल्या त्या बाळाचं बारकाईने निरीक्षण करताना त्यांनी उल्शाला विचारलंदेखील, "तुझ्यासारखी जन्मखूण आहे का या बाळाला?" त्यांच्या या बोलण्याचा अर्थ न कळल्यामुळे उल्शाने त्यांच्याकडे संभ्रमित नजरेनं बघितलं.

सरपणासाठी काटेरी किकरची लाकडं गोळा करताना, त्या काट्यांमुळे तिच्या बेंबीखाली झालेल्या छोट्याशा जखमेच्या खपलीने केवढी मोठी उलथापालथ केली आहे याची तिला जाणीवदेखील नव्हती. तिला एवढंच जाणवलं होतं की, इथल्या माणसांनी आणि समाजानं आनंदानं आपला स्वीकार केला आहे.

नियतीने सोपवलेलं काम चोख पार पाडल्यानंतर ती छोट्याशा जखमेची खपली केव्हाच पडून गेली होती.

मी आणि सॅमी फर्नांडिस

सॅमी फर्नांडिस संपला!

या इथे हॉलमध्ये, जमिनीवर पडला आहे. त्याच्या छातीत बंदुकीच्या पाच गोळ्या घुसल्या आहेत. त्या जखमांमधून वाहाणारं रक्त अजूनही गरम आहे. पहाटेचे साडेतीन वाजले आहेत. थोड्या वेळात पोलीस इथे पोहोचतील. मीच त्यांना फोन करून बोलावलं आहे. ते इथे येऊन पोहोचायच्या आधी मला ही 'स्टोरी' लिहून संपवायला हवी आहे. मला शंका आहे की, मी, कोरी फर्नांडिस-नी दिनशॉ, आता बरेच दिवस कुठलीही स्टोरी कव्हर करू शकणार नाही आहे.

सॅमीला मी पहिल्यांदा पाहिलं ते त्याच्या आईच्या अंत्यविधीच्या वेळी. तिच्या आत्महत्येबद्दल बातमी तयार करणारी जेमतेम बावीस वर्षांची तरुण रिपोर्टर होते मी तेव्हा; गोव्यामधील सर्वाधिक खपाच्या दैनिक वृत्तपत्रामध्ये काम करणारी सर्वात तरुण पत्रकार. माझी स्वत:ची बायलाइनसुद्धा होती. त्याव्यतिरिक्त 'हमिंग बर्ड' या नावानं प्रत्येक रविवारी खास संगीत या विषयावर मी कॉलम लिहीत होते. माझी ही बायलाइन माझा अविभाज्य घटक बनली होती. निजताना, उठल्यावर, काम करताना सतत ती माझ्याबरोबर असे. झोपण्यासाठी मी अंथरुणामध्ये शिरले की, तीही माझ्या पांघरुणात शिरून, अंगाई गाऊन मला झोपवत असे आणि मग स्वप्नांच्या दुनियेत माझ्यासमवेत सैर करत असे.

एमेथिस्टच्या आत्महत्येमुळे सगळ्या देशाला धक्का बसला होता. मी तर अश्रू आवरू शकत नव्हते. ''माझं तिच्यावर निरतिशय प्रेम होतं,'' हुंदके देत-देत मी त्याला म्हटलं होतं. काय स्वर्गीय आवाज होता! एमेथिस्ट फर्नांडिस. खर्जातसुद्धा उत्तम गाणारी, उत्तम अभिनय करणारी, खंबीर पण तेवढीच उत्साही, भावनाप्रधान... तिच्याबद्दल काय लिहावं? प्रत्येक कामामध्ये तिची तन्मयता वाखणण्याजोगी असायची. प्रत्येक गाणं गाताना, 'आता हे आपल्या आयुष्यातलं अखेरचं गाणं आहे' या भावनेनं सर्वस्व झोकून ती गायची. जशी तिची शवपेटी जमिनीत गाडली गेली तसं मला वाटलं की, 'बस्स! संपलं! संगीतसुद्धा तिच्याबरोबर गाडलं गेलं'. मी चौदा वर्षांची असल्यापासून तिच्या आवाजाने झपाटले गेले होते. त्या वेळी ती पन्नाशीत आणि ऐन बहरात होती. तीस वर्षं ती सातत्याने गाणे म्हणत होती. गाण्याचे अनेक प्रकार तिने आत्मसात केले होते. कोणतेही स्वर तिच्या गळ्यातून बारकाव्यांसह अचूक निघत असत. कॉयर, जॅझ, कोंकणी गाणी किंवा बॉलीवुडची दे धम्माल गाणी असोत, प्रत्येक गाण्याला ती योग्य न्याय द्यायची. तिला मरणोत्तर पद्मश्री प्रदान करण्यात आली. असं काय घडलं होतं की यशाच्या शिखरावर असताना तिने आत्महत्या करावी? स्वत:च्या हातानी स्वत:चं मनगट का चिरून घेतलं तिनं? देवा, जे झालं ते किती वाईट झालं!

या काही माझ्या एकटीच्या भावना नव्हत्या तिच्याबद्दल. तिचे हजारो, लाखो फॅन्स होते. 'चर्च ऑफ अवर लेडी'मध्ये तिला अखेरचा निरोप द्यायला प्रचंड जनसमुदाय लोटला होता. तिच्या अकाली मृत्यूच्या दु:खाने आमच्यासमवेत निसर्गालासुद्धा रडवले होते. आमचे अश्रू आणि धुवांधार पावसाच्या साक्षीने तिचा अंत्यविधी पार पडला. कदाचित आमचं दु:ख धुऊन काढायचा ईश्वराचा तो प्रयत्न होता का? सगळ्या वातावरणामध्ये एक प्रकारचा विरह दाटला होता. नंतर असंही ऐकण्यात आलं की, समुद्र किनाऱ्यावर लाटांनी अनेक मृत मासे वाहून आणले. तिथले जाणकार म्हणत होते तसं. त्यांच्यावर अविश्वास दाखवणं मला तरी शक्य नव्हतं. ज्या दर्जाचं गाणं तिच्या गळ्यातून निघतं होतं त्याकरता केवळ तपश्चर्या किंवा रियाज पुरेसा नसतो. त्यासाठी आत्म्याची प्रत्यक्ष स्त्रोतासमवेत तल्लीनता साधली जाणं आवश्यक असतं.

अंजुना बीचच्या 'शोअर बार'मध्ये मी दुसऱ्यांदा सॅमीला पाहिलं. एका स्टोरीच्या संदर्भात मी तिथे गेले होते. गोव्यामधल्या समुद्रकिनाऱ्यांवरच्या पार्ट्यांमध्ये उदयाला येत असणाऱ्या संगीताच्या नव्या फंड्याकडे माझं लक्ष जाणं स्वाभाविक होतं. म्युझिकचा कॉलम चालवत होते ना मी! सगळीकडे त्याची चर्चा सुरू झाली होती. अर्थात, यामध्ये विदेशी डीजेज्चं योगदान जास्त असलं, तरी स्थानिक कलावंतसुद्धा आपला ठसा प्रकर्षाने उमटवत होते. मी तिथे गेले तेव्हा सॅमी त्या पार्टीचा केंद्रबिंदू होता. त्याच्या 'सायकेडेलिक प्लॅन्टेन्स' या बँड ग्रुपने सारे भारावले होते. तो जाईल

तिथे गर्दी होत होती. त्या वर्षीच्या ड्रेस्डेन फेस्टिव्हलकरता सॅमीला आमंत्रण आहे आणि नंतर गॅलेक्सटसी या जगप्रसिद्ध जर्मन बँडबरोबर तो एक अल्बम करणार आहे अशी जबरदस्त हवा सगळीकडे होती.

त्याची मुलाखत घेऊन झाल्यावर मी माझ्या नोट्स त्याला वाचून दाखवल्या. त्याला त्या खूप आवडल्या- "कसली 'कूल बेब' आहेस तू!" या शब्दाने त्याने माझं कौतुकसुद्धा केलं. सॅमी आणि त्याचा बँड अनोख्या पद्धतीनं संगीत देण्याच्या प्रयत्नात होते. त्यातली गुंतागुंतीची प्रक्रिया आधी स्वत: समजावून घेणं माझ्या दृष्टीने अत्यावश्यक होते. कितीतरी गोष्टी गुंफलेल्या होत्या त्या संगीतात! ४×४ क्वार्टर बीट, त्या संगीताला अभिजात सौंदर्य आणि खळाळतं चैतन्य बहार करणारी ऊर्जा जी सतत बदलणाऱ्या ठोक्यांच्या लयीतून निर्माण होत होती. सिंथेसायझर्सचा अचूक वापर, नेमक्या वेळी वाजणारा ड्रम आणि या साऱ्याला कुठेही बेसूर न होऊ देता तोलणारा आदिवासी ट्रॅक... जादुई दुनियेत अलगद, तरंगत सैर करून आणण्याची ताकद त्या मिलाफात होती. मी सगळं शब्दबद्ध केलं. त्याच्याकडे पाहून मी छानसं हसले. माझ्या आयुष्याचा तो काळच मुळी स्वत:वर खूश होण्याचा होता. त्या खुशीचं प्रतिबिंब प्रत्यही सगळीकडे दिसून येई. मी आत्मविश्वासाने सॅमीला सांगितलं, "आम्ही पारशी नेहमीच जेते असतो!" समाजातील प्रत्येक क्षेत्रामध्ये आम्ही देदीप्यमान यश मिळवत होतो. डॉक्टर्स, वकील, बँकर, आंत्रप्रेन्युअर... एवढंच नव्हे तर मानवजातीसाठी परोपरीने झटण्यातसुद्धा आम्ही पारशी अग्रेसर होतो. माझे वडील आर्मीमध्ये जनरलच्या पदाला पोहोचले होते; पण तरीही आमच्या दृष्टीने ते आमच्या यशोगाथेचं शिखर नव्हतं.

सॅमीला मी जेव्हा तिसऱ्यांदा भेटले तेव्हा मी सारखी खुदुखुदु हसत होते. वातावरण भारलेलं होतं. अंजुना हिलटॉपवरचा त्याचा शो नुकताच संपला होता. त्या दिवशी स्टेज ज्या पद्धतीने सजवलं होतं त्याला तोड नव्हती. गडद लाल आणि सोनेरी रंगांच्या तांत्रिक डिझाइन्सच्या पार्श्वभूमीवर हिरव्या आणि जांभळ्या फ्लुरोसंट रंगांमधल्या देव-देवतांची पोस्टर्स झळकत होती. ठळक काळ्या ग्राफिटीमध्ये लिहिलेले 'जागतिक शांतता, ऐक्य आणि प्रेम' हे शब्द अगदी कुठूनही नजरेत भरत होते. तो सर्व परिसर पाम वृक्षांनी वेढलेला होता. त्यांच्या खोडांभोवती गुंडाळलेल्या दिव्यांच्या माळांमधून रंगांची उधळण होत होती. झाडा-झाडांवरून सोडलेल्या काळ्या रंगाच्या दिव्यांमधून मंद, गूढ प्रकाश झिरपत होता. त्या प्रकाशात तरुणाई थिरकत होती. संगीत आणि मॅरवानाच्या जोडीला एका अनामिक, अनावर ओढीनं सगळ्यांना संमोहित केलं होतं. मी सॅमीबरोबर स्टेजच्या मागे असलेल्या त्याच्या तात्पुरत्या ड्रेसिंग रूममध्ये होते. माझा कणन्‌कण उत्तेजित पण तितकाच सजगही झाला होता. फौजी अधिकाऱ्याची मुलगी होते मी. स्वत:चं नैतिक अध:पतन होऊ शकतं याची जाणीव होती मला.

आणि अचानक मला खूप हसू येऊ लागलं. माझा स्वत:वर ताबा राहिला नाही. नक्की कशामुळे मी इतकी हसत होते कोण जाणे! माझ्या पारशी शुभ्र रंगाच्या विरोधात त्याची ती तुकतुकीत काळी केसाळ छाती बघून की माझं कौमार्य मी त्या क्षणी गमावणार होते याची जाणीव होऊन? पण मी हसत होते खरी आणि खरं सांगायचं तर मनात येत होतं की, आपण एमेथिस्टच्या मुलाबरोबर आहोत. किती वेळ मी तशी हसत राहिले.

त्यानंतर सॅमी आणि मी चोरून-चोरून एकांतात भेटत राहिलो. मनातून मी अजूनही पारशी खानदानातून आलेली, आईने उत्तम संस्कार करून वाढवलेली ती कुणी एक चांगली मुलगी होते. पहिल्यांदा आम्ही एक झालो तेव्हा एमेथिस्टचा विचार मनात होता, नंतर मात्र मी तिला जणू विसरले. तिचा मुलगा इतका प्रतिभासंपन्न होता ना!

जेव्हा जेव्हा एखाद्या पारशी मुलीने जातीबाहेर लग्न केलं तेव्हा तेव्हा माझ्या आईनं मला खडसावून बजावलं होते, "हे बघ पारश्यांव्यतिरिक्त कोणत्याही मुलाशी लग्न करू नकोस, तुझ्या वडिलांना सहन होणार नाही"– वयाच्या आठव्या वर्षापासून मी तिचं हे बजावणं ऐकत होते. त्यानंतर कित्येक पारशी मुलींनी इतर जातीच्या मुलांशी लग्नं केली. त्या सगळ्यांना जातीबाहेर काढलं गेलं. सतत आपल्या नातेसंबंधांमध्ये लग्न करून आमची जमात आता नष्ट होण्याच्या मार्गावर आली आहे; पण तरीही आम्ही जुन्या रूढी-परंपरांच्या चौकटीबाहेर जायला जराही तयार नाही. अर्थात इथे प्रश्न झोराष्ट्रीयनांच्या मूल्यांचा आणि रूढींचा नव्हता, तर माझा आणि सॅमी फर्नांडिसचा होता.

आमच्या दोघांच्या धुंद प्रणयापुढे माझ्या आईच्या बोलण्याचा माझ्यावर असा कोणता मोठा परिणाम होणार होता? रॉकस्टार प्रियकर आणि रिपोर्टर प्रेयसी. आता तर तो माझ्यासाठी गाणे लिहीत होता. माझ्या मते ती त्याची सर्वोत्कृष्ट गाणी होती. कोकेनची नशा चटकन डोक्यात जावी तसा त्या गाण्यांचा ताल होता, धारदार, काळजाचा ठाव घेणारा, धुंद करणारा. आमच्या दैनिकाच्या रविवारच्या पुरवणीकरता मी त्याची एक 'फुल स्टोरी' केली. त्यामध्ये त्याला मिळालेला संगीताचा वारसा आणि संगीतकार म्हणून त्याच्या ठायी असलेल्या गुणांवर प्रकाश टाकला होता.

सॅमीनं मला मागणी घातली तीसुद्धा अनोख्या ढंगानं. बागा या ठिकाणी सूर्यास्ताच्या वेळी ड्रमडान्स सुरू होता. स्थानिक, प्रवासी, संगीतकार... ड्रम वाजवणारे सारेजण अर्धवर्तुळाकार बसले होते. साऱ्यांचं तोंड मावळतीच्या सूर्याकडे होतं. साऱ्यांनी दोन्ही हात डोक्यावर घेऊन सूर्याला नमस्कार केला.

सर्वात आधी सॅमीनं ड्रम वाजवायला सुरुवात केली. त्यानंतर एक-एक करत सारे ड्रम वाजवू लागले. थोड्या वेळातच त्या जागेवर ड्रम्स आणि ताशांचा कडकडाट सुरू झाला. गर्जत येणाऱ्या लाटांना तो आवाज आव्हान देऊ लागला.

वातावरण त्या नादानं भारलं गेलं. त्या झंकाराशिवाय काहीही ऐकू येईनासं झालं. पेशी-पेशीतून तो नाद झिरपत, उतरत खोलवर भिनला. आवाजाचा कडेलोट होऊन सूर्याला जणू पाताळात घेऊन जाऊ लागला. अचानक कुणीतरी बासरीचे सूर छेडले. आता ड्रम्सची लय वाढली. सागरकिनाऱ्यावरची गर्दी वाढू लागली. जमलेले सारे स्वत:ला विसरून त्या तालावर डोलू लागले, टाळ्या वाजवू लागले; पायाने ठेका धरू लागले. उमटणाऱ्या त्या संगीतातून अस्वस्थता शिगेला पोहोचली. तितक्यात सूर्य पूर्णपणे अस्ताला गेला आणि समुद्र केशरी-लाल रंगांमध्ये न्हाऊन निघाला. अचानक कुठूनसा आगीचा डोंब आला. पेटत्या मशाली घेऊन नाचणाऱ्यांचा जथा होता तो. मंत्रमुग्ध करून टाकणाऱ्या हालचाली करत, पेटत्या मशाली लीलया फिरवत, आपले लांब स्कर्ट्स फलकारत त्यांचं ते नृत्य सुरू होतं. इतका वेळ सुरू असलेला वाद्यकल्लोळ हळूहळू थांबू लागला, तरीही ते नाचत होते. घामाने थबथबलेली त्यांची उघडी शरीरं सोन्यासारखी झळाळत होती.

तेवढ्यात त्या सर्व वाद्यांच्या गजराला भेदत सॅमीचा आवाज आला. माइकवरून येणाऱ्या त्याच्या त्या खणखणीत आवाजाने साऱ्यांनी कान टवकारले. ''माझ्या प्रिय मित्र-मैत्रिणींनो, माझ्यासाठी अगदी विशेष असणाऱ्या मिस कोरी दिनशॉला मी हे गाणं अर्पण करतो आहे. गाण्याचे बोल आहेत : 'ठरव आता काहीतरी कोरी!' सॅमी फर्नांडिस पक्का शोमॅन होता!

आम्ही एकमेकांसोबत डेटिंग करायला लागल्या-लागल्याच सॅमीने मला लग्नासाठी विचारलं होतं. त्यानंतर प्रत्येक भेटीत तो मला विचारत असे. त्याची विचारायची पद्धतसुद्धा खास होती. माझी हनुवटी अलगद उचलून, माझ्या नजरेत नजर गुंतवून कुजबुजत तो मला प्रश्न करायचा, ''माझ्या आनंदा, माझ्याशी लग्न नाही का करणार?'' किंवा मग ''हॅलो फुला, हॅलो पावसाच्या थेंबा, हॅलो सूर्यप्रकाशा, हॅलो लय, हॅलो ताल, हॅलो काव्या, हॅलो... हॅलो... हॅलो!'' आलं ना तुमच्या लक्षात? आधी मी त्याचं विचारणं थट्टेवारी नेलं, कालांतरानं माझ्या लक्षात आलं की, तो मला मनापासून विचारत होता. मग मात्र मी त्याला थोडा अवधी मागून घेतला. मला स्वत:चं उत्तर माहीत होतं; पण माझ्या आई-वडिलांना ही बातमी कशी सांगावी ते मला समजत नव्हतं.

आणि आता मला भारून टाकणारा तो वाद्यांचा कल्लोळ, एका पायाच्या गुडघ्यावर दुसरा पाय टेकवून, सावकाश गिरक्या घेत पेटत्या मशाली घेऊन नाचणाऱ्यांच्या मंत्रमुग्ध करणाऱ्या हालचाली आणि जमलेल्या लोकांचा एका सुरातला आवाज : ''हो की नाही, कोरी, सांग, सांग, सांग!'' या अशा प्रसंगी फक्त एकच उत्तर देण्यासारखं होतं. अर्थात, हो! त्रिवार हो! माझा होकार ऐकला मात्र साऱ्यांनी हलकल्लोळ केला. टाळ्यांच्या गजरात सॅमीनं मला त्याच्या घट्ट मिठीत घेतलं आणि त्यानंतर त्यानं घेतलेलं ते प्रदीर्घ चुंबन... कितीतरी कॅमेरे पुढे सरसावले

ते दृश्य चिरंतन करण्यासाठी – आई-वडिलांना कसं सांगावं हा माझा प्रश्न आपसूकच सुटला. दुसऱ्या दिवशीच्या स्थानिक दैनिकात आमचा घट्ट मिठीमधला फोटो प्रसिद्ध झाला आणि आपसूकच सगळ्यांना समजलं.

प्रेमिकांनी लग्न करू नये असा नियम केला पाहिजे खरंतर. म्हणजे कसं ना! आंधळ्याला डोंबाऱ्याच्या दोरीवरून चालायला लावायचं किंवा मग माशाला पाण्यातून बाहेर काढून त्याच्याकडून पोहण्याची अपेक्षा करायची – नाहीतर चक्क एचआयव्ही बाधित पुरुषाला वीर्यदान करायला लावायचे. छे छे! किती मूर्खपणाचं आणि बेजबाबदार वर्तन आहे हे सगळं! कोण श्रेष्ठ आहे याची माणसाला जाणीव करून देण्याचा तो निसर्गाचा मार्ग आहे. आपल्याला काळजीपूर्वक वाढवलं जातं. आपली स्वत:शी काय बांधिलकी आहे हे आपली आई आपल्या मनावर ठसवते. आपल्या ठायी नैतिकतेचं अधिष्ठान बसवलं जातं. आपल्या आयुष्यात बुद्धिमान आणि संवेदनशील, तरल असा पुरुष येईल असं आपल्याला वाटतं. आपल्या आयुष्याचा हा जोडीदार आपली सर्वतोपरी काळजी घेईल, अंथरुणातून उठण्याआधी आपल्या हातात वाफाळलेल्या कॉफीचा कप ठेवेल, आपल्या बाळाची देखभाल आपल्या बरोबरीने करील असं स्वप्न आपण पाहात असतो. आपल्या मनाच्या, विचारांच्या कोपऱ्यात सुप्त अवस्थेत असतो धोक्याचा इशारा आणि या सगळ्याच्या पार्श्वभूमीवर ठळकपणे असतं एक विधिलिखित. आपल्या गर्भावस्थेमध्ये ते लिहिलं गेलेलं असतं. पिढ्यान्‌पिढ्या कितीही संस्कारात बांधलो गेलो असलो, तरी आपण आजही पूर्वीप्रमाणे स्वत:च स्वत:च्या नाशाला कारण ठरतो.

आणि जेव्हा पुरुषप्रधान संस्कृतीचा वारसा जोपासणारा एखादा पुरुष आपल्या आयुष्यात येतो तेव्हा आपण बेभान होतो. आजवर आपल्या अंतरंगात लपून बसलेले हार्मोन्स मुसंडी मारून बाहेर येतात. ते स्वत:मुळेच इतके संमोहित झालेले असतात की, आपण आपली सारासार विचारशक्ती गमावून बसतो. आपल्याला वास्तवाचं भान येण्याआधी आपण त्या तत्कालीन नरश्रेष्ठाच्या बाहूत बद्ध होतो, त्यात धन्यता मानतो. या साऱ्या गुलामगिरीतून मुक्त होण्यापायी पिढ्यान्‌पिढ्या संघर्ष करणाऱ्या स्त्रियांच्या बलिदानाला आपण दूर भिरकावून देतो. आपल्यावर गाजवला जाणारा अधिकार आक्रमक असला तरी तो आपल्याला सर्वोत्तम भासतो. अंध वासनेने बरबटलेल्या त्या प्रणयामध्ये आपणही स्वत:ला झोकून देतो.

खरंतर, स्त्रीत्ववाद्यांनी हा लढा सोडून दिला पाहिजे. युनिव्हर्सिटींमधून चालणारा लिंगभेदाचा अभ्यासदेखील बंद झाला पाहिजे. शिवाय या सगळ्यासाठी काम करणारे एनजीओज्‌ आणि हेल्पलाइन्स तरी कशाला चालू ठेवायच्या? उत्क्रांतीवादाचा अभ्यास करणाऱ्या बायोलॉजिस्टना थांबवायला हवं. कुटुंबप्रमुखाची आदर्श भूमिका कशी असावी याबद्दलचे मसुदे किंवा मग लिंगसमानतेचे सिद्धान्त, त्यावर चालणारे

प्रदीर्घ संशोधन, त्यातून मांडले जाणारे आराखडे या कशा-कशाचाही उपयोग होणार नाही. स्त्री-पुरुष एकमेकांसमोर येताच सारा विवेक सुटतो, तोल ढळतो. कारण आदिमानवाच्या डीएनए कोडिंगमध्ये हा दोष आहे. आता जर त्याचा वेध घेऊन त्यामध्ये बदल करणं शास्त्रज्ञांना जमलं तरच काही मार्ग निघू शकेल. नाहीतर टेस्टोस्टेरॉनचा गंध आला की, स्त्रिया भान विसरणार. हा गंध जाणवण्याची स्त्रियांची क्षमता काढून घेतली तर?

अरे, पण मी अशी भलतीकडे का भरकटते आहे? मला या शनिवारच्या दैनिकामध्ये 'उत्क्रांतिवाद आणि मानसशास्त्र' असा लेख नाही द्यायचा. हा प्रश्न आहे मी आणि सॅमी फर्नांडिसचा. आणि तो अतिशय गंभीर आहे.

सॅमीशी लग्न करणं ही घोडचूक होती. बऱ्याच स्त्रियांना कधी ना कधी कळून येतं की, त्यांनी चुकीच्या माणसाबरोबर लग्न केलं आहे. मला पहिल्या रात्री कळून चुकलं. अगदी पार आतपर्यंत, माझ्या बोनमॅरोपर्यंत मला प्रकर्षानं ते जाणवलं. रात्रभर सॅमी अस्वस्थपणे तळमळत होता. अर्धवट झोपेत होता. अचानक मध्यरात्री त्याने मला गदागदा हलवून उठवलं. माझ्या दोन्ही दंडांना घट्ट धरून मुसमुसत तो म्हणू लागला, "मला सोडून जाऊ नको गं! सांग ना, नाही ना जाणार मला सोडून आपल्या आई-वडिलांकडे परत?" एवढं विचारेस्तोवर त्याची नखं माझ्या दंडात अक्षरश: रुतली होती.

"नाही रे सोनुल्या, मुळीच जाणार नाही!" मी हलकेच हसत, त्याच्या काळ्या कुरळ्या केसांतून हात फिरवत, अर्धवट झोपेत त्याला म्हटलं.

"तू का हसते आहेस?" सॅमीचा स्वर आता उदास होता. लहरी. काहीतरी बिनसलं होतं.

माझ्या मनात गोंधळ निर्माण झाला. मी उठून बसले. आता मी थोडी अस्वस्थ झाले होते. तरीही मी चेहऱ्यावर हसू आणलं. हा माझी मस्करी करतो आहे की खरंच हा असा वागतो आहे?

"बंद कर, बंद कर तुझं हसणं! मी सांगतो आहे ना? बंद कर!" दात घट्ट रोवून सॅमी माझ्यावर जोरात ओरडला. माझं हसू मिटवण्यासाठी त्याने माझ्या जबड्यावर दोन्ही बाजूंनी त्याची बोटं विलक्षण जोरात आवळली.

आता मात्र मी खूप घाबरले होते. "सॅमी, हा एखादा जोक आहे का?"

"जोक? तो शब्द ऐकताच त्याचा भडका उडाला, "थांब, मी तुला दाखवतो की हा जोक नाही, मला सोडून जाण्याचा विचार स्वप्नातसुद्धा करू नकोस."

"सॅमी, प्लीज, काय झालं आहे तुला?"

आणि अचानक मला काही कळण्याआधी त्याने माझ्या छातीवर दणादणा बुक्के घातले. जितक्या अचानक त्याने मारायला सुरुवात केली तितक्या अचानक

तो थांबला. त्याच्या संतापाचा उद्रेक आटला असावा. ''माझं चुकलं, माझं चुकलं!'' असं म्हणत तो आता हुंदके देऊ लागला. मग माझे लाड करत, मला गोंजारत तो पुन्हा प्रणयाच्या रंगात रंगून गेला. मी मात्र स्तब्ध झाले होते. सकाळी मी उठले ती रात्रीच्या अत्याचाराच्या खुणा माझ्या शरीरावर आणि मनावर घेऊनच. रात्री नक्की काय, कसं आणि का घडलं हे मला समजत नव्हतं आणि त्या क्षणी सॅमीशी त्याबद्दल बोलण्याची माझी मानसिकताही नव्हती.

मांडवी नदीच्या किनारी असलेला १९व्या शतकातला पोर्तुगीज बंगला सॅमीच्या कुटुंबाच्या मालकीचा होता. मेंडोझा मॅन्शन या नावाने प्रसिद्ध असलेला तो बंगला मूळचा एमेथिस्टच्या कुटुंबाचा होता. त्या बंगल्याच्या पश्चिमेकडच्या भागात सॅमीचे वडील राहात होते. पूर्वेकडच्या भागात मी आणि सॅमी राहू लागलो. त्या बंगल्याच्या मध्यभागी प्रशस्त बॉलरूम होती. तिथे खास लाकडी जमीन होती. बॉलरूमच्या खिडक्या उंची रंगीत काचांमुळे खुलून दिसत होत्या. त्यावर लांब देठाच्या फुलांची, पक्ष्यांची, प्राण्यांची चित्रं रंगवलेली होती. तो हॉल अगदी चर्च हॉलसारखा दिसत असे. फक्त तिथे चर्चसारखे बाक ठेवलेले नव्हते. तिथल्या भिंतीवर मेंडोझा कुटुंबीयांचे फोटो टांगलेले होते. एमेथिस्टचेसुद्धा असंख्य फोटो होते, काही तिचे एकटीचे, काही बक्षीस घेतानाचे, काही स्टेजवर गाणी म्हणतानाचे, परदेश प्रवासाचे, मदर तेरेसा, अनाथ मुलं, सिनेस्टार्स, उच्चभ्रू समाजातील लोक असे कितीतरीजणांबरोबर तिचे फोटो दिसत होते.

त्या दिवशी ब्रेकफास्टनंतर सॅमीने मला त्या बंगल्यात सगळीकडे फिरवले. एमेथिस्टचे फोटो पाहून मी भारावून गेले होते. ''माय गॉड सॅमी, किती सुंदर होती रे ती!''

''साली, रांड! मी तिचा इतका तिरस्कार करत होतो ना!''

''सॅमी!''

आता तो त्या फोटोंमधल्या प्रत्येक पुरुषामध्ये आपली बोटं खुपसत होता, शिव्या घालत होता. ''हा कॅबिनेट मिनिस्टर! हा यूएसचा ॲम्बेसेडर, हा प्रसिद्ध सिनेनट! या प्रत्येकाच्या बरोबर ती झोपली. नाहीतर एवढ्या वर कशी पोहोचली असती ती?'' संतापाच्या उद्रेकाने त्याचे ओठ थरथरू लागले. डोळ्यांत तर अंगार पेटला होता नुसता. हातसुद्धा कापत होते.

''सॅमी, अरे... तुझी आई... किती आदर होता लोकांना, तिची प्रतिष्ठा...'' अडखळत, चाचपडत बोलायचा मी प्रयत्न करत होते, ''तिच्या व्यवसायामुळे...''

माझं वाक्य पूर्ण व्हायच्या आधीच सॅमी म्हणाला, ''हो ना, व्यवसायच की नाही? जगातला सर्वात प्राचीन व्यवसाय असं म्हणतात देहविक्रयाला.''

माझी मती कुंठित झाली होती. काय बोलायचं त्याच्या या विधानावर, मला समजत नव्हतं. शिवाय रात्रीचा जीवघेणा अनुभव अजूनही माझा थरकाप उडवत

होता. त्या धक्क्यातून कुठे सावरले होते मी? त्याच्या भीतीने मान डोलवली मी. काहीतरी भयंकर चुकलं होतं. माझ्यासमोरचा सॅमी कुणी दुसराच होता. कालपर्यंत मला ठाऊक असलेला तो प्रसन्न, हसणारा, नाचणारा, गाणारा, माझ्यावर जीव ओतून प्रेम करणारा सॅमी कुठे गेला होता? नंतर मला थेरपिस्टने सांगितलं की, मानसशास्त्रीय भाषेत याला सीए म्हणतात. म्हणजे चार्टर्ड अकाउंटंटशी त्याचा काही संबंध नाही. सीए म्हणजे - चार्मर ॲब्युझर - आधी खुलवणारा आणि नंतर छळ करणारा. यातला खुलवण्याचा भाग आधी येतो. रजिस्ट्रार ऑफिसमध्ये दोन साक्षीदारांसमोर मी जेव्हा सह्या केल्या त्या क्षणी तो 'चार्मर' संपला आणि छळणारा सॅमी तेवढा उरला.

दुपारी मी माझ्या बॅगमधले कपडे कपाटात ठेवत होते. आमची ही बेडरूम अष्टकोनी होती. खोलीच्या पुढच्या भागातल्या चारही भिंतींना प्रत्येकी एक-एक खिडकी होती, प्रचंड मोठी अशी. त्या खिडक्यांवरच्या रंगीत काचांवर विविध भौमितिक रचना कोरलेल्या होत्या. त्यातून झिरपणाऱ्या सूर्यकिरणांची सुरेख नक्षी खालच्या लाल टाइल्सवर तयार झाली होती. बंगल्यातून बाहेर जाणाऱ्या रस्त्याच्या दुतर्फा पामची दाट झाडे होती. बाहेरच्या बाल्कनीतून ती सुंदर दिसत होती. नीरव शांततेत दूरवरून येणारा नदीचा खळखळाट स्पष्टपणे ऐकू येत होता. माझ्या जिवाला मात्र चैन नव्हतं. प्रचंड तगमग जाणवत होती. कालच्या त्याच्या रासवटपणाच्या खुणा माझ्या गोऱ्यापान शरीरावर उमटल्या होत्या. काळ्या-निळ्या खुणांचं जाळं झालं होतं. माझ्या नवीन घरातल्या रंगीत खिडक्यांमधून आत आलेल्या सूर्यकिरणांनी माझ्या बेडरूमच्या फरशीवर पाडलेल्या रंगीत सुंदर सावल्यांची सर नव्हती त्या जाळ्याला; फार हिडीस दिसत होतं ते.

"चल निघ इथून आत्ताच्या आत्ता! पळून जा इथून! बाहेर पड, सांग सगळ्यांना तुझी चूक झाली, फार फार मोठी चूक झाली; पण इथून निघ."

"काय आहे हे? हे काय आहे?" कुठूनसा अचानक सॅमी आला आणि माझ्या बाजूला उभं राहून तारसप्तकात किंचाळू लागला. त्याचा एरवीचा देखणा चेहरा कुरूप दिसत होता. ॲनई-ॲनई परफ्युमची बाटली मी नुकतीच बॅगमधून काढून भिंतीच्या बाजूला असलेल्या नक्षीदार लाकडी कपाटात ठेवली होती.

"तू वचन दिलं होतंस! वचन दिलं होतंस! परफ्युम वापरणार नाहीस म्हणून!"

"पण सॅमी, ते तर सहज... मला वाटलं होतं प्रेमात तू मस्करी करतो आहेस. मी ते थट्टेवारी..." त्या दिवशी लाडात येऊन तो माझ्या कानाचे हलके चावे घेत होता. माझ्या शरीराच्या कुठल्या-कुठल्या जागांवर त्याची बोटं थिरकत होती. मला नव्याने स्वत:ची जाणीव करून देणारी स्पंदनं माझ्यामध्ये उमटत होती. माझा गंध आपल्या श्वासामध्ये भरून घेता-घेता तो म्हणाला होता, "तुझा मादक गंध मला बेभान करतो. अशीच राहा कायम – स्वत:मधे गंधावलेली. हा गंध सहज स्वाभाविक

आहे,'' आणि पुढे त्याने मला वचन मागितलं होतं कुठलाही परफ्युम न वापरण्याचं. त्या गंधोन्मादामध्ये मीसुद्धा ते सहजतेने दिलं होते. त्या वेड्या क्षणी त्याने मला अन्न-पाणी जरी कायमचं सोडायला सांगितलं असतं तरी मी ते सोडलं असतं. ते क्षणच तसे असतात, विचारांना विसरून जायचे.

मी पारशी समाजात लग्न केलं असतं, तर माझ्या आईनं आमच्या जमातीचे मुलीच्या लग्नाचे रीतीरिवाज आवर्जून पाळले असते. आमची लग्नगाठ बसायच्या आधी 'अछु-मिछु' म्हणत माझी दृष्ट काढली असती, मग आम्ही दोघांनी एकमेकांवर तांदळाच्या अक्षतांचा वर्षाव केला असता. आम्हाला लग्नाच्या बंधनात अडकवताना आमच्या धर्मगुरूंनी प्रार्थना म्हणत आम्हाला आशीर्वाद दिले असते. लग्नानंतर आम्ही दोघंही अग्निदेवाचे आशीर्वाद घ्यायला मंदिरात गेलो असतो.

एमेथिस्ट हयात असती तर पवित्र तेलांनी आणि नारळाच्या जलानी तिने आम्हाला न्हाऊ-माखू घातलं असतं. लग्नाच्या आधी विधिवत अभिमंत्रित केलं असतं. मग खास शुभ्र पांढऱ्या चर्चमध्ये आमचं लग्न लागलं असतं – कदाचित घराच्या बाजूला असलेल्या या खासगी चॅपेलमध्ये. आमच्या आजूबाजूला ब्राइड्समेड आणि पेजबॉईज्‌ची गर्दी असती. आमच्या लग्नानंतर सारे नातेवाईक, इष्टमित्र जोडीजोडीने आमच्या बरोबर नाचले असते आणि नंतर आपले रुमाल आणि पंखे फडकवत सुरेख संगीताच्या तालावर आम्हाला निरोप दिला असता.

पण आम्ही दोन्ही घरचे पाहुणे उपाशी होतो. त्याची कसर भरून काढायला सॅमीने मुलखावेगळी रीत स्वीकारली होती. आमचा लग्नसोहळा संस्मरणीय झाला, साक्षीला होत्या छिन्नविच्छिन्न झालेल्या खिडक्यांच्या रंगीत काचा, जमिनीवर आपटून फोडल्यामुळे फुटलेल्या परफ्युमच्या बाटल्या, त्या सगळ्यातून जाणवणारा संमिश्र गंध आणि आमच्या दोघांच्या डोळ्यांतून घळाघळा वाहणारे अश्रू.

त्याने माझा हात करकचून पिरगाळत माझ्या मागे नेला. आता तो खांद्यातून निखळतो की काय असं मला वाटलं. "थट्टा! थट्टा-मस्करी वाटली काय तुला? थांब तुला दाखवतो थट्टा कशाला म्हणतात ते!'' असं म्हणत त्याने ॲनई-ॲनईची बाटली हातात घेऊन भिंतीवर भिरकावली. खळ्ळ... शेकडो तुकडे विखुरले. त्या पाठोपाठ इंग्लिश टी रोजचा नंबर लागला. त्यानंतर इसे मियाके, शॅनेलड, पॉयझन- एकेक करत सगळ्या बाटल्या फुटल्या.

"फक्त वेश्यांनी वापरायचा असतो परफ्युम, कळलं? त्या गाणाऱ्या हरामखोर बायका असतात त्यांनी असा सुगंध मिरवायचा असतो. तू नाही! तुझा स्वत:चा गंध तू जपला पाहिजेस. तू चांगलीच राहिली पाहिजेस!'' बोलण्याच्या आवेशात सॅमी काचा गोळा करू लागला. त्याचा हात कापला गेला आणि रक्ताची धार लागली. मी ॲन्टिसेप्टिक क्रिम आणायला धावत सुटले. मला रडू आवरत नव्हतं. सॅमीनं

तर अक्षरश: भोकाड पसरलं होतं. फुटलेल्या बाटल्यांमधून प्रत्येक परफ्युमचा घमघमाट एकमेकांशी स्पर्धा करू लागला होता. फ्रेंच वेश्यागृहात आहोत की काय असं वाटण्याजोगं वातावरण गंधाळलं होतं.

मी कुठेतरी वाचलं होतं की, विवाह ही एक प्रकारची सामाजिक वाटणी असते, दोघांमधल्या कामाची. त्या दृष्टीने पाहिलं तर – मी आणि सॅमी फर्नांडिस आमचं फार छान जमलं होतं. म्हणजे कामाच्या संदर्भात, बरं का! समस्या त्याची होती आणि थेरपी मी घेत होते.

मी सॅमीशी लग्न करण्याआधी मला कल्पना नव्हती की, त्याला काही समस्या असेल म्हणून, कशी असणार? त्याचं तेव्हाचं वागणं किती वेगळं होतं. माझ्या शंकेलासुद्धा शंका घ्यायला जागा नव्हती आणि लग्न हीच सॅमीची सर्वात मोठी समस्या होती. लग्न झालेल्या बायकांचा तो तिरस्कार करत होता. विवाहित स्त्रियांवर विश्वासणे त्याला मानसिकरित्या अशक्य होते. त्याच्या बालपणात कुठल्यातरी घटनेचा त्याच्यावर जबरदस्त आघात झाला होता. खूप काळ त्याच्याकडे दुर्लक्ष झालं होतं. त्यातून निर्माण झाली होती पराकोटीची ईर्षा, मत्सर. त्याचं रूपांतर झालं होतं आयपीव्हीमध्ये; इन्टिमेट पार्टनर व्हायोलन्स. खरंतर तो माझा तिरस्कार करत नव्हता. तो स्वत:चा तिरस्कार करत होता; पण मी आता त्याची सोबती होते म्हणून 'ओल्याबरोबर कोरडं जळतं' या न्यायाने त्याचा तिरस्कार माझ्या वाट्याला येत होता. कारण आता मी त्याच्या मालकीची होते ना! आणि मग, मी त्याला सोडून जाईन की काय या कल्पनेने भयंकर भीती वाटून त्याच्या तिरस्काराला आणखी धार चढत होती.

त्याच्या अविश्वासाची झलक मला सगळ्यात पहिल्यांदा पाहायला मिळाली ती माझ्या आई-वडिलांच्या बाबतीत. मला प्रिय असणारी प्रत्येक व्यक्ती त्याला नजरेसमोरसुद्धा नकोशी होती. माझी शाळेपासूनची खास मैत्रीण, माझ्या ऑफिसमधल्या ज्या दोन-तीन सहकाऱ्यांशी माझ्या विचाराच्या तारा अचूक जुळल्या होत्या ते, माझी एक शेजारीण जिला सहज दोन-चार मिनिटं गप्पा मारायला यावसं वाटायचं, इतकंच काय तर बाल्कनीकडून उडी मारून येणारं, माझ्याकडून लाड करून घेणारं मांजर हे सगळे त्याने माझ्या आयुष्यातून हद्दपार करून टाकले होते. एखाद्या शिकारी कुत्र्याप्रमाणे तो माझी राखण करत होता. आमचं घर किंवा खरं म्हणजे मी जाईन तिथे माझ्या आजूबाजूला असणारा परिसर तो स्वत:च्या अखत्यारीत घेत असे. कुत्रे जसे स्वत:चा इलाखा आखून घेतात ना अगदी तसं. मी म्हणजे जणू त्याने जिंकून आणलेलं हाड होतं. माझ्यावर पहारा हे त्याचं एकमेव कर्तव्य. माझ्या दिशेने कुणी नजर जरी उचलली तरी सुळे फिस्कारून, शेपूट उंचावून तो आक्रमणाच्या तयारीत असे. एकीकडे त्याच्या या वागण्याचा मला प्रचंड त्रास होत होता, तर

दुसरीकडे त्याची ही स्वामित्वाची भावना मला खूप सुखावून जात होती, त्याच्याशी घट्ट बांधून ठेवत होती. प्रेम आणि मालकी हक्क यात महद्अंतर असतं हे समजून घ्यायला मला खूप वेळ लागला.

थेरपिस्ट मला पुन:पुन्हा बजावत होता, "अजूनही काही बिघडलेले नाही. खूप काही वाईट घडायच्या आधी तिथून बाहेर पड. त्याला सुधारण्याचा प्रयत्नसुद्धा करू नकोस;" पण माझ्या डोळ्यांवर प्रेमाची जबरदस्त झापड होती. त्या धुंदीत मी थेरपिस्टला सांगितलं की, माझं लग्न कसं टिकवावं याचं मार्गदर्शन मला हवं होतं, कसे मोडावं याचं नाही! त्यांच्या सांगण्यामागची कळकळ माझ्यापर्यंत पोहोचलीच नव्हती कारण मी स्वत:च माझ्या डोळ्यांवर कातडं ओढून घेतलं होतं आणि तशीही माझ्या आयुष्यात इतकी प्रचंड गुंतागुंत झाली होती की, त्यांचा सल्ला अमलात आणून त्यात अजून भर घालावी असं मला वाटणं कदापी शक्य नव्हतं!

माझे आई-वडील त्यातला पहिला भाग होते. माझ्या लग्नानंतर त्यांनी प्रखर विरोधाची भूमिका घेतली; पण जेमतेम काही आठवडे त्यांचा हा आवेश टिकला. त्यांनी दोघांनीही चक्क माघार घेतली. घूमजाव केलं – इतके दिवस मला दिसत होतं ते कासवाचं अभेद्य कवच आणि अचानक त्याच्या मृदू मुलायम पोटाची बाजू माझ्यासमोर आली. जातीबाहेर लग्न- तेही सॅमीशी करून मी फार मोठी चूक केली आहे हे त्यांना सांगून मी त्यांची माफी मागायच्या आधी दोघांनी पुन:पुन्हा माझी माफी मागितली. माझ्या लग्नाला त्यांनी विरोध करायला नको होता, असं ते वारंवार सांगत राहिले. मोकळ्या मनानं त्यांनी मला कुशीत घेतलं. मी त्यांची एकुलती एक मुलगी होते. मला आनंदात बघणं हा त्यांच्यासाठी सर्वात मोठा आनंद होता.

माझ्या असं लक्षात आलं की, लग्नाला तीस वर्षं होऊनदेखील माझ्या आईला माझे वडील कळले नव्हते. ती मला नेहमी बजावायची की, मी जातीबाहेर लग्न केलं तर माझ्या वडिलांना ते सहन होणार नाही. तसं काही झालं नाही. उलट, वडिलांना जगायला ठोस कारण मिळालं. त्या जनरलसाठी लढायला एक नवीन रण समोर ठाकलं होतं. पारशी मुलींना जातीबाहेर लग्न करायचा हक्क मिळावा, तिला वाळीत टाकू नये म्हणून त्यांनी प्रयत्न सुरू केले.

त्यानंतर मी जितक्या वेळा घरी गेले तितक्या वेळा वडिलांना पत्रव्यवहारात गर्क असलेलं पाहिलं. अनेक पेन्स, कागद, विशेष विवाह कायदा १९५४ असा सरंजाम घेऊन ते बसलेले असायचे. धर्मगुरूंच्या एकछत्री कारभाराला त्यांनी ललकारलं होतं. आणि त्यासाठी त्यांनी पोस्ट खात्याला वेठीला धरलं होतं. भारतातल्याच नाही, तर परदेशात स्थायिक झालेल्या पारशी समाजाच्या सर्वांशी ते सतत पत्रव्यवहार करत होते. त्यांची भाषा धारदार आणि लिखाण मुद्देसूद होतं.

त्यांच्या त्या पत्रलिखाणाच्या झपाट्यातून कोणी पारशी सुटला नव्हता. बुद्धिवादी, पत्रकार, व्यावसायिक कारखानदार, आर्टिस्ट, सिनेनिर्माते, पटकथालेखक, मॅनेजर, इतकंच काय, अगदी हाउसिंग सोसायट्यांचे मॅनेजरसुद्धा. अनेकांनी त्यांना उत्तरं लिहिली. आर्मीमधून रिटायर होताना ते मोठ्या हुद्द्यावर होते; त्यामुळे त्यांच्या शब्दाला खूप किंमत होती, समाजात त्यांना मान होता. त्यांना आलेली सगळी उत्तरं ते काळजीपूर्वक जपून ठेवत. मी घरी गेले की, आवर्जून मला वाचायला देत.

मी दारात पाऊल टाकलं की, ते मला हाक मारत, ''जो, कोरी जो, बघ हा माणूस काय म्हणतो ते! 'आपल्या जातीबाहेर लग्न करणे हा व्यभिचार आहे. कारण असं लग्न हे आपल्या झोराष्ट्रीयन धर्माची परंपरा आणि रीतिरिवाजांप्रमाणे पार पडत नाही.' तो पुढे म्हणतो की, 'अशा लग्नामुळे जन्माला आलेली मुलंदेखील अनैतिक असतात; त्यामुळे त्यांच्यावर नवजोतचे विधी करता येत नाहीत. आशीर्वाद सोहळ्याची पवित्रता नष्ट करत जे आपल्या धर्माची पायमल्ली करतात त्यांच्याकरता विशेष विवाह कायदा ही एक फुसकी पळवाट आहे'. सांग, आता काय म्हणावं! सु वात करे छे? भाषा तर बघ कशी वापरली आहे ते. हे एकविसावं शतक आहे, हे कोणी लक्षात का घेत नाही? अशानं आपली मुलं आपली राहाणार नाहीत. मग धर्मगुरू कोणावर राज्य करतील?

प्रत्येक वेळी मी घरी गेले की, माझ्या वडिलांच्या समोरचा पत्रव्यवहाराचा ढीग प्रचंड वाढलेला मला दिसायचा. हा पसारा त्यांनी माझ्याकरता मांडला होता. अनादी काळापासून आमच्या समाजावर अधिराज्य गाजवणारे नियम आणि समज-उपसमज इतके अभेद्य होते की, त्यावर भावना, तर्कशास्त्र, सांख्यिकी या कशाकशाचा परिणाम होत नव्हता.

ज्या वडिलांनी आपली सारी श्रद्धा माझ्याकरिता पणाला लावली होती त्यांना मी कसं सांगणार होते की, 'पपा, मला माफ करा. माझं लग्न ही घोडचूक होती.'

आणि सॅमीचे वडील... त्यांची जबाबदारी माझ्यावर होती, अर्थात हा माझा स्वत:चा समज असू शकला असता.

रजिस्ट्रारच्या ऑफिसमध्ये सह्या केल्यावर सॅमी पहिल्यांदा मला घरी घेऊन गेला होता. त्याने आपल्या वडिलांना माझी ओळख करून देत म्हटलं, ''ही माझी बायको - कोरी. ही आजपासून इथे राहील.'' एखाद्या लहान मुलाशी किंवा बहिऱ्या माणसाशी बोलावं तसं त्याने प्रत्येक शब्द मोठ्यांदा पण सावकाश उच्चारला होता. काहीतरी बोलण्यासाठी मि. फर्नांडिस यांनी ओठांची हालचालदेखील केली; पण काही न बोलता ते गप्प बसले. काही बोलण्याऐवजी माझ्याकडे पाहून मान डोलवली होती. त्या दिवसानंतर, घरात जेव्हा-जेव्हा आम्ही एकमेकांकडे पाहात असू तेव्हा-

तेव्हा ते फक्त मान डोलवत, अगदी पहिल्या भेटीत डोलवली होती तशी.

जगातले सर्वाधिक शांत गृहस्थ होते ते. एमेथिस्ट गेल्यावर ते कोणाशीही बोलले नव्हते, जणू तिच्याबरोबर त्यांचे शब्दही गाडले गेले होते. ते संवाद विसरले नव्हते; पण अवाक्षरही उच्चारण्याची त्यांना इच्छा नव्हती.

वृद्ध मि. फर्नांडिसनी आपल्या आयुष्याला चाकोरीबद्ध करून टाकलं होतं. इतर कोणत्याही व्यक्तीसमवेत संवाद साधण्याची त्यांना गरज उरली नव्हती. सकाळी उठल्यावर ते फिरायला जात. मग नदीकाठच्या सँटा मोनिका चॅपेलमध्ये जाऊन, ताजी मासोळी घेऊन ते घरी परत येत. एक शब्दही न बोलता ती मासोळी आचाऱ्याच्या ताब्यात देत. त्यानंतर पश्चिमेकडच्या भागात असलेल्या बगिच्यात अखंड काम करत किंवा मग तिथल्या आरामखुर्चीत बसून सिगारेट ओढत, पुस्तक वाचत किंवा फक्त उसासे सोडत. तो छोटासा बगिचा तसा एका बाजूला होता. त्याच्या तीनही बाजूच्या भिंतीवर अतिशय सुंदर बोगनवेली पसरलेल्या होत्या. चौथ्या भिंतीला बांबूचं फाटक होतं. सिकाडा आणि ड्रॅगनफ्लाइजचा आवाज तिथे प्रकर्षाने जाणवे. तिथे सप्तरंगी फुलपाखरं भिरभिरायची. रंगीबेरंगी पक्ष्यांचा चिवचिवाट ऐकू यायचा. सकाळच्या उन्हात त्यांचे कोवळे रंग अजूनच उठावदार दिसायचे. त्या बगिच्यात त्यांना खूप शांती लाभत असणार. त्यांना त्यांच्या एमेथिस्टची आठवण येत असणार. सूर्य डोक्यावर आला की, मग स्वयंपाकघरात येऊन फिशकरी आणि लाल तांदळाचा भात असं जेवून ते आपल्या खोलीत निघून जात.

संध्याकाळी ते त्यांच्या कुटुंबीयांसमवेत जेवत. आता मी आणि सॅमी फर्नांडिस म्हणजे कुटुंब म्हणायचं का हा एक प्रश्नच आहे. त्या वेळी ते फॉर्मल पोशाखात येत. पांढरा शर्ट, काळी पँट, पॉलिश केलेले शूज आणि कधीकधी तर टायसुद्धा.

आमच्या दोघांमधला समान आवडीचा एक धागा आम्हाला केव्हातरी गवसला. कॅरम! शनिवार-रविवारच्या दुपारी आम्ही दोघंही कॅरमचे तीन बोर्ड्स खेळत असू, अर्थात, एकही शब्द न उच्चारता. ते जिंकले की, त्यांच्या चेहऱ्यावर प्रसन्न हसू झळकत असे. त्यांच्या नजरेतून त्यांचा आनंद व्यक्त होई. फार क्वचित कधीतरी ते हरत. अशा वेळी ते खिलाडूवृत्ती दाखवत. अंगठा वर करून माझं कौतुक करत आणि नंतर चक्क माझ्यासमोर झुकत, मानवंदना दिल्यासारखे.

त्यांना मी आवडत होते. मला जाणवलं होतं ते. कधीतरी ते माझ्यासाठी छोटीशी भेट घेऊन यायचे. कधी एखादं जुनं पुस्तक, सीडी, डायरी... एमेथिस्टची डायरी, काही न बोलता टेबलावर ठेवायचे. मानेनं हलका इशारा करायचे.

फक्त एकदाच काय ते माझ्याशी बोलले होते. त्यांची तब्येत बरी नव्हती. सकाळचं फिरायला जाणंसुद्धा त्यांनी थांबवलं होतं. त्या एका वाक्यानंतर साधारण तीन-चार महिन्यांत ते गेले. आदल्या रात्री सॅमी खूप जास्त आक्रमक झाला होता.

बहुधा आमच्या खोलीपासून पार त्यांच्या खोलीपर्यंत आवाज गेला असणार. सकाळी त्यांनी मला अगदी हलक्या आवाजात सांगितलं, "काळजी घे, माझ्या एमीसारखी अकाली जाऊ नकोस." रडून-रडून सुजलेले माझे डोळे पाहून ते म्हणाले होते का तसं? माझा चेहरासुद्धा सुजला होता. ऑफिसमध्ये फोन करून मी येऊ शकत नसल्याचा निरोप दिला होता. सर्वाधिक खपाच्या वृत्तपत्राची संपादक ऑफिसमध्ये अशा अवतारात कशी जाणार?

अर्थात, बहुतकरून मी, सॅमी आणि आमच्या आयुष्याची वाताहत एवढंच माझं विश्व होतं त्या घरात. माझ्यावर प्रेम करणारा, माझ्यासाठी गाणी लिहिणारा, मला उचलून घेणारा सॅमी नाटकी होता यावर माझा काही केल्या विश्वास बसत नव्हता. त्याचं अस्तित्व विसरायची माझी मुळीच तयारी नव्हती. मी ज्याच्यावर भरभरून प्रेम केलं होतं तो सॅमी या छळवादी आणि महातापट सॅमीच्या आत जबरदस्तीने डांबला गेला आहे याची मला खात्री होती. त्याला शोधून काढलं आणि त्या जोखडातून सोडवलं की, मग सारं काही ठीक होणार होतं.

आपण एखाद्या व्यक्तीवर विश्वास टाकतो. त्याने घेतलेल्या आणाभाका खऱ्या मानतो. त्याने शब्द पाळला नाही की, आपल्या विश्वासाला तडा जातो; पण त्याहून जास्त धक्का आपल्याला बसतो जेव्हा आपण त्या व्यक्तीच्या बुद्धीवर, क्षमतेवर विश्वास टाकतो. सॅमीमध्ये दडलेली संगीतकाराची सुप्त बीजं मी स्वत: अनुभवली होती! त्यामुळे अविश्वासाचा प्रश्नच नव्हता. शिवाय, तो एमेथिस्ट फर्नांडिसचा मुलगा होता. तिचा वारसा तो समर्थपणे चालवणार यात काही शंका नव्हती; पण हळूहळू सॅमीची प्रतिभा फुलेनाशी झाली. तो होता तिथेच राहिला. गॅलेक्सटसी आणि गोव्यामधले बँडवादक यांचा एकत्रित अल्बम आला, अगदी ठरल्याप्रमाणे, परंतु त्यात सॅमी नव्हता.

याची कारणमीमांसा जाणून घेता-घेता मी थकून गेले. सॅमी खूप हट्टी आणि एककल्ली झाला होता म्हणून प्रत्येक कॉन्सर्टवरचा त्याचा प्रभाव कमी होत होता आणि एकापाठोपाठ एक रेकॉर्ड्सचे व्यवहार फिस्कटत होते का? की कॉन्सर्ट मनासारख्या जमून येत नव्हत्या आणि रेकॉर्ड्सचे व्यवहार असे फिस्कटत होते म्हणून सॅमी हट्टी आणि एककल्ली होऊ लागला होता? सुरुवातीच्या काळात सगळ्यांना संमोहित करणारं ते संगीत आता जणू स्तब्ध झालं होतं. कुणाला रुचेनासं झालं होतं. त्याच्यात एक प्रकारची कृत्रिमता जाणवू लागली होती आणि तरलतेचा, आविष्काराचा अभावदेखील. सॅमीच्या बँडला नवीन प्रवाहामध्ये कोणतंही स्थान उरलं नव्हतं. इस्त्राईल, फिनलँड, युरोपसारख्या ठिकाणी रेकॉर्डिंग होत होतं परंतु सॅमी आणि त्याच्या बँडमधल्या इतर वादकांना खड्यासारखं वगळून टाकण्यात

आलं होतं. *'पोरी पळ इथून, नीघ इथून, जा पटकन –'*

माझ्या डोक्यात घण घालणारा एवढा एकमेव आवाजच काय तो सॅमीच्या संगीतामुळे निर्माण होत होता.

माझी नोकरी आणि माझं करिअर याच्या अगदी उलट होते. ते माझं दुसरं लग्न होतं आणि त्या आघाडीवर 'नांदा सौख्यभरे' परिस्थिती होती. माझ्या कामावर माझं प्रेम आणि निष्ठा होती. त्याचा मी सन्मान करत होते. बदल्यात मलासुद्धा भरभरून आनंद मिळत होता. माझ्या सुख-दुःखातून, बऱ्या-वाईट प्रसंगांतून तरून जायला भरभक्कम आधार मिळत होता. नोकरीमुळे आर्थिक स्थैर्य आणि जगण्याचं ठाम प्रयोजन उपलब्ध होतं. माझ्या बाबतीत सारं काही चांगलं घडत होतं असं नाही; पण अनेक चांगल्या गोष्टी घडत होत्या हेही खरं.

उमेदवारीच्या काळात मी म्युझिक कॉलम लिहीत असे. त्यामध्ये विचारांची फारशी खोली नव्हती; पण मी घडत गेले. शब्दांची समज येऊ लागली तशी विचारांची व्यापकता वाढत गेली. गोव्याबद्दल मी मनापासून लिहिलं. अगदी कळकळीनं लिहिलं. खाणींना आणि खतांच्या कारखान्यांना परवानगी देणारं निरागस गोवा, लैंगिक विकृती असणाऱ्यांवर विश्वास टाकून त्यांना सन्मानानं वागवणारं गोवा, रिअल इस्टेटीचे व्यवसाय करणारे दादा आणि ड्रग विक्री करणारे डॉन यांचा जराही संशय न घेऊ शकणारं गोवा, इतक्या प्रचंड अशांततेचा भयानक उद्रेक एखाद्या दिवशी होऊ शकतो याची जराही जाणीव नसणारं गोवा. किती रूपं पाहिली मी गोव्याची. मी मुंबईत जन्माला आले होते. देशभरातील विविध सैनिकी क्षेत्रांत माझं बालपण गेलं होतं. वेगवेगळ्या कॉन्व्हेन्ट्स आणि केंद्रीय शाळांमधून माझं शिक्षण पूर्ण झालं होतं. गोव्यानं मला माझी पहिली नोकरी दिली; नवरा, हक्काचं कायमस्वरूपी घर, स्वतःची ओळख सारं काही दिलं होतं. त्या बदल्यात मी गोव्याला माझं मन दिलं होतं. मी गोव्याबाहेरून आले होते आणि गोव्याचीच झाले होते. गोव्याचं अप्रतिम सौंदर्य किती अनोखं आहे ते मला समजत होतं आणि गोव्याला लागलेलं ग्रहणसुद्धा!

नोकरीमध्ये माझ्या वाट्याला सत्काराचे, बढतीचे अनेक क्षण आले. माझी ओळख निर्माण झाली; पण त्याहून महत्त्वाचं म्हणजे निर्लेप होत माझा स्वतःचा दृष्टिकोन विकसित होत गेला. मला हे उमगलं की, वैयक्तिकरित्या झेलावं लागणारं दुर्दैव आपल्याला कितीही महाभयंकर वाटलं तरी शेवटी ते अगदी नगण्य असतं. या जगात करण्याजोगं, वेळ देण्याजोगं माझ्यासाठी खूप काही असताना माझ्या लग्नाचे बारा वाजले हे तुणतुणं वाजवत बसत मी माझं अनमोल आयुष्य फुकट वाया घालवावं का? ही खरोखरच विचार करायला लावणारी बाब होती. मी आयुष्य सत्कारणी लावायचं ठरवलं. माझं सॅमीवर खूप प्रेम होतं; पण ज्या संतापानं आणि नैराश्यानं त्याच्यांवर ताबा मिळवला होता त्याचं मी काही करू शकत नव्हते.

सॅमीला स्वत:च्या या दुष्टचक्रातून बाहेर काढण्याचा मी आटोकाट प्रयत्न केला होता. तो कुठल्याही प्रकारे प्रतिसाद द्यायला तयार नव्हता. मीही आता त्या काट्यांवर चालून थकले होते. एखाद्यावर आपण मनापासून कितीही प्रेम केलं तरी आपला 'स्व' हा आपला आपण जपायचा असतो हे जरी खूप उशिरा माझ्या लक्षात आलं तरी त्या क्षणी ते इतकं अचूक समजलं की, मग मी पुन्हा त्यात गुंतले नाही. तसं पाहिलं तर आपण प्रत्येकजण एकटे असतो. 'आत्मसन्मान' आपल्या अस्तित्वाचा खरा गाभा आहे आणि म्हणूनच स्व-मदत करायला शिकवणारी पुस्तकं बाजारात ढिगभर उपलब्ध असतात. बरं, त्यात काही फारसं तथ्य आहे म्हणावं तर तसंही नाही. पुस्तकांच्या छपाईपायी वारेमाप झाडांची छाटणी मात्र होते. स्वत: स्वत:ची मदत करताना आपल्या व्यतिरिक्त दुसरा-तिसरा कोणी अजिबात उपयोगी पडत नसतो. आपल्या अंतरंगात केवळ आपल्याला प्रवेश असतो. इतरांना प्रवेश चक्क निषिद्ध असतो. म्हणून आपणच स्थिर होऊन आपल्याला जाणून घेत शिकवायचं असतं.

मी त्याला सोडून का नाही गेले याचं आणखी एक कारण आहे, सर्वात महत्त्वाचं. एमेथिस्टच्या मुलावरच्या आंधळ्या प्रेमातून जरी मी बाहेर आले होते तरी तिच्यावर माझा आजही तितकाच जीव होता. नदीकिनारी असलेल्या या पोर्तुगीज धाटणीच्या बंगल्यात मी राहाते आहे. हा बंगला मला खऱ्या अर्थानं माझं घर वाटतो. कारण इथे माझ्यासोबत एमेथिस्ट फर्नांडिसच्या टेप्स्, डायऱ्या आणि फोटोंचा अमूल्य ठेवा आहे. हे सगळं सोडून जावं असं मला मुळीच वाटत नाही. किनाऱ्यावरच्या वाळूमध्ये नदीच्या तरंगांमुळे उमटणारं सुरेल संगीत इतकं स्वर्गीय आहे की, अत्यंत दुर्दैवी आत्म्यालासुद्धा त्यामुळे शांती लाभेल.

आपल्याला लाभलेल्या या वारशाप्रती सॅमी जितका बेपर्वाईने वागत होता तितकी माझी एमेथिस्टच्या प्रती ओढ वाढत होती. मी तिचं खूप काही देणं लागते असं मला वाटत होतं. या घरात मी सून होऊन येण्यामागे काहीतरी ईश्वरी संकेत असावा. तिने केलेलं प्रचंड काम सगळ्या जगासमोर आणून त्याचा वारसा येणाऱ्या पिढ्यांकडे सोपवणं ही मला माझी जबाबदारी वाटत होती. सॅमीचे वडील वारल्यानंतर तो भाग रिकामा पडला होता. मी संध्याकाळी कामावरून परतले की, कित्येक तास तिथे घालवत असे. तिच्या वस्तू पाहायच्या, त्यांची क्रमवार मांडणी करायची, तिच्या डायऱ्या वाचून नोंदी ठेवायच्या, तिच्या संगीताची कालबद्ध वर्गवारी करायची, तिच्या करिअरचा आढावा घ्यायचा, तिच्या संगीतावर प्रभाव पाडणाऱ्या घटकांचा वेध घ्यायचा असं माझ्या कामाचं प्राथमिक स्वरूप होतं.

एमेथिस्टच्या त्या डायऱ्यांमध्ये तिच्या स्वत:च्या संगीताबद्दल इत्थंभूत माहिती होती. जोडीला, तिने समकालीन संगीतकारांबद्दलदेखील अचूक विस्तारित माहिती

नोंदली होती. मेंडोझा फॅमिली कॉयरचे कृष्ण-धवल फोटो त्यात होते. त्या वेळी त्यांचा शंभरजणांचा परिपूर्ण ऑर्केस्ट्रा होता, फक्त मेंडोझा कुटुंबातील सदस्यांचा. सख्खे, चुलत, मावस, मामे... असा सर्वसमावेशक ऑर्केस्ट्रा. त्या फोटोमध्ये एमेथिस्ट आणि तिची चुलत बहीण अशा दोनच मुली होत्या. त्या दोघींचे केस इतर मुलांप्रमाणेच कट केलेले होते. काळ्या पँट्स आणि पांढऱ्या शर्टमुळे त्या इतर सगळ्यांमध्ये मिसळून गेल्या होत्या. फ्रेडी आणि फ्रँक या तिच्या काकांबद्दल बऱ्याच कथा प्रसिद्ध होत्या. १९३०च्या मध्यावर मुंबई-ताजमध्ये भारतातला पहिला जॅझ बँड शो झाला होता. त्यामध्ये त्या दोघांनी योगदान दिलं होतं. तेव्हाच्या बॉलीवुडच्या आघाडीच्या संगीत रचनाकारांसाठी ते दोघं सर्व प्रकारच्या संगीत सुविधा पुरवत असत. त्यांच्याशिवाय कुणाचं पानदेखील हलत नसे असं म्हटलं तरी चालेल. त्या दोघांनी रचलेले संगीताचे अनेकानेक तुकडे एमेथिस्टने जपून ठेवले होते. त्यांच्यात थोडेसे इकडचेतिकडचे बदल करून प्रथितयश गीतकारांनी त्या वेळी देदीप्यमान यश आणि नाव कमावलं होतं.

जाझच्या क्षेत्रात एमेथिस्टचा शिरकाव अगदी मांजरीच्या पावलांनी झाला. त्याबद्दल तिने स्वत:च्या वळणदार हस्ताक्षरामध्ये नीटस नोंदी ठेवलेल्या होत्या. १९६०च्या शेवटी, त्या वेळचा प्रसिद्धीच्या शिखरावर असलेला पियानोवादक आणि रचनाकार मॅट सिक्वेरा याने घेतलेली तिची ऑडिशन, त्याला तिच्यामध्ये गवसलेली उत्तम गायिका या साऱ्याचं एक वलय निर्माण झालं होतं. त्याचंही सविस्तर वर्णन तिने केलं होतं. त्या काळात मुंबईच्या चर्चगेट भागातील रस्ते जाझप्रेमींचे ठरलेले अड्डे होते. वाजवण्यासाठी आणि ऐकण्यासाठीसुद्धा. तिथे असलेल्या रिट्झ, नापोली, टॉक ऑफ द टाउन, गेलॉर्ड आणि द पॅरिस या हॉटेल्समधून जाझशिवाय दुसरं काहीही ऐकू यायचं नाही. तिथे येणाऱ्या उच्चभ्रू समाजामधील सुप्रसिद्ध व्यक्तींचे रंजन करण्यासाठी मॅटच्या बँडबरोबर ती आणि तोदेखील अनेकदा गायचे.

एमेथिस्ट आणि मॅटमध्ये काही रोमान्स चालला होता का हे जाणून घेण्याच्या उत्सुकतेने मी बारकाईने तिच्या डायऱ्या चाळल्या. त्यांनी दोघांनी मिळून फार उत्तम दर्जाचं संगीत दिलं होतं, त्यांचे सूर आणि तारा तंतोतंत जुळलेल्या होत्या आणि म्हणूनच त्यांनी मिळून इतिहास निर्माण केला. त्यांची साथ सुटली ती अतिशय कटुता येऊन आणि तीदेखील चारचौघांमध्ये. तरीसुद्धा त्यांच्याबद्दलच्या प्रेमकहाण्या चवीनं चघळल्या जायच्या. त्या दोघांचीही लग्नं झालेली असल्यामुळे दोघांचं प्रेम बहरलं नाही, असं लोक म्हणत. त्या दोघांनी एकमेकांपासून संगीत क्षेत्रामध्ये फारकत घेतल्यावर अनेक वर्षं या अफवा पसरत होत्या. त्यामध्ये काही तथ्य होतं की नाही कोण जाणे! आपल्या आईच्या आयुष्यातील या अस्वस्थतेचा मानसिक आघात सॅमीवर झाला असण्याची शक्यता मी पडताळून पाहिली. कदाचित काही

घडलं असेलही किंवा नसेलही मात्र एमेथिस्टच्या त्या डायऱ्यांमध्ये तिच्या वैयक्तिक भावनांचा किंचितसाही उल्लेख नव्हता.

त्यानंतर १९७०-७२ ही दोन वर्षं तिने काहीच नोंदी केल्या नव्हत्या. त्यानंतर पुन्हा ती लिहू लागली होती. इतके दिवस मुंबईमध्ये जॅझला पोषक वातावरण होतं, पण त्यानंतर मात्र अचानक त्याची लोकप्रियता घसरू लागली. नाइट क्लब्जवर बंदी आल्यामुळे एकापाठोपाठ एक बहुतांश नाइट क्लब्ज बंद झाले. उच्चभ्रू वर्गानं करमणुकीचे दुसरे मार्ग स्वीकारले. जितक्या झपाट्याने जॅझची लाट आली होती तितक्याच झपाट्याने ती ओसरली. वातावरणात प्रचंड मरगळ भरून राहिली. गोव्याच्या गायक-वादकांवर उपाशी मरण्याची वेळ आली. कोणाकडेच काम नव्हतं. त्यांच्या रोजीरोटीचं एकमेव साधन त्यांच्या हातातून सुटलं होतं. पोटाची भूक माणसाला काय-काय करायला लावते. लग्नाच्या वरातीत आणि पारशांच्या नवज्योतसारख्या सणा-समारंभात वाजवायला मिळेल या आशेने बहुतांश वादक शोध घेऊ लागले. त्या काळात एमेथिस्ट गोव्यामध्ये परतली. तसेही तिचे मॅट सिक्वेराबरोबरचे लागेबांधे संपलेच होते. तीन-चार वर्षं ती जणू अज्ञातवासात होती. त्यानंतर तिने नव्या जोमानं गायला सुरुवात केली. तिने कोंकणी लोकसंगीतात रस घेतला; बॅलाड्सच्या नवीन पर्वाला सुरुवात झाली होती.

तिच्या डायऱ्या वाचता-वाचता, तिच्या आत्महत्येबद्दल किंवा तिच्या मन:स्थितीबद्दल तिने काही व्यक्त केलं होतं का हे शोधण्याचा माझा प्रयत्न चालू होता; पण तिच्या कुठल्याही वाक्यामध्ये निराशा, वैताग, जीवन नको असल्याचा त्रागा उमटला नव्हता. उलट शेवटच्या ओळीपर्यंत फक्त आणि फक्त आशावाद, संगीतात तिला असलेला रस आणि प्रेम दिसून येत होतं. तिचा गाण्याचा आवाज जसा मोकळा, स्वच्छ आणि निर्मळ होता तसंच तिचं लेखन होतं – पारदर्शी आणि नितळ, दांभिकतेचा संपूर्ण अभाव असलेलं. तिच्या मृत्यूआधी तीन दिवस तिने डायरी लिहिली होती, ती तिची शेवटची नोंद ठरली. यानंतरची नोंद करायला आपण या जगात नसू याची यत्किंचितही जाणीव नसलेली ती नोंद होती. थिएटर आणि संगीत यांना एकत्र गुंफत 'तिआत्र' या खास पारंपरिक कोंकणी लोकनाट्याच्या पुनरुज्जीवनासाठी एका स्थानिक गटानं तिला आमंत्रित केलं होतं. खास तिचा आवाज समोर ठेवून लिहिण्यात आलेल्या नाट्यसंहितांची चर्चा त्यांच्यामध्ये सुरू होती. या नवीन प्रोजेक्टमुळे तिचा मूळचा उत्साही स्वभाव अधिकच फुलला होता. तिच्या लिखाणामध्ये त्याचं स्पष्ट प्रतिबिंब पडलं होतं.

आणि म्हणूनच मी त्या घरात टिकून राहिले, तिच्या वस्तूंचं जतन करत राहिले. या बंगल्याचं म्युझियममध्ये रूपांतर केलं तर तिचं हे अभ्यासपूर्ण काम लोकांसमोर येईल अशी मला खात्री होती. या बंगल्याचा विस्तार पाहाता इथे संगीत आणि इतर कलांसाठी विशेष सेंटरसुद्धा चालवता येणार होतं.

तिथे राहाण्याचं अजून एक कारण होतं. माझी मानसिकता इतकी बदलली होती की, तिथे राहिले काय किंवा तिथून गेले काय, माझ्या दृष्टीने आता दोन्ही सारखंच होतं. शेवटी, स्वातंत्र्य म्हणजे तरी काय? गमवायला जेव्हा काही उरलेलं नसतं तेव्हा आपण स्वतंत्र होतो, नाही का? माझे वडील आता या जगात नव्हते. आमच्या लग्नाचे धिंडवडे माझ्या आईला कळून चुकले होते. सॅमीचे वृद्ध वडीलसुद्धा गेले होते. मला तिथे बांधून ठेवणारा कुठलाही पाश आता उरला नव्हता. मनाला येईल तेव्हा तिथून निघून जाणं मला शक्य होतं आणि सॅमीचं म्हणाल तर तो आता क्वचितच कधीतरी घरी येत होता. मॅरवानाच्या नशेत हरवलेला सॅमी या बीचवरून त्या बीचवर असा भरकटत राहायचा. त्याच्या मते तो कोणत्याही स्ट्राँग ड्रगच्या आहारी गेलेला नव्हता; तो फक्त मॅरवाना घेत असे कारण त्याचं व्यसन लागण्याची, त्याच्या आहारी जाण्याची शक्यता नसते. आपण व्यसनी नाही असं त्याचं म्हणणं होतं. गेली पंधरा वर्षं तो सतत हे घेत होता आणि तरीही त्याला व्यसन जडलं नव्हतं. अर्थात, ही सॅमीची सफाई होती; स्वतःबद्दल!

या व्यवसायातील गॉसिप्सवर आधारित टॅब्लॉइड सेक्शन मी काही दिवस चालवला; पण लवकरच मला त्याचा फार कंटाळा आला. विचारांच्या आणि भावनांच्या प्रकटीकरणाला त्यामध्ये वाव नव्हता. एका गोष्टीचं मला सातत्याने आश्चर्य वाटत गेलं. आपल्या क्षेत्रात नाव कमावण्यासाठी, आपल्या कर्तृत्वाचा ठसा उमटवण्यासाठी पुरुष किती जिवापाड मेहनत करतात. राजकीय नेते, निपुण खेळाडू, यशस्वी उद्योजक, आघाडीचे कलावंत... कुठलंही क्षेत्र असो कठोर मेहनतीशिवाय कोणी वर पोहोचू शकत नाही; पण स्त्रीसहवास म्हटला की, साऱ्यांचा संयम का सुटतो? त्यांना जर अनेक स्त्रियांबरोबर शरीरसंबंध ठेवण्यात इतका रस असतो तर मग ते सरळ-सरळ भाडोत्री जोडीदार होण्याचं धैर्य का नाही दाखवत? 'हा पुरुष भाड्याने देणे आहे'. निदान सॅमीनं तरी दाखवलं होतं. आपलं पौरुषत्व सिद्ध करण्याचा साधा, सरळ आणि अगदी बिनकष्टाचा शॉर्टकट. त्याचं हे काम तो अगदी मस्तपैकी पार पाडत असणार याबद्दल माझ्या मनात शंका नाही. जिवाचा गोवा करायला येणाऱ्या श्रीमंत युरोपियन बायकांची कमी नव्हती. सॅमीवर पैसे, घड्याळं, कॅमेरे, उत्तम शर्ट्स, शॅम्पेन यांची मनमुराद उधळण करत त्या. कधीकधी तर देश-विदेशाची छोटीशी सैर करून येई तो आपल्या नवीन मैत्रिणींच्या जिवावर. काही बायकांना तो इतका आवडायचा की, संगीत या प्रांतामधील त्याच्या गूढ आणि स्वर्गीय बुद्धिमत्तेवर त्यांचा शंभर टक्के विश्वास बसत असे.

असाच एकदा तो घरी आला होता. आपल्या एका नवीन 'मैत्रिणी'बरोबर काही दिवस भटकायला जाणार होता तो. तो आपली बॅग भरत होता तेव्हा मी त्याला म्हटलंसुद्धा,''बघ ना सॅमी, तुझ्या बुद्धीचा हा एक पैलू किती चपखलपणे तुझ्या

उपयोगी पडतो आहे. निदान वाया तरी जात नाही, हो किनई?'' सॅमी जेव्हा संतापलेला नसे, माझ्या अंगावर वस्तू फेकत नसे तेव्हा आमच्यात अजूनही सहज संवाद होत असे; मी आणि सॅमी फर्नांडिस!

आज रात्री सॅमीनं परतायला नको होतं. माझ्या काही सहकाऱ्यांबरोबर जेवून मी रात्री परत आले तेव्हा आमच्या घरातल्या सोफ्यावर तो बसला होता. त्याच्या हातामध्ये माझी आयसी मियाकची बाटली होती. त्याचा चेहरा, त्याची देहबोली बदलली होती. त्याने यायलाच नको होतं. माझ्यावर ओरडायला नको होतं. ''रांड साली! कोणाबरोबर झोपली होतीस? बोल! थांब, आज तुला वठणीवर आणतो.'' तसं पाहिलं तर सॅमीला आता माझ्यामध्ये जराही रस उरला नव्हता; परंतु त्याच्यामधला 'मालकी हक्क' कधी फणा काढेल याचा नेम नव्हता. त्यानेच मला एकदा सांगितलं होतं की, असं वागणं हा पुरुषार्थाचा एक अविभाज्य भाग आहे, खरा पुरुष आपल्या स्त्रीला असा वाऱ्यावर सोडत नसतो.

संपलं आमचं लग्न – ज्या समारंभानं सुरुवात झाली होती ना त्याच समारंभानं आमचं लग्न संपलं, कायमचं. हातातली परफ्युमची बाटली त्याने समोरच्या भिंतीवर जोरात भिरकावली. काचच ती, फुटायचीच. मग समोर होऊन त्याने त्या फुटलेल्या काचांपैकी मोठा तुकडा उचलला. आज त्याच्या हाताला काच लागली नाही आणि रक्ताची धारही लागली नाही. तो तुकडा त्याने अतिशय क्रोधाने, माझ्यावर उगारला. काळासावळा सॅमी उंच आणि धिप्पाड होता. त्याने अंगात घातलेल्या घट्ट काळ्या टी-शर्टमधून त्याचे पिळदार स्नायू नजरेत भरत होते. इतकी वर्षं स्वत:ची हेळसांड करूनदेखील त्याचं देखणेपण लपत नव्हतं. त्याच्या डोळ्यांत आता रक्त उतरलं होतं आणि त्याचा आवाज... तो त्याचा नसावा, घराच्या भिंतीवर आदळून, परावर्तित होत, घराच्या छतावर आदळून वेगाने खाली कोसळत होता. त्याचा तो आवाज मला हज्जार ठिकाणी भोसकत, अगदी आरपार चालला होता.

''तुम्ही रांडा माझं ऐकत का नाही गं?'' संताप, प्रचंड संतापाचा उद्रेक होता त्याच्या विचारण्यात, ''काय विचारतोय मी? ऐकत का नाही तुम्ही?'' आता त्याचा स्वर बदलला. त्याला किंचितशी अगतिकतेची किनार आली, ''अग, ऐका ना माझं! ऐका, ऐका, प्लीज माझं ऐका! काय सांगतो आहे मी? फक्त एवढंच म्हणतो आहे ना की चांगल्या वागा, घरंदाज स्त्रियांसारख्या राहा!'' त्याचा चेहरा पिळवटला होता. हृदय शतश: विदीर्ण झाल्यासारखे भाव त्याच्या चेहऱ्यावर होते. हातातली काच सरसावत त्याने माझ्या दिशेने पाऊल टाकलं. आपल्या मोकळ्या हाताने माझे केस घट्ट पकडून हासडायचा त्याचा मनसुबा अगदी स्पष्ट होता. ''माझी आई अशीच सापडली होती, बाथटबमध्ये, दोन्ही मनगटं चिरलेल्या अवस्थेत. ऐकतच नव्हती

ती माझं. कोरी, मी तुला बजावतो आहे. मी काय सांगतो आहे ते ऐकायला शिक. नाहीतर, जिथे तिला पोहोचवलं ना तिथेच तुलाही पोहोचवीन मी, कायमचं!''

त्याने हे बोलायला नको होतं. खरंच, बोलायला नको होतं. त्याचं ते वक्तव्य माझ्या कानावर पडलं आणि माझ्या मणक्यातून एक प्रचंड थंड शिरशिरी धावत गेली. संतापाचा उद्रेक झाला. मला काही समजायच्या आधीच मी त्याच्या दोन्ही पायांच्या मधोमध सणसणीत लाथ घातली. माझ्यात इतका जोर कुठून आला होता देव जाणे. एक क्षणही न दवडता मी पलंगाच्या बाजूच्या ड्रॉवरकडे झेप घेतली.

माझे वडील गेल्यावर त्यांचं रिव्हॉल्व्हर मी जपून ठेवलं होतं. एवढ्या मोठ्या बंगल्यात, एकटं राहाताना एखाद्या मुलीला भीती वाटणं स्वाभाविक आहे ना? शिवाय, पत्रकार म्हणून काम करताना माझे काही हितशत्रूसुद्धा निर्माण झाले होते. आणि खरं सांगू? कधीतरी, म्हणजे फारच क्वचित कधीतरी लांबलेल्या, न सरणाऱ्या एखाद्या रात्री, मनाच्या विकल, हळव्या क्षणी त्या रिव्हॉल्व्हरचा तो थंड स्पर्श मला सुखावत होता. एमेथिस्टचं एखादं जुनं गाणं हलकेच गुणगुणत असताना, हातातलं रिव्हॉल्व्हर आश्वासक होत होतं. आत्महत्या करण्यावर माझा मुळीच विश्वास नाही; पण तरीसुद्धा एखाद्या अगतिक, हताश क्षणी मनाला दिलासा मिळतो की, साऱ्याचा कडेलोट झाला तर आपण आपलं जीवन क्षणात, सहजतेने आणि कायमसाठी संपवू शकतो. कधीतरी वाटू शकतं ना असंही? मग या विश्वासातूनच आपल्याला आपल्या पद्धतीने आयुष्याचा सामना करण्याचं धैर्य मिळतं.

सॅमीने आज रात्री असं घरी यायलाच नको होतं. त्याने केलेलं घृणास्पद कृत्य मला सांगायला नको होतं. आता सॅमी फर्नांडिस पडला आहे माझ्यासमोर, रक्ताच्या थारोळ्यात. बंदुकीतून सुटलेल्या पाच गोळ्या त्याच्या छातीमध्ये शिरल्या आहेत. आणि मी आता एक खुनी आहे. मनुष्यवधाचा गुन्हा दाखल होईल बहुधा. चांगल्या वर्तणुकीमुळे कदाचित शिक्षा संपायच्या आधी सुटका होईल माझी; पण तेव्हा परिस्थिती बदलणार नाही. मी मीडियामध्ये काम करते! तिथली कामाची पद्धत भिनली आहे माझ्यामध्ये. मी सुटून बाहेर येण्याच्या आधी पूर्णपणे गाडली, विसरली गेली असेन. स्थानिक पातळीवर जिच्या कुटुंबाला खूप मान आहे अशी सुशिक्षित, सुशील, सुसंस्कृत तरुणी, आपल्या व्यसनाधीन नवऱ्याला थंड डोक्याने गोळ्या घालते. प्रकरण खूप गंभीर आहे, नाही का?

माझ्या कपाटामधून मी एमेथिस्टचा छोटासा फोटो काढून पर्समध्ये ठेवते. आता कोणत्याही क्षणी पोलीस येतील. नंतर कदाचित मी त्यांना विनंती करून तिच्या डायऱ्या मागवून घेऊ शकते. जेलमध्ये वेळ असेल आम्हाला दोघींना – खूप गप्पा मारता येतील. तिच्यासारखी स्त्री... माझ्यासारखी स्त्री... आम्ही स्वत:च्या बाबतीत हे असं घडू तरी कसं दिलं?

नुसरतशी लग्न

काल मी माझ्या गावी गेलो होतो. आम्ही शहरामध्ये राहायला येऊन फार वर्षं झालेली नाहीत; पण तरीही माझं गाव माझ्यापासून खूप दूर कुठेतरी गेलं आहे. खेड्यांमध्ये वेळ पुढे सरकता सरकत नाही. कधीकधी तर तिथल्या तिथे फिरणारा वेळ पाहून वाटतं की, काळाची गती कुंठित झाली असावी. शहरात मात्र याच्याविरुद्ध चित्र असतं. रिक्षा, बस, टेम्पो, गाड्या भरधाव वेगाने इकडून तिकडे जातात, आपल्यालाही त्यांच्याबरोबर नेतात. आपली इच्छा असो वा नसो. ज्या घरामध्ये माझं बालपण गेलं त्याच्याबाहेर मी उभा असतो. पूर्वी पोपटी रंगानं उठून दिसणारं माझ्या लहानपणचं ते घर त्याची रया घालवून बसलं आहे. रंगाचे पोपडे निघालेलं, दुरवस्था झालेलं, दुर्लक्षित घर. मला घरात प्रवेश करण्याची भीती वाटते आहे. दोन युगांची टक्कर व्हायची एकमेकांत; भूतकाळातलं माझं मूलपण आणि वर्तमानातलं माझं पुरुषपण... नुसरतबद्दल विचारणा करणारं... त्यापेक्षा नकोच...

आजही मला आठवतो नुसरतचा आमच्या गावामधला प्रवेश. नवीनच बांधलेल्या रस्त्यांवरून ती आपल्या स्कूटरवरून चालली होती आणि आम्ही मुलं तिच्या त्या वेड्यावाकड्या जाणाऱ्या स्कूटरच्या पुढे जाण्याच्या धडपडीमध्ये होतो. गावाच्या साधारण मध्यभागी किराणा मालाचं एक दुकान होतं. ती त्याच्यासमोर

थांबताच आमचे सगळ्यांचे ब्रेक्ससुद्धा करकचून लागले होते; त्यामुळे आम्ही एकमेकांवर आदळलो होतो. तसंही मेहमूदचाचाचं दुकान म्हणजे आमची सगळ्यात लाडकी जागा होती. आम्ही मोठी मुलं हटकून तिथे सापडायचो. आमच्या स्वप्नातल्या दुनियेमधल्या साऱ्या गोष्टी तिथे होत्या. हातातल्या बाटलीतून घटाघटा पेप्सिकोला पिणाऱ्या शाहरुख आणि सचिनचं मोठं पोस्टर, काळ्या कुळकुळीत, लांबसडक, सरळसोट, रेशमी मुलायम केसांचं प्रदर्शन करणारी सुंदर नटी. तिच्या आवतीभोवती लावलेल्या काळ्या शॅम्पूच्या पाकिटांच्या माळा, पांढऱ्या-लाल पट्ट्यांचे पिवळ्या रंगाचे ग्लुकोजचे पुडे आणि सगळ्यात महत्त्वाचं म्हणजे चटकदार रंगांची वेफर्सची पाकिटे... तिथून दूर जावं असं कोणाला वाटेल बरं?

आपली चकचकीत, पांढरी स्कूटर तिथे भिंतीच्या बाजूला उभी करून ती आमच्याकडे वळली. "इथल्या सरपंचाचं घर कुठे आहे रे?" तिच्या प्रश्नाला उत्तर देण्याऐवजी आम्ही तोंडाचा आ वासून तिच्याकडे पाहात राहिलो. आमचे डोळे खोबणीतून बाहेर येतात की काय असं आम्हाला वाटलं. आमच्या त्या खेडेगावात एखाद्या तरुण मुलीनं येणं, तेही एकटं आणि त्यातून तिने आमच्याशी असं हे बिनधास्त बोलणं हे सारं आमच्या कल्पनेच्या पलीकडचं होतं. तिने हेल्मेट काढलं तेव्हाही एखादं भूत पाहावं तसं आम्ही तिच्याकडे पाहात होतो. हँ! हे काय अक्रीत? पोरीच्या वेषात, फुलाफुलांची सलवार-कमीज घालून कुणी मुलगा तर नाही ना आला? आमच्या मनात हा प्रश्न उमटतो आहे तोच तिने आपल्या पर्समधून ओढणी काढली, आपल्या कापलेल्या केसांवरून गुंडाळून घेत त्याची दोन टोकं खांद्याच्या मागे टाकली; अगदी पारंपरिक पद्धतीनं. अरे! ही तर स्कूटरवरची बाई होती की!

"परकाती है!" सलीम कुजबुजला. केस कापले आहेत तिने. इतका वेळ काय ती आम्ही आठ-दहा मुलंच होतो; पण आता आजूबाजूच्या घरांमधून आमच्यासारखे अजून काही टोळभैरव जमा झाले. सगळा रस्ताभर कुजबुज सुरू झाली. किराणा दुकानाच्या बाहेर उभं राहून केस कापलेली एक तरुण मुलगी सरपंचाचा पत्ता विचारते आहे.

अन्वरने मोलाची माहिती पुरवली, "फिरंगन होगी!" कुणीतरी परदेशी असेल.

"ए चल ए, सूट इथून ! ऐकू नाही आलं का, ती उर्दू बोलते आहे ते! साली, टीव्हीमधून आली असेल," मलाही कंठ फुटला.

तिचे ते कापलेले केस आणि स्कूटरवरून येणं पाहून बहुधा माझा 'पुरुषार्थ' डिवचला गेला होता; त्यामुळे तिला 'साली' म्हणण्याशिवाय माझ्याकडे पर्याय नव्हता. मला स्वत:ला तीन बहिणी असल्यामुळे मी सहसा अर्वाच्य बोलत नसतो. पण माझी खात्री पटली होती की, ती कुणीतरी नटी असावी किंवा टीव्हीसाठी काम करणारी असावी. मौलवी साहेबांनी आम्हाला बजावून सांगितलं होतं की, टीव्हीकरता काम करणं हे स्त्रियांच्या दृष्टीने अगदी अयोग्य आहे.

दुसऱ्याच क्षणी, गर्रकन वळून ती माझ्या पुढ्यात उभी राहिली. आपल्या नाजूक हातांनी तिने माझी जेमतेम पंधरा वर्षांची कोवळी मान पकडली. माझा चेहरा स्वत:कडे वळवून माझ्यावर जोरात बरसली,

"साली कोणाला म्हणतो रे साल्या?" तिचा चेहरा संतापानं लाल झाला होता.

"सॉरी!" तिच्याबद्दल माझ्या मनात प्रचंड आदर दाटून आला.

"सॉरी आपा!" तिने माझ्या चुकीची दुरुस्ती केली.

"सॉरी!" मी सोईस्कररित्या तिला आपा म्हणायचं टाळलं. माझा मोठा भाऊ कासिम म्हणाला होता की, चुकूनदेखील एखाद्या सुंदर मुलीला आपा – मोठी बहीण – म्हणून हाक मारू नये. आपल्याला मूर्ख बनवण्याची त्यांची ती साधीशी युक्ती आपल्याला महागात पडते.

आता तिला सुंदर म्हणावं की हे नाही मला सांगता येणार. माझ्या आयुष्यात मी पहिल्यांदाच एखाद्या बाईचे केस कापलेले पाहात होतो; त्यामुळे मला बसलेला धक्का ओसरला नव्हता.

उसनं अवसान आणून पुढे होत मी म्हटलं, "सरपंच माझे काका आहेत. चला, मी तुम्हाला त्यांचं घर दाखवतो." मनातल्या मनात मी आशा करत होतो की, माझे मित्र माझा पोपट करून माझ्यावर कुरघोडी करण्याचा प्रयत्न करणार नाहीत म्हणून. सरपंच माझे दूरचे काका होते, आम्ही जरी एकाच घरात राहात असलो तरी तसे आम्ही जवळचे नातेवाईक नव्हतो. माझ्या वडिलांच्या मृत्यूनंतर आम्हा सहा भावंडांना घेऊन कुठे राहायचं हा माझ्या आईसमोर मोठा प्रश्न होता. त्या वेळी माझ्या वडिलांचे दूरचे नातेवाईक असलेल्या या काकांनी त्यांच्या त्या पिढ्यान्‌पिढ्या चालत आलेल्या वाड्यामधली कोपऱ्यातली एक खोली माझ्या आईला राहायला दिली होती.

मी घराच्या दिशेने चालायला सुरुवात केली तसा तिने आवाज दिला, "थांब जरा."

मी वळून थांबलो. मला वाटलं, ती लगेच पुढे होईल; पण तिने तिच्या पर्समधले कागद काढून जमिनीवर पसरले. त्यात तिची काही पुस्तकंही होती. त्यातून, तिला हवा असलेला नेमका कागद काढून तिने हातात घेतला आणि बाकी सामान परत पर्समध्ये ठेवलं.

"इथे स्त्री सरपंच आहे. मसूद अलमची विधवा पत्नी याख्नी बेगम." याख्नी बेगम आणि मसूद अलम या दोन नावांवरून आम्हाला कोणालाही काही बोध झाला नाही. आम्ही सगळे विचार करू लागलो. कोण आहेत हे दोघं? शेवटी मी तिला सुचवलं की, दुकानात बसलेला मेहमूदभाई तिची मदत करू शकेल. तो गावातल्या सर्व लोकांना नावांसह ओळखत होता. इतकंच काय, त्याला तर प्रत्येकाच्या नातेवाइकांची इत्थंभूत माहिती होती. गावामध्ये असलेला एकुलता एक एसटीडी बूथ त्याच्या दुकानातल्या एका कोपऱ्यात होता!

माझा तर्क अचूक ठरला. तो कागद पाहाताच एका सेकंदात मेहमूदचाचानी सांगितलं की, याख्नी बेगम म्हणजेच जमीलचाचाची आई. आमच्या गावातली सरपंचाची जागा स्त्री उमेदवाराकरता राखीव होती; त्यामुळे सरकारदप्तरी सरपंच म्हणून तिचं नाव नोंदवलं होतं.

मला अचानक त्या स्कूटरवालीला आमच्या घराचा रस्ता दाखवू नये असा साक्षात्कार झाला. आमचं घर तसं न सापडण्यासारखं नव्हतं. गावातलं एकमेव दुमजली, विटांमध्ये बांधकाम केलेलं गडद हिरव्या रंगाचं आमचं घर कुठूनही नजरेत भरण्याजोगं होतं. मागच्या वर्षी दिलेला रंग अजूनही तजेलदार दिसत होता. पावसाळा यायचा होता. त्या मानानं गावातली घरं वर्षानुवर्षं उन्हा-पावसात उभी राहून रापलेली होती. अर्थात, घर कुठेही असण्यानं फरक पडणार नव्हता. मुख्य समस्या होती जमीलचाचाची आई. अतिलठ्ठ असलेली जमीलचाचाची आई खूप तापट होती. तिला लहान मुलांचा खूप राग येई आणि मग ज्यांचा राग आला असेल त्यांना ती स्वत:ची रबरी स्लिपर फेकून मारत असे. ती या गावची सरपंच आहे हे तिला या आलेल्या बाईकडून समजेल तेव्हा तिथे मी न थांबणं योग्य होतं. आता तर मला अशीही शंका आली की, ही स्कूटरवाली सरकारी गुप्तहेर आहे, तिला मी घर दाखवलं म्हणून जमीलचाचा मला नंतर ठोकून काढतील की काय!

"आऽऽ! पोटात दुखतं आहे माझ्या," दोन्ही हातांनी पोट दाबून धरत मी कळवळून ओरडलो आणि शेताच्या दिशेनं पळत सुटलो.

तसं म्हटलं तर आम्ही साऱ्यांनीच धूम ठोकली. पुढे पळणारा मी आणि माझ्यामागून सुसाट निघालेलं मुलांचं टोळकं. एखाद्या झाडावरच्या पोळ्याला दगड हाणला तर मधमाश्यांचा थवा कसा भस्सकन उडतो तसेच काहीसे आम्ही दिसत असणार. आम्ही सगळे महामूर्ख आहोत असं तिला वाटलं असेल का? किंवा आमच्या गावात कॉलरा, जुलाबाची साथ आली की काय असा विचार तिने केला असेल तर? अर्थात, माझ्या मनात हे विचार आले तेव्हा तिला गावातून जाऊन खूप वेळ झाला होता.

मघाशी तिने माझी मान पकडली होती, किती नाजूक बोटं होती तिची!

तिचं नाव होतं नुसरत खानुम. लखनौमधल्या कुठल्यातरी एजन्सीकरता ती काम करत होती. आमच्या गावातील लोकांपैकी मी आणि जमीलचाचाची आई (त्या स्कूटरवालीचे आभार मानायला पाहिजेत. तिच्यामुळे चाचाच्या आईला नाव मिळालं होतं.) सर्वात आधी मी तिच्या प्रेमात पडलो.

त्या दिवशी आम्ही मुलांनी शेताकडे धूम ठोकली आणि नुसरत याख्नी बेगमला भेटायला गेली. आम्हाला वाटलं तसं तिचं स्वागत चपलांनीच झालं. नुसरतनं ती

चप्पल अचूक झेलली. जागेवर उभं राहून गुणगुणत शांतपणे तिने त्या चपलेचं निरीक्षण केलं. आपण त्या गावचेच नाही असा तिचा आविर्भाव होता. मग तिने एक दीर्घ नि:श्वास टाकत, मान डोलवत म्हटलं, "बडी अम्मी, तू इतकी छान भेट दिली आहेस, पण याचं काय करता येईल तेच कळत नाही बघ मला, कदाचित यक्षिणीला समजेल."

आपल्याला कोणी 'बडी अम्मी' म्हणजे खरंतर आजी म्हटलेलं – विशेषत: रस्त्यावरच्या अपरिचित तरुण मुलीनं – जमीलचाचाच्या आईला आवडलं नाही. संतापून तिने पायातली दुसरी चप्पल काढून नुसरतवर भिरकावली.

नुसरतने तीदेखील झेलली. ती पुन्हा हसली, "चला, आता निदान मी या चपला वापरू तर शकते." स्वत:च्या पायातल्या चपला काढून त्या जागी तिने त्या झेललेल्या चपला अडकवल्या. आपल्या काढलेल्या चपला हातात धरून ती त्या म्हातारीजवळ गेली. तिच्या पुढ्यात चप्पल धरून म्हणाली, "कदाचित तुला या चपला आवडतील, तुमच्या गावाचा रिवाज आहे का हा?"

गावात आलेल्या पाहुण्यांचं स्वागत त्यांच्या अंगावर चपला भिरकावून करतात हे तिचं बोलणं ऐकून तिथे जमलेल्या साऱ्याजणी हसू लागल्या. आमच्या त्या घराची रचना मोठी गमतीशीर आहे. मध्यभागी मोठा रिकामा चौक आणि चारही बाजूला खूप खोल्या आहेत. या खोल्यांमधून अनेक कुटुंबं स्वतंत्रपणे राहातात. म्हणजे स्वयंपाक, जेवणं वगैरे; पण धुणी-भांडी अशी कामं मधल्या सामाईक जागेत होतात. आम्ही सगळेजण या ना त्या प्रकारे एकमेकांच्या नात्यात येतो. आमच्या-आमच्यातच लग्नं होत राहातात; त्यामुळे आमची नाती प्रचंड गुंतागुंतीची असतात. नुसरत आणि आमची म्हातारी यांच्यामध्ये संवादांच्या फैरी झडत असताना त्या चौकात अनेकजणी बसलेल्या होत्या. कोणी नवीन पाहुणी आली आहे ही बातमी एव्हाना सर्वत्र पसरल्यामुळे अनेक खोल्यांच्या दारांमधून बऱ्याचजणी डोकावून पाहू लागल्या होत्या.

"म्हातारीनं फरिश्त्याला पाणी दिलं आणि यक्षिणीनं तिला 'चाकीन'ची भेट दिली होती ती गोष्ट आठवते का?" जमीलचाचाच्या म्हाताऱ्या आईच्या नजरेत बघत नुसरत बोलली. आजूबाजूला हसणाऱ्या बायकांची तिने जराही दखल घेतली नाही.

जमीलचाचाच्या आईने घाईघाईने नुसरतच्या हातातल्या चपला जमिनीवर भिरकावल्या, "ए बाई, डोकं फिरलं आहे बहुधा तुझं! बस इथे. काय म्हणालीस तू आता? कोणता फरिश्ता? कोण यक्षीण, भेट... नक्की काय म्हणायचं आहे तुला? बस इथे माझ्या बाजूला आणि सांग मला नीट." म्हातारी अम्मी चिडखोर असली तरी गोष्ट ऐकणं तिलाही खूप आवडायचं. शिवाय 'चाकीन' या शब्दामुळे तिचे कान टवकारले गेले असणार.

आमच्या गावातल्या सगळ्याच बायका चिकन एम्ब्रॉयडरी, चिकनकारी करतात. दर दहा दिवसांनी लखनौहून व्यापारी येतात. त्यांनी बरोबर आणलेल्या पांढऱ्या आणि वेगवेगळ्या फिकट रंगांच्या कटपिसेसवर चिकनकारीचे डिझाइन्स छापलेले असतात. गावात येऊन सगळ्या बायकांमध्ये ते कटपिसेसचं वाटप करतात. त्या वेळी आधी दिलेलं काम गोळा करून, ते तपासून घेऊन त्याप्रमाणे सगळ्यांचा हिशोब चुकता करतात. आजूबाजूच्या इतर गावांप्रमाणेच शेतात काही काम नसेल तेव्हा हे 'चिकनवर्क' सगळ्यांच्या मीठ-भाकरीला पुरतं.

बडी अम्मीनं नुसरतला बसायला सांगितलेलं पाहून दारा-दारांतून डोकावणाऱ्या साऱ्या बाया पुढे आल्या आणि नुसरत काय सांगते आहे ते ऐकू लागल्या. "अवध राज्यातून प्रवास करणारा कोणी एक प्रवासी होता. चालता-चालता त्याच्याजवळचं अन्न, पाणी सारं संपून गेलं. त्या भागात इतका भयंकर दुष्काळ पडला होता की, कुठल्याही धर्मशाळेत त्याला आसरा मिळत नव्हता. थकलेला, तहानलेला, मरणोन्मुख असा तो प्रवासी आता एका गावात शिरला. प्रत्येक दारावर त्याने मदतीकरता याचना केली; पण ना कुणी त्याला घोटभर पाणी पाजलं ना कणभर अन्न दिलं. असं करता-करता तो गावाच्या वेशीवर असलेल्या शेवटच्या घरापाशी आला. गावामधलं सर्वांत दरिद्री कुटुंब या घरात राहात होतं. ते एका म्हातारीचं घरं होतं. तिला पुष्कळ मुलं-सुना-नातवंडं होती, पण त्यापैकी कोणीही काम करत नव्हतं.

"तो पाहुणा आता अगदी मृत्यूला टेकला होता. म्हातारीला त्याची खूप दया आली. तिने घरात असलेला पोळीचा एक शिळा तुकडा आणि तांब्याभर थंड पाणी त्याला दिलं. तिच्या या दयाळूपणामुळे त्याचा जीव वाचला. मग तो तिला म्हणाला की, "आजी, तुझ्या या उपकाराची परतफेड करायची मला इच्छा आहे. मी तुला एक खास कला शिकवू का?" तिने हो म्हणताच काही दिवस तिथे राहून त्या पाहुण्यानं त्या घरातल्या सगळ्या बायकांना तलम कापडावर चिकनकारी करायला शिकवली. जोवर त्यांच्या बोटात ती कला आहे तोवर त्यांच्यावर उपाशी राहाण्याची वेळ येणार नाही हेदेखील त्याने सांगितलं.

"म्हणजे तो फरिश्ता होता की परदेशी?" गोष्ट ऐकणाऱ्या एका मुलीनं नुसरतला प्रश्न विचारला.

"असं म्हणतात की, तो पर्शियन प्रवासी होता. कारण 'चाकीन' हा फारसी शब्द आहे आणि त्याचा अर्थ आहे 'नाजूक कलाकुसर', पण कदाचित त्याचा तो गोरागुलाबी रंग आणि सोनेरी केस पाहून लोकांना तो यक्ष वाटला असेल, नाही का?" नुसरत म्हणाली.

नुसरतची ती एक खास पद्धत होती. आधी सगळ्यांना बोलण्यात, एखाद्या गोष्टीमध्ये गुंतवायचं आणि मग चर्चा करण्यासाठी एखादा विषय मांडायचा.

सगळ्यांना बोलतं करायची ती. बोलता-बोलता मोठ्या खुबीने ती तिला हव्या त्या दिशेने विषय वळवायची आणि बरोबर कामाला लावायची. माझ्या आईनं सांगितलं मला हे.

अगदी पहिल्या क्षणापासून माझ्या आईला नुसरत अजिबात आवडली नव्हती.

दुपारी नुसरत परत गेली. पुढच्या गुरुवारी गावातल्या सगळ्या बायकांना गोळा करून त्यांची मीटिंग घ्यायची असं ठरलं. लखनौच्या ज्या एजन्सीकरता ती काम करत होती त्यांना गावागावांतील चिकनकारी करणाऱ्या महिलांची को-ऑपरेटिव्ह सोसायटी स्थापन करायची होती. त्यांनी तयार केलेला माल मधल्या दलालांऐवजी थेट दिल्ली, कलकत्ता यांसारख्या मोठ्या शहरांत पाठवला जाणार होता; त्यामुळे त्यांना कामाचा अधिक मोबदला मिळणार होता. आमच्या गावातल्या बायकांकडून काम करून घेणारा अरिफभाई त्यांना खूप कमी पैसे देतो हे सगळ्यांना माहिती होतं; पण कापड, दोरे, डिझाइन्स सारं काही तो पुरवत असल्यामुळे त्याची अडवणूक करणं या बायकांच्या हातात नव्हतं. त्यांनी पूर्ण केलेल्या कामाला थोडं नीटनेटकं रूप देऊन अरिफभाई दामदुप्पट भावात ते विकत होता. बरं समजा, आमच्या गावामधल्या बायकांनी इतक्या कमी पैशांत काम करायला नकार दिला असता तर अरिफभाईने सरळ दुसऱ्या गावामधल्या बायकांना काम दिलं असतं.

"तुम्ही स्वत:चा गट स्थापन करा. माझी एजन्सी तुम्हाला कर्ज देईल. त्यातून तुम्ही कापड आणि दोरे आणू शकता. आम्ही तुम्हाला नवनवीन डिझाइन्ससुद्धा शिकवू. तुम्ही केलेल्या कामाला चांगली किंमत मिळवून देऊ." नुसरतनं सगळ्यांना विश्वास दिला.

माझी अम्मी खूप चिडली होती. तिला पक्की खात्री होती की, 'ही नुसरत आमचं चालू काम बंद पाडायला आली आहे. यातून लाभ न होता नुकसानच होईल. अरिफभाईला कळणार सगळं! तो काय गप्प बसणार आहे? ही बया जाईल निघून आणि आम्ही मात्र उपाशी मरू.' अम्मीची प्रतिक्रिया खूप तिखट होती. प्रत्येक बाब एखाद्या कथेत गुंफायचं नुसरतचं कौशल्य तिला अजिबात आवडलं नव्हतं. मी आणि याख्नी बेगम मात्र त्याच कारणासाठी तिच्या प्रेमात पडलो होतो.

"ती भयंकर लुच्ची आहे. यक्षाच्या आणि फरिश्त्यांच्या गोष्टी सांगते. असा कोण फरिश्ता येऊन शिकवणार आहे गावातल्या बायकांना चिकनकारी करायला? तिला काही करून आपल्या गावामध्ये शिरकाव करायचा आहे. तिने त्या बुड्ढ्या अम्मीला आपल्या जाळ्यात ओढलं आहे; पण मी मात्र फसणार नाही तिच्या बोलण्याला. ती तर आपण रक्षणकर्ता असल्याचा आव आणते आहे." अम्मीची बडबड सुरू होती.

त्या रात्री मी झोपलो तेव्हा माझ्या स्वप्नात फक्त नुसरत होती. स्कूटरच्या

आकाराच्या पांढऱ्याशुभ्र चकचकीत राजहंसावर बसलेली, तिच्या त्या देखण्या नाजूक डोक्यावर हेल्मेट होतं. एका अनोळखी शहरामध्ये अशी एकटी येणारी नुसरत, तेही पार लखनौहून. मला तर खूप नवल वाटलं होतं. आमच्या गावामधल्या मुली एकट्यानं लघवीलाही जात नाहीत, अगदी शेजारच्या शेतात. तिथेही त्या जोडीने किंवा तिघी-चौघी मिळून जातात.

माझ्या अम्मीची शंका खरी ठरली; पण थोड्या वेगळ्या वाटेने. महिला सहकारी चिकनकारी समिती स्थापन करण्यात सगळ्यात मोठी अडचण अरिफभाईमुळे निर्माण होईल असा तिचा अंदाज होता. अरिफभाई इतका निर्ढावलेला होता की, या चिकनकारी करणाऱ्या महिलांनी एकत्र येऊन सहकारी तत्त्वावर काही काम सुरू करण्याच्या कल्पनेने त्याला काहीही फरक पडला नाही.

साधारण पंचेचाळिशीचा अरिफभाई जाडजूड होता. त्याच्या गोऱ्या गोल चेहऱ्यावर कांजीण्यांच्या हलक्या खुणा होत्या. सुंदर भरतकाम केलेल्या खास उंची टोप्यांनी तो आपलं टक्कल झाकून घ्यायचा. वर्षातून जेमतेम एक-दोन वेळा तो गावात चक्कर टाकायचा. गाडीतून न उतरताच तो सगळ्या कामाचा आढावा घ्यायचा. त्याच्या सुपरवायझरबद्दल कोणाच्या काही तक्रारी आहेत का आणि त्यांची वर्तणूक चांगली आहे की नाही हे जाणून घेण्यापुरता तो तिथे थांबायचा. जेमतेम अर्ध्या तासात त्याचा ड्रायव्हर गाडी परत फिरवायचा. अरिफभाई मोजकं बोलत असे. त्याला आपल्या धंद्याच्या खाचाखोचा पूर्णपणे अवगत होत्या. त्याच्या गेल्या कित्येक पिढ्या याच धंद्यामध्ये होत्या. त्याला जेव्हा चिकन को-ऑपरेटिव्ह सोसायटीबद्दल कळलं तेव्हा 'पाहून घेऊ' या दोन शब्दांमध्ये त्याने भलावण केली.

आमच्या गावातील बायकांच्या दृष्टीने अतिशय साहसी असलेलं हे कृत्य अरिफभाईच्या दृष्टीने कस्पटासमान होतं. त्याला माहीत होतं की, या बायका काही महिने धडपड करतील आणि मग हळूहळू त्यांचं उसनं अवसान संपेल. त्या वेळी अरिफभाईकडे परतण्यावाचून त्यांच्याकडे काही पर्याय नसेल. त्या आयत्याच त्याच्या पकडीत सापडणार होत्या. तोवर थांबण्याची त्याची तयारी होती; पण त्याचं हे उपजत शहाणपण त्याच्या सुपरवायझर्समध्ये कुठून असणार? येणाऱ्या-जाणाऱ्या बायकांवर चावट टीका-टिप्पणी करण्यात गुड्डु आणि मुन्नाला पुरुषार्थ वाटत होता.

"नया याराना फुस हो जाए तो हम यही खडे हैं, याद रखना!" असं बोलणाऱ्या गुड्डुला मुन्नानं अतिशय हलकटासारखं हसून साथ दिली होती. आपण 'मर्द' आहोत हे दाखवण्याची एकही संधी सोडत नव्हते ते दोघं. त्यांची दुक्कल अगदी जाड्या-रड्याप्रमाणे शोभून दिसत असे कारण गुड्डु होता अत्यंत हाडकुळा. त्याने घातलेला कडक स्टार्चचा पायजमा-कुडता हँगरवर लावला आहे की काय असं वाटायचं.

त्याच्या उलट मुन्ना एकदम धिप्पाड, धट्टाकट्टा. तो त्याच्या कपड्यात मावत नसे. त्यांच्या माघारी आम्ही मुलं त्यांना 'दहा' म्हणून चिडवायचो. जेव्हा हे नाव पहिल्यांदा ऐकलं तेव्हा कधी न हसणारी अम्मीसुद्धा चक्क हसली होती.

मेहमूदचाचाच्या मुलानं, अरिफनं जेव्हा सुचवलं की, अरिफभाईला डॉन म्हणावं तेव्हा मात्र तिने नापसंती दर्शवली होती. तिच्या मते हा कृतघ्नपणा होता. अरिफभाईमुळे आमच्या सगळ्यांच्या पोटात रोज दोन घास जात होते हे विसरणं चुकीचं होतं. तो आमचा अन्नदाता होता. त्याला नावं ठेवणं म्हणजे आपल्याच हातानं आपलं ताट भिरकावणं झालं असतं. माझ्या मित्राचं नावदेखील अरिफ असल्याने तो उगाच तक्रार करत होता.

पण खरी खडाजंगी झाली ती जमीलचाचा आणि याव्मी बेगममध्ये. त्या पहिल्या भेटीनंतर याव्मी बेगमनं नुसरतचा मनापासून स्वीकार केला. नुसरतला दारात पाहिलं की, तिच्या गुबगुबीत चेहऱ्यावर हसू पसरे; त्यामुळे तिची मांसल हनुवटीसुद्धा हलू लागे. तिच्या डोळ्यांत एक प्रकारची चमक येई. नुसरतने दुकानाबाहेर आपली स्कूटर लावली की, मी तडक आमच्या घरी त्या मधल्या मोकळ्या जागेत जाऊन धडकायचो; ती आल्यावर याव्मी बेगम तिचं जे स्वागत करायची ते मला खूप आवडायचं. नुसरतसाठी तिच्याकडे खूप छान-छान उपमा असायच्या.

'सुख आणणाऱ्या दूता, ये'.

'ये गं माझी लाडकी, यक्षिणींची मैत्रीण'.

'ये, सुंदरी, पुण्यवान फुलपाखरांच्या राज्यातून येणाऱ्या सुंदरी, ये'.

तिच्या या असल्या उपमा ऐकून मला खूप हसू यायचं. एकदा ती म्हणाली, 'डोळ्यांनी हसणाऱ्या राणी, ये'. हे वाक्य मला अतिशय आवडल्यामुळे मी ते माझ्या गणिताच्या वहीमध्ये शेवटच्या पानावर लिहून ठेवलं होतं, म्हणजे विसरायला नको. ती नुसरतसाठी जे काही शब्द वापरायची ते सहज वापरायची की असं म्हणण्यामागे तिचं काही प्रयोजन होतं हे मला माहीत नव्हतं. मला इतकंच माहीत होतं की, ती आमच्या दोघांच्याही वाट्याचं बोलत होती.

नुसरतच्या काही भेटींनंतर याव्मी बेगम आणि कुटुंबातील इतर बायकांची थोडीफार मानसिक तयारी झाली. गावातल्या बायकांनी एकत्र येऊन, सहकाराचा मंत्र जपत चिकनकारी करणाऱ्यांची सोसायटी स्थापन करावी आणि यामध्ये तिच्या एजन्सीची मदत घ्यावी इतपत त्यांना पटलं.

जमीलचाचाला हे कळलं त्या संध्याकाळी तो सॉ मिलमधून धावत घरी आला. सॉ मिल आणि त्याच्या बाजूची पिठाची गिरणी दोन्ही त्याच्या कुटुंबाच्या मालकीच्या होत्या. खरंतर संध्याकाळी पुरुष जाणीवपूर्वक घरी जाणं टाळायचे. तेवढाच वेळ बायकांना अंगण वापरता यायचं. तो घरी आला तेव्हा त्याचा संताप प्रकर्षानं

जाणवत होता. त्याच्या केसाळ शरीरावरचा प्रत्येक केस उभा राहिला होता. अतिक्रोधाने तो नखशिखांत थरथरत होता. दारातूनच त्याने आपल्या अम्मीवर तोंडसुख घ्यायला सुरुवात केली. "आपले उरलेसुरले दिवस अल्लाहचं नाव घेण्यात घालवायचं सोडून ही कसली अवदसा आठवली आहे तुला? तुझी अक्कल गेली तरी कुठे? काही कळतं का तुला? भलत्याच गोष्टीमध्ये डोकं लढवायची काय गरज आहे." असं खूप काही तो बोलत होता.

त्यानंतरचे खूप दिवस सहकारी संस्था या विषयावर कुणी एक अक्षरसुद्धा काढलं नाही. माझ्या आईसारख्या वयाने थोड्या मोठ्या असलेल्या इतर बायकांना आनंद झाला होता, 'सुंठीवाचून खोकला गेला' म्हणून! नेहमीच्या व्यापाऱ्यांबरोबर व्यवहार तुटायच्या आधीचं हे सहकाराचं नवीन खूळ जमीलचाचांनी उपटून फेकून दिलं म्हणून त्या खुशीत होत्या. ज्या स्त्रियांना सहकाराची कल्पना रुचली होती त्या गप्प बसल्या. 'तसंही आम्हा बायकांना कोण बोलू देतं आणि कोण आमचं ऐकतं?' असं म्हणत त्यांनी स्वत:ला आपल्या रोजच्या कामाला जुंपून घेतलं; पण वयानं जरा मोठ्या असलेल्या मुली खूप निराश झाल्या. काहीतरी नवीन चांगलं घडणार म्हणून त्या सगळ्या खूप उत्साहात होत्या. सुरू व्हायच्या आधीच सारं काही ठप्प झालं होतं. या दरम्यान याख्नी बेगमचा स्वभाव जाणवण्याइतका बदलला, सर्वांशी हसून-खेळून बोलणारी, मोकळ्या मनानं कौतुक करणारी तीही पुन्हा पहिल्यासारखी रागीट झाली, येणाऱ्या-जाणाऱ्यावर तोंडसुख घेऊ लागली.

अचानक आमच्या दिशेनं वारं वाहू लागलं. (मी कोणत्या बाजूला होतो हे मला पक्कं ठाऊक होतं, अगदी सुरुवातीपासून.) आमच्या गावामधल्या नवीन कम्युनिटी हॉलचं कॉन्ट्रॅक्ट तातडीने देणं गरजेचं होतं. तीन महिन्यांच्या आत त्यासाठी मंजूर झालेला निधी न वापरला गेल्यास तो परत गेला असता; त्यामुळे घाईने ते उरकणं आवश्यक होतं. जमीलचाचा जेव्हा सही घ्यायला गेला तेव्हा याख्नी बेगम चक्क अडून बसली. जोवर सहकारी संस्थेला जमीलचाचा पाठिंबा देणार नाही तोवर ती कुठल्याच कागदपत्रावर सही करणार नाही असं तिने जाहीर केलं.

जमीलचाचा काही कमी नव्हता. त्याने तिला उलट धमकावलं, "थांब, तुला खोलीत कोंडून ठेवतो. चार दिवस उपाशी राहिलीस की आपसूक सही करशील."

याख्नी बेगम कुठली त्याला भीक घालते? ती म्हणाली, "कोंड बाबा, कोंड अन् मी मेल्यावर बायकोला उभं कर निवडणुकीला; पण जिंकणार मात्र नाहीस. आम्हा बायकांच्या प्रगतीला तू खीळ घालतो आहेस हे माहीत असतानाही कोण देणार तुझ्या बाजूनं मत? बघ आता, तुझं तूच ठरव काय ते!'

जमीलचाचा चतुर होता. त्याने मनात काही आडाखे बांधले. शिवाय अरिफभाई काय म्हणाला होता तेदेखील त्याने लक्षात घेतलं. 'सरड्याची धाव कुंपणापर्यंत' ही

बायकांची सहकारी संस्था, चालून-चालून अशी किती चालणार? काही महिन्यांत बंद पडेल ती. मग कशाला उगाच विरोधासाठी विरोध करायचा? असा सारासार विचार केला; पण तरीही त्याने आपल्या अम्मीला सुनावलं,

"तू एक अत्यंत हेकट म्हातारी आहेस. स्वत:च्या नातेवाइकांना तू चुकीच्या दिशेने नेते आहेस. कुठे फेडशील हे पाप? जाऊ दे! मला तरी काय करायचं आहे – कर तुला काय हवं ते; पण एक लक्षात ठेव. इतर कुठल्याही कामाच्या बाबतीत ढवळाढवळ केलीस ना तर गाठ माझ्याशी आहे हे विसरू नकोस. नाहीतर दाखवून देईन तुला मी कोणाचा मुलगा आहे ते."

माझी आई म्हणाली की, असं हे कुटुंबात भांडण झालं आहे याला नुसरत कारणीभूत आहे. एवढ्याशा त्या गावात तिच्यामुळे दोन तट पडले होते. तीही नुसरतची माझ्यासारखी वाट पाहात असती, तर तिला कळलं असतं. गेल्या कित्येक दिवसांत नुसरत आली नव्हती आमच्या गावात. दर गुरुवारी मी मेहमूदचाचाच्या दुकानाभोवती रेंगाळत राहायचो. तिची पांढरी स्कूटर दिसते का ते पाहायचो. गेले तीन आठवडे वाट पाहाण्यातच गेले होते.

शेवटी एकदाची ती आली. चाचाच्या दुकानाबाहेर स्कूटर लावायला तिला क्षणाचीही उसंत न देता मी घाईघाईनं विचारलं, "कुठे होतीस तू?" मी तिचा सगळ्यात मोठा चमचा आणि चहाता आहे हे तोपर्यंत सगळ्यांच्या लक्षात आलं होतं. तिच्या बाबतीत कुणी चकार वाईट शब्द उच्चारला तरी मी त्या मुलाला ठोकायला मागेपुढे पाहात नसे.

"अरे बाबा, लखनौमध्ये किती काम होतं! इतर गावांमध्येही फिरावं लागतं की मला. आणि काय रे, तू का एवढी वाट पाहात होतास माझी?" माझं वैतागणं तिच्या लक्षात आलं होतं तर.

तिचा प्रश्न ऐकून मी चक्क लाल झालो, आता लाज वाटल्यामुळे की आनंदाने ते नाही माहीत; पण नुसरतनं मला असं चिडवल्यामुळे मला खूप छान वाटलं होतं.

मग नेहमीप्रमाणे ती सगळ्या बायकांशी, विशेषत: याख्नी बेगमशी बोलण्यात गर्क झाली. ती म्हणाली की, कोणत्याही गावाच्या अंतर्गत कारभारात तिची एजन्सी कुठल्याही प्रकारे ढवळाढवळ करत नसते. त्याउलट, प्रत्येक गावानं स्वत:च्या अंतर्गत समस्या सोडवून सरपंचामार्फत त्यांना औपचारिक विनंती केल्यानंतरच ते त्या गावात आपलं केंद्र – सेंटर उभं करतात. कारण शेवटी ते सेंटर चालवणं हे गावाचं काम होतं, तिच्या एजन्सीचं नव्हे. मुख्य म्हणजे गावातल्या महिलांनी ते सेंटर चालवण्यात पुढाकार घ्यायचा असतो.

"आमचा हात मदतीसाठी आहे, दोरा भरण्यासाठी नाही," नुसरत म्हणाली.

चिकनकारी करताना मुख्य काम उजव्या हाताचं असतं. सुई धरणं, ती अचूक

जागी कापडात घुसवणं, टाका वर ओढणं. डावा हात कापडाला तोलून धरतो आणि टाक्याचा आकार नेटका येईल यासाठी दक्ष असतो.

त्यानंतर नुसरतच्या एजन्सीनं आमच्या गावात खूप वेगळ्या प्रकारानं काम केलं. लखनौ-संदिला या रस्त्यावर आमचं गाव असल्यामुळे बहुधा प्रत्येक सरकारी योजना आमच्या गावात राबवली जाते. काही महिने गेले की, सरकारी ऑफिसर्स आणि त्यांच्या मदतनिसांचा गट आमच्या गावात येऊन ठेपतो. मग कधी मोफत बकरीवाटप असतं, तर कधी बियाणं, कधी मधमाशा पाळण्यासाठी रिकामे खोके, कधी शिलाई मशिन. आजवर अनेक योजना आल्या आणि गेल्यासुद्धा! आमच्या गावाच्या हाती फारसं काही आलं नाही.

माझी अम्मी तर म्हणते की, "नुसरतच्या एजन्सीला आम्हीच पैसे द्यायचे म्हणजे विचित्र आहे. आजवर सगळं तर फुकट मिळत गेलं आहे. इथे काय तर म्हणे सहकारी संस्थेत भाग घ्यायचा असेल तर आधी पैसे भरा. पैसे काय असे झाडाला लागतात का की, त्यांची कापणी आणि मळणी करून पोत्यात भरून पाठवून द्यायला?"

आमच्या सहकारी संस्थेची नोंदणी सहकारी निबंधकाकडे करण्याकरिता सहकारी सोसायटीचा बोर्ड लावणं आवश्यक होतं. हा बोर्ड कुठे लावायचा हा मोठा विचारात पाडणारा प्रश्न होता. बहुतांश बायका एकतर आपल्या घरी किंवा मग एखाद्या झाडाच्या दाट सावलीमध्ये बसून एम्ब्रॉयडरी करायच्या; खूपजणी तर आमच्या घराच्या चौकात काम करायच्या. सहकारी संस्था स्थापन झाली म्हणजे तिचं ऑफिस असायला हवं. पुन्हा प्रश्न! ऑफिस कुठे करायचं! एकत्र जमायला, चर्चा करायला, नवीन काही शिकायला जागा हवी की नको? समजा, त्यांना एकत्र काम करायचं असेल तर? तसं पंचायतचं ऑफिस किंवा शाळेच्या जागेत करता आलं असतं म्हणा, पण या दोन्ही जागा होत्या जमीलचाचाच्या अधिकाराखाली.

कोणीतरी सुचवलं, 'आमच्या चौकात भेटायला काय हरकत आहे?' तसं पाहिलं तर खरंच ती एकमेव जागा होती जी सर्व दृष्टींनी सोयीची होती. सगळ्यात महत्त्वाचं म्हणजे आमच्याकडे वीज होती. म्हणजे गावात बहुतेक घरांत वीज होती. परंतु अनेकांनी चक्क विजेच्या तारांवर आकडे टाकून त्यातून वीज खेचून घेतली होती. आमच्यासारखी थोडीच घरं होती जिथे विजेचं मीटर बसवून राजमार्गाने वीज घेतली होती. शिवाय उन्हाळा खूप वाढला की, चौकाच्या चारही बाजूला असलेल्या सगळ्या खोल्यांचे कापडी पडदे काढून तिथे वाळ्याचे पडदे बसवले जात. दिवस वर चढला की, हे पडदे ओले करत राहायचं काम बच्चेकंपनीचं असे. उन्हं उतरली की, हे पडदे गुंडाळी करून दाराच्या वरच्या बाजूला बांधून ठेवण्याची सोय असे. ओल्या पडद्यांच्या मागच्या बाजूला टेबलफॅन्स लावले जात; त्यामुळे गार हवा

खेळत राही. बरं, तो प्रशस्त चौक वरच्या बाजूनं मोकळा होता; त्यामुळे उजेडाची कमी नसायची. एम्ब्रॉयडरी करायची म्हणजे उजेडही पुरेसा हवा. शिवाय आजूबाजूच्या त्या खोल्यांतून इतकी कुटुंबं राहात होती की, एकत्र येणंही सोपं गेलं असतं. काम करता-करता मुलांकडे लक्ष देता आलं असतं ते वेगळंच!

पण नुसरतचं म्हणणं होतं की, आधी आम्हाला गावाचा 'प्यारे' घ्यावा लागेल आणि नंतर ठरवता येईल की, ऑफिस कुठे करायचं. पुढच्या गुरुवारी जेव्हा ती गावात आली तेव्हा एकटी नव्हती. तिच्या एजन्सीमधले दोनजण तिच्याबरोबर होते. एक प्रौढ स्त्री आणि दुसरा चश्मा लावलेला, किडकिडीत पोरगेलासा तरुण. आमच्याहून फार तर चार-पाच वर्षांनी मोठा असेल तो. त्या ज्या बाई होत्या त्यांनी साडी नेसलेली होती. डोक्यावर टोपी, पायात शूज आणि हातात बिसलेरीची बाटली घेतलेल्या त्या बाई नक्कीच सचिन तेंडुलकरची आई असणार अशी आमची खात्री झाली होती; पण मग आमच्या लक्षात आलं की, त्या लखनौच्या, तो मुंबईचा; म्हणजे मग त्या सचिनची आई असणं शक्य नव्हतं. त्या दोघांच्याही हातात रंगीत खडूचा डबा होता. आता प्यारे घ्यायचा म्हणजे काय हे त्या बाईंनी आम्हाला समजावलं. सगळ्यांनी एकत्रितपणे संपूर्ण गावामधून चक्कर मारायची आणि परत आल्यावर चौकामध्ये, रंगीत खडू वापरून, गावाचं चित्र रेखाटायचं.

हे काहीतरी विचित्र होतं पण तरीही आम्हाला वाटलं की, आपल्याला खूप मजा वाटेल.

आता बाहेर पडून काहीतरी वेगळं काम करायचं म्हटल्याबरोबर बायकांनी काही ना काही कारणं पुढे केली. पाणी भरायचं आहे, स्वयंपाक करायचा आहे, लहान बाळाला घरी एकटं कसं सोडणार... त्यांचं प्रत्येक कारण खरं होतं. जमीलचाचाच्या कबिल्यात अनेकजणी अशा होत्या ज्या फारशा घराबाहेर पडत नसत. बाहेर जायचं असेल तर नखशिखांत बुरखा घालून मग जात. हातात असे रंगीत खडू घेऊन गावभर फिरण्याची कल्पना करणंसुद्धा त्यांना शक्य नव्हतं.

शेवटी आम्ही मोजके लोक 'प्यारे' मोहिमेवर निघालो; शहरातून आलेले ते तिघेजणं, आमची नेहमीची टोळी आणि काही मुली ज्या अजून तशा लहान होत्या. आत्ताच जायचं की नाही या विषयावर नुसरतचे त्या दुसऱ्या बाईबरोबर थोडे मतभेद झाले खरे, पण नुसरतनं आजच ते काम पूर्ण करायचा हट्ट धरला. शेवटी त्या बाईंनी हो म्हटलं आणि आम्ही निघालो. आम्ही जिथे उभे होतो तिथून आम्ही मोहीम सुरू केली. ते सर्वात सोपं होतं. बरोबर आलेल्या तरुणानं अद्याप अवाक्षरही उच्चारलं नव्हतं. मला वाटलं की, त्याचा दर्जा खूप खालचा असेल आणि त्यामुळे त्याला बोलायची परवानगी नसेल. नंतर आम्हाला कळलं की, हा दर्जाचा प्रश्न नसून, तो 'दर्जी'– शिंपी असल्यामुळे काही बोलण्यात त्याला स्वारस्य नव्हतं. बायकांना

एम्ब्रॉयडरीसाठी कापडं मोजून-कापून देणं हे त्याचं काम होतं. त्याला त्या मोहिमेची कल्पना नव्हती. नुसरतनं म्हटलं म्हणून तो त्यांच्याबरोबर निघाला इतकंच!

जवळजवळ संपूर्ण दिवस आम्ही गावातून फिरत होतो. खूप मजा आली आम्हाला. त्या बाहेरच्या लोकांना आमचं गाव फिरून दाखवताना आमच्या लक्षात आलं की, आजवर आम्हीसुद्धा आमच्या वस्तीच्या बाहेर फारसं कुठे गेलो नव्हतो. आमच्या घराच्या बाहेरच्या नाल्यापासून सुरुवात करून आम्ही तिच्या काठा-काठानं सरळ पुढे जात गावाच्या शेवटच्या टोकाला पोहोचलो. तिथून पुढे शेतं सुरू होत होती. चालता-चालता आजूबाजूच्या वस्तीमधल्या, चिकनकारी करणाऱ्या बायकांशी नुसरत आणि तिच्याबरोबरची बाई थांबून बोलत होत्या, माहिती घेत होत्या. घरात कितीजण आहेत, कोण-कोण चिकनकारी करतं? किती वेळ काम होतं? महिनाभरात किती काम होतं? अशा प्रकारचे प्रश्न विचारत होत्या. मलाही प्रश्न पडला होता की, या दोघी इतके प्रश्न का विचारत सुटल्या आहेत. सगळ्या गावाचा 'प्यारे' घेऊन झाल्यावर आम्ही आमच्या चौकात परत आलो. आम्ही काय-काय पाहिलं आणि समजून घेतलं त्याप्रमाणे आता जमिनीवर चित्रं काढायची होती. गावात फिरत असताना मला जो प्रश्न पडला होता तो आता सुटला होता.

आधी आम्ही एक सरळ रेष काढली, आमच्या घरापासून ते पार गावच्या त्या टोकापर्यंत अंतर दाखवणारी. त्यानंतर आम्हाला गावाची जी रचना जाणवली होती त्याप्रमाणे आम्ही घरं, वस्त्या, छोटे रस्ते, चिकनकारी करणारी घरं, न करणारी घरं अशा वेगवेगळ्या खुणा करत गेलो. त्यानंतर मग गावात असलेली दुकानं, पंचायत समिती, दूध संकलन केंद्र, शाळा या इतर गोष्टी आम्ही त्यामध्ये दाखवल्या.

आता सर्वच बायकांना थोडी सवड मिळाली होती. चौकात बसून चिकनकारी करता-करता गप्पा मारत, अधूनमधून उत्सुकतेने त्या आमच्या चित्रकलेकडे पाहात होत्या. मग एक-एक करत त्या सगळ्या हातातलं काम बाजूला ठेवून आम्ही काय करत आहोत ते बघायला आल्या. गावामधल्या अनेक गोष्टी आम्ही दाखवल्या नव्हत्या. त्या त्यांनी सांगितल्या. गावामध्ये कोणत्या जागेवर प्राथमिक आरोग्य केंद्र उभारणार होते, पाच वर्षं होऊन गेली तरी ते कसं कागदोपत्री राहिलं आहे आणि ते हातपंप? सुरुवातीला सिमेंटच्या सुबक गोलामध्ये गावभर बसवलेले हातपंप पाहून त्या सगळ्या हरखल्या होत्या. विहिरीतून पाणी उपसायचे त्यांचे कष्ट कमी होणार होते; पण पहिल्या दिवसापासून एकाही पंपातून पाणी उपसलं गेलं नव्हतं. कसं उपसलं जाणार? बोअरिंग करण्याचं कंत्राट तहसीलदाराच्या मेहुण्याला दिलं गेलं होतं आणि त्याने थातूरमातूर काम केलं होतं. मिळालेल्या पैशांतून त्याला लेकीचं लग्न थाटामाटात लावून देता आलं होतं. बोअरला पाणी लागलं काय, नाही लागलं काय!

इतका वेळ गप्प असलेल्या बाकीच्या बायकासुद्धा आता पुढे आल्या. संजय गांधींच्या काळामधल्या नसबंदी शिबिरापासून ते बाबरी मस्जीद पाडण्यापर्यंतचे सारे विषय त्यांच्या बोलण्यात होते. आता हे सगळं माझ्या त्या नकाशारूपी चित्रात कसं दाखवावं हे मला कळेना. तेवढ्यात जमीलचाचाच्या बायकोनं मला आणि अजून एकाला बोलावलं आणि हमरस्त्यावर असलेल्या बसस्टॉपच्या बाजूच्या मिठाईच्या दुकानातून लाडू आणायला सांगितले.

बसस्टॉप खूप दूर होता म्हणून तिने तिच्या भावाची सायकल घेऊन जायला आम्हाला सांगितलं. तो शहरात शिकायला गेला होता. त्याची सायकल खूप मस्त होती. तेलपाणी दिलेली, चकचकीत, हँडलला लाल-निळे गोंडे लावलेली त्याची सायकल आम्हाला नेहमीच भुरळ पाडायची. गंमत म्हणजे या सायकलला घंटेऐवजी रिक्षाला असतो तसा पॉ-पॉ करणारा हॉर्न बसवला होता.

मिठाईच्या दुकानात गेल्यावर मी दुकानदाराला सांगितलं की, येत्या गणराज्य दिनाला मला राष्ट्रपतींच्या हस्ते सुवर्ण शौर्यपदक मिळणार आहे म्हणून हे लाडू वाटायचे आहेत. त्याने माझं बोलणं चक्क उडवून लावलं. ''तू मला जेव्हा टीव्हीवर पाहाशील ना बक्षीस घेताना तेव्हा वाटेल तुला खरं,'' असं त्याला ठणकावून आणि त्याने बांधलेले लाडू घेऊन आम्ही निघालो.

अरिफची आणि माझी कोका-कोलाच्या बाटलीची बेट लागली होती. तो म्हणाला होता की, नुसरतची टीम आम्हाला नक्की विचारणार की, आम्ही शौचाला कुठे जातो आणि त्यानंतर मग गावात संडास बांधण्याची किती गरज आहे हे ते आम्हाला पटवून देणार. मी त्याला म्हटलं होतं की, नुसरतसुद्धा आपल्यासारखी गावात राहाणारी असणार. शहरी लोक मात्र थोडे विचित्र असतात. गावात आले की, सगळ्यात जास्त उत्सुकता कशाची वाटते तर आम्ही शौचाला कुठे जातो ते जाणून घ्यायची. कुठलाही आडपडदा न ठेवता ते आम्हाला त्याबद्दल विचारतात आणि मग नंतर चक्क आमचं बौद्धिक घेतात. त्यांना मनापासून आवडणारा दुसरा विषय म्हणजे बँकेमधले सेव्हिंग्ज अकाउंट्स. सगळ्या लोकांना गोळा करून बँकेमध्ये न्यायचं आणि तिथे त्यांचं अकाउंट उघडायचं, प्रत्येकाच्या हातात त्यांचं पासबुक द्यायचं या गोष्टीचा पाहुण्यांना का बरं एवढा आनंद होतो देव जाणे. दुकानातला मेहमूदचाचा म्हणतो की, पासबुकपर्यंत ठीक आहे. शिवाय या लोकांची थोडी मस्करी केली, तरी काही बिघडत नाही; पण हेल्थ कॅम्पपासून प्रत्येकानं सावध राहायला हवं. आपल्याला कॅम्पमध्ये नेऊन आपल्या पायातल्या त्या अवयवाला काहीतरी करतात आणि मग तुम्ही नपुंसक होता – आणीबाणीच्या काळात असंच तर झालं होतं.

'न-पुं-सक, न-पुं-सक, न-पुं-सक' या शब्दामधल्या पुं चा नाकातून निघणारा स्वर मला इतका आवडला होता की, मी त्या शब्दाचं गाणंच गुणगुणू लागलो. तो

शब्द उच्चारताना माझ्या नाकाची मजेदार हालचाल मला गुदगुल्या करत होती. मी आणि अरिफ सायकलवरून परत येताना मी तो शब्द पुन:पुन्हा घोळवत होतो. नामर्द या शब्दासाठी हाच शब्द वापरला होता मेहमूदचाचांनी. त्याचा अचूक अर्थ कळल्याबरोबर आम्हा मुलांचा तो परवलीचा शब्द झाला होता. एका शब्दाचा आमचा खासगी जोक होता तो.

मी पैज जिंकलो होतो म्हणून मला आनंदाच्या उकळ्या फुटत होत्या. नुसरतबरोबर आलेली ती शूज घातलेली शहरी बाई पाहून मला वाटलं होतं की, आता आपण पैज हरणार; पण तसं काही झालं नाही म्हणून मी सुटलो.

आम्ही पोहोचेपर्यंत आमचा नकाशा पूर्ण मिटवून टाकलेला होता. खडूऐवजी वेगवेगळ्या रंगांच्या डाळी आणि कडधान्यं वापरून त्यांनी गावाचे वेगवेगळे भाग दाखवले होते. गावातल्या विहिरी आणि बोअरवेल्स दाखवायला त्यांनी बांगड्या आणि टिकल्या वापरल्या होत्या. नाला दाखवण्यासाठी मी काढलेली सुरेख निळी रेष पुसून तिथे चक्क काळ्या दोऱ्याची वेणी ठेवली होती. आम्ही पोहोचलो तेव्हा जमिनीवरच्या एका चौकोनाकडे बोट दाखवून नुसरत म्हणत होती की, 'पाच कुटुंबांमधले कर्ते पुरुष शहरामध्ये नोकरी करतात. वीस कुटुंबं पूर्णपणे शेतीवर अवलंबून आहेत. दीडशे कुटुंबं शेतीच्या जोडीला चिकनकारी करतात, शंभर कुटुंबांकडे जमिनीचा छोटासुद्धा तुकडा नाही; त्यामुळे...'

"बेटा, चल, चहा झाला आहे," याख्नी बेगमनी तिचं बोलणं मध्येच तोडलं.

नुसरत जेव्हा पहिल्यांदा गावात आली होती तेव्हाची दातपडकी, चप्पल फेकून मारणारी, संतापी याख्नी बेगम आता पार बदलली होती. आता ती नेहमी नीटनेटक्या, स्वच्छ कपड्यात राहायला लागली होती. केसांना तेल लावून छानशी वेणी घालायची. आपल्या शब्दाला किंमत आहे हे तिच्या लक्षात आलं होतं. काही झालं तरी त्या गावाची ती सरपंच होती आणि बायकांच्या बाबतीत काही प्रश्न असला तर तो सोडवणं तिची जबाबदारी होती.

नुसरतबरोबर लखनौहून आलेल्या त्या बाईंचं नाव अन्नपूर्णाजी होतं. त्या प्रत्येक गोष्टीला नकार देत होत्या. साधा चहा घेतानासुद्धा खूप आढेवेढे घेऊन अगदी नाखुशीने त्यांनी कप उचलला. बिचकत-बिचकत त्यांनी पहिला घोट घेतला, तेव्हा चौकातल्या सगळ्या बायका त्यांच्याकडे एकटक पाहात होत्या.

"वा! फारच सुरेख झाला आहे चहा! मला याची कृती लिहून द्या हं," तिने जमीलचाचाच्या धाकट्या भावाच्या बायकोला म्हटले. जसं काही तिला बिर्याणी किंवा गलौटी कबाब खाऊ घातले होते आम्ही.

चाचाच्या भावाची बायको गालातल्या गालात हसत म्हणाली, "फक्त थोडं आलं घातलं आहे किसून."

अन्नपूर्णाजींनी लाडू न खाता तसाच बेंचच्या खाली हळूच सरकवून दिलेला मी अचूक पाहिलं. आम्ही सायकलवरून एवढ्या दूर जाऊन मोठ्या प्रेमानं लाडू आणले आणि तेसुद्धा अगदी उत्तम प्रकारचे, शिवाय लाडूपण चांगले होते. संदिला रेल्वे स्टेशनवर कच्च्या बेसनाचे, अतिसाखरेचे, भयंकर महाग लाडू मिळतात; प्रसिद्ध संदिला लाडवांची भ्रष्ट नक्कल, तसे नव्हते आमच्या गावात मिळणारे लाडू.

आमच्या गावचे लाडू त्यांनी का नाही खाल्ले हे नुसरतला नंतर विचारायचं मी पक्कं ठरवलं. आम्ही मुस्लीम होतो, गरीब होतो, लाडू खेड्यातल्या दुकानातून आणले होते; नक्की काय कारण असेल बरं? पण बोलण्याच्या नादात मी नंतर विचारायला विसरलो कारण नुसरत आणि अन्नपूर्णाजींनी 'प्यारे'बद्दल बोलायला सुरुवात केली. दिवसभरात आम्ही केलेली पाहणी, चौकशी यातून असं लक्षात आलं की, जमीलचाचाच्या घराच्या चौकात नवीन सहकारी संस्था चोख काम करू शकेल. एकतर या जागेत भरपूर उजेड होता, वीज होती आणि गावाच्या साधारण मध्यावर होती ही जागा.

"मग तेच तर आम्ही सांगत होतो. ते 'प्यारे' करण्याची काय गरज होती?" मी ताडकन उभं राहून मध्येच बोललो.

नुसरत एकदम हसायला लागली. खरं म्हणजे तिने आपलं हसू दाबायचा प्रयत्न केला होता; पण तरीही मला तिचं हसणं लगेच लक्षात आलं.

"काय आहे?" मी तिच्याकडे रोखून पाहात म्हटलं.

"बुद्दू, 'प्यारे' नाही, पीआरए म्हणजे 'पार्टिसिपेटरी रुरल अप्रेजल' हा इंग्रजी शब्द आहे. गावातल्या किती लोकांचा सहभाग मिळू शकतो ते पाहाण्यासाठी पीआरए करायचा असतो. कळलं?"

खरं म्हणजे तिथे जमलेल्यांपैकी एकीलासुद्धा तिने उच्चारलेले इंग्रजी शब्द कळले नव्हते; पण माझी फजिती पाहून सगळ्याजणी हसू लागल्या. त्यानंतर कितीतरी दिवस सगळेजण मला 'प्यारे' म्हणून हाक मारायचे. मला जरा राग आला; पण तो थोडाच वेळ टिकला. नुसरतनं जेव्हा मला प्यारे म्हणून हाक मारली ना तेव्हा तिच्या डोळ्यांतसुद्धा हसू होतं. आमच्या भाषेमध्ये प्यारेचे खूप अर्थ आहेत. गोड, लाडका, प्रिय, अतिप्रिय... किती छान!

माझ्या अम्मीसह आमच्या वस्तीमधल्या काही बायका अजूनही सहकारी संस्थेच्या विरोधात होत्या. नुसरत आणि तिच्या एजन्सीनं सारं सुरळीत चालू करून दिलं होतं. त्यांना त्यातून कुठलाही वैयक्तिक फायदा किंवा स्वार्थ साधायचा नव्हता. आमच्या गावामधल्या स्त्रियांना चांगला रोजगार मिळावा हाच त्यांचा प्रयत्न होता. खंबीरपणे ते सगळे आम्हाला मदत आणि मार्गदर्शन करत होते. माझ्या मते माझ्या अम्मीच्या

वागण्यामागे दुसरं काहीतरी कारण होतं. नुसरत स्कूटर चालवते, डोक्यावर चापूनचोपून ओढणी घेतलेली असते तरी तिचे केस बॉब केलेले आहेत, ती गावागावांतून एकटी फिरते या सगळ्या गोष्टी अम्मीला त्रासदायक वाटत असाव्यात. शिवाय नुसरतचा सदा हसरा चेहराही तिला खुपत असणार; अम्मीचं आयुष्य खूप ओढाताणीचं गेलं होतं. माझे अब्बा खूप लवकर गेल्यामुळे विधवेचं जिणं तिच्या वाट्याला आलं होतं. पदरात सहा मुलं घेऊन एकटीने संसार करणं कठीण होतं. आमचा सगळ्यात धाकटा भाऊ फक्त सात वर्षांचा होता अब्बा गेले तेव्हा. तीन मुलींची लग्न करायची, तीन मुलांना पायावर उभं करायचं हे मोठं आव्हान होतं तिच्यासमोर. आताशी कुठे सगळ्यात मोठ्या अन्वराचं लग्न शेजारच्या गावात भाजी विकणाऱ्याशी लावून दिलं होतं. त्यालाही काही नोकरी वगैरे नव्हती. सगळीच ओढाताण. अब्बा फार अचानक गेले होते. एक दिवस सकाळी उठल्यावर नेहमीप्रमाणे दात घासून गुळण्या करत असताना ते गेले होते; अम्मीवर सहा मुलांची जबाबदारी टाकून; त्यामुळे ती नेहमी दुःखी आणि पिचलेली असायची.

नुसरतचं इतकं आनंदी राहाणं अम्मीच्या पचनी पडत नव्हतं. शिवाय नुसरत ज्या गोष्टी सांगायची त्यावरसुद्धा तिचा विश्वास नव्हता. मला तर वाटतं, औरंगजेब बादशहाला कसा संगीताचा तिरस्कार वाटायचा तसा काहीसा अम्मीला नुसरतच्या गोष्टींचा वाटायचा. तिच्या गोष्टी या भोळ्याभाबड्या लोकांना फशी पाडण्यासाठी आहेत असा अम्मीचा ठाम समज होता. त्यातून पुन्हा माझा नुसरतकडे असलेला ओढा तिला त्रासदायक ठरत असणार. नुसरत आमच्या गावात येण्याच्याही आधीपासून माझा मोठा भाऊ कासिम अम्मीच्या हाताबाहेर गेलेला होता. कासिम आणि त्याच्या मित्रांनी शालेय शिक्षण संपल्यावर शेजारच्या गावामध्ये असलेल्या कॉलेजमध्ये नाव घालायला सपशेल नकार दिला होता. आता तर ते खुशाल गावातल्या वडाखाली जुगार खेळत बसत. अफूच्या व्यसनाच्या अधीन असलेल्या म्हाताऱ्यांबरोबर दिवस-रात्र जुगारात घालवायला त्यांना काहीही वाटत नसे. मी मात्र शाळेत जात होतो. अभ्यासातसुद्धा पुष्कळ पुढे होतो; त्यामुळे अम्मीच्या आशा माझ्यावर केंद्रित झाल्या होत्या. संपूर्ण आठवडा मी खूप अभ्यास करायचो; पण गुरुवारी मात्र वाट्टेल ते झालं तरी फक्त नुसरतच्या मागेपुढे असायचो.

आता तर मी रोज संध्याकाळी चौकामध्ये अभ्यासाला बसायला लागलो. खोलीमधल्या अंधारात कसं वाचायचं? या माझ्या युक्तिवादाला अम्मीकडे उत्तर नसायचं. गुरुवारी मात्र सर्व बायका मला तिथून हाकलवून लावायच्या. त्या दिवशी मी त्यांना म्हणायचो की, त्या माझ्या जागेवर बसत आहेत. मोठ्या नाराजीनं मी थोडासा कोपऱ्यात सरकायचो. असे काही आठवडे गेल्यावर मी त्या चौकात असण्याची त्या सगळ्याजणींना सवय झाली. मी आणि माझी पुस्तकं. चौकातून

बाहेर जाणाऱ्या मुख्य दरवाज्याच्या बाजूच्या एका छोट्या पायरीवर माझा मुक्काम असायचा. चौकात बसलेल्या त्या सगळ्या आया-बाया-बहिणी-वहिनी-काकू-मामी आपल्या चिकनकारीमध्ये व्यग्र असायच्या. मांडी घालून, मान वाकवून, डोळे ताणून हातामधल्या सुई-दोऱ्यानं समोरच्या कापडावर चिकनकारीचे वेगवेगळे नमुने भरण्यात गर्क असलेल्या त्या सगळ्याजणी आणि परक्यासारखा एका कोपऱ्यात बसलेला मी.

चिकनकारीला स्वत:ची सुरेख भाषा आहे. बुट्टे, हत्ती, मासे, पक्षी, कमळं यांच्या जोडीला वेगवेगळ्या वेली. काही मोगऱ्याच्या, काही गुलाबाच्या, काही इतर पाना-फुलांच्या, कधी जाळीचे नमुने, कधी त्या मस्लिन कापडाच्या एकेका तंतूमधून अचूक भरलेले टाके, जणू समोर बारीक तारांचं जाळं आहे. तिथे असलेल्या प्रत्येकीची आपली एक खासियत होती. कोणी फक्त बाहेरच्या बाजू भरायच्या, कोणी भरीव काम, शॅडोवर्क करायच्या. जाळी भरणं हे अत्यंत कौशल्याचं काम होतं. त्यात अनेकजणी पारंगत होत्या. 'मुरी' हा प्रकार तर फार कठीण होता. अतिशय बारीक गाठींची, गुंतागुंतीची सुई-दोऱ्याची कसरत करण्यासाठी कमालीची एकाग्रता लागे. अनेक हात लागत तेव्हा कुठे एखादी ओढणी किंवा साडी पूर्णपणे तयार होई.

पाठमोऱ्या बसलेल्या त्या माझ्या नात्यातल्या स्त्रियांकडे मी नजरेच्या कोपऱ्यातून बघत असे. हातातलं पुस्तक नावाला समोर धरलेलं असे. कधी कोण नुसरतला गोष्ट सांगायची गळ घालते आहे याचा मी बारकाईने अंदाज घेत असे. त्यातल्या लहान मुली पटकन अधीर होऊन म्हणत, "नुसरत आपा, सांग ना गं एखादी गोष्ट."

"ऐका तर मग," असं म्हणून नुसरत गोष्ट सांगायला सुरुवात करायची. तिला ना कधी आठवावं लागायचं, ना विचार करावा लागायचा. ती ना घसा खाकरायची ना लवंग मागायची, ना पाणी प्यायची ना चहाची वाट पाहायची. मला तर असं वाटायचं की, तिच्या आजूबाजूला कुठेतरी ती गोष्ट रमतगमत असायची आणि नुसरत 'ऐका' असं म्हणता क्षणी आपणहून तिच्यासमोर उभी ठाकायची. गोष्ट सांगताना नुसरतची मान आपसूक एका बाजूला झुकायची. नुसरतला आढेवेढे घेताना कुणीच पाहिलं नाही.

लखनौच्या सर्व कशिदाकारांना जाळीचं काम करायला दस्तुरखुद्द सम्राज्ञी नूरजहाँनी शिकवलं होतं हे तिने आम्हाला सांगितलं. नूरजहाँ ही मूळची पर्शियाची. तिथल्या मशिदी आणि त्यांचे मनोरे यांच्यावर नाजूक जाळीची कलाकुसर करायची पद्धत होती. अतिशय बारीक तारा वापरून नजाकतीनं केलेलं जाळीचं काम ही तुर्की वास्तुशिल्पाची खासियत होती. मुघल बादशहा जहांगिरची बेगम बनून भारतात आल्यावर तिला आपल्या जन्मभूमीची, तिथल्या कलाकुसरीची उणीव भासू लागली. तिची एक चतुर दाई होती. तिने नूरजहाँला सुचवलं की, अवधचे कारागीर तिच्या जन्मभूमीमध्ये आढळणाऱ्या जाळीदार नक्षीकामाला हिंदुस्थानात आणू शकतात,

हिंदुस्थानच्या सुप्रसिद्ध मलमलीवर उतरवून.

कधीकधी नुसरत अवधचा नबाब व बेगमांच्या गोष्टी सांगून सगळ्यांना हसवायची, मनोरंजन करायची. नबाबाचा जनानखाना प्रचंड मोठा होता. नबाबाला आपल्या मोहात पाडण्यासाठी त्याच्या बेगमांमध्ये अहमहमिका लागे. मग त्या अत्युच्च प्रतीच्या शुभ्र मलमलीवर अतिशय बारीक कलाकुसर करून बादशहासाठी टोप्या बनवत. त्यातच त्या नबाबाचा जीव मुर्शिदाबादच्या एका तरुणीवर जडला म्हणून तो तिला अवधला घेऊन आला. ती कलकत्त्याहून आलेली तरुणी स्वत:ला अवधच्या जनानखान्यातील इतर स्त्रियांपेक्षा श्रेष्ठ समजत असावी. तिला बंगालीशिवाय इतर कुठलीही भाषा येत नसल्यामुळे इतरांशी संवाद साधणं तिला शक्य नव्हतं किंवा कदाचित तिथे खूप कंटाळवाणं वाटलं असेल, पण ती त्या इतर स्त्रियांमध्ये मिसळायला तयार नव्हती. मग एकटीच बसून ती नबाबासाठी भरतकाम केलेल्या टोप्या तयार करू लागली. नबाब तिच्यावर इतका खूश झाला की, तो त्याच्या जनानखानातल्या इतर स्त्रियांसमोर तिची वारेमाप स्तुती करू लागला. त्या बिचाऱ्या आणखी नाराज होऊ लागल्या. त्या कावेबाज बंगाली तरुणीला आणि तिच्या कशिदाकारीला तोडीस तोड उत्तर देण्यासाठी त्यांनी चिकनकारी विकसित केली.

नुसरतच्या त्या कहाणीभरल्या गुरुवारी दुपारी मी चौकाच्या माझ्या ठरलेल्या कोपऱ्यात निमूटपणे बसून राही. माझं मन मात्र तिच्या कथेतल्या पात्रांबरोबर त्या-त्या स्थळा-काळाची यात्रा करण्यात रमे. मी कित्येक शतकं मागे जाई. भरतकामाची कला ही फारजणांना अवगत नसे. साधी एक टोपी भरायची तर संपूर्ण वर्षभर त्यावर काम करावे लागे. अर्थात, ती कलाकुसर अतिशय नजाकतीने केलेली असे. इतकी अलवार की, तिला स्पर्श करायची भीती वाटे. पैशात तिची किंमत करणं शक्य नसे. अशी कला फक्त प्रेमापोटी निर्माण होऊ शकते. त्या काळामध्ये तान्जेब हा मलमलीचा प्रकार वापरात होता. तो तर इतका नाजूक होता की, एकदा धुतला की, त्याचे धागे विरून जात असत. चिकनकारी हा त्या काळी फक्त नबाबजाद्यांचा आणि रईसजाद्यांचा शौक होता. ते ऐकून मी तर मंत्रमुग्ध झालो होतो. तीच चिकनकारी आज अनेक गरीब घरांची चूल पेटवायला कामी येते आहे. रोजच्या मीठ-भाकरीचा आधार टिकून राहावा म्हणून आमच्या गावातल्या स्त्रिया मान-पाठ एक करून, चिकनकारीची कामं करत राहातात. पोटाची भूक माणसाला किती लाचारी पत्करायला लावते; नाही का?

नुसरतच्या कहाण्यांमध्ये रंगलेला मी हरवलेल्या नजरेनं संध्याकाळी आमच्या खोलीवजा घरी जात असे. माझा अवतार बघून अम्मी अक्षरश: कडकडे, 'कसल्या थापा ऐकत बसतोस रे!' तरीसुद्धा ती माझं असलं वागणं बऱ्यापैकी खपवून घेत असे. मुलं मोठी होत जातात तसं त्यांना आईचा धाक वाटेनासा होतो. कासिमचं

उदाहरण आमच्या डोळ्यांसमोर होतं. तिचा मनस्ताप वाढू नये म्हणून मी तिची बडबड ऐकून घेई.

मला नुसरतच्या कथांमधले कच्चे दुवे जाणवत. इतिहास हा माझा सगळ्यात आवडता विषय असल्याने मी मन लावून त्याचा अभ्यास करत असे. तिच्या कथा कुठल्याही काळात घडत. तारीख, वर्ष यांचं तारतम्य त्यामध्ये नसे. कधी ती ख्रिस्तपूर्व तिसऱ्या शतकामधली ग्रीक प्रवाशाची कथा सांगे, तर कधी शहाजहानच्या राजवटीत बंगालमध्ये पडलेल्या दुष्काळाची!

एकदा अशाच गोष्टी सांगत असताना तिने चिकनकारीच्या उगमाची कथा सांगितली, अगदी वेगळीच कोणती तरी. मी ऐकत होतो त्यामुळे मी तिला लगेच टोकलं, "ती म्हातारी आणि तो तहानलेला फरिश्ता... त्यांचं काय?" ती जेव्हा जायला निघाली तेव्हा मी आणि अरिफ तिच्या मागे-मागे पार तिच्या स्कूटरपर्यंत चालत गेलो. "सांग ना, नक्की कसा झाला चिकनकारीचा उगम? तू आज सांगितलेली कथा खरी की मागच्या वेळची खरी." उत्तरादाखल ती माझ्याकडे वळली आणि हसून मला म्हणाली, "काय फरक पडणार आहे? तुला जी कथा जास्त आवडली असेल ती तू खरी मानू शकतोस!"

आपण जेव्हा एखाद्या चांगल्या कथेच्या, गोष्टीच्या संपर्कात असतो तेव्हा आपल्यापुरती फक्त तीच कथा किंवा गोष्ट खरी असते. इतर कुठल्याही कथांचं साधं अस्तित्वसुद्धा त्या क्षणी आपण जाणत नाही. अर्थात, मी हे नुसरतकडूनच शिकलो, कदाचित माझ्याही नकळत. त्यानंतरही चिकनकारीच्या उगमाच्या कितीतरी वेगवेगळ्या कथा तिने आम्हाला सांगितल्या असतील. मग माझे मी काही आडाखे बांधले – चिकनकारीची ओढणी असो की साडी, पूर्णत्वाला येण्याआधी ती अनेक हातांतून फिरते. नव्याने घातला जाणारा टाका नव्या हातानं घातला जातो; पण म्हणून आधीच्या हाताने घातलेला आधीचा टाका गौण ठरत नाही. एक सुंदर कलाकुसर ही अनेक मनांचा, श्रमांचा, कल्पनांचा परिपाक असते. त्यातून वाचता येते अनोखी कथा जी त्या कलाकुसरीपुरती निखळ सत्य असते. आपल्या स्कूटरवरून विनासंकोच आमच्या गावामध्ये येणारी नुसरत इथल्या स्त्रियांना नवीन अंदाज शिकवत होती, जुन्या गोष्टी सादर करण्यासाठी. आम्हाला साऱ्यांना केंद्रस्थानी ठेवून ती फक्त आमच्यापुरती निखळ आणि सत्य अशी कथा गुंफत होती, आमच्याभोवती.

जितक्या अनपेक्षितपणे नुसरत आमच्या आयुष्यात आली तितक्याच अनपेक्षितपणे ती येणं बंद झाली. त्या गुरुवारी मी नेहमीपेक्षा उशिरा चौकामध्ये पोहोचलो. आज नुसरतबरोबर शहरातून अजून एकजण आली होती. नुसरतभोवती अनेक मुलींचा गराडा पडला होता. वातावरणात उदासीनता जाणवत होती.

"आपा, तुझ्याशिवाय कसं होणार आमचं?" रूबिनानं रडवेल्या स्वरांत विचारलं

"ही दीदी आली आहे ना, ही माझ्यापेक्षा खूप जास्त छान आहे." आपल्या सोबतिणीकडे बोट दाखवत नुसरतनं उत्तर दिलं.

"श्श! रूबिना रडायला काय झालं? आता तिचं लग्न होणार आहे ना?"

"आपा, तुझा होणारा नवरा खरंच लंडनला राहातो का गं?"

"तो तुला तिकडे कधी नेणार?"

"आणि आपा, तुझा निकाह कधी आहे?"

"तू निकाहच्या वेळी शरारा घालणार की सलवार सूट?"

नुसरतच्या लग्नाबद्दल अनेकजणी अनेक प्रश्न करू लागल्या. तिथे थांबणं मला प्रशस्त वाटेनासं झालं म्हणून मी माझा नेहमीचा शिरस्ता सोडून तिथून उठून बाहेर निघून गेलो आणि मग, नाल्याकाठी एकटाच बसून राहिलो. नुसरतच्या आयुष्यात इतकं चांगलं काही घडत असताना रूबिनाप्रमाणे रडणं चुकीचं होतं.

नंतरचे काही दिवस सगळ्याजणींना बोलायला एकच विषय होता, 'नुसरतचा निकाह'. तिचा नवरा लंडनमध्ये नाही, तर स्टॉकहोममध्ये राहात होता. त्याला भरमसाट पगार होता. लखनौच्या आलमबाग भागात त्याच्या कुटुंबाचं चारमजली घर होतं. खालच्या तीन मजल्यांवर त्याच्या एक-एका भावाचं कुटुंब राहात होतं. चौथ्या मजल्यावर त्याची म्हातारी, आजारी अम्मी राहात होती. मरायच्या आधी आपल्या सर्वात धाकट्या मुलाचं लग्न पाहायला मिळावं ही म्हातारीची शेवटची इच्छा होती आणि म्हणूनच अगदी घाईने लग्न ठरवण्यात आलं होतं. जेमतेम दोन आठवडे होते मध्ये, तयारी करायला.

मी लगेच अॅटलास उघडला आणि स्टॉकहोम कुठे आहे ते शोधून काढलं. युरोपच्या नकाशामध्ये गडद निळ्या रंगाच्या चांदणीने स्टॉकहोमचे स्थान दाखवले होते, स्वीडनची राजधानी होती ती. मी खूप भारावून गेलो. मला खूप आवडणारी नुसरत... तिच्या आयुष्यामध्ये आता जादू होणार होती; निळीशार, पाच टोकांची चांदणी तिच्याकडे पाहात हसत होती. तिला नवनवीन आशा दाखवत होती. त्यानंतर स्टॉकहोमबद्दल जितकं वाचता येईल तितकं मी वाचत गेलो. तिथली हवा, ट्रान्स्पोर्ट, लोक... तिथल्या त्या सुंदर देखण्या रस्त्यांवरून चालणारी नुसरत माझ्या नजरेसमोर तरळू लागली.

नुसरतच्या लग्नासाठी आमच्या गावातून याब्नी बेगम, जमीलचाचाची बायको आणि आमच्या घरच्या तीन-चार मुली लखनौला गेल्या. परत आल्यावर नुसरतचे आई-वडील, सासरची मंडळी, नवरा-नवरीचा पोशाख, मेजवानीचा बेत, अशा गोष्टींव्यतिरिक्त दुसरा कुठलाही विषय त्यांना कित्येक दिवस सुचला नव्हता. नुसरतचा व्हिसा येईपर्यंत ती तिच्या सासूबरोबर राहाणार आहे, असंही त्यांच्या

बोलण्यात आलं.

नुसरत गेली आणि चिकनकारी सहकारातील हवा गेली. तिच्या जागी आलेली अंजली दीदी क्वचितच कधीतरी फिरकायची आमच्या गावात. एकतर ती लखनौहून एसटी बसनं यायची; त्यामुळे गावामध्ये पोहोचेपर्यंत ती खूप थकलेली असायची. बसमधली गर्दी आणि रस्त्यावरचे खड्डे यामुळे त्रासून गेलेली असायची. बऱ्याच गुरुवारी ती तिच्याऐवजी त्या टेलरला पाठवून द्यायची. स्वभावाने ती शांत, गंभीर होती; त्यामुळे कंटाळून याख्नी बेगमनं मीटिंगला येणं बंद केलं. त्याबरोबर नवीन डिझाइन्स् शिकण्याचा, प्रयोग करण्याचा इतर बायकांचा उत्साहही ढेपाळला यात काय नवल? एक-एक करत मग सगळ्याजणी परत अरिफभाईचं काम करू लागल्या... जुन्या पद्धतीने, जुन्याच मोबदल्यात.

चौकात उजेड चांगला येतो, तिथे अभ्यास छान होतो हे मीदेखील विसरलो. आता मी खोलीत बसू लागलो.

एका दुपारी मी शाळेतून घरी आलो तर काय! नुसरत आमच्या खोलीमध्ये माझ्या अम्मीशी बोलत बसली होती. त्यांची काहीतरी गंभीर चर्चा चालू होती.

मी आनंदाने ओरडलो, "तू किती लवकर आलीस परदेशातून!"

माझ्याकडे पाहून ती हसली, उदासवाणं.

"करीम गप्प बस!" अम्मीने तोंडावर बोट ठेवून मला दटावलं.

"दप्तर ठेव आणि जा पटकन. मेहमूदचाचाच्या दुकानातून बिस्किटाचा पुडा आणून दे, जा," तिने फर्मावलं.

काहीतरी बिनसलं आहे हे लगेच माझ्या लक्षात आलं. चाचाच्या दुकानातून बिस्किटं घेऊन मी खोलीत शिरल्याबरोबर त्या दोघी पुन्हा गप्प झाल्या. मग अम्मीने चहा करून आम्हाला दिला. सोबत खायला बिस्किटं पण दिली.

निघायच्या आधी नुसरतनं अम्मीचा हात हातात घेतला. "मावशी, आता तू सहकारी सोसायटीमध्ये येशील ना? असं बघ, माझ्यासाठी आता हे निव्वळ काम नाही. माझ्या आयुष्याला तेवढा एकच अर्थ उरला आहे गं!"

"बेटा, माझ्यावर विश्वास ठेव. मी नक्की येईन तुमच्याबरोबर, मावशी म्हटलं आहेस मला. आपल्यात म्हणतात ना की, 'माय मरो, पण मावशी जगो'! काळजी करू नकोस."

नुसरतने अम्मीला मिठी मारली, तिच्याकडे आणि नंतर माझ्याकडे पाहून कसंबसं हसली आणि मग ती गेली.

ती गेल्याबरोबर मी अम्मीच्या मागे लागून काय झालं ते जाणून घेतलं.

लग्नानंतर नुसरत आपल्या नवऱ्याच्या चारमजली घरामध्ये राहिली होती.

त्याची म्हातारी आई खूप आजारी होती. तिच्या अंगावर खूप ठिकाणी बेडसॉर्स झाले होते आणि ते चिघळले होते. तिची संपूर्ण शुश्रूषा नुसरतनं केली. एकीकडे ती व्हिसाची वाट बघत होती. दर रविवारी तिचा नवरा फोनवर तिच्याशी बोलत असे. तसेच तिथे खालच्या मजल्यावर राहाणाऱ्या तिच्या जावादेखील तिच्याशी छान वागत होत्या.

प्रत्येक वेळी फोनवर बोलताना नुसरतचा नवरा तिला प्रेमानं बजावायचा, ''माझ्या आईकडे नीट लक्ष दे हं.'' अर्धांगवायूचा झटका येऊन गेल्यामुळे त्याची आई पूर्णपणे परावलंबी झाली होती. तिचं जेवणखाण, अंघोळ, औषधं सगळं नुसरतला करावं लागे. तिचे सगळेच विधी अंथरुणात होत होते. तेही नुसरत बघे. ती सगळी तारेवरची कसरत करणं नुसरतला जड जात होतं. तसं तिचं वय काही फारसं नव्हतंच. तिने जेव्हा फोनवर नवऱ्याला हे सांगायचा प्रयत्न केला तेव्हा त्याने उलट तिलाच ऐकवलं. इतकी वर्षं तो परदेशात असल्यामुळे त्याच्या तीन भावा-भावजयींनी म्हाताऱ्या आईकडे लक्ष दिलं होतं. आता लक्ष द्यायची त्याची पाळी होती आणि ती त्याची बायको असल्यामुळे पर्यायाने ती तिचीही जबाबदारी होती. नुसरतच्या आईला हे खूप खटकलं होतं; पण तिच्या वडिलांनी समजावलं होतं की, 'व्हिसा येईपर्यंत काही दिवसांचा तर प्रश्न आहे. एकदा स्टॉकहोमला गेली की नुसरत राणीसारखी राहील.'

पाच महिन्यांनी तिची ती सासू वारली.

या वेळी रविवारच्या आधीच तिच्या नवऱ्याचा फोन आला. ''तू अतिशय निष्काळजीपणा केलास आणि म्हणून माझी आई वारली,'' असं त्याने तिला झापलं. त्यानंतर 'तलाक, तलाक, तलाक' असं म्हणून त्याने फोन बंद केला. त्यानंतर काही दिवसांत तिला घटस्फोटाचे कागद मिळाले.

नक्की काय झालं हे तिला कळलं नाही. ती भयंकर हादरली होती. तिच्या बाजूनं तर तिने सासूची जितकी काळजी घेता येईल तितकी घेतली होती. सासूचा दफनविधी पार पडला आणि तिला तिचं सामान आवरावं लागलं; कायमचं घरी परतण्यासाठी, तेव्हा सगळं चित्र तिच्या डोळ्यांसमोर स्पष्ट झालं.

पहिल्या मजल्यावरच्या जावेनं तिला सांगितलं की, त्यानं आधीच एका स्वीडिश तरुणीशी लग्न केलं आहे.

दुसऱ्या मजल्यावरची जाऊ म्हणाली, ''म्हातारी किती जगते हे कसं समजणार? शिवाय पूर्ण वेळासाठी नर्स ठेवणं खूप महागात पडलं असतं, नाही का?''

''त्याचं आपल्या म्हाताऱ्या आईवर फार प्रेम होतं. म्हातारपणी तिला असं एकटं वेदना सोसत जगावं लागणं त्याला सहन होत नव्हतं,'' तिसऱ्या मजल्यावरच्या जावेनं पुस्ती जोडली.

"कसल्या उलट्या काळजाच्या लोकांच्या तावडीत सापडली होती नुसरत! त्या सगळ्या कुटुंबानं संगनमत करून रोगजर्जर म्हातारीची फुकटात सेवा करून घेण्याकरता धाकट्या मुलाच्या लग्नाचा डाव मांडला, खोटाच! म्हातारी मेली तरी बळी मात्र नुसरतचा गेला. तसं बघितलं तर तिच्या नवऱ्याने जे काही केलं ते कायद्याला धरून केलं. तसंही आपल्या धर्मामध्ये पुरुष चार वेळा लग्न करू शकतो. घटस्फोट घेणं तर फारच सोपं असतं आपल्याकडे, 'तलाक' हा शब्द तीन वेळा म्हटला की, संपलं. विवाहित स्त्री ते घटस्फोटित महिला हा प्रवास घडायला कोणतंही क्षुल्लक कारण पुरतं." अम्मीचा त्रागा बाहेर पडला.

ॲटलासमधल्या त्या निळ्या चांदणीने दर्शवलेल्या देशात राहाणाऱ्या त्या दुष्ट माणसाचा खून करून टाकावा असं मला वाटत होतं. आमच्या नुसरतचा वापर करून नंतर त्याने तिला अक्षरश: वाऱ्यावर सोडून दिलं होतं. प्रत्यक्षात त्याच्यापर्यंत पोहोचणं मला शक्य नव्हतं म्हणून मग मी ॲटलासमधलं युरोप देशाचं ते पान टरकावून, त्याचा बोळा केला आणि प्रचंड त्वेषानं, रस्त्यावरच्या भटक्या कुत्र्याच्या अंगावर भिरकावलं.

अम्मीने नुसरतला दिलेला शब्द पाळला. आपल्या इतर मैत्रिणींना सोबत घेऊन ती नुसरतने सुरू केलेल्या सहकारी संस्थेत सामील झाली. आमच्या गावामधल्या या सोसायटीची झपाट्याने प्रगती झाली नाही तर आमच्या गावातलं केंद्र एजन्सी बंद करून टाकणार होती. मग नुसरतच्या नोकरीचाही प्रश्न होता. माझ्या आईनं तिच्या मैत्रिणींना सांगताना मी ऐकलं, "केस कापले काय किंवा स्कूटरवरून फिरली काय? बाईचं नशीब आजही तसंच आहे, भयाण." आता तिला अरिफभाईच्या संतापाची पर्वा नव्हती कारण तिला कळून चुकलं होतं की, संकटामध्ये बायकांनीच बायकांच्या पाठीमागे खंबीरपणे उभं राहायचं असतं.

नुसरत परतली आणि आमच्या सहकारी संस्थेला संजीवनी मिळाली. गेल्या काही महिन्यांत आपण जाणूनबुजून दुर्लक्ष केल्याचं याख्नी बेगमला खूप अपराधी वाटलं म्हणून तीसुद्धा दुप्पट जोमाने कामाला लागली. गळालेल्या सगळ्या बायकांना तिने पकडून परत आणलं. माझी अम्मी त्यांच्यात सामील झाल्याबरोबर गावातल्या उरलेल्या गरीब बायकासुद्धा त्या गटात सामील झाल्या. पुन्हा एकदा नुसरतच्या कथा रंग भरू लागल्या, विनोद सगळ्यांना हसवू लागले. तिच्या डोळ्यांतला निर्धार मात्र फक्त मला जाणवला होता.

मी आणि माझा मित्र अरिफ, बायकांच्या त्या गटाला हिशोब ठेवण्यासाठी मदत करू शकतो असं नुसरतनं सांगितल्यावर तर मला आकाश ठेंगणं झालं. आता मी बिनदिक्कतपणे मदत करू शकणार होतो. आमच्या गावामधली मुलींची शाळा

जेमतेम सहाव्या इयत्तेपर्यंत होती; त्यामुळे बहुतांश मुलींची शालेय प्रगती म्हणा किंवा अभ्यास म्हणा, यथातथाच होता. गावातल्या बहुतेक बायका अशिक्षित होत्या. मला आणि अरिफला मदतनिसाचा हुद्दा देण्यात आला. अर्थात, हिशोब आणि पैसे मोठ्या बायकांकडे असायचे. आमचं काम हिशोब लिहिणं आणि ताळेबंद मांडणं एवढंच होतं. या नव्या नियुक्तीमुळे आम्हाला आकाश ठेंगणं वाटू लागलं होतं. अगदी पैन्पैचा हिशोब जुळावा म्हणून आम्ही रोज शाळा सुटल्यावर मन लावून लिखापढी करत असू, तेसुद्धा अगदी नेटक्या अक्षरामध्ये.

प्रयत्नांना यश मिळू लागलं. बायकांना कामाचा चांगला मोबदला मिळू लागला; मात्र, नुसरतला वेगळा त्रास सुरू झाला. नेमके अरिफभाई हजला गेले होते. कामाची संपूर्ण जबाबदारी त्यांनी गुड्डु आणि मुन्नावर सोपवली होती. अरिफभाई अल्लाहला मानत असल्यामुळे ते कधी वाईट मार्गाचा अवलंब करत नसत; पण गुड्डु, मुन्नाला स्वत:चं महत्त्व प्रस्थापित करायची आयती संधी चालून आली.

मिळेल त्या संधीचा उपयोग करत, ते दोघं नुसरतबद्दल वाट्टेल त्या अफवा पसरवू लागले. ती खूप नीच आणि हलकट असल्यामुळे तिच्या नवऱ्याने तिला टाकलं आहे, तिच्यापासून घटस्फोट घेतला आहे असं साऱ्यांना सांगत ते फिरू लागले. मुळात, कुठली मुसलमान मुलगी स्वत:चे केस असे कापेल आणि स्कूटरवरून गावोगाव फिरेल असा त्यांचा प्रश्न होता. सहकारी संस्थेत येणाऱ्या मुलींनी आणि बायकांनी त्या दोघांच्या बोलण्याला जराही भीक घातली नाही; पण त्यांच्या घरामधले पुरुष...त्यांचं काय करणार? ही नुसरत म्हणजे कीड आहे. आमच्या घरामधल्या लेकी-सुनांनी तिच्या वाऱ्यालासुद्धा उभं राहाता कामा नये अशी भूमिका गावातल्या पुरुषांनी घेतली.

गुड्डु आणि मुन्ना आपली जी बदनामी करत आहेत ती आपल्या गावी नाही असा आविर्भाव नुसरतनं सुरुवातीला आणला होता; पण हळूहळू गावातील कुजबुज वाढली आणि अफवा पसरल्या तसतसा तिचा चेहरा गंभीर होऊ लागला. अजूनही ती मेहमूदचाचाच्या दुकानबाहेर तिची स्कूटर लावत होती. तिथून आमच्या घराच्या त्या चौकाकडे येताना तिचा चेहरा आता आठ्यांनी त्रासलेला दिसू लागला होता.

आणि एक दिवस कडेलोट झाला. गुड्डु आणि मुन्नानी मौलवी साहेबांना फितवलं. त्यांनी भरचौकात सगळ्यांना बजावलं की, थोडे जास्त पैसे मिळवण्याकरता घरामधले काही हावरट सदस्य शहरातून येणाऱ्या दुष्ट शक्तींना आपल्या घरात थारा देत आहेत. समाजाच्या दृष्टीने हे खूप घातक असून, त्यामुळे सगळ्यांवर संकट कोसळेल. अशानं घरातील तरुणाई वाईट मार्गाला लागेल. तरुण मुली हलक्या दर्जाच्या शोभेच्या बाहुल्या बनतील आणि त्यांची मुलं पाय घसरलेल्या पापी मुलींना सुना म्हणून घरात आणतील.

गुरुवारी दुपारचा नमाज पढून झाल्यावर लाउडस्पीकरवरूनच मौलवी साहेब हे भाषण करत होते. आम्हाला चौकामध्ये ते स्पष्ट ऐकू येत होतं. नुसरतचा चेहरा कसानुसा झालेला मला दिसला. त्या क्षणी संतापाची प्रचंड लाट माझ्यात उसळून आली आणि मी एकदम माझ्या जागेवरून उठून झपाट्याने याख्नी बेगमसमोर जाऊन उभा राहिलो. मी ओरडून बोललो, "हे सगळं खोटं आहे. तुम्हालाही ते माहिती आहे. नुसरतची काहीही चूक नाही हे आपल्याला सगळ्यांना चांगलं ठाऊक आहे. मग आपण काही करत का नाही आहोत? या सगळ्या अफवा थांबवत का नाही आहोत?"

उत्तरादाखल याख्नी बेगमला काहीही बोलू न देता मी जमीलचाचाच्या बायकोसमोर उभं राहून बोलू लागलो. "हेच जर तुझ्या मुलीच्या, रूबिनाच्या बाबतीत घडलं तर? मग त्या मौलवीला असं लाउडस्पीकरवरून जाहीरपणे बोलू दिलं असतं का जमीलचाचानी आणि तूसुद्धा?" जमीलचाचाच्या मोठ्या मुलीचा, रूबिनाचा निकाह अबुधाबीमधल्या एकाशी ठरला होता. जसा काही याच्यात रूबिनाचाच दोष असल्यासारखं मी तिच्याकडे रागावून पाहिलं. मग मी पुन्हा माझ्या रोजच्या पायरीवरच्या त्या जागेवर येऊन बसलो.

माझ्या या स्फोटामुळे तिथे थोडा वेळ अगदी शांतता पसरली. हळूहळू फिरणाऱ्या पंख्याचा काय तो आवाज येत होता. मग कुणीतरी उठून तो पंखा बंद केला. त्याबरोबर एखादा इशारा मिळाल्यासारखा सगळ्याजणी भानावर येऊन बोलू लागल्या, आपआपली मतं मांडू लागल्या. पुरुषांची कृतघ्नता त्यांनादेखील पटली नव्हती. त्या सगळ्यांचा नुसरतला पाठिंबा होता.

याख्नी बेगमनी खणखणीत आवाजामध्ये बोलायला सुरुवात केली. "आपली सोसायटी बंद पाडण्याकरिता चालू असलेल्या या सगळ्या हरकती आहेत; पण आम्ही त्यांचा दुष्ट हेतू अजिबात सफल होऊ देणार नाही." सर्वजणींनी टाळ्या वाजवून, हात उंचावून, आरडाओरडा करत तिच्या बोलण्याला पाठिंबा दिला. आवेशात येऊन, मी काय-काय बोलून गेलो ते आठवून मलाच लाज वाटली. डोळ्यांच्या कोपऱ्यातून मी नुसरतच्या चेहऱ्यावरचे भाव पाहाण्याचा प्रयत्न केला, पण तिच्याभोवती एवढा गराडा होता की, तिचा चेहरा मला दिसला नाही. मी हळूच तिथून काढता पाय घेतला.

नंतर सगळ्याजणी गेल्यावर जेव्हा मी आणि अम्मी दोघं घरात होतो तेव्हा तिने मला विचारलं, "तू तिची वकिली कशाकरता करत होतास रे? झालं आहे तरी काय तुला?"

"कॉलेज शिक्षण पूर्ण करून नोकरीला लागलो की, तिच्याशी लग्न करायचं ठरवलं आहे मी."

माझं उत्तर ऐकून माझी आई हसत सुटली.

"अरे तिचं वय तरी बघं, खूप मोठी आहे ती तुझ्याहून."

"दोन मनं एकत्र आली की तिथे वयामुळे काही अडत नाही," क्षणाचीही उसंत न घेता मी तिला ठणकावलं. "आपल्याहून पंधरा वर्षांनी मोठ्या असलेल्या खादीजा या विधवेशी नाही का प्रेषित मोहम्मद यांनी लग्न केलं? तिचं चारित्र्य आणि कनवाळूपणा बघितला त्यांनी."

नुसरत माझ्यापेक्षा फार तर सात-आठ वर्षांनी मोठी असेल. रात्री अंथरुणात पडल्या-पडल्या माझ्या डोक्यात विचार पिंगा घालत होते. 'माझी नुसरत, किती निर्मळ मनाची आहे! आमचं लग्न झालं की, मी सांगेन तिला केस वाढवायला.' त्याच विचारात मला कधीतरी झोप लागली.

नुसरतची बाजू घेऊन मी सगळ्यांवर आगपाखड केली ही बातमी गुड्डु आणि मुन्नापर्यंत पोहोचायला वेळ लागला नाही. ते मुद्दाम माझ्या जायच्या-यायच्या वेळा लक्षात ठेवून माझ्या वाटेत उभे राहू लागले. मी दिसलो की मुद्दाम हसायचं, मला डिवचायचं असे प्रकार त्यांनी सुरू केले. सुरुवातीचे काही दिवस मी त्यांच्याकडे पूर्णपणे दुर्लक्ष केलं; त्यामुळे ते चेकाळले. मग मी दिसताच त्यांनी मला ऐकू येईल इतक्या मोठ्या आवाजात टोमणे मारायला सुरुवात केली. अत्यंत गलिच्छ भाषेत बोलायचे ते.

एक दिवस हे असह्य होऊन मी मागे वळून त्यांना विचारलं, "नक्की काय त्रास आहे तुम्हाला?"

त्यांनी चक्क दुर्लक्ष केलं माझ्याकडे, जणू ते आपापसांत बोलत आहेत असाच आविर्भाव आणला त्यांनी. एकमेकांच्या पाठीवर थाप देत, फिदिफिदी हसणारे ते दोघेजण खूपच कळकट, मळकट आणि तेलकट दिसत होते.

त्यानंतरच्या गुरुवारी नुसरतची जायची वेळ झाली तशी मी आणि अरिफ मेहमूदचाचाच्या दुकानापर्यंत तिला सोडायला निघालो. त्या वेळी गुड्डु अगदी जाणूनबुजून माझ्यासमोर आला आणि दोन्ही हातांनी कराकरा अंग खाजवत उभा राहिला, मी त्याच्याकडे दुर्लक्ष केलं आणि त्याला डावलून पुढे झालो तर त्याने पाय मध्ये घातला. तसा मी अडखळून, सपशेल तोंडावर आपटलो.

पटकन पुढे होऊन अरिफनं मला उठायला हात दिला. नुसरतचा चेहरा रागानं लाल झाला होता. "मनात तरी काय आहे तुमच्या? का छळता आम्हाला?" असं ती ओरडली.

आता आगाऊपणा करायला मुन्ना सरसावला. आपला एक हात कानावर आणि दुसरा छातीवर ठेवून त्याने सिनेमा स्टाइलमध्ये गाणं म्हणायला सुरुवात केली, 'कोई पत्थरसे न मारे मेरे दिवानेको...' उगाचंच वेडेवाकडे हातवारे करत तार

सप्तकामध्ये अतिशय बेसूरपणे तो लैला-मजनू सिनेमातलं ते गाणं म्हणत होता.

"ए, काय मनाला येईल ते बोलतो का रे? जीभ आवर तुझी," मी त्याच्या अंगावर धावून जात म्हटलं. त्याला जोरात ठोसा लगवायचा विचार होता माझा.. तेवढ्यात पुढे होत अरिफनं मला अडवलं.

"निर्लज्ज कुठले! पंगा घ्यायचा आहे तर आपल्या वयाचा कोणी शोधा की! येऊ दे अरिफभाईंना – सांगते की नाही पाहा त्यांना तुमच्या या घाणेरड्या हरकतींबद्दल." नुसरत आता प्रचंड संतापली होती. तशीच ती तिच्या स्कूटरपाशी पोहोचली. मी आणि अरिफ अजूनही त्या दोघांकडे रोखून पाहात होतो.

त्यानंतरचे काही दिवस ते आमच्यापासून हातभर दूर राहिले.

मग एक दिवस मी आणि अरिफ मिठाईच्या दुकानात गेलो होतो. त्या दिवशी सगळ्यांच्या अंगात उत्साह भरला होता. चिकनकारी सोसायटीने त्यांचा पहिला नफा जाहीर केला होता. नुसरतच्या एजन्सीकडून चिकनकारी करणाऱ्या प्रत्येक महिलेला बोनस मिळणार होता. प्रत्येकी एकशेवीस रुपये. म्हणून खुशीत येऊन याख्नी बेगमनी आम्हाला लाडू घेऊन यायला सांगितलं. आनंदात, गप्पा मारत आम्ही मिठाईच्या दुकानात पोहोचलो. गुड्डु आणि मुन्ना तिथल्या बेंचवर बसून 'फुर्र-फुर्र' करत चहा पीत होते. आमचे आनंदी चेहरे पाहाताच त्यांच्या चेहऱ्यावरचा रंग उडाला. आता हे दोघं काहीतरी भानगड करणार अशी शंका मला आली.

आम्ही लाडू विकत घेतले. मी पैसे देऊ लागलो; अरिफ हातात लाडूचा बॉक्स घेऊन दुकानाच्या बाहेर पडू लागला. त्यानंतर गोष्टी इतक्या वेगाने घडल्या की, आधी काय झालं हे मला सांगता येणार नाही. मला दिसलं की गुड्डु अरिफच्या अंगावर झेपावला आहे आणि बॉक्समधले लाडू दुकानाबाहेरच्या अंगणात सायकलच्या आवतीभोवती पडले आहेत. काही समजायच्या आत, पुढच्या क्षणी मी गुड्डुवर तुटून पडलो. त्याच्या नाकावर मी इतके जोरात ठोसे मारले की, रक्ताची धारच लागली त्याच्या नाकाला.

तितक्यात अरिफ माझ्या मदतीला आला. आता आम्ही दोघांनी मिळून त्याला जमिनीवर पाडलं आणि त्याच्या छातीवर, पोटावर जमतील तसे गुद्दे घालू लागलो. दुकानदाराच्या मदतीने मुन्नाने कसंबसं आम्हाला बाजूला केलं. तोवर गुड्डुला सडकून मार बसला होता आमच्याकडून.

त्यांच्याकडून तेवढे लाडू नव्याने वसूल करून मग निघालो आम्ही तिथून.

"तू जिच्यावर इतका मरतो आहेस ना, त्या बॉबकटवालीचा तलाक झाला आहे. साली गंदी औरत," तेवढ्यात मुन्ना मागून जोरात ओरडला. पुन्हा मारामारी व्हायला नको म्हणून अरिफनं जोरात पेडल मारायला सुरुवात केली.

गुड्डु आणि मुन्नानं कितीही घाणेरड्या हरकती केल्या, तरी आमच्या गावामध्ये चिकनकारी सहकारीचा छान जम बसला. नुसरतच्या एजन्सीने आम्हाला 'आदर्श सोसायटी' म्हणून बक्षीस दिलं होतं. आता आमचं काम पाहायला अनेक मान्यवर येऊ लागले. अनेकदा परदेशी पाहुणे येऊ लागले. आमच्या गावामधल्या बायकांना प्रशिक्षण आणि प्रदर्शन-विक्रीकरता मुंबई-दिल्लीसारख्या शहरांमध्ये पाठवण्यात येऊ लागलं. काही दिवसांनी इथल्या महिला आजूबाजूच्या महिलांना प्रशिक्षण देण्याइतपत तयार झाल्या. आमच्या उदाहरणामुळे अनेकजणींना कामाची प्रेरणा मिळत गेली.

मक्केहून परतल्यावर अरिफभाईंनी इथल्या गटाच्या प्रयत्नांचा आणि त्यांना मिळालेल्या यशाचा अगदी सहज स्वीकार केला. तसंही तो कधीच फारसा बोलत नसे. काही दिवसांनी तर आमच्या लक्षात आलं की, मुन्ना आणि गुड्डु आम्ही केलेली कामं विकत घेऊ लागले होते. मग तेच डिझाइन्स वापरून ते आजूबाजूच्या गावामधल्या बायकांकडून काम करून घेत आणि स्वत:चा माल म्हणून बाजारात विकत. नुसरतच्या एजन्सीने लखनौ शहरामध्येदेखील चिकनकारीचे काम मोठ्या प्रमाणावर सुरू केले होते. शिवाय त्यांनी बनवलेले सगळे नवे डिझाइन्स पूर्ण करणं आमच्या छोट्या सोसायटीला शक्य नव्हतं; त्यामुळे थोडं काम बाहेरून पूर्ण होऊ शकलं तरी सोसायटीचा तोटा होत नव्हता. हे जास्त काम आपोआपच अरिफभाईच्या पदरात पडत होतं. त्याचे लागेबंधे आजूबाजूच्या बहुतांश गावांमध्ये होते. यावर माझी अम्मी म्हणाली की, अरिफभाईच्या पिढ्यान्‌पिढ्यांनी इतकी पुण्याई गाठीशी बांधली आहे की, कोणत्याही प्रकारची परिस्थिती उद्‌भवो, त्याच्या कुटुंबीयांचा फायदाच होतो.

आता सोसायटीनं अकाउंट्स ठेवायला एका वेगळ्या माणसाची नेमणूक केली होती. तिथलं काम वाढलं होतं. आम्ही शाळेत शिकणारी मुलं, आम्हाला ते झेपणं शक्य नव्हतं. आमच्याही ते पथ्यावर पडलं कारण आता आम्हाला बोर्डाची परीक्षा द्यायची होती. अरिफ आणि मी जीव ओतून अभ्यासाला लागलो. आपसूकच आमचं सोसायटीत जाणं कमी-कमी होत गेलं.

नुसरतसुद्धा वरचेवर येईनाशी झाली. दोन-चार आठवड्यांनंतर एखादी चक्कर मारायची ती. मेहमूदचाचाच्या दुकानाबाहेर तिची स्कूटर दिसली की, मी ताबडतोब तिच्याकडे धाव घ्यायचो. मला पाहून तिचाही चेहरा उजळायचा. ''काय प्यारे, कसा आहेस?'' हा तिचा प्रश्न ठरलेला असायचा.

तिने मला दिलेलं ते नाव अजूनही तिच्या लक्षात होतं, तिच्याशी लग्न करायचा माझा इरादा जसा माझ्या लक्षात होता, तसंच.

आमची दहावीची परीक्षा आटोपल्यावर आम्हा मुलांना पुढची दिशा दाखवण्यासाठी नुसरत आणि तिची एजन्सी पुढे आली. आमची आवड, क्षमता, गरज या साऱ्या

गोष्टी समजावून घेऊन त्यांनी मार्गदर्शन केलं. मग आम्ही शासकीय आयटीआय संस्थांचे फॉर्म्स भरले. भविष्यात नोकरी मिळवायच्या किंवा स्वत:चा व्यवसाय करण्याच्या दृष्टीने आम्हाला त्याची मदत झाली असती.

अरिफला मोबाइल दुरुस्तीमध्ये विशेष रुची होती; त्यामुळे त्याने तसा कोर्स निवडला. मेहमूदचाचाला हे आवडलं नव्हतं. या मोबाइलपायी आपला एसटीडीचा धंदा पार बसला असताना आपल्या पोटच्या पोरानंसुद्धा त्याच्याच नादी लागावं हे त्याला पटत नव्हतं; पण अरिफला मात्र आपल्या निवडीबद्दल जराही संदेह नव्हता. काळाची बदलती पावलं अचूक ओळखून त्याचा उपयोग आपल्या उत्कर्षासाठी करण्याइतकी दूरदृष्टी त्याच्यामध्ये होती. मोबाइल दुरुस्ती शिकून आपल्या गावात दुरुस्ती केंद्र सुरू करायचा त्याचा विचार होता. शिवाय त्याच्या अब्बाचा एसटीडी बूथ आता वापरात न येता रिकामा पडलेला होता. मग त्याच्या या निर्णयामागची भूमिका त्यांनाही पटली असती. अरिफ त्याच्या कोर्सकरता सहा महिन्यांसाठी लखनौला जाणार होता. या एका गोष्टीपायी मी त्रासलो होतो. कारण मी दोन वर्षं बाहेर राहाणार होतो, तेही दूर, पुण्याला.

कॉम्प्युटर ऑपरेटर आणि प्रोग्रॅमर हा दोन वर्षांचा कोर्स मी निवडला होता. खूप शोधाशोध केल्यावर आमच्या लक्षात आलं होतं की, महाराष्ट्रातल्या पुण्यामध्ये सगळ्यात उत्तम सोय आहे. दोन वर्षं तेही इतक्या दूर... अम्मी तर तयारच नव्हती. मी स्वत: फारसा कुठे गेलो नव्हतो. एकदाच कधीतरी कानपूरला गेलो होतो; त्यामुळे मला घरापासून एवढ्या दूर कसं काय जमेल याबद्दल माझं मन साशंक होतं; परंतु हा निर्णय घेण्यासाठी कासिमची, माझ्या मोठ्या भावाची खूप मदत झाली. एव्हाना तो ट्रकचा क्लिनर म्हणून काम करू लागला होता. बरेचदा तो घराबाहेर असे, विशेषत: रात्री, जेव्हा तो घरी येई तेव्हा बहुधा तो प्यायलेला असे. हल्ली त्याच्या हातात कायम पैसे खुळखुळत. अम्मीला सतत शंका यायची की, तो काही बेकायदेशीर गोष्टींमध्ये गुंतला आहे की काय, परंतु त्याला तसं स्पष्टपणे विचारण्याची हिंमत तिला होत नसे. त्याच्या भडकण्याला ती घाबरायची.

त्या दिवशी आपल्या खिशातून नोटांचं बंडल काढून त्याने अम्मीकडे भिरकावून म्हटलं, "तू काळजी करू नकोस. करीमचा जाण्या-येण्याचा आणि राहाण्याचा खर्च मी देतो. तेवढ्यासाठी जमीन विकायची गरज नाही." मग माझ्याकडे वळून तो म्हणाला, "करीम, तू जा रे शहरात. खूप शिक. सालं, मस्तपैकी इंग्रजी बोल. शर्ट, टाय, शूज असा चकाचक ऑफिसमध्ये जा. हे इथलं आयुष्य काय आयुष्य आहे? तू पड इथून बाहेर." आणि मग तो तसाच जमिनीवर बसून रडू लागला. एकतर तो पिऊन आलेला होता, नेहमीप्रमाणे. त्या नशेत तो आता बरळू लागला. "अरे! एका ट्रक ड्रायव्हरची काही लायकी नाही का रे? शहरातल्या वेश्यासुद्धा

मला आदर देत नाहीत.'' बऱ्याच वेळानं तो थोडासा भानावर आला. धडपडत माझ्या जवळ आला. मोठ्या प्रेमानं माझे हात हातामध्ये घेतले. माझ्या हातानं स्वत:चे अश्रू पुसले. ''करीम तू नक्की जा बाबा, अरे तुझ्या भावाची तेवढी तरी लायकी आहेच.''

त्याच्या या पाठिंब्यामुळे माझा निश्चय पक्का झाला. एका चांगल्या स्त्रीकडून प्रेमाची अपेक्षा असेल तर चांगली नोकरीही हवी ना?'

जाण्याआधी एकदा मला नुसरतशी बोलायचं होतं. मी परत आलो की, आम्ही दोघांनी लग्न करायचं आहे हे तिलाही कळायला पाहिजे. पुणं इतक्या दूर होतं. वाटलं की दोन वर्षं संपायला खूप वेळ लागेल. अंतर आणि वेळ लक्षात घेता तिला कळवायला पाहिजेत माझ्या भावना. मी ज्या दिवशी पुण्याला जायला निघणार होतो त्या दिवशी चारबाग स्टेशनसमोरच्या हॉटेलमध्ये ती मला भेटू शकेल का असं मी तिला विचारलं. तिला थोडंसं आश्चर्य वाटलं; पण तरीही तिने यायचं कबूल केलं.

त्या हॉटेलमध्ये तिच्यासमोर बसल्यावर एकीकडे मला वाटू लागलं की, आपण काहीतरी बावळटपणा केला आहे. दुसरीकडे मला आनंदाच्या उकळ्या फुटत होत्या. आता आपला धीर सुटायच्या आधी मनातलं बोलून मोकळं व्हावं या विचारानं मी बोलायला सुरुवात केली.

''तुला पहिल्यांदा पाहिलं तेव्हाच मला तू खूप आवडलीस. त्या क्षणापासून तुझा आदर वाटू लागला.'' प्रेम या शब्दाचा उच्चार करण्याचा मला संकोच वाटला. शिवाय, तिला राग आला तर काय? हा विचार होता मनात. ती किती चांगली मुलगी होती; पण माझं तिच्यावर प्रेम आहे हे माझ्या बोलण्यावरून तिच्या लक्षात येईल असं मला वाटलं. मग मी पुढे बोलू लागलो. ''मी माझं शिक्षण पूर्ण करतो. मग मला चांगली नोकरी मिळाली की, मला तुझ्याशी लग्न करायला आवडेल. अम्मीला मी तशी कल्पना दिली आहे. ती काही नाही म्हणणार नाही. आणि समजा, तिने काही हरकत घेतली तरी मला त्याची पर्वा नाही.''

मी तिच्याकडे अगदी रोखून पाहिलं. ती मला हसते आहे की काय अशी शंका मला येत होती; पण तसं काही मला जाणवलं नाही. प्रेषित मोहम्मदांनी त्यांच्याहून वयानं मोठ्या असलेल्या स्त्रीबरोबर लग्न केल्याचा दाखला मी दिला; त्यामुळे कोणाला काही वावगं वाटायचा प्रश्नच नव्हता. माझी बाजू तिला समजावून सांगण्याची घाई मला झाली होती. शिवाय, मी काही माझ्या वयाच्या इतर मुलांसारखा अल्लड नव्हतो. सगळ्यांना माहीत होतं, मी वयाच्या मानानं किती समजूतदार आहे. कदाचित अब्बू खूप लवकर गेल्यामुळे मी असा झालो असेन. माझ्याजवळ बोलायला काहीच उरलं नाही तेव्हा आपल्या सांगण्यावर तिचा कितपत विश्वास बसला आहे हे अजमावत मी गप्प राहिलो.

तिच्या नजरेचा अर्थ मला लागला नाही. गंभीर, स्वच्छ, माझ्या अंतरंगात डोकावून पाहाणारी.

ती शांतता मला असह्य झाली. "प्लीज, मी परत येईपर्यंत थांब. थांबशील ना? कुठे निघून नाही ना जाणार?" मी धीर एकवटून विचारलं.

"मी कुठे जाऊ शकणार आहे प्या..." तिने बोलता-बोलता स्वत:ला सावरलं "करीम?"

ट्रेनमध्ये बसल्यावर तिच्या त्या गूढ नजरेचा अर्थ लावायचा मी खूप प्रयत्न केला, पण मला काही केल्या उमजेना. मात्र आपण तिला सगळं सांगून मोकळे झालो आहोत याचा मला आनंद झाला होता हे नक्की.

आपलं घर आणि गाव सोडून एखाद्या परक्या शहरात आपण जायला निघतो तेव्हा आपण खूप व्याकूळ झालेले असतो. घरच्यांच्या विरहाच्या कल्पनेनं आपलं मन व्यथित होतं. खरं म्हणजे आपण तशी मानसिक तयारी केलेली असते की, आता आपल्याला आईच्या हातचा स्वयंपाक खाता येणार नाही. आपल्या भावंडांशी मस्ती करता येणार नाही. आपली रोजची झोपायची जागा, आपल्या मित्रांबरोबर सायकलवरून केलेल्या रपेटी, गप्पांची ठिकाणं, कितीतरी गोष्टी मागे सोडून द्याव्या लागतात. मलाही त्याची कल्पना होती. मात्र, या सगळ्याची किती प्रचंड उणीव मला भासणार आहे हे माझ्या पुरेसं लक्षात आलं नव्हतं.

पुण्यात आलो आणि कित्येक गोष्टी मला प्रकर्षाने जाणवल्या. कितीतरी अनुभवांची उणीव मला भासू लागली. बहुतांश गोष्टी आपण कशा गृहीत धरल्या होत्या हे मला उमगलं. आमच्या गावाला वेढणारी गर्द वनराई, शांत, निरभ्र रात्री लाखो चांदण्यांनी खुलून दिसणारं आभाळ, शेतातून आणि झाडांतून दिवस-रात्र वाहणारा वारा, पक्ष्यांचा किलबिलाट, रातकिड्यांची किर्र-किर्र, बकऱ्यांचा आणि कोंबड्यांचा वास, बैलगाड्यांच्या चाकांची कुई-कुई, ट्रॅक्टर्सचं धडधडणं, रात्री आठ वाजता गावात येणाऱ्या आणि लगेच वळून पुढच्या गावाकडे जाणाऱ्या बसच्या थकलेल्या ब्रेक्सचा आणि टायर्सचा आवाज, दुरून ऐकू येणारी तरसांची कुंई-कुंई, रात्रभर भटकणाऱ्या कुत्र्यांचं भुंकणं आणि सकाळच्या नमाजाकरिता सगळ्यांना उठवणारा अझान. त्या भाड्याच्या खोलीत राहाताना कितीतरी रात्री माझी तगमग होत राहिली. आयटीआयला ॲडमिशन घेतलेल्या इतर चार मुलांबरोबर एका छोट्या खोलीमध्ये मी भाड्याने राहात होतो. झोपताना दिसायचं ते फक्त छप्पर– सात फुटांवरचं. माझ्या गावाकडच्या आवाजांऐवजी सोबत असायची ती केवळ पंख्याची एकसुरी घरघर. इथे आल्यावर जाणवलं की, त्या सगळ्या लहानसहान गोष्टींनी आयुष्य किती रंगतदार केलं होतं. माझ्या प्रत्येक श्वासामध्ये तिथली आठवण घर करून होती.

पुण्यामध्ये आल्यावर पहिल्या काही दिवसांमध्ये मला एका गोष्टीचा उलगडा झाला– शहरवासियांना असणारं स्वतंत्र शौचालयाचं वेड. शहराच्या प्रचंड गोंगाटात आणि गर्दीत आपलं म्हणावं असं आकाश किंवा जमीन, काहीच वाट्याला येत नाही कोणाच्याही. आम्हा खेड्यात राहाणाऱ्यांना त्याची जाणीवसुद्धा नसते. निसर्ग हा नैसर्गिक विधींसाठी असतो ही खूणगाठ बांधून आम्ही जन्माला येतो की काय? नाहीतर इतक्या मुक्तपणे आणि नि:शंकपणे आम्ही झाडा-झुडपांच्या आडोशानं स्वत:ला असं मोकळं कसं करू शकलो असतो?

शहरात गेल्यावर, तिथे राहिल्यावर मला लक्षात यायला लागलं की, गावाच्या तुलनेत शहरामध्ये खाण्याचे कितीतरी प्रकार उपलब्ध असतात, अगदी मोजता येणार नाहीत एवढे. ब्रेड-आम्लेट, छोले-भटुरे, वडा-पाव, रगडा-पॅटीस, डोसा, चायनीज नुडल्स, पंजाबी, साउथ इंडियन, नॉर्थ इंडियन... भारतामधल्या सगळ्या प्रांतांमधले प्रकार शहरामध्ये सहज मिळतात. त्यासाठी कुठलं झकपक हॉटेल हवं असंही नाही. चहाची टपरी, रस्त्याच्या कडेला लागलेली हातगाडी, कँटीन्स, मेस, धाबे, उघड्यावरची हॉटेलं आणि तारांकित हॉटेलं... अनेक ठिकाणं आणि अनेक पदार्थ. खाण्या-पिण्याची अगदी लयलूट, पण या सगळ्या गदारोळामध्ये नैसर्गिक विधींकरता जागा नसते.

मी भाड्यानं राहातो त्या मजल्यावर आम्ही साधारण वीसजण आहोत आणि शौचालयं मात्र केवळ दोन. आतमध्ये पाऊल टाकलं की दुर्गंधीचा भपकारा, स्वच्छतेचा अभाव आणि अचकट-विचकट वाक्यांनी, चित्रांनी रंगलेल्या भिंती. तुम्ही आत जाता न जाता तोच बाहेरून पुकारा, 'लवकर आटप,' 'किती वेळ लावतोस रे?' शांतपणे विधी उरकायची काही सोय नाही. सगळ्याची पंचाईत!

शहरामध्ये राहाणारी माणसं, हातात पैसा खुळखुळायला लागला की, स्वत:साठी एक घर घेतात. त्यात भले राहायला जागा कमी असली तरी बाथरूम आणि टॉयलेट खूप असतात. इतकंच नाही, तर एखाद्या राजसिंहासनासारखा वाटणारा कमोड बसवतात. मग अगदी निवांतपणे बसतात त्याच्यावर, त्या दिवसाचा पेपर वाचत-वाचत. 'आटप रे' असा तगादा लावायला कुणीही येत नाही. स्वत:च्या पैशानं स्वत:च्या अत्यंत नैसर्गिक विधीकरता थोडासा एकांत आणि शांतता खरेदी करायची प्रत्येकाची ही मानसिकता इतकी विकोपाला का गेली आहे याचा उलगडा मला झाला. खाद्यपदार्थांची लयलूट पाहून आणि शौचालयांमधली अडचण अनुभवून.

एखाद्या मोठ्या शहरामध्ये दरिद्री माणसाचा निभाव लागणं महाकठीण. त्याला येणारा घाम हा एकमेव स्राव असतो जो उघड्यावर शरीराबाहेर टाकता येतो; पण बाकीच्या स्रावांकरता वणवण हिंडावं लागतं, पायपीट करावी लागते. तुमच्या सुदैवाने अशी एखादी रिकामी भिंत किंवा ओसाड गल्ली गवसली तरी तिथल्या

दुर्गंधीचा प्रचंड भपकारा तुम्हाला कासावीस करतो. इतरांनी 'विधी'वत रंगवलेल्या भिंतीमुळे तुम्हाला भडभडून येतं. उभ्यानं करायच्या विधीची ही जीवघेणी व्यथा, तर विचार करा रोजच्या 'दुसऱ्या' महत्त्वाच्या क्रियेसाठी किती किळसवाण्या प्रकारांचा सामना करावा लागत असेल.

'वाईट' हा शब्द अपुरा पडेल अशी जागा म्हणजे– 'रेड लाइट एरिया.' स्वत:च्या देहाचं हिडीस प्रदर्शन करणाऱ्या बटबटीत रंगानं माखलेल्या बायका आणि जेमतेम इंद्रियकर्म होण्यापुरती असलेली जागा... स्वत:चा आब राखणारा कोणताही पुरुष त्या जागेकडे फिरकणारदेखील नाही. कधीकधी तर आतल्या बायांना स्वत:ला कोरडं करण्याची उसंत न मिळताच पुढचा ग्राहक कार्यभाग उरकायला हजर होतो. भलताच किळसवाणा आणि ओंगळवाणा प्रकार असतो तो सगळा. माझ्या रूममेट्सनी मला खूपदा आग्रह केला 'एकदा' तरी अनुभव घेण्याचा, पण मला ती कल्पनादेखील सहन झाली नाही. माझ्या मनावर उमटलेला स्त्रीत्वाचा ठसा खूप पवित्र होता.

'वेळ' हा आपल्या आयुष्यात न्हाव्याची भूमिका करतो असं मला वाटतं. आधी तो आपले केस कापतो आणि मग आपलीच प्रतिमा आपल्याला दाखवतो. अत्यंत खेडवळ मुलगा ते शहरी मुलगा हा माझा प्रवास असाच झाला. माझ्या नकळत माझ्या सवयी, लकबी छाटल्या गेल्या, बदलल्या. मी पुण्यात आल्यावर साधारण सात-आठ महिन्यांनंतर कासिम मला भेटायला आला होता, पहिल्यांदाच. त्याच्या नजरेनं मला माझ्या या बदलाची जाणीव करून दिली. तोपर्यंत तर मी स्वत:च्या बदललेल्या रूपाबद्दल अनभिज्ञ होतो. इस्त्री केलेली पँट, कॉलरचा टी-शर्ट. चापून-चोपून बसवलेले केस, खिशातलं पाकीट, छोटासा कंगवा – नजरेला सहज दिसणाऱ्या खुणा आणि माझी बदललेली भाषा – कानाला जाणवणारी. कासिम अवाक होऊन पाहात होता माझ्याकडे. नंतरचे दोन दिवस आम्ही एकत्र होतो. गर्दीच्या रस्त्यांवरून चालताना, बसमध्ये चढताना, ऑटोमधून उतरताना, सिनेमा पाहाताना, लोकांशी बोलताना प्रत्येक हालचालीमध्ये त्याच्यात आत्मविश्वासाचा अभाव आणि माझ्यातला नव्याने जागलेला आत्मविश्वास अधोरेखित होत होता.

निघताना त्याने मला बजावलं, "लखनौ किंवा फारतर कानपूरमध्ये नोकरी बघ." अर्थात, माझ्या मनातही तसंच होतं. माझ्या गावापासून पुणं प्रचंड दूर होतं. घराची संपूर्ण जबाबदारी पेलायला मी घरातला मोठा मुलगा नव्हतो, तरीही माझ्यावरच्या जबाबदारीची मला योग्य जाणीव होती. शिवाय, माझ्या नुसरतला मी लग्नाचं वचन दिलं होतं ना!

माझा कोर्स संपेपर्यंत दोन वर्षं मी पुण्यात काढली. माझं गाव खूप दूर असल्याने

सुट्टीमध्ये पटकन जाऊन येणं हे फक्त कल्पनेत शक्य होतं. कोर्स संपवून दोन वर्षांनी मी जेव्हा घरी परतलो तेव्हा मला खूप संकोच वाटत होता. या बसस्टॉपवरून निघालेला करीम आणि आज दोन वर्षांनंतर त्याच बसस्टॉपवर उतरणारा करीम यांच्यात जमीन-अस्मानाचा फरक होता. त्या वेळचा गबाळ्या पोशाखातला मी आता नवीन कपड्यात स्मार्ट बनून परत आलो होतो. मधल्या दोन वर्षांमध्ये याख्नी बेगम वारली होती. सोसायटीनं आता बाळसं धरलं होतं.

दोन वर्षांनंतर मी माझ्या गावातून चाललो होतो. प्रत्येक पावलाला माझा गळा भरून येत होता. पोटात खड्डा पडत होता. इथली प्रत्येक गोष्ट माझ्या नसानसांत भरून राहिली होती. दोन वर्ष मी या सगळ्याला मुकलो होतो. मला प्रकर्षानं जाणीव होऊ लागली आणि मग लक्षात आलं की, आपण काहीच विसरलेलो नाही. जणू कालपर्यंत आपण इथेच होतो. गावाच्या मधून जाणाऱ्या रस्त्यावरच्या फरशा, आजवर कधीही न चाललेले, धुळीने माखलेले रस्त्याच्या कडेचे सोलर दिवे, मेहमूदचाचांच्या दुकानातल्या रेडिओवरून ऐकू येणारे गाण्याचे सूर 'हसता हुआ नुरानी चेहरा, काली झुल्फे रंग सुनहरा', घरा-घरांतून पेटलेल्या चुली, गोवऱ्यांचा वास, सायकलचे जुने टायर घेऊन खेळणारी मुले, रस्ते हुंगत हिंडणारे बेवारशी कुत्रे... काहीच बदललेलं नव्हतं.

मेहमूदचाचाच्या रेडिओवर 'हसता हुआ नुरानी चेहरा' हे गाणं लागणं हा मला मोठा शुभशकुन वाटला. त्यांच्या या ट्रान्झिस्टरच्या गाण्याचा संबंध आम्ही नेहमी शकुनाशी लावायचो. हे गाणं ऐकू आलं तर दिवस छान जाणार असं मी आणि अरिफ मानायचो. त्या वयात आमच्यासाठी दिवस छान जाणं हे 'पतंग उडवायला छान वारं सुटणं', 'रिझल्ट लागून आम्ही पास होणं' किंवा 'घरी खायला खीर केलेली असणं' अशा लहान-लहान गोष्टींपुरतं मर्यादित होतं. मात्र, ज्या दिवशी मेहमूदचाचाचा ट्रान्झिस्टर विव्हळायचा 'वक्त ने किया, क्या हसी सितम...' त्या दिवशी आमचेही चेहरे पडायचे. मनाचे खेळ असतील ते कदाचित; पण त्यानंतर आमचा दिवस अगदी टुकार जायचा, कुठलीच गोष्ट मनासारखी व्हायची नाही.

आपण चौकात पोहोचू तेव्हा आजचं काम आटोपतं घेऊन सगळ्याजणी घरी जायच्या तयारीमध्ये असतील. संध्याकाळच्या अझानचा मुआझिनचा पुकारा ऐकून पुरुषवर्ग अंघोळ करायला आणि जेवायला घराकडे निघाला असेल. विचारांच्या या तंद्रीत मी जमीलचाचाच्या घरापाशी पोहोचलो आणि सवयीप्रमाणे आत, थेट चौकात आलो. एका बाजेवर एक साडी पसरलेली होती आणि त्याभोवती मुलींचा गराडा पडला होता. हसत, आनंदाने चीत्कारत त्यांच्यात बोलणं सुरू होतं. मी तिथे पोहोचताच एकदम शांतता पसरली. अचानक कुणीतरी परका पुरुष असा थेट आत आलेला पाहून सगळ्याजणी भांबावल्या होत्या. फिस्फिस् हसत त्या मुलींचा

घोळका एकदम इकडेतिकडे विखुरला. जिथे मी लहानाचा मोठा झालो होतो त्या चौकात मला आता असा मुक्त प्रवेश राहिला नाही याची तीव्र जाणीव मला झाली. कसा असणार? इथून गेलेला पोरगेलसा करीम आता पुरुष बनून परतला होता. आणि आमच्यामध्ये पुरुष असे वाट्टेल तिथे घुसत नाहीत.

नथनी घाललेल्या एका सुंदर मुलीनं मला ओळखलं. "ए, हा तर आपला करीम भैय्या आहे!" ती अरिफची धाकटी बहीण होती. तिला पाहून मला आश्चर्याचा धक्काच बसला. केवढी मोठी झाली होती ती!

तिथे बाजेवर बसलेल्या एका स्त्रीने माझ्याकडे पाहिलं आणि तिच्या चेहऱ्यावर ओळखीचं हसू उमटलं. ही तर नुसरत! मी तिच्याकडे पाहातच राहिलो. मी जाताना ती जशी दिसत होती अगदी तशीच ती आत्तादेखील दिसत होती. आणि तरीही ती खूप वेगळी वाटत होती. खेड्यापाड्यांतून उन्हात फिरून-फिरून तिची त्वचा रापली होती. थोडी रूक्षसुद्धा झाली होती. तिचे कपडे अगदी साधे होते, पूर्वीपेक्षाही साधे. तिच्या नेहमीच्या सवयीप्रमाणे तिने आपली ओढणी केसावरून लपेटून घेतली होती. ती किती साधी दिसत होती. श्रमदेवतेची पवित्र मूर्ती आपण पाहात आहोत असं मला वाटून गेलं.

मी सुन्न होऊन तिच्याकडे पाहात होतो. गेली दोन वर्षं माझ्या गावापासून दूर, पुण्यासारख्या गजबजलेल्या शहरात मी तिच्या आठवणींवर रेटले होते. माझ्या दृष्टीने ती चमकता तारा होती. परत येऊन तिच्याशी लग्न करायचं होतं मला. आज ती समोर दिसताच मला वास्तवाचं भान आलं. मी तिच्याबद्दल 'तसा' विचार करू शकणार नव्हतो.

माझ्या आजूबाजूला चालू झालेल्या कुजबुजण्याची, दबलेल्या हसण्याची जाणीव झाली तसा मी भानावर आलो.

अगदी हळू आवाजात, थोडंसं संकोचानं मी म्हटलं, "सलाम, नुसरत आपा."

"करीम! तू तर अगदी मोठा माणूस होऊन परतला आहेस की!"नुसरतनं मोकळ्या मनानं माझं स्वागत केलं. तिच्या स्वरात राग नव्हता किंवा नजरेत तिरस्कार नव्हता. उलट, ती माझ्याकडे बघून हसली तेव्हा तिच्या चेहऱ्यावर माझ्याबद्दलचा अभिमान दिसून आला. तिची आणि माझी ओळख झाल्यापासून आज पहिल्यांदा मी तिला 'आपा' म्हणून हाक मारली आहे हे तिच्या लक्षात आलं असलं, तरी तिने तसं जाणवू दिलं नाही. त्या दिवशी चारबाग स्टेशनसमोरच्या त्या हॉटेलमध्ये आम्ही बसलो असताना तिची नजर जितकी स्वच्छ होती तितकीच ती आजही होती. "लग्नाळू मुलींच्या वडिलांची रांग लागेल आता तुझ्या अम्मीच्या दाराबाहेर." त्या क्षणी तिथून पटकन निघून जायला हवं हा एकच विचार मला जाणवला आणिं मी बाहेर पडण्यासाठी घाईघाईने वळलो.

चौकातून बाहेर पडताना माझ्या डोळ्यांसमोर आतमधल्या अनेक चेहऱ्यांची आणि कानामध्ये अनेक आवाजांची भाऊगर्दी झाली होती.

अम्मीने माझ्याकडून वचन घेतलं होतं म्हणून मी पुण्याला शिकत असताना दर गुरुवारी मस्जीदमध्ये नमाज पढायला जायचो; पण तरीही मला जाणीव होत होती की, माझा धर्म हळूहळू सुटत चालला आहे. त्या शहरानं मला काफिर बनवलं होतं. आता मी प्रेषित मोहम्मदाचा कित्ता गिरवणार नाही, हे कसं कोण जाणे, परंतु मला कळून चुकलं होतं.

त्या शहराने माझी निरागसता उधळून लावली होती. त्या शहरामध्ये घालवलेल्या कित्येक बेचैन रात्रींच्या आठवणींनी माझ्या हाता-पायाच्या बोटांतून जणू विजेच्या लहरी धावू लागल्या. तिथून त्या पार माझ्या पाठीच्या कण्यातून येऊन मानेच्या मागे स्थिरावल्या. इतर चार मुलांबरोबर त्या टीचभर खोलीमध्ये मला तारुण्याची जाणीव होऊ लागली होती. मला हेदेखील जाणवलं की, अतिशय साध्या, सज्जन स्त्रीला मी आभासी रूपात पाहातो आहे. माझ्या मनात क्षणभर कतरिना कैफ डोकावली. माझ्या रूममेटनं तिचं भलंमोठं पोस्टर त्याच्या बाजूच्या भिंतीवर चिकटवलं होतं. किंचित विलग झालेले तिचे ओठ, शुभ्र दात, फोटोतून जाणवणारी मृदू, मुलायम कोमल त्वचा, वाऱ्याने भुरभुरणारे लांब आणि रेशमासारखे मऊ केस... तिच्यात हरवलेला मी... त्या पोस्टरवरून चालत ती माझ्या दिशेने येते आणि मला ताठरता जाणवू लागते. माझ्या मांड्यामध्ये गच्च दाबून धरलेल्या उशीच्या रूपाने ती मला जागवते, शमवते; मला हे असं होतं आहे याची मला चीड येते. स्वत:चा तिरस्कार वाटतो आहे; पण माझा नाइलाज आहे. प्रेम, आकर्षण, तीव्र इच्छा या सगळ्या मुक्त भावना आहेत. मनात क्षणभर मुक्काम ठोकतात आणि मग निघून जातात. ना येताना विचारतात, ना जाताना परवानगी घेतात; पण एवढं मात्र खरं की आत्तापावेतो निद्रिस्त असलेल्या मनात वेगळ्या काही संवेदना चेतवून जातात.

चौकातून बाहेर पडताना मी आकाशाकडे नजर टाकली. एक मिणमिणता दिसला. फिक्या निळ्या आकाशात, पार क्षितिजावर लुकलुकणारा एकांडा तारा, आता अस्ताला जातो की काय; तेही मागमूस न ठेवता? अचानक कुठून तरी लांबलचक सावल्या आल्या आणि सगळीकडे अंधारून आलं. माझ्या बालपणाकडून येणारे सारे रस्ते त्या सावल्यांनी जणू अडवून धरले होते. मी तिथून निघालो, अगदी सावकाश!

'वक्त ने किया, क्या हसी सितम; तुम रहे ना तुम, हम रहे ना हम' नियती जणू क्रूर थट्टा करत होती. मघाशी घरी जाताना हे गाणं लागलं असतं, तर प्रसंगोचित झालं असतं; पण तसं व्हायचं नव्हतं. माझ्या ओळखीच्या त्या जगाने माझ्यापासून स्वत:ला वेगळं केलं होतं. नवीन जग म्हणजे फक्त आभास होता, कल्पनेमधले जग. इथून पुढे मी एकाकी होतो.

दिवाळीची भेट

नेहमीसारखी सकाळ. सरिता आणि मी सकाळचा चहा घेत बसलो होतो. हळूहळू जागं होणाऱ्या आसमंताबरोबर आमचं ते प्रचंड मोठं घरसुद्धा जागं होऊ लागलं होतं. ड्राइव्हवेच्या दुतर्फा असलेल्या पाम्स आणि लॉनला पाणी घालण्याकरता दोन्ही माळी पाइप्स उलगडू लागले. झाडूवाला भल्या मोठ्या झाडूनं ड्राइव्हवे झाडत होता. लोटल्या जाणाऱ्या पानांचा ढीग वाढत होता तसा त्याचा आवाजदेखील बदलत होता. ड्रायव्हर प्रतापसिंग गाडीच्या किल्ल्या घ्यायला आत आला. त्यालासुद्धा गाडीची साफसफाई करायची होती. प्रत्येक गोष्ट अगदी रोजच्यासारखी होत होती. कधीकधी दिवसाचा तोच-तो एकसुरीपणा आपल्याला वेगळं काहीतरी करायला भाग पाडतो, नाही का?

नुकतेच साडेसात झाले होते; पण मी नेहमीसारखी टापटीप होऊन बसले होते. शिफॉनची साडी आणि मोत्याचा कंठा. आईचा शिरस्ता मी पुढे चालवला होता. माया आजही माझ्या बेडरूमच्या बाजूला असलेल्या ड्रेसिंगरूममध्ये आपल्या सुरकुतलेल्या हातामध्ये हॅंगरवर लावलेली साडी, परकर, ब्लाउज धरून उभी होती. मी जर ती साडी नेसले नसते किंवा रोजच्यासारखं तयार व्हायला नकार दिला असता तर तिला प्रचंड धक्का बसला असता. पुढचे कित्येक दिवस तिने माझ्याशी अबोला धरला असता. सरिता, माझी भाची मात्र तिच्या आवडत्या ट्रॅकपॅंट आणि नाइट शर्टमध्ये होती.

सरिता मला म्हणाली, "ज्युज्युब, आपण रात्री त्या एवढ्या

पांढऱ्याशुभ्र परीटघडीच्या चादरी वापरतो त्याऐवजी आपण जर साध्या टेरीकॉटच्या चादरी वापरायला लागलो तर धोब्याचे श्रम वाचतील.''

टेरीकॉटच्या चादरी वापरण्यात शहाणपणा होता. दर बुधवारी सकाळी हजर होणारा धोबी माझ्यासमोर तरळला, कपड्यांचे गठ्ठे गाढवावर लादून घेऊन येणारा. तो आला की, आमच्या बंगल्याच्या आठही बेडरूममधल्या पांढऱ्याशुभ्र चादरी काढणं हे मुन्नीचं काम होतं. त्यानंतर जुगल त्याची ती पारंपरिक, कोपरे दुमडलेली वही काढायचा आणि संधिवाताने जखडलेल्या आपल्या थरथरत्या हातानं नोंदी करायचा. वापरलेले अभ्रे, चादरी आणि टॉवेल्ससुद्धा दर आठवड्याला घेऊन जाणे आणि पुढच्या बुधवारी सगळं लख्ख धुऊन, इस्त्री करून आणणे या धोब्याच्या शिरस्त्यामध्ये निदान माझ्या आठवणीत तरी कधी खंड पडला नाही. धोबी आणि त्याचं गाढव ही दुक्कल अखंड सेवा देत राहिली. गोमती नदीच्या काठी सर्व धुणं दगडावर आपटून-धोपटून नंतर कडक उन्हामध्ये वाळवायचं, कडक इस्त्री करायची; निगुतीने सगळे कपडे बांधायचे आणि परत आणून द्यायचे या सगळ्यामागे जणू एक परंपरा जोपासलेली होती. लहानपणी कित्येकदा मी गोमतीच्या काठी जायची. उन्हात पसरलेले पांढरेशुभ्र शर्ट्स, चादरी, टॉवेल्स हे न्याहाळत बसण्याचा छंद होता मला. दुरून सगळे टॉवेल्स आणि चादरी थडग्यासारखे दिसायचे, शर्ट्स पाहून असं वाटायचं की, बिनाडोक्याचे समंध गोळा झाले आहेत की काय!

काळ पुढे गेला. सारं काही बदललं तरी तसंच होतं. वेगळेपणामध्येसुद्धा एक साधर्म्य होतं. सवयी त्याच. दिनचर्या तशीच वर्षानुवर्षं ओझं वाहणाऱ्या त्या गाढवाची मला कीव आली.

मी एक दीर्घ नि:श्वास सोडला. 'अगदी लहान असल्यापासून मी जुगलला पाहाते आहे की तेव्हा त्याचे वडील यायचे? त्याच्या घरी खाणारी तोंडे पुष्कळ असतील. बायको, मुलं, नातवंडं! कसं करत असेल बरं तो?' नदीच्या खालच्या अंगाला दाटीवाटीने वसलेल्या वस्तीमध्ये त्याची झोपडी होती. दारिद्र्याच्या खुणा मिरवणारी. खूपजण राहायचे त्याच्या झोपडीत. त्यांच्या अंघोळी उघड्यावर व्हायच्या, स्वयंपाकसुद्धा बाहेर केला जायचा. माझ्या भटकंतीदरम्यान मी जर त्या भागातून गेले तर मला संकोच वाटायचा. आपण यांच्याहून वेगळे आहोत याचा कुठेतरी अभिमानदेखील वाटायचा.

सरिता अगदी मोकळं हसली. तिच्या मनावर भूतकाळाच्या आठवणींचा पगडा नव्हता; त्यामुळे या घराच्या मोठेपणाचं दडपणसुद्धा नव्हतं. तिच्यामुळे माझ्या रोजच्या एकसुरी, स्थिर आयुष्यामध्ये आनंदाचे काही क्षण अनुभवता येत होते.

माझा धाकटा भाऊ हर्ष लंडनमध्ये स्थायिक झाला होता. त्याच्या गाडीला

झालेल्या भीषण अपघातामध्ये तो आणि एड्विना, त्याची बायको जागीच ठार झाले. त्यांची एकुलती एक लेक, सरिता, अठरा वर्षांची होती. माझ्याशिवाय तिला इतर कुणीही नातेवाईक नव्हते. आई-वडिलांना गमावून बसलेल्या अठरा वर्षांच्या मुलीशी नक्की कसं वागावं हे मला कळत नव्हतं. त्यांच्या अपघाती मृत्यूचा प्रचंड धक्का बसला होता तिला. तिच्या येण्यामुळे या सुस्तावलेल्या बंगल्यात चैतन्य फुललं. तिला सौख्याचे क्षण देण्याचा प्रयत्न करता-करता आम्ही सारे आनंद अनुभवू लागलो. तिला वेगवेगळ्या तेलांनी मसाज करून, वनौषधी वापरून न्हाऊ-माखू घालण्याची जबाबदारी मेरीनं घेतली. तिच्या वडिलांच्या म्हणजेच माझ्या भावाच्या आणि माझ्या लहानपणीच्या अनेक आठवणी मेरीकडे होत्या. त्या ऐकण्यात सरिता गुंगून जायची. मुन्नीदेखील सतत तिच्या आवतीभोवती पिंगा घालत राही. हिंदी सिनेमातली गाणी म्हणत तिच्या मऊशार लांब केसांच्या झुबकेदार वेण्या घालून द्यायला मुन्नीला खूप आवडे. 'मिस बाबा' कायमच इथे राहिली तर किती बरं होईल असं जुगलनीदेखील सुचवलं होतं. तिला बघून त्याच्या चेहऱ्यावर छानसं हसू फुलत असे.

"तुझ्यासाठी एखादी नोकरी बघून देता येईल मला," मी सुचवलं होतं.

सहा वर्षं झाली या गोष्टीला. तेव्हा मी एका पंचतारांकित हॉटेलची जनसंपर्क प्रमुख म्हणून काम करत होते. मी रिटायर्ड झाले आणि ती तिथे काम करू लागली, त्यांच्या फ्रंट डेस्ककरिता. तिच्या बदलत्या वेळा आमच्या जीवनशैलीचा एक सहजभाव बनून गेल्या.

कामावर जायची वेळ होत आली तशी ती तयार व्हायला उठली.

"आज रोहितला भेटणार आहेस का गं?" मी विचारलं.

"छे!" चेहऱ्यावर कुठलेही भाव न दर्शवण्याचा प्रयत्न करत तिने उत्तर दिलं. वाजलं वाटतं याच्याशीसुद्धा, माझ्या मनात शंका आली.

कुणीच मित्र तिला खूप जिवाभावाचा वाटत नव्हता. त्या दोघांमध्ये प्रेमाची कोमल भावना उमलते आहे असं मला वाटायला लागायचं आणि तेवढ्यात लक्षात यायचं की, ती हळूहळू दूर होत चालली आहे त्याच्यापासून. जाणीवपूर्वक होतं की काय तिचं हे वागणं? लग्न केलं की, या भल्याथोरल्या बंगल्यात मला एकटीला सोडून जावं लागेल म्हणून ती अशी वागत असावी अशी मला शंका होती.

या घराबद्दल ही गूढ अनावर ओढ का? हा प्रचंड मोठा, पांढराशुभ्र बंगला त्याच्या उंचीमुळे दुरून नजरेत भरे. त्याच्या चारही बाजूला मोठे मोकळे व्हरांडे होते. पुढच्या बगिच्यात आवर्जून जोपासलेली हिरवळ आणि फळझाडं होती तर मागच्या अंगणात भाजीपाला लावलेला असे. बंगल्याचं आवार इतकं विस्तीर्ण होतं की, त्याच्या कंपाउंडच्या भिंती घरातून दिसणं कठीण. का कोण जाणे, परंतु हा बंगला

प्रचंड आत्ममग्न वाटे, साऱ्यांपासून दूर. त्याच्या लेकींबद्दल मात्र त्याला प्रचंड ओढ होती म्हणूनच तो त्यांना सोडत नसे. लग्नानंतर काही वर्षांतच ममा या बंगल्यात परतली होती तेव्हा तिचा नवरा तिच्या मागे आला, माझा नवरा आला नाही माझ्याबरोबर आणि आता ही सरिता लग्नाच्या बंधनापासून दूर राहू इच्छिते आहे.

"चल आत्या, संध्याकाळी भेटू," असं म्हणत सरिता निघाली खरी पण तिची रेंगाळणारी पावलं काही वेगळंच सांगत होती. आपण अगदी नेहमीसारख्या आनंदात आहोत हे दाखवण्याच्या नादामध्ये तिची अस्वस्थता विशेष लक्षात येत होती.

शब्दकोड्यांचं पान उघडून मी पेपरची हवी तशी दुमड घातली. दिवसभराची ये-जा सुरू होण्याआधी शब्दकोडं सोडवायला आवडायचं मला. विशेषकरून कठीण शब्द शोधणं मला सर्वाधिक प्रिय होतं. शब्दकोडं भरायला घेतलं की, पहिले काही शब्द कसे आपोआप येतात – भरभर – विचार न करता. ताण वाढला की उत्तेजना जाणवते.

तेवढ्यात माझं लक्ष वेधून घेण्यासाठी हलक्या आवाजात जुगल खोकला. "मेम बाबा,"

"काय जुगल?" शब्द... काय बरं आहे? ॲनग्रॅम आहे हे नक्की.

"कपांचं काय करायचं ठरवलं आहे तुम्ही?"

किती फालतू गोष्टींचा विचार करण्यासाठी बुद्धी खर्च करावी लागते! मला प्रकर्षानं जाणवलं.

इनर व्हिल क्लबच्या मिसेस असरानींनी मला 'कप' या विषयावर भलं थोरलं प्रवचन ऐकवलं होतं. रोटरी क्लबने दत्तक घेतलेल्या खेड्यांमध्ये अनेक कारागीर आपल्या पारंपरिक कला जोपासत होते. त्यांना प्रोत्साहन देण्यासाठी, त्यांनी केलेल्या वस्तूंची विक्री करण्यासाठी प्रयत्न केले जात. त्याचाच एक भाग म्हणजे छिनहट गावात तयार होणारे कप – हस्तकलेचा नमुना, पण जुगलला ते नको होते. या घराचा पायंडा होता सोनेरी कड असलेल्या शुभ्र पांढऱ्या काचेच्या कपबशा, डिनरसेट वापरणे; तेसुद्धा रॉयल डल्टन या जगप्रसिद्ध ब्रँडचे.

अरे, काय हे! कप, बशा, भांडी या असल्या गोष्टींमध्ये गुंतायचं का मी? कोणतेही वापरले तरी काय फरक पडणार आहे? कसल्या संकुचित विचारांमध्ये अडकते आहे मी? जुगलची नजर जमिनीवर खिळलेली होती. त्याच्या चेहऱ्यावर यत्किंचितही भाव नव्हते, अर्थात जाणीवपूर्वक. आता जर आपण याच्या मनाविरुद्ध निर्णय घेतला तर पुढचे किमान आठ-दहा दिवस तरी त्याचे पडसाद घरामध्ये उमटणार हे मला माहीत होतं; पण मिसेस असरानींना काय समजावून सांगणार होते मी?

"दोन्ही घेऊ या, जुगल."

"पण... " घरातल्या नोकरांनी घरातल्या माणसांना सल्ला देण्याचा शिरस्ता नव्हता; पण आम्हाला दोघांनाही घराची डबघाईला आलेली परिस्थिती माहिती होती. या घराचा आब राखण्यासाठी खूप पैसे लागत होते.

भा-व-ना आला, पहिला शब्द आला. मी तो सावकाश कोरून लिहिला. पूर्ण सुटलेल्या शब्दकोड्यावर एक नजर टाकली तरी कळतं की, कोडं सोडवणाऱ्या व्यक्तीला कोणत्या क्रमाने शब्द सुचले असतील. अर्थात, बघणाऱ्याची नजर मात्र तयार हवी. सुरुवातीचे शब्द ठळक अक्षरात असतात. अर्धेअधिक शब्द सुटल्यावर पुढचे शब्द आपोआपच थोडे वरवर लिहिले जातात, पेन्सिल फिकट उमटते. शब्दांच्या धारदार कोपरांऐवजी ते जरा गुळमुळीत उमटू लागतात.

माझं उत्तर ऐकून जुगल तिथून गेला. आताशा, चालताना त्याचे गुडघे लटपटत असत. दिवाळीच्या तयारीचा ताण पडत होता का त्याच्यावर? सगळीकडची जाळी-जळमट काढणं, घर आरशासारखं लख्ख करणं, रंगरंगोटी... जरी मदतीला जास्तीचे हात होते तरी देखरेख करताना जुगल थकत होता. शिवाय घराची साफसफाई म्हणजे नको असलेल्या वस्तू काढणं, काही भंगारवाल्याला देणं, काही कोणाला नुसत्या दान करणं याच्याकडेही तो स्वत: लक्ष देत असे. दिवाळीच्या रात्री जेव्हा देवी लक्ष्मी आमच्या घरी डोकावेल तेव्हा तिला कणभरदेखील कचरा दिसता कामा नये याच्यावर त्याचा कटाक्ष असे. त्यासाठी लागेल ते श्रम करण्याची त्याची तयारी होती. त्यात जराही तडजोड करत नसे तो. दिवाळीची स्वच्छता मोहीम हा त्याचा आंतरिक जिव्हाळ्याचा विषय होता आणि मी त्यात ढवळाढवळ करत नसे.

पुढच्या शब्दानं माझं लक्ष वेधून घेतलं. एका फळझाडाचं नाव होतं ते. शब्द अगदी सोपा होता याची मला खात्री होती. काय बरं असेल? मी उलटं वाचून पाहिलं. कधीकधी उत्तर त्यात दडलेलं असतं. जरा वैताग आला मला. म्हणजे येत असतं आणि तरीही आठवत नसतं. अशा वेळी आपली चिडचिड होते, नाही का? तो शब्द रूप बदलून बसला आहे असं मला वाटलं. शब्दकोडं रचनाकाराची ती युक्ती असते. वरवर सोपा वाटणारा शब्द कधी अतिशय क्लिष्ट वाटतो आणि भयंकर कठीण वाटणारा शब्द चुटकीसरशी सुचतो. हा अडलेला शब्द माहिती असल्याची जाणीव मला होत होती.

तेवढ्यात, "मेम बाबा..." जुगल पुन्हा माझ्या बाजूला येऊन उभा होता.

"काय आहे?" माझा स्वर वैतागलेला आणि चढलेलासुद्धा होता. काय झालं आहे मला आज? शब्दकोडं न सुटणं हे कारण नक्की नाही. काहीतरी खुपतं आहे मला. मी विचारात पडले; पण माझ्या लक्षात येईना.

जुगल सरिताला 'मिस बाबा' म्हणतो. मला 'मेम बाबा' म्हणतो. माझ्या आईला तो 'मेमसाहिबा' म्हणायचा. साहेब म्हणण्याऐवजी साहिबा म्हणून तो तिचं खास स्थान अधोरेखित करायचा जणू. गावरान बोली बोलणारा तेव्हाचा लहानसा जुगल आता वार्धक्याकडे झुकू लागला होता. चाळीस वर्षांपूर्वी इटावाह या छोट्याशा गावातून तो आला आणि इथलाच झाला. त्याच्या जिभेला असेललं गावरान भाषेचं नजाकतदार वळण पार विसरून गेला. इथे आल्यावर 'मालक-नोकर' भाषेचे सर्वमान्य हेल त्याच्या अंगवळणी पडले. कधीकधी मला शंका यायची की, या बंगल्यात पूर्वी राहाणाऱ्या ब्रिटिशांच्या भारतीय नोकरांचं भूत जुगलच्या मानेवर स्वार झालं असावं; पण खरं सांगायचं तर या बंगल्याचं स्वत:चं व्यक्तिमत्त्व इतकं भारदस्त आहे की, त्याच्यापुढे मालकांपासून नोकरांपर्यंत साऱ्यांचंच व्यक्तिमत्त्व झाकोळून गेलं आहे.

"ती दिवाळीची यादी..." तो पुटपुटला.

"हो, मी करते पूर्ण ती यादी, नक्की करते." आपण त्याच्यावर उगाच ओरडलो याची मला जाणीव झाली.

शब्दकोडं नंतर सोडवलेलं बरं! मी माझी डायरी उचलली आणि दिवाळी भेटीची यादी करायला सुरुवात केली. या बंगल्याची परंपरा होती ती, माझ्या आईने कायम ठेवलेली आणि मी जोपासलेली. आमच्याकडे काम करणारे आणि त्यांची मुलंबाळं या साऱ्यांसाठी आम्ही आवर्जून भेटी आणायचो. विचारपूर्वक खरेदी करायचो.

जुगल, प्रताप सिंग आणि माया हे माझ्यासाठी काम करत होते; त्यामुळे ते थोडे अधिक जिव्हाळ्याचे होते. त्यांच्यानंतर त्यांच्या घरामधल्या इतर लोकांची वर्णी लागे. शिवाय आमचा मुख्य माळी आणि सरिताचा ड्रायव्हरसुद्धा त्याच्या बायकोचा दुसऱ्यांदा गर्भपात झाला होता; त्यामुळे त्याच्यासाठी भेट आणताना काहीही भडक आणून चालणार नव्हतं. मग आमची मुन्नी आणि तिला मदत करायला येणारी मुलगी. दुसरा माळी आणि त्याचं कुटुंब, मला वाटतं, दोन मुलं आणि दोन मुली आहेत त्याला. बाहेरची झाडलोट करणारा वेगळाच आहे. त्याच्याबरोबर येणारी त्याची दोन मुलं, नरेश आणि रमेश. ते तिघंजण ड्राइव्हवे आणि लॉन किती स्वच्छ ठेवतात. घराच्या आतली स्वच्छता करणारी बाई आणि हो, भांडी घासणारी बाई राहिलीच की!

आजही मला माझ्या आईची वाक्यं आठवतात– 'संपूर्ण वर्षभर हे लोक आपली सेवा करत असतात. आपण मात्र त्यांच्यासाठी एवढंच करतो'. तेव्हा मी नुकतीच घरी परत निघून आले होते. आईच्या त्या याद्या आणि मग विचारपूर्वक खरेदी पाहून मी तिला सुचवलं की, सगळ्यांना सरसकट प्रेशरकुकर्स किंवा

थर्मास किंवा त्यांच्या घराकरता भांडी अशा संसारोपयोगी वस्तू द्याव्यात. गोड हसून, माझ्या अजाणतेपणाकडे दुर्लक्ष करून आईने आपली यादी पूर्ण केली. आज मला लक्षात येतो माझा तेव्हाचा अल्लडपणा. माझं तेव्हाचं सांगणं म्हणजे एखाद्याने पंतप्रधानाला जाऊन सांगण्यासारखं होतं की, 'तुम्ही प्रत्येक मंत्र्याला एक घर द्या' म्हणून!

तीच मी आता मन लावून यादी करत होते. माझ्या बंगल्यात काम करणाऱ्या प्रत्येकाची वैयक्तिक दखल घेऊन विचारपूर्वक आखणी करत होते. वरवर साध्या वाटणाऱ्या यादीचा किचकटपणा एव्हाना मला चांगलाच अवगत झाला होता; त्यामुळे आज मला यादी पूर्ण करायला तब्बल दोन तास लागले. शिवाय, अधूनमधून कोणी ना कोणी उठवत होतं. आधी माळी डोकावून गेला. कोणती सिझनल फुलं कुठे लावायची हे विचारायला मग मोहम्मद बाग क्लबच्या सेक्रेटरीचा फोन आला. मी दिवाळी मेळ्याकरता नक्की येते आहे याची त्याने खात्री करून घेतली. दिवाळीमध्ये मुलांची पणत्या रंगवण्याची स्पर्धा ठेवली होती; ज्यासाठी मी परीक्षक म्हणून काम करणार होते.

सरिताला दिवाळीची काय भेट द्यावी हे कोडं काही सुटत नव्हतं. तिच्यासाठी संस्मरणीय भेट आणायची होती मला. मी सुंदर क्रिस्टल बाउल पाहिला होता. त्यामध्ये तरंगत्या पणत्या होत्या. तो बाउल तिच्या ड्रेसिंग टेबलवर छान शोभला असता. त्या मेणबत्त्या पेटवायला ती थोडीशी पुढे झुकेल. पेटलेल्या मेणबत्तीचा उजेड तिच्या चेहऱ्यावर झळकेल आणि बाउलमधल्या पाण्यात प्रकाशाची वलयं दिसू लागतील. त्यात तरंगणाऱ्या गुलाबाच्या लालचुटूक पाकळ्या झळाळून उठतील. माझ्या डोळ्यांसमोर उभं राहिलं ते दृश्य; पण मग थोड्या वेळानं जळून गेलेल्या मेणबत्त्यांची रिकामी घरं उरतील. नकोच ही भेट. अशी रिकामी घरं माझ्या काळजात घर करतात. मग निराशा दाटून येते माझ्या मनात. छे! काहीतरी दुसरा विचार करावा.

एक सरिता सोडली, तर सारी यादी झाली. मी माझ्या खोलीकडे जायला वळले.

मुन्नी माझ्या खोलीत पुसा-पुशी करत होती. माझी चाहूल लागताच ती चपापली कारण कामाच्या नावाखाली ती आरशासमोर उभं राहून नवीन आलेल्या लिरिलच्या जाहिरातीची नक्कल करत होती. मग तिने घाईघाईने पडदे ओढले, सोफ्यावरच्या उशा नीट ठेवल्यासारख्या केल्या. मी तिच्याशी गप्पा मारण्याच्या मूडमध्ये आहे का याचा अंदाज घेतला. तिचा प्रियकर टेलीग्राफ ऑफिसमध्ये शिपायाची नोकरी मिळवायच्या प्रयत्नात होता. त्या संदर्भात मी काही विचारेन म्हणून ती क्षणभर थबकली. परंतु माझा नूर लक्षात येताच तिने माझ्या खोलीतून

काढता पाय घेतला.

मी पुन्हा शब्दकोडं घेऊन बसले. हं! फळझाडाचं नाव आठवत होतो आपण, नाही का? मनाने स्वत:लाच आठवण करून दिली. पाच अक्षरी फळ, थंडीत मोसम असतो – ओह! सफरचंद – किती सोपा शब्द होता. मला का बरं आठवला नाही एवढा वेळ? शब्दकोड्याचं सौंदर्य त्याच्या कठीण तरी सोपेपणात असतं. मात्र, ते सोडवताना तुमचं मन किती शांत आहे हे महत्त्वाचं असतं.

क्लबमधल्या मिसेस असरानी पुन:पुन्हा त्यांच्या ध्यानधारणेच्या बॅचला येण्याचा मला आग्रह करत असतात. बायकांचा गट दर शनिवारी आवर्जून भेटतो. "ध्यान केलं ना की कसं शांत वाटतं बघा. रोजच्या बारीकसारीक काळज्या, तक्रारी, चिंता पार गायब होतात. तुम्ही अंतर्मनात डोकावून पाहायला शिकता. मग जीवनाकडे पाहाण्याची तुमची दृष्टी बदलते." आधीच मी खूप शिष्ट आहे असा त्या सर्वांचा समज होता; त्यामुळे अंतर्मनात डोकावण्याकरता मला शब्दकोडं पुरेसं आहे असं सांगून त्यांच्या माझ्याविषयीच्या समजाला हातभार लावण्याची माझी इच्छा नव्हती.

मिसेस असरानींच्या आठवणीबरोबर माझ्या मनात सकाळचा जुगलबरोबरचा संवाद जागा झाला, कपांबद्दलचा. मग मला इतका वैताग आला की, हातातला शब्दकोड्याचा कागद दिला फेकून आणि खिडकीपाशी जाऊन उभी राहिले, बाहेर बघत; निवांत.

सकाळी असं काय झालं होतं की, मी इतकी वैतागले होते. हा प्रश्न पुन:पुन्हा माझं डोकं खात होता. 'टेरीकॉटच्या चादरी वापरणं सोयीचं जाईल' अशा आशयाचं काहीतरी सरिता बोलली होती. नक्की काय बरं म्हटलं होतं तिने? तिचे शब्द आठवण्याऐवजी माझं मन भूतकाळात पोहोचलं. मी आठ-दहा वर्षांची असेन. नदीकाठच्या धोबी घाटावर बरेचदा भटकायची मी. आता डोळ्यांसमोर एकेक प्रसंग अगदी लख्खपणे तरळू लागले. अरे! आत्ता सकाळचं संभाषण आपल्याला आठवत नाही. मात्र, भूतकाळातल्या गोष्टी कशा काय एवढ्या स्पष्ट दिसताहेत? वय मोठं लबाड असतं, गेलेले क्षण गोंजारत बसतं.

अशीच एकदा नदीकाठी हिंडत होते तेव्हा माझ्या वयाच्या तीन मुली ठिकरी खेळताना मला दिसल्या. स्वाभाविकच मी पण त्यांच्याबरोबर खेळू लागले. आठव्या-नवव्या वर्षी अशी कितीशी समज असते आपल्याला? थोडा वेळ खेळल्यानंतर आम्ही सगळ्या घामाघूम झालो. शिवाय तहान, भूक लागली होती ती वेगळी. त्या सगळ्यांनी झोपडीमध्ये शिरून माठामधलं पाणी घटाघटा पिऊन घेतलं. जवळ एका पातेल्यात झाकून ठेवलेले दाणे-चुरमुरे खायला त्यांनी सुरुवात केली. मीसुद्धा पातेल्यातून एक मूठभर खाऊ उचलून तोंडात टाकला.

चांगला झणझणीत होता तो. मी पटकन पाण्याचा ग्लास उचलला. आता मी पाणी पिणार तेवढ्यात त्यांची आई कुठून तरी धावत आली आणि मला बघून चक्क किंचाळली, "हाय रे दैय्या! इका करत होत?" मला पाण्याच्या थेंबाचा स्पर्श होण्याआधी तिने हाताच्या फटकाऱ्यानं तो ग्लास माझ्या हातातून उडवून लावला. माझ्या मुठीतले दाणे-चुरमुरेसुद्धा तिने काढायला लावले. त्या तीनपैकी तिच्या सर्वांत मोठ्या मुलीला जोरदार टपली देऊन मला तिथून बाहेर काढलं. मोठ्या रागानं मला म्हणाली, "तू काय करत होतीस ते समजलं ना तर तुझी आई आम्हाला मारून टाकेल."

माझ्या पाठीमागे ती मुलींवर रागारागाने ओरडत होती, "काहे बडे लोगोवांके साथ फसत रही री?" आता ती त्यांना ठोकून काढणार या कल्पनेनं माझे डोळे भरून आले. कशीबशी, खालमानेने मी घरी पोहोचले.

त्यांची आई त्यांना ओरडली होती की, 'मोठ्या लोकांबरोबर कशाला संबंध ठेवता?' मी कुठे मोठी होते? तिच्या त्या तीन मुलींसारखी मीसुद्धा लहानच होते की! बडे लोग! आमच्या घराचा उल्लेख सगळेजण 'बडा बंगला' म्हणून करायचे. त्या घरात राहाण्यामुळे कुणी मोठं होत होतं का?

शब्दकोड्याची एक खासियत असते. एखादा शब्द तुम्ही आडव्या-उभ्या चौकोनामध्ये लिहिला की त्याचा अर्थ त्या चौकटीमध्ये बंद होतो. त्यानंतर तुम्ही त्या शब्दाला दुसरी कोणतीही झालर लावू शकत नाही. आशयसंपन्न अभिव्यक्तीमध्ये बदल करता येत नाही. प्रत्यक्ष आयुष्यात मात्र शब्दांचे संदर्भ बदलले की, अर्थ बदलत जातात. 'बडे लोग'. आजही मी त्यामागचा अर्थ जाणून घेण्याचा प्रयत्न करते. 'बडे'चा अर्थ 'मोठे' किंवा वयाने जास्त, किंवा खूप वाढलेले असा अभिप्रेत नाही हे मला त्या दिवशी जाणवलं होतं. शब्दांचे छुपे अर्थ लक्षात येण्याजोगं वयसुद्धा नव्हतं माझं. तेव्हा 'बडे लोग' म्हणजे श्रीमंत असा सोईस्कर अर्थ मी लावून घेतला. नंतर जाण येऊ लागली तसा हा अर्थ अपेक्षित नाही हे मला कळलं. माझी आई तिच्या मैत्रिणींशी गप्पा मारताना 'नवश्रीमंतांच्या' संदर्भात त्या फारसं काही चांगलं बोलत नसत. त्यावरून माझ्या लक्षात आलं की, 'बडे लोग'चा अर्थ लावणं आपल्याला तूर्तास तरी शक्य नाही. मग मला वाटलं की, त्याचा अर्थ खूप महत्त्वाचे लोक असा असेल तर किती मज्जा येईल. इतरांच्या तुलनेमध्ये पाहिलं तर आमचा स्तर सर्व बाबतींमध्ये थोडा वरचा होता, एवढंच काय ते मला कळलं. थोडं मोठं झाल्यावर मी ठरवलं की, बडे लोग या शब्दामध्ये दोन-तीन छटा आहेत. एक तर ज्यांना काही विशेष अधिकार लाभले आहेत किंवा वंशपरंपरागत ज्यांना हे असे विशेष अधिकार प्राप्त झाले आहेत.

बहुतेक तेव्हासुद्धा मला फक्त वाटलं होतं की, मला अर्थ उमगला आहे. आज

इतक्या वर्षांनंतर मला कळतं आहे की, 'बडे लोग' म्हणजे आकारानं मोठे असा अर्थ होता, जो मी सर्वात आधी मोडीत काढला होता. नुसताच पोकळ बडेजाव. नोकरांचा ताफा, रॉयल डल्टन चायनाच्या कपबशा, शेफील्डची कटलरी, नोरीटेकची क्रोकरी, आमच्या घरातल्या आठही बेडरूममध्ये असलेल्या पांढऱ्याशुभ्र, कडक स्टार्च आणि इस्त्री केलेल्या कॉटनच्या त्या भल्यामोठ्या चादरी. सारंच बदलण्याच्या पलीकडे होतं. हे असं ठेवणं भाग होतं आम्हाला. आमच्या मोठेपणाच्या त्या खुणा जपणं गरजेचं होतं, आम्हीच निर्माण केलेला आमचा आब राखण्यासाठी, येणाऱ्या काळाशी मिळतंजुळतं घेणं, स्वत:ला मुरड घालणं, हातपाय आवरणं... हे काही करू शकलो नव्हतो आम्ही.

मी खिडकीशी उभी राहिले तशीच. त्या दुसऱ्या माळ्याची बायको बागेत फिरताना दिसली मला. तिच्या पाठीवर एक बाळ बांधलेलं होतं, झोळीमध्ये. त्या बाळाहून थोडंसं मोठं असलेलं तिचं दुसरं मूल तिच्या मागे-मागे फिरत होतं. चालता-चालता त्या मुलानं तिची साडी ओढून तिला काहीतरी सांगितलं. ते ऐकून ती थांबली. बाजूच्या जॅकरंडाच्या वृक्षाला टेकून बसली. माझ्या खिडकीतून सहज दिसत होतं. माझे डोळे ते दृश्य पाहात होतेही आणि नाहीही. तिथे बसल्या-बसल्या तिने आपल्या अंगातल्या धुवट कॉटन ब्लाउजचे बटन उघडले. तिची उघडी छाती पाहाताच ते लहान मूल तिच्याजवळ गेलं आणि तिचा एक स्तन धरून चोखू लागलं. दोन-तीन मिनिटांनी तिने वैतागून त्याला बाजूला केलं आणि मघाच्या पाठीवरच्या बाळाला प्यायला घेतलं. तिच्या त्या उघड्यावर स्तनपान देण्याच्या क्रियेत एक नैसर्गिक सहजता होती. माझं लग्न इतकं अल्पकाळ टिकलं होतं की, अशी आत्मीयता, अनुनय, अंकुर... काही म्हणता काही रुजलं नाही.

माझ्या घटस्फोटाच्या आठवणी माझ्या मनामध्ये काहूर माजवेनाशा झाल्या होत्या. माझ्या नवऱ्याचा चेहरा... कसा दिसत होता तो? तेही मला आठवत नव्हतं. तो मर्चंट नेव्हीमध्ये होता. समुद्रावर राहाण्याच्या कल्पनेनं सुरुवातीला मी प्रचंड उत्साही होते; परंतु नंतर समुद्राच्या फेसाळत्या लाटांनी पार उडवून लावलं माझ्या उत्साहाला. उरली केवळ मळमळ, माणसांमुळे, भावनांमुळे निर्माण झालेली. कुठल्या तरी मालवाहू जहाजावर महिनोन्‌महिने त्या समुद्रावर काढणं मला कठीण जाऊ लागलं. माणसांच्या स्वभावाचा अंदाज आल्यावर तर ते नकोसं झालं. तिरस्कार करू लागले मी त्या साऱ्याचा. समुद्राची ती उचंबळून येणारी नित्य गाज मला ऐकवेनाशी झाली. मी वाढले होते वळणा-वळणानं जाणाऱ्या शांत गोमतीच्या तीरावर. ठामपणे उभं असलेलं माझ्या आईचं घर आणि स्वप्नाळू, मायाळू लखनौ शहर मला साद घालू लागलं. समुद्राची साथ

माझ्यासाठी नव्हती.

ना त्याची – त्याचे बाहू कुणा दुसरीला मिठीत घेण्याकरता आसुसलेले होते. माझ्या कुटुंबीयांनी, नातेवाइकांनी आणि मित्र-मैत्रिणींसुद्धा मला वेड्यात काढलं कारण मी कुठल्याही अटी किंवा मागण्यांशिवाय त्याला घटस्फोट दिला. का केलं मी असं? मला ठाऊक होतं त्याचं कारण. मी समुद्रावर प्रेम करू शकत नव्हते, मग एखाद्या दर्यावर्दीवर तरी कशी करू शकणार होते? एका हळव्या क्षणी त्याने मला सांगितलं होतं की, त्याच्या प्रेयसीचे डोळे त्या समुद्रावर येणाऱ्या झुळकीसारखे होते. त्यानंतर माझे शब्दच खुंटले.

मी कायमची घरी परतले तेव्हा दारचा दशेरी भारानं वाकला होता, वाऱ्याच्या लहरींवरून झुलता-झुलता पाडाचा दरवळ दूरपर्यंत पोहोचत होता. आमच्या त्या वयोवृद्ध बंगल्यानं मला कुशीत घेतलं. मग मीदेखील आश्वस्त झाले, विसावले आणि कळत-नकळत स्थिरावले. मी आणि आई, एकमेकींबरोबर किती आनंदात राहिलो त्यानंतर. त्या संथ आयुष्याला एक खानदानी देखणेपणा होता, ऐट होती. 'बडे'चा हाही एक पदर असू शकतो, नाही का?'ऐट.'

आता त्या बाळाचं पिणं झालं असावं. माळ्याची बायको तिथे बसून होती, अगदी शांतपणे. तिला ना उठण्याची घाई होती ना ब्लाउजची बटणं लावण्याची. गच्च भरलेल्या तिच्या त्या सावळ्या देहावरून माझी नजर वळवून मी पुन्हा शब्दकोडं हातात घेतलं. तीनच अक्षरी शब्द होता आता. बहुप्रसवा जमीन – पटकन लिहून मोकळी झाले मी – सु-पी-क आणि काळजात कळ उमटली माझ्या.

रात्री जेवताना सरिता गप्प-गप्प होती. काहीतरी खदखदत होतं तिच्या मनात जे तिला सांगायचं नव्हतं. संभाषण सुरू करायला किंवा चालू ठेवायला दुसरे कुठले विषय काढणं हे त्या क्षणी तरी जमण्यासारखं नव्हतं तिला आणि म्हणून ती गप्प बसली होती. तिची अस्वस्थता जाणवत होती मला. अशा वेळी तोंडाला येईल ते बरळून येनकेनप्रकारे संवाद साधला असता मी; परंतु सतत शब्दकोडी सोडवून मला जाण आली होती की, योग्य शब्द सापडत नसेल तर रकाना रिकामा सोडायचा असतो; त्यामुळे मीदेखील गप्प राहिले.

तशी मी पहिल्यापासून जरा खुळीच. जो काही शहाणपण मला सुचला तो मोठ्या कष्टानं मी अंगी बाळगला आहे. आवतीभोवतीच्या व्यक्तींकडून मिळालेले अनुभव, त्यातून माझ्या मनात निर्माण झालेल्या भावनांची मी जाणीवपूर्वक एक मूस बनवली आहे. आयुष्याला असा केव्हाही आणि कुठेही अर्थ प्राप्त होत नसतो. तो आकाशस्थित सर्वांत मोठा शब्दभ्रमकार आहे ना, तो अतिशय लहरी आणि हेकट आहे. शिवाय आपल्याकडून विनाशर्त आज्ञाधारकपणाची त्याची अपेक्षा असते.

आपल्या आयुष्यातले शब्द किंवा प्रयोजन शोधण्यासाठी त्याने दिलेल्या सुप्त सूचना, विसकळीतपणे मांडलेले भरीव चौकोन, आपल्याला जिथे नको असतो नेमका तिथे रिकामा चौकोन; अशा त्याच्या व्यूहरचनेपायी आपल्याला प्रश्न पडतो की, हे शब्दकोडं नक्की सोडवायचं तरी कशाला? काय मिळणार आहे ते सोडवून? तरीही मनातला सारा संभ्रम निश्चयाने बाजूला सारून, मांडी घालून तुम्ही जेव्हा ठामपणे त्या शब्दकोड्याचा सामना करायला सज्ज होता तेव्हा तुमच्या लक्षात येतं की, त्या विसकळीतपणामध्ये सुरेख सुसंगती आहे, भरीव आणि रिकाम्या चौकोनांची अचूक सांगड आहे. प्रत्येक गोष्ट आपल्या जागी बेमालूम आणि चपखल बसते. सगळं शब्दकोडं अचूक सोडवून आपल्याला काहीही बक्षीस मिळत नसलं, तरी ते तसं सोडवताना मिळणारा आनंद हा अवर्णनीय असतो. तेच बक्षीस असतं, प्रत्येकाचं वेगळं!

शेवटी असह्य होऊन सरितानं शांततेचा भंग केला. "रोहित म्हणतो आहे की एकत्र राहून, एकमेकांना वेळ दिला तर समजावून घेता येईल आमचं नातं, म्हणजे त्याप्रमाणे निर्णय घेता येईल."

अचानक सगळीकडचे आवाज मला जाणवू लागले, खटकू लागले, चमच्याचा प्लेटवर होणारा किणकिणाट, एसीची गुणगुण, पडद्यांची सळसळ, इतकंच काय कुठल्या तरी खोलीतल्या छतावर चालणाऱ्या पालीच्या शेपटीची लयबद्ध फट्फट्- बाप रे! प्रत्येक आवाज अगदी वेगळा आणि स्पष्ट जाणवत होता.

लहान मुलाचं लक्ष दुसरीकडे वेधायचं असलं की आपण किती सहज म्हणतो, 'तो बघ काऊ आला आणि बाऊ घेऊन भुर्रर उडून गेला.' त्या छोट्याशा शब्दफुंकरीनं मूल आपलं दुःख तात्पुरतं विसरतं. किंवा बाळाला इंजेक्शन टोचताना, एखादं कडू औषध देताना, 'अगबाई! ते बघ काय आहे खिडकीच्या बाहेर?' असा आश्चर्योद्गार काढत मोठी माणसं खिडकीकडे नजर वळवतात आणि लहानांचं लक्ष तिकडे वेधलं जातं. त्या निमिषात इंजेक्शन टोचवून घेणं किंवा कडू औषध गिळणं या क्रिया नकळत घडून जातात. याच क्लृप्तीचा उपयोग आम्ही आमच्या कुटुंबामध्ये करत होतो, वर्षानुवर्षे... भावनिक अस्वस्थतेमधून समोरच्याची आणि स्वतःचीही सुटका करून घेण्यासाठी.

'मटार जरा जास्त शिजले आहेत आज, नाही का?' हे शब्द मी महत्प्रयासाने दाबून टाकले.

"अगं, या वर्षी दिवाळीचे दिवे रंगवण्याच्या स्पर्धेची परीक्षक म्हणून मला बोलावलं आहे क्लबमध्ये, बरं का!' हे वाक्यसुद्धा मी थोपवून धरलं. एव्हाना शब्दांनी माझ्या घशाला दिठी बसली होती. कसाबसा स्वतःवर ताबा मिळवत मी निर्विकार चेहऱ्यानं तिच्याकडे पाहिलं. तिची कावरीबावरी नजर मला खूप काही

सांगून गेली. मी हळुवारपणे विचारलं, "तुलाही तो आवडतो ना?"

"अग, पण त्याच्याबरोबर मी राहायचं म्हणजे...! इथलं हे सगळं..." तिने वाक्य अर्धं सोडलं. तिने हातानं जरी फक्त या बंगल्याचा निर्देश केला होता तरी या बंगल्यातल्या नोकरांसह साऱ्यांची नाराजी जणू तिने माझ्यापर्यंत पोहोचवायचा प्रयत्न केला. कदाचित या शहराच्या प्रतिक्रियेबद्दलसुद्धा तिच्या मनात शंका असावी.

सहा वर्षांपूर्वी लंडनहून इथे आलेली सरिता माझ्या नजरेसमोर आली. तिथल्या आणि इथल्या तरुणाईमध्ये तेव्हा जमीन-अस्मानचा फरक होता. लंडनचं मुक्त वातावरण इथे चाललं नसतं, स्वीकारलं गेलं नसतं. इथल्या रूढी-परंपरांना विरोध करण्याऐवजी तिने त्या सहजगत्या आत्मसात केल्या. तसाही तिच्या अलीकडच्या आठवणींमध्ये आई-वडिलांचा अपघाती मृत्यू आणि एकटेपणा इतका भरून राहिला होता की, तिला जुनं काही नको होतं. सहा वर्षांपूर्वीची माझी शिकवण अशी माझ्यावर उलटेल हे मला तरी काय माहीत होतं तेव्हा?

"हल्ली आपल्याकडेही अशी पद्धत रुजते आहे, आयुष्यभर एकत्र राहू शकू की नाही हे ठरवण्यापूर्वी मुलं-मुली काही दिवस एकत्र राहून पाहू लागली आहेत." मी म्हटलं.

ती माझ्याकडे अविश्वासाने पाहू लागली, 'काय बोलते आहे ही!' असं तिला वाटत असणार, तिची नजर सांगत होती तसं. "हे तू मला सांगते आहेस? मी जर असं माझं सामान-सुमान घेऊन रोहितकडे राहायला गेले तर लोक काय म्हणतील मला?"

"इतकी तुला पर्वा आहे लोकांची तर जाऊ नकोस! सांग त्याला तसं समजावून. मला खात्री आहे की, तो समजून घेऊ शकेल तुला." मी तटस्थपणे सांगितलं. ज्या गोष्टी आपण निभावू शकतो तेवढ्याच आपण कबूल कराव्यात हे मला उमगलं होतं. हं, पण आपण काय-काय निभावू शकतो हे जाणून घेता आलं तरच, नाही का?

तिचा चेहरा पडला. तिने एक दीर्घ नि:श्वास सोडला. "खरं म्हणजे, सगळा जरा घोळ आहे. कसं आहे, रोहितला लग्न करायचं आहे माझ्याशी. त्याआधी डेहराडूनला त्याच्या आई-वडिलांना भेटण्यासाठी आम्ही जायला हवं असं त्याचं म्हणणं आहे. मग मी त्याला म्हटलं, मी त्याला अजून एवढी कुठे ओळखते की, त्याच्याशी लग्न करायचा निर्णय घेता येईल? म्हणून मग त्याने सुचवलं की, 'राहून बघ ना माझ्याबरोबर आणि मग ठरव काय ठरवायचं ते.'

मनातलं बोलून मोकळं झाल्यावर ती तशीच बसून राहिली; हताश, मरगळलेली आणि चिडलेली – खास करून रोहितवर, कारण त्याच्यामुळे हा विषय अशा प्रकारे

बोलणं तिला भाग पडलं होतं! ती माझ्यावर वैतागली होती हे मला जाणवत होतं. तिला वाटलं नसणार की, मी एवढी त्रयस्थासारखी वागेन कारण तिने माझा पाठिंबा गृहीत धरला होता.

तेवढ्यात जुगल आमच्या रिकाम्या बशा घेऊन गेला. मग त्याने स्वीट डिश आणली. "आज मिस बाबा काही जेवली नाही" अशी त्याची कुरकुर चालू होती सारखी. सरिताच्या मागच्या भिंतीवर दोन मोठी तैलचित्र होती; डावीकडे माझ्या आजी-आजोबांचं आणि उजव्या बाजूला माझ्या आई-वडिलांचं. तिला हवा असलेला भक्कम आधार द्यायला तिच्या पाठीशी उभे होते ते सारे, माझ्यावरही लक्ष ठेवत. अचानक मला जाणवलं की, मी एकाकी आणि मनामधल्या भावना कशा व्यक्त कराव्यात हे न समजणारी एक प्रौढ स्त्री आहे. विमनस्कपणे मी उठले. तिच्या गालाला हलकासा स्पर्श केला आणि स्वत:च्या बेडरूममध्ये आले.

छे! झोप कुठली लागते आहे मला! ती तर केव्हाच पळाली होती. माझं वय होऊ लागलं होतं. माझ्या विचारांवर माझं नियंत्रण नव्हतं. मनात येईल तसे चौखूर उधळत होते ते. त्यांना ताब्यात ठेवण्याची माझी इच्छासुद्धा नष्ट झाली होती. कुठल्याही प्रकारे मला सरिताच्या आयुष्यात अडचण बनून राहायचं नव्हतं. तिच्या निर्णयामध्ये ढवळाढवळसुद्धा करायची नव्हती. सहा वर्षांपूर्वी तिला जो सल्ला दिला होता तो तिने आजही अमलात आणावा अशी माझी इच्छा होती. सामाजिक रूढी, परंपरा जपणं महत्त्वाचं नाही असं नाही; पण वयपरत्वे मला कळून चुकलं होतं की, प्रत्येकाचा सापेक्षभाव वेगळा असतो आणि तो जोपासण्यात काही गैर नसतं. त्याकरिता नियमांची चौकट मोडायची गरज भासली तर तेवढं धैर्य दाखवता आलं पाहिजे. मला तर आताशा जाणवत होतं की, मी ज्या चौकटीत वाढले, जगले त्यामध्ये विनाकारण अडकून पडले होते. 'धोबी का कुत्ता, ना घरका ना घाटका' अशी माझी अवस्था होती आणि त्याला सर्वस्वी मीच जबाबदार होते. वेगाने बदलणाऱ्या जगाचा मुक्त आवेग मला सोसत नव्हता.

सालस, सात्त्विक, सुसंकृतपणाच्या बेड्यांमध्ये आम्ही आपणहून जखडून पडतो. देह किती नश्वर आहे हे लक्षात ठेवलं पाहिजे. आपल्यावर प्रेम करणाऱ्याला जर आपण तो अर्पण केला नाही तर काळाच्या अंतरंगात देह तसाही गडप होणार आहे. त्या वेळी ना ओढ असणार आहे, ना सौंदर्याची आसक्ती मग हे दोन्ही जाणून घेणाऱ्याला आपल्या आयुष्यात स्थान देणं अधिक योग्य नाही का? स्वर्गामध्ये आपल्या पाप-पुण्याचा हिशोब लिहिलेल्या जाडजूड चोपड्या असतात यावर माझा विश्वास राहिलेला नाही. आपल्या आयुष्यात आनंदाचे क्षण घेऊन येणाऱ्या वेळा अगदी मोजक्या असतात. त्या वेळा स्वीकारायच्या का, संधीचं सोनं करायचं का,

जीवन समरसून जगायचं का, त्यातून भरीव असं कर्तृत्व घडवायचं का, आयुष्याला समजावून घेत स्वीकारायचं की नाकारायचं प्रत्येक सौख्याला, ठोकरायचं आलेल्या संधीला, झिडकारायचं सोनेरी क्षणांना आणि घालून घ्यायच्या बेड्या आपल्या आपण, जखडून घ्यायचं विनाकारण काटेरी पारंपरिक कुंपणांमध्ये हे ज्याचं त्याने ठरवायचं असतं. त्या वेळी कोणाची मदत मिळत नसते, मिळाली तरी उपयोगाची नसते. कारण मुळातच जीवनाकडे पाहाण्याचा ज्याचा त्याचा दृष्टिकोन हा पूर्णत: भिन्न असतो. प्रत्येकाच्या ठायी असलेल्या धैर्य, श्रद्धा आणि हिंमत या शिदोरीवर ज्याने त्याने आपली वाट जोखून ठामपणे पहिलं पाऊल टाकायच असतं, यशाकडे, आनंदाकडे आणि सौख्याकडे नेणारं. आपण आपल्या जीवनाचेच नाही तर आपल्या स्वत:च्या विश्वाचे शिल्पकारदेखील आपणच असतो. आपल्याकडे दृष्टी असेल तर आपल्याला दिसेल की, हे जग किती भरभरून देऊ करतं आहे आपल्याला. ते पाहायला दुसऱ्याची दृष्टी कशी काय चालणार?

कालची रात्र तळमळत काढली मी. कुठल्या तरी सांदीकोपऱ्यात अडकून बसलेला रातकिडा संपूर्ण रात्र माझा पुकारा करत होता जणू... ज्युज्युऽऽऽब, ज्युज्युऽऽब, ज्युज्युऽऽब... सकाळ झाली तशी जॅकरंडाच्या झाडावरून कोकिळेने कूजन सुरू केले. ज्युऽऽऽऽज्युऽब, ज्युऽऽऽऽऽज्युऽऽब... प्रत्येक वेळी हेल लांबवत ती पुकारत होती. रात्रभर हाकारा करणाऱ्या रातकिड्याकडून तिने वसा घेतला होता. बिच्चारा रातकिडा – रात्रभर ओरडून, घसा खरवडून निघाला असणार त्याचा. म्हणून तर आता कुठेही चाहूल लागत नाही त्याची.

ज्युज्युब– हो! माझंच लाडाचं नाव आहे ते. ज्युज्युब म्हणजे साखरेमध्ये घोळवलेल्या, वेगवेगळ्या फळांचा स्वाद असलेल्या, रंगीबेरंगी, गोड, मऊ, चिवट गोळ्या. लहानपणी मला त्या खूप आवडायच्या. मग तेच नाव चिकटलं मला. चिरतरुण नाव. षोडषवर्षीय. माझी आई हयात होती तोवर तिने माझं हे अल्लड तरुण वय जपून ठेवलं, कायम. माझ्यावर मोठं होण्याची वेळ आली नाही. साऱ्याचा जिम्मा आईने उचलला होता.

मानेत बारीकशी कळ जाणवली मला. मायग्रेनची लक्षणं दिसताहेत! तशीच चालत गेले आणि आरशासमोर उभी राहिले. आरशातून आईच रोखून पाहात होती की काय? लांबुळकी मान, मानेवर रुळणारा भरदार अंबाडा, सुंदर, मुलायम कांती, सुरकुत्यांच्या खुणाही उमटल्या नव्हत्या माझ्या चेहऱ्यावर. रेखीव, धनुष्याकृती भुवया, भव्य कपाळ, उठून दिसणारी मानेची हाडं, सौंदर्य आणि क्षमतांचा मिलाफ होता त्या चेहऱ्यावर. माझ्या आईच्या सौंदर्याची तऱ्हाच न्यारी होती. कॉटनच्या साड्या तिच्या मुलायम त्वचेला इजा करतील की काय असं वाटायचं. तिच्या

केतकी सौंदर्यापुढे सोनं आणि रेशीम दोन्हीही बेगडी दिसायचं. म्हणूनच की काय पण ती फक्त तलम शिफॉनच्या साड्या नेसायची आणि मोत्याचे दागिने घालायची, बस्स! तिचं सौंदर्य तेवढ्यानं खुलायचं, तिला हिरे आवडत नसत. तिच्यापुढे ते रूक्ष दिसत. शिवाय तिच्या कांतीवर ते खुलत नसत. आईला या साऱ्याचं बाळकडू मिळालं होतं म्हणा किंवा तिला त्याचं उपजतच ज्ञान होतं. आरशातल्या प्रतिमेकडे पाहात मी कितीतरी वेळ आईच्या प्रतिबिंबाखाली मी कुठे दिसते आहे का याचा शोध घेत उभी होते.

माझी नोकरी सुखेनैव चालू होती. साठाव्या वर्षी मी निवृत्त झाले तोच आई गेली. तिच्या कपाटातल्या त्या सर्व शिफॉन साड्यांनी मला हलकेच त्यांच्या उबेत आणि तिच्या स्पर्शात लपेटून घेतलं. आपसूकच मोत्यांनी माझ्या बाकीच्या दागिन्यांना रजा दिली. निवृत्तीमुळे पुष्कळ वेळ होता माझ्या हाताशी. घरातल्या नोकरांनी त्याचाही ताबाही घेतला. शांततेला जागा उरली नाही आयुष्यात. माझ्याही नकळत माझं भविष्य मी लिहिलं. भूतकाळाची पुनरावृत्ती करायची माझी इच्छा होती. माझी आई ऐंशी वर्षांची होईपर्यंत जगली होती तद्वतच मीसुद्धा जगणार होते, तिच्याचप्रमाणे, त्याच वाटेने. खात्री होती मला. या बंगल्याशी जोडली गेलेली नाळ आईने कधीच तुटू दिली नव्हती. मीसुद्धा तेच करणार होते.

मघाचं दुखणं मानेपासून डोक्यापर्यंत पोहोचलं होतं. डोक्याचा वरचा उजवा भाग खूप दुखू लागला. आता जर का मी जुगलला सांगितलं की, माझं डोकं दुखतं आहे तर तो लगेच म्हणेल, ''उठल्याबरोबर गरमागरम जिलेबी खा आणि थोडं दूध घ्या, म्हणजे बरं वाटेल.'' जुगलचा या घरगुती उपायावर खूप विश्वास आहे. जिलबीतून टपकणाऱ्या पाकाच्या आठवणीनेसुद्धा मला शिसारी आली. मायग्रेन अनेक हातांनी मला आवळतो आहे असा भास मला झाला. अचानक कुठूनसा एक विचार सणसणत आला. या शिफॉनच्या साड्या आणि मोत्याच्या दागिन्यांत सरिता कशी दिसेल?

नुकतीच जन्मलेली सरिता विलक्षण सुंदर होती. भारतीय वडील आणि परदेशी आई यांच्याकडून उत्तम जीन्स घेऊन आलेली सरिता.

माझी युरोपियन भावजय एड्विना भारी गोड होती. नुकत्याच जन्मलेल्या आपल्या मुलीला माझ्या मांडीवर देत तिने मला आग्रह केला होता बाळाचं नाव ठेवायचा. अर्थपूर्ण नाव ठेवण्यामागची आपली भूमिका तिला खूप आवडली होती.

आयुष्य कसं वाहात राहिलं पाहिजे, पुढे-पुढे. डोंगर, दऱ्या, उतार, पठार, कुरणं, विस्तृतपणे, अखंडपणे वाहातच राहिलं पाहिजे आयुष्य. नदीच्या प्रवाहासारखं. स्वत:पासून सुरुवात होऊन समुद्रात विलीन होणारं, अस्तित्वाचा शोध घेणारं, प्रवाही, अथक, जीवनदायी.

म्हणूनच मी तिचं नाव 'सरिता' ठेवलं होतं.

सरिता नुकतीच बोलायला शिकली होती तेव्हा एड्विनानं लंडनहून पाठवलेल्या पत्रामध्ये मला लिहिलं होतं, 'तुझा निर्झर फारच खळाळतो आहे गं!'

त्या सगळ्या आठवणी जाग्या झाल्या आणि माझ्या मनामध्ये प्रचंड ऊर्मी दाटली. असं वाटलं की, धावत जावं सरिताच्या खोलीमध्ये आणि घट्ट मिठीत घ्यावं तिला. सावध करावं तिला. या भल्या थोरल्या बंगल्यामध्ये काही जागा अशा आहेत जिथे अजून कुणी गेलेलं नाही. दबा धरून बसलेला भूतकाळ तिथेच कुठेतरी आहे, पुनरावृत्ती करायला सज्ज, याची जाणीव सरिताला करून द्यावी. 'बेरकी आहे तो खूप, सोडणार नाही तुला' हे तिला बजावून सांगावं.

माझ्या डोळ्यांसमोर चित्र उभं राहिलं. मऊ-मऊ पायजमा आणि टॅंकटॉप घालून, पोटाशी पाय घेऊन, निर्घोर झोपलेली सरिता. अशा भल्या पहाटे मी तिला गाढ झोपेमधून जागं केलं तर बावचळून बघत राहील ती माझ्याकडे. तिच्या डोळ्यांतली झोप, चेहऱ्यावरची निरागसता आणि अशा अचानक आलेल्या मला पाहून मनात उठलेला कल्लोळ आत्तासुद्धा जाणवतो आहे मला. मी काय म्हणते आहे हे कळायलाही वेळ लागेल तिला. ते लक्षात येता-येता ती माझा अवतार पाहील. नाइट गाउनमधली, तारवटलेल्या डोळ्यांची, झोप न झालेली, पारोशा चेहऱ्याची, डोकंदुखीमुळे त्रस्त झालेली आत्या तिला दिसेल आणि मग ती काळजी करत बसेल, स्वत:ची नाही तर माझी.

हे सगळं मला चतुराईने हाताळावं लागणार आहे. तसंही ज्येष्ठांनी तरुणाईला अनुभवाची शिदोरी देऊन डोळस वाटाड्याची भूमिका निभवायची असते. फार कमी लोक सुज्ञ म्हणून जन्माला येतात. माझ्यासारखांना तो सुज्ञपणा जाणीवपूर्वक जोपासावा लागतो. वंशपरंपरेने चालत येत नाही तो. माझ्या वाट्याला जे काही जगणं आलं होतं त्यातून जमेल तशी वाट काढत माझ्या सुज्ञपणाचा परीघ मी जोपासला होता, भारदस्तपणे. निदान मला तरी तसं वाटत होतं. एखादी पश्मिना किंवा तुश शाल ज्या दिमाखात आणि सहजतेने आपण स्वत:भोवती लपेटतो तशी असते सुज्ञता. वजन जाणवू न देता फक्त ऊब देणारी, तावूनसुलाखून निघालेली.

दिवाळीच्या त्या रात्री लक्ष-लक्ष पणत्यांनी आमचा बंगला लखलखला. रात्री उशिरापर्यंत कुणी ना कुणी भेटायला येत राहिलं. आमच्याकडे काम करणाऱ्या साऱ्यांना त्यांच्याकरता आणलेल्या भेटी आवडलेल्या असाव्यात. कारण कुठूनही तक्रारीचा सूर आला नाही किंवा कपाळावर आठ्या दिसल्या नाहीत. नेहमी जीन्समध्ये वावरणाऱ्या सरितानं आवर्जून चुणीदार घातला होता. पोरगी गोड दिसत होती;

अगदी दृष्ट काढावीशी वाटली.

माझ्या हातात गुलाबी क्रिस्टलचा गुलाब देत सरितानं मला घट्ट मिठी मारली, “तुझ्याकडे सगळंच आहे गं, काय आणावं तुझ्यासाठी हा प्रश्नच पडला होता मला.” तिने प्रांजळ कबुली दिली. ‘चला! या फेंग शुईच्या जादूनं माझी मन:शक्ती दृढ करायचा प्रयत्न करू या.’ मी विचार केला.

“मी तुला एक खूप खास भेट देणार आहे, पण आत्ता नाही; नंतर.” मला तिला जे काही सांगायचं आहे त्यासाठी थोडा वेळ आणि शांतता आवश्यक आहे. शिवाय, अगदी जपून सांगावं लागेल मला. सुरुवातीला तर काळजी घ्यावी लागेल, बोलतानासुद्धा.

शेवटी एकदाच्या भेटीगाठी संपल्या. पणत्या मात्र अजूनही तेवत होत्या. जुगलनं आपल्या देखरेखीखाली त्या पुन्हा निगुतीनं भरून घेतल्या. त्या रात्रभर जळत राहायला हव्यात असा लक्ष्मीपूजनाचा संकेत असतो. तो कसा बदलणार? संपत्ती आणि ऐश्वर्याची देवता काळोखात नाही येऊ शकत. तिला पणत्यांचा उजेड दिसायला हवा ना!

“काय धमाकेदार दिवाळी झाली”

“हो! ही दिवाळी आपल्या कायम लक्षात राहिली पाहिजे. आपल्या कुटुंबाची या बंगल्यामधली ही शेवटची दिवाळी आहे.”

“काय?” तिच्या चेहऱ्यावर संदिग्धता होती; पण धक्का बसल्यासारखे भाव नक्की नव्हते, अजून तरी!

“इथल्या एमबी क्लबच्या सदस्यांकरिता असलेल्या खोल्यांमध्ये मुक्काम हलवीन म्हणते आहे. हे घर विकायचं ठरवलं आहे मी. गेला संपूर्ण आठवडा मी वेगवेगळ्या इस्टेट एजंट्सना आणि वकिलांना त्या संदर्भात भेटले आहे.”

“हा शुद्ध वेडेपणा आहे. तू असं कसं करू शकतेस?”

“सरिता, आपण ज्या पद्धतीनं जगतो आहोत तो शुद्ध वेडेपणा आहे. तू, मी आणि हा सारा लवाजमा. आपण आपल्या चौकटीमधून बाहेर पडायला तयार नाही. जग किती पुढे गेलं आहे. आपण तसेच – बुरसटलेले, घुसमटलेले. अगं, दिवाळी साजरी करण्याचा हेतू आहे आपल्यातील जुनं-पुराणं काढून टाकणं. नवीन वाटा शोधायच्या असतात.”

“आणि या सगळ्या नोकरा-चाकरांचं काय? आपल्यावर त्यांची जबाबदारी आहे. तू इतकी स्वार्थी कशी होऊ शकतेस?” आता तिचा पारा चढला होता.

“आपली वैयक्तिक प्रगती ही एकमेव जबाबदारी असते आपल्या प्रत्येकाची, लक्षात ठेव.” कुठे बरं वाचलं होतं मी? जाऊ दे, कुठे का असेना! वेळेवर आठवलं आहे ना! तिने मघाशी दिलेला तो क्रिस्टलचा गुलाब गार लागत असला, तरी त्याचा

कणखरपणाही जाणवत होता. आता थांबून चालणार नव्हतं. "मी सगळ्यांशी बोलेन उद्या. त्यांना नवीन काम शोधून द्यायलादेखील मदत करीन, परंतु आता त्यांच्याकरिता मी माझं आयुष्य नाही बदलू शकत. मला माझ्यासाठी जगायला नको का कधीतरी?"

"आणि माझं काय?" तिची ती दुखावलेली नजर मला विद्ध करून गेली. मी जे काही बोलत-सांगत होते त्याचा तिला प्रचंड धक्का बसला होता. तिच्या नकळत, गुप्तपणे मी हे सारं केलं होतं. छे! सगळंच चुकलं, मी तिला विश्वासात घेऊन, हळुवारपणे सांगणार होते, दिलासा देणार होते; पण आमच्या संभाषणाचा रोख भलतीकडे भरकटला होता. तिला तर वाटतं आहे की, मी स्वार्थी आणि अप्पलपोटी आहे. चला, याच भूमिकेला चिकटून राहू या, निदान सध्यापुरतं; त्यामुळे तरी तिला आपल्या मित्राचा आधार घ्यावासा वाटेल!

अगदी शांतपणे तिला गुडनाइट करून मी म्हटलं, "काही दिवसांनी विसरशील तू स्वत:चं दु:ख!" मी तिला दिवाळीची काय भेट देणार आहे हे सांगण्याची ही योग्य वेळ नव्हती.

आज, आत्ता, या क्षणी मी हे लिहीत असताना फुललेल्या सप्तपर्णीचा घमघमाट सकाळच्या प्रसन्नतेमध्ये भर घालत होता. क्लब ग्राउंडवर रातकिड्यांची किर्रकिर्र ऐकू येत नव्हती. दिवसाउजेडी शांत असतात तसे ते! कोकिळ त्याच्या नादात कुहुकुहु करत होता. माळी लॉनची मशागत करत होते. परंतु आज माझ्याकडून सूचना घ्यायला कुणीही येणार नव्हते. मला चहाचा कप देऊन वेटरनं काढता पाय घेतला. त्याला त्याच्या कुटुंबीयांबद्दल प्रश्न विचारून विनाकारण आपुलकी वाढवण्याची मला गरज नाही. माझ्या हातातल्या पेपरचा तो स्पर्श मला सुखावतो आहे. जगाची खबर घ्यायच्या तयारीत मी बसले आहे. कोणी सांगावं! कदाचित मी जाईनसुद्धा जगाची सैर करायला, बंगला विकला गेल्यावर. आपल्या सगळ्यात धाकट्या नातवंडाला अंगाखांद्यावर खेळवत जुगल सुखावला असेल, त्याच्या मूळ गावी, इटावाहला. आमच्या म्हाताऱ्या धोब्यानं आपल्या मुलाला आवर्जून वॉशिंग मशीन आणि फ्रिज दुरुस्तीच्या कोर्सला घातलं. त्याच्या धोरणीपणाचं कौतुक वाटलं मला. काळाची पावलं ओळखता आली पाहिजेत, तीसुद्धा वेळेवर.

आणि मला सरिताची आठवण येते. ऑफिसला जायच्या आधी घाई-घाईनं मसाला आम्लेटची तयारी करणारी, कांदा चिरताना डोळे भरून येणारी सरिता...

खरं तर आठवण यायला सरिताचं क्षणभर तरी विस्मरण कुठे होतं आहे मला? पण तरीही मी आवरते आहे स्वत:ला. मला तिला तिची राहिलेली दिवाळीची भेट द्यायची आहे ना? मी कल्पना करते आहे रोहितबरोबर मजेत हसणाऱ्या, रमणाऱ्या

सरिताची. मी वाट पाहाते आहे तिच्या फोनची– 'ज्युऽज्युऽब–ओळख पाहू!' आणि मग माझ्या उत्तराची वाट न पाहाता तीच सांगेल, "मी आणि रोहित लग्न करतो आहोत."

इतके दिवस दाबून ठेवलेलं गुपित मी त्यावेळी उघड करीन. "माझ्या लाडक्या पिल्ला, या दिवाळीची भेट म्हणून मी तुला तुझं स्वतंत्र आयुष्य बहाल केलं आहे गं. तू जग, मनमुराद! हीच तुला माझ्याकडून दिवाळीची भेट."

चांदण्या रात्री

हाउसबोटच्या मालकाची सुंदर तरुण बायको त्याच्याच दिशेनं येत होती. हसावं की नाही या संभ्रमात, थोडीशी उत्सुकता, अधीरता, संकोच यांचं मजेशीर मिश्रण तिच्या गोड चेहऱ्यावर होतं. रोहिणीनं डोळ्यांच्या कोपऱ्यातून तिची लगबग टिपली.

रोहिणी आपल्या नवऱ्याबरोबर हनीमूनला आली होती. ते दोघेजण डेकवर बसून गरमागरम चहाचा आस्वाद घेत होते. चहाला येणारा लाईलॅक फुलांचा मंद सुगंध आणि किंचितसा खारट स्वाद चाखत, सभोवतालचा आसमंत निरखत, एकमेकांच्या सहवासात ते दोघेही सुखावले होते. खरं तर दोनच दिवस झाले होते इथे येऊन; पण युगानुयुगं आपण इथे राहात आहोत असं काहीसं त्यांना वाटू लागलं होतं. पर्वतांच्या रांगा, त्यांचे सुळके, त्यांना छेदून जाणारे तरंगते ढग, पाचूच्या बेटावर फुललेले विविधरंगी गालिचे. स्वर्गीय सौंदर्य अजून वेगळं ते काय असणारं? दाल लेकच्या काठावरच्या छोट्या-छोट्या लाकडी खोपटांमधून हालचाल जाणवू लागली. शेगड्या पेटवल्या गेल्या. चहा, नाश्ता, मुलांची शाळेची तयारी, रोजची लगबग सुरू झाली. तलावाच्या थोडं मध्याकडे कमळकुंजांच्या दाटीमध्ये असलेले मासे पकडण्यासाठी काही छोट्या होड्या रवाना झाल्या.

रोहिणीने घातलेल्या लाल आणि नकली हस्तिदंताच्या पांढऱ्या

बांगड्यांकडे तिचं लक्ष गेलं. "मला माहीत नव्हतं की, मद्रासी बायका अशा बांगड्या घालतात." 'हाउसबोटवाल्याची बायको काश्मिरी सौंदर्याचा नमुना आहे' रोहिणीच्या मनात आलं.

"मद्रासी नाही घालत. हा तामिळी आहे आणि मी पंजाबी आहे." रोहिणीने हसून उत्तर दिलं. तिने ज्या पद्धतीने प्रश्न विचारला होता ते वेंकटला फारसं रुचलं नाही हे रोहिणीच्या लक्षात आल होतं. वेंकटचे आई-वडील मद्रासमध्ये स्थायिक झाले होते. वेंकटसुद्धा मद्रासमध्ये वाढला होता. उत्तर भारतामध्ये आल्यावर केवळ तोरा दाखवण्यापुरतं दक्षिण भारताचं कौतुक करणाऱ्यांपैकी तो नव्हता. त्याचं मद्रासप्रेम अगदी खरं होतं.

"अय्या, तुमचाही प्रेमविवाह आहे की!" मेहजबीन आनंदाने चिवचिवली. प्रेमविवाह हा शब्द उच्चारताना तिचा स्वर कोमल झाला आणि मूळच्याच लाल-गुलाबी गालांवर पुन्हा गुलाब फुलले. एक क्षणभर तिथेच थबकून तिने त्या दोघांकडे पाहिलं. त्यांच्या प्रेमविवाहाचा आनंद तिच्या चेहऱ्यावरून ओसंडून वाहात होता. मग ती घाईने आपल्या नवऱ्याला घेऊन आली आणि त्याला सांगू लागली, "बघ, बघ! यांचा पण आपल्यासारखाच प्रेमविवाह आहे." त्यांनी एकमेकांशी ओळख करून घेतली. बख्तियार आणि मेहजबीन, वेंकट आणि रोहिणी. मेहजबीनचे डोळे पुन्हा चमकले. बख्तियारनं वेंकटशी हात मिळवला. "आज रात्री आम्ही तुमच्यासाठी खास स्वयंपाक तयार ठेवू. याख्नी, रिश्ते साग... पारंपरिक काश्मिरी पदार्थ खाऊ घालू तुम्हाला, जे तुम्हाला कुठे खायला मिळणार नाहीत." वेंकट आणि रोहिणीनं आनंदानं होकार दिला.

रात्री जेवणावर आडवा हात मारून झाल्यावर ती दोन्ही तरुण जोडपी बोटीच्या लाउंजमध्ये विसावली. अतिशय सुरेख कोरीव काम केलेल्या लाकडी कमानींनी त्या जागेला डायनिंग आणि बैठक अशा दोन भागांमध्ये विभागलेलं होतं. अक्रोडाच्या लाकडापासून बनवलेल्या खुर्च्या आणि नक्षीदार टीपॉय मोठे उठून दिसत होते. पायाखालच्या मरून रंगाच्या कार्पेटला असलेले गडद निळ्या रंगाचे कोयऱ्या-कोयऱ्यांचे रुंद काठ सगळ्या देखणेपणात भर घालत होते.

त्यांनी दिवसभर काय-काय बघितलं, खरेदी केलं ते ऐकता-ऐकता मेहजबीन कहावा करण्यासाठी उठली. तांब्याचा मुलामा दिलेली मोठी सुरई तिने भरून आणली आणि छोट्याशा, उथळ कपांमधून तो गरमागरम, फेसाळ आणि वाइनच्या रंगाशी मिळताजुळता कहावा ओतला.

कप हाताला पोळू नये म्हणून रोहिणीनं आपल्या तो स्कार्फमध्ये धरला आणि हलकेच एक छोटासा घोट घेतला. गोड आणि मसालेदार, बदामाचे पातळ काप तरंगत होते. वेलचीचा स्वाद आहे हे नक्कीच, अजून काहीतरी मसाला घातला

आहे, काय बरं असेल?

"दालचिनी पण आहे बरं का!" मेहजबीननं तत्परतेनं माहिती पुरवली. "आवडला का तुम्हाला?"

"फारच झकास!"

"इतकं चविष्ट जेवण झाल्यावर हवाच होता कहावा." वेंकटने म्हटलं. रोहिणीच्या मनाला त्याचं हे वाक्य सुखावून गेलं. माझा वेंकट, किती अदबशीर वागणं आहे याचं. खरं तर इथे आल्यापासून मसालेदार रस्से, मटण या साऱ्या गोष्टी त्याच्या पचनी पडत नव्हत्या. त्याला सौम्य अन्न खायची सवय होती; परंतु ना त्याने तक्रार केली ना आपल्या यजमानांना दुखावलं. तसा तो फारसा मांसाहार करत नसे.

त्यांच्या हाउसबोटचं नाव होतं 'चांदण्या रात्री.' "जेव्हा ही हाउसबोट बख्तियारच्या वडिलांच्या ताब्यात होती तेव्हा तिचं नाव होतं 'ड्युक ऑफ वेलिंग्टन', परंतु याने ती चालवायला घेतल्यावर तिला हे नवीन रूप आणि नवीन नाव दिलं. पूर्वी ही बोट डिलक्स श्रेणीची नव्हती. साधी हाउसबोट होती." आपल्या नवऱ्याचं कौतुक सांगताना मेहजबीनचा चेहरा फुलला होता.

"तिच्यासाठीच केला आहे मी हा सारा खटाटोप," आता कौतुक करण्याची पाळी बख्तियारची होती. मेहजबीनच्या वडिलांच्या शिकाऱ्यात, पौर्णिमेच्या टिपूर चांदण्याच्या साक्षीने त्याने तिला आपल्या प्रेमाची कबुली दिली होती. त्या रात्री त्या शिकाऱ्यावर फक्त ते दोघं होते आणि आजूबाजूला होतं स्वच्छ चांदणं. आभाळातही आणि सभोवतालच्या पाण्याच्या प्रत्येक लहरीमध्येही. ती रात्र विलक्षण होती त्या दोघांसाठी, भारलेली!

एरवी शांत-प्रसन्न असणाऱ्या मेहजबीनच्या चेहऱ्यावर अचानक भीती उमटली, क्षणभरच. "आमचं लग्न याच्या वडिलांना कधीच मान्य होणार नाही अशी मला भीती होती." तिने रोहिणीला सांगितलं. तिथे आल्या-आल्या पहिल्याच दिवशी रोहिणीने बख्तियारच्या वडिलांना पाहिलं होतं. उंच, धिप्पाड, कमानदार भुवया, बाकदार नाक असं भारदस्त व्यक्तिमत्त्व होतं त्यांचं. या माणसाच्या मनात प्रेमासारख्या तरल भावनांना थारा असेल असं वाटत नव्हतं. शिवाय, मेहजबीनच्या वडिलांकडे फक्त शिकारा होता. म्हणजे सामाजिक स्तरावर तिचं कुटुंब खूप खाली होतं. त्या दोघांच्या लग्नाला होकार द्यायला त्यांनी दोन वर्षं लावली. त्यांच्या परवानगीसाठी बख्तियार सतत दोन वर्षं त्यांची मनधरणी करत होता, आर्जवं करत होता. ती दोन वर्षं मेहजबीनसाठीसुद्धा खूप कठीण होती. शेवटी कसंबसं त्यांनी 'हो' म्हटलं. नंतर मात्र त्यांनी 'ड्युक ऑफ वेलिंग्टन' या नवीन जोडप्याच्या स्वाधीन केली. हनीमून कपल्स आणि परदेशी पर्यटकांमुळे त्यांचा व्यवसाय समाधानकारकरित्या चालू होता.

“आणि तुम्ही दोघं कुठे, कसे, कधी भेटलात? सांगा ना आम्हाला,” बख्तियारने उत्सुकतेनं विचारलं.

“आमच्यासाठी चांदण्या रात्री हे स्वप्न होतं, बरं का!” वेंकटच्या चेहऱ्यावर मिस्कील हसू होतं. “ही तेव्हा मुलींच्या हॉस्टेलमध्ये राहायची. संध्याकाळी सात वाजायच्या आधी तिला परत जावं लागायचं. सात वाजल्यानंतर कंपाउंडच्या बाहेर आतल्या मुलींचं नखसुद्धा नजरेस पडत नसे. तिथला तो दांडगट, अक्कडबाज मिशा असलेला रखवालदार पाहिला की, भल्या-भल्यांच्या काळजाचा ठोका चुकत असे. अंधार पडल्यानंतर त्या कॉलेजच्या हॉस्टेलच्या गेटजवळ जरी कोणी दिसलं तरी तो लपवून ठेवलेल्या सुऱ्यानं त्याचे तुकडे-तुकडे करून टाकतो असा प्रवाद होता त्याच्याबद्दल.”

त्याचं हे बोलणं ऐकून रोहिणीला हास्याच्या उकळ्या फुटत होत्या. “ए वेंकट, चल रे, काहीही बोलतो आहेस, बरं का! थांब, मीच सांगते या दोघांना की आपण कसे, कुठे, केव्हा भेटलो ते,” असं म्हणत ती सरसावली.

वेंकटच्या इंजिनिअरिंग कॉलेजतर्फे घेण्यात आलेल्या तीन महिन्यांच्या ‘जर्मन शिकू या’ या कोर्सदरम्यान त्यांची भेट झाली. ‘क्लासनंतर भेटू या का?’ असं विचारण्याइतकी वेंकटची जर्मन भाषेत प्रगती झाली. रोहिणीला मात्र जर्मन भाषा अवगत करणं कठीण गेलं नाही. तीन महिन्यांनंतरही तिने जर्मन भाषेचा अभ्यास चालू ठेवला. वेंकटचं इंजिनिअरिंग आणि त्यानंतर एमबीए पूर्ण झाल्यावर त्या दोघांनी लग्न केलं होतं.

पुढचे पाच दिवस ती दोन्ही जोडपी एकमेकांच्या जवळ आली. प्रत्येक रात्री त्यांच्या गप्पा व्हायच्या आणि कुठल्याही विषयावरून रंगलेली चर्चा ‘प्रेम’ या विषयावर येऊन थांबायची. त्या पाचही रात्री काही वेगळा साज लेऊन आल्या होत्या. आजूबाजूची प्रसन्न शांतता, हवेमधला सुखद गारवा, बोटीमधलं धुंद वातावरण, लाकडी छताला टांगलेल्या झुंबराच्या सहस्र लोलकांमधून परावर्तित होणारी, हिऱ्यासारखी चमकणारी प्रकाशकिरणं; त्यामुळे उजळून निघणारा सोनेरी-केतकी वॉलपेपर आणि बख्तियारने आपल्या मधाळ स्वरात खुलवून सांगितलेल्या प्रणयकथा. कधी हीर-रांझा, कधी लैला-मजनू तर कधी शिरीन-फरहाद. मध्यरात्र उलटून गेलेलीसुद्धा कळत नसे त्यांना. गोष्टी सांगण्याची बख्तियारची हातोटी मोठी विलक्षण होती. त्याच्या देहबोलीतून तो इतका अचूक व्यक्त व्हायचा की, भाषेची आडकाठी जाणवेनाशी झाली होती. उर्दू, काश्मिरी, इंग्रजी अशा भाषांची सरमिसळ करत तो गोष्टी खुलवून सांगायचा. सारेच मंत्रमुग्ध होत. आपण ऐकतो आहोत या कथा फार पूर्वी कधीतरी घडून गेल्या आहेत हे कोणाला खरं वाटत नव्हतं. उलट, असं वाटत होतं की, हे सगळे प्रेमवीर बख्तियारच्या परिचयाचे आहेत. त्याला ते रोज भेटतात,

त्याच्या आवतीभोवती वावरतात.

एका रात्री बोलता-बोलता रोहिणी म्हणाली की, लव्ह या इंग्रजी शब्दाचं मूळ 'लोभ' या संस्कृत शब्दामध्ये आहे आणि त्याचा अर्थ आहे 'हाव.'

"छे छे! रोहिणी बेगम, शक्यच नाही." बख्तियार ताडकन उठला. "प्रेमात ना हिशोब असतो ना हाव. प्रेम म्हणजे स्वत:ला समर्पित करणं, भरभरून देणं, देऽऽऽत राहाणं बस्स!" बख्तियार बोलता-बोलता उत्तेजित झाला होता.

त्याच्या त्या लांबलेल्या देऽऽऽत राहाण्याची नक्कल करत मेहजबीन रोहिणीच्या कानात कुजबुजली, "तो हावरटासारखं घेऽऽऽत राहातो त्याची आठवण करू का गं?" मग दोघीही गालातल्या गालात हसू लागल्या. वेंकटच्या कानावर पडलं तिचं वाक्य. सुखद आठवणींनी त्याचंही मन उचंबळून आलं.

त्या सर्व रात्रींनी त्यांना एका वेगळ्या उंचीवर नेलं. रोज जेवताना त्यांच्या गप्पा रंगत. जेवण झालं की, मेहजबीन टेबलं आवरे, अन्न झाकून ठेवे, अखंड कहावा पाजत राही. रात्रीची आवराआवर करता-करता तिचे कान संभाषणाकडे असत. तिच्या आवडीचा विषय निघाला की, पटकन स्वत:चं मत व्यक्त करे. 'तू' आणि 'मी'च्या पलीकडे जाऊन खऱ्या अर्थाने एक व्यापकता आली होती त्यांच्या बघण्या-बोलण्यात. रोजच्या हिशोबी जगाच्या तुलनेत हे जग वेगळं होतं, प्रेमाच्या स्पर्शानं फुललेलं, प्रेमाच्या रंगात न्हालेलं.

तिथून निघायचा दिवस आला. श्रीनगरहून सकाळी लवकर विमान गाठण्यासाठी रोहिणी-वेंकट भल्या पहाटे उठले. दाल लेकमधल्या इतर कुठल्याही बोटीमध्ये जाग दिसत नव्हती. गडद अंधार आणि नीरव शांततेमुळे वातावरणात गूढता होती. त्या गडदपणात क्षितिजदेखील विरघळून गेलं होतं. दाल लेक अजूनही आपल्या अंधाऱ्या रात्रीच्या स्वप्नील बाहुपाशामध्ये विसावलेलं होतं. पहाटेच्या धुक्याची जाणीवदेखील त्याला झाली नव्हती. गाढ झोपेत असलेल्या कट्टर अनुयायांना रोजच्या नमाजासाठी उठवणाऱ्या मुआज्जीनची वेळ व्हायला अवकाश होता. त्या नि:शब्द वातावरणामुळे दाल लेकसुद्धा नि:स्तब्ध झाले होते.

त्या दोघांना निरोप द्यायला मेहजबीन आणि बख्तियारसुद्धा लवकर उठले होते. मळकट रंगाचा फिरन् घातलेले ते दोघं किती प्रसन्न दिसत होते. एवढ्या सकाळीसुद्धा झोपेचं, त्राग्याचं नाव नव्हतं त्यांच्या चेहऱ्यावर. बख्तियारचा काटकपणा, उत्साह नजरेत भरत होता. त्याचं रेखीव नाक आणि जिवणी, उंच गालफडं एरवी उग्र वाटली असती, परंतु त्याच्या डोळ्यांमध्ये या दोघांबद्दल वाटणारी अपार आत्मीयता दाटलेली असल्यामुळे तो खूप देखणा दिसत होता. रोहिणीला निरोप देणारी लाजरी-बुजरी मेहजबीन त्याच्या बाजूला उभी होती. तिने रोहिणीचा हात आपल्या हातामध्ये घेऊन हलकेच दाबला आणि मग मोठ्या प्रेमाने तिच्याकडे पाहात

म्हणाली, "सगळेजण विसरतात तसं तुम्ही विसरू नका हं आम्हाला!" रोहिणीने तिला आणि स्वत:लाही आश्वासन दिलं, न विसरण्याचं.

रोहिणी आणि वेंकट शिकाऱ्यामध्ये बसले तसं नावाड्यानं वल्हवायला सुरुवात केली. पेंगुळलेल्या त्या तलावात वल्ह्यांचा पाण्यावर होणारा लपलप आवाज नीरव शांततेतही स्पष्ट ऐकू येत होता. शिकारा वळला आणि निरोप घेणं थांबलं.

'कधीच विसरणार नाही मी या जोडप्याला,' रोहिणीने स्वत:ला वचन दिलं. विमानात आपल्या आसनावर बसल्या-बसल्या ती वेंकटच्या कुशीत शिरली. त्या दोघांमध्ये आडवा असलेला आसनाचा दांडा तिला खुपत होता; पण जाणवत नव्हता. "ए वेंकट, किती छान जोडी आहे ना त्या दोघांची," ती हलकेच म्हणाली.

एअरलाइननं देऊ केलेल्या निळ्या ब्लँकेटमध्ये स्वत:बरोबर तिला गुरफटून घेत वेंकटनं तिला जवळ ओढलं. त्याच्या छातीवर डोकं टेकवत ती म्हणाली, "मेहजबीन आणि बख्तियार या दोघांना मी आयुष्यभर विसरू शकणार नाही."

"मीसुद्धा," तिच्या थंडगार नाकाच्या टोकावरून आपला अंगठा फिरवत वेंकटनं उत्तर दिलं. त्याच्या पारोशा, दाढी वाढलेल्या गालांवरून हात फिरवत असताना तिला झोप लागली.

हनीमूनहून परत येताच रोजचं रहाटगाडगं सुरू झालं. ते श्रीनगरला गेले होते तेव्हा ऋतू बहरला होता. फांदी-फांदीतून मोहरला होता. सप्तरंगांची मुक्त उधळण होत होती. तो आनंदोत्सव कशामध्येही बांधला जात नव्हता. प्रेमाच्या रूपानं तो सगळीकडे झिरपत होता. त्याचं काळजीपूर्वक जतन करण्याची, सिंचन करण्याची गरज होती. ते दिवस वेगळे होते, भारलेले. परत आल्यावर ते प्रेम कुठेतरी हरवलं होतं. म्हणजे प्रेम होतं; पण ती ओढ आणि तीव्रता नाहीशी झाली होती.

वेंकटला नोकरीच्या अनेक ऑफर्स आल्या. त्यापैकी मद्रासची ऑफर सर्वात छान होती. दिल्ली किंवा मद्रासहून दूर, बंगलुरु किंवा मुंबईसारख्या ठिकाणी त्याला चांगली नोकरी मिळाली असती, तर तिला खूप आवडलं असतं. त्या दोघांच्याही घरांपासून दूर; पण त्या विचाराला तिने आपल्या मनात थारा दिला नाही. बाकी सर्व दृष्टींनी मद्रासची ऑफर उत्तम होती म्हणून तिनेही पाठिंबा दिला त्याला. करिअरची सुरुवात छान झाली की, मग प्रगतीचा आलेख चढता राहील हे माहिती होतं तिला. तिच्या स्वत:च्या कामाचा प्रश्न नव्हता. कुठेही बसून ती जर्मनचं इंग्रजीमध्ये भाषांतर करू शकत होती. टेबल-खुर्ची, लॅपटॉप आणि इंटरनेट एवढ्या माफक गरजा होत्या तिच्या.

पण आपल्या सासूशी कसं वागावं हे तिला कळत नव्हतं. तिच्या सासूच्या मते ती उत्तर भारतातून आलेली रंभा-मेनका किंवा तत्सम अप्सरा होती. दक्षिणेतल्या वेंकटला भुलवायला आपली सौंदर्यआयुधं तिने पणाला लावली होती, असं तिच्या सासूला वाटत होतं. आपल्या लाडक्या वेंकटची शैक्षणिक आणि करिअरसंबंधी चालू असलेली विश्वामित्री तपस्या भंग करणं हाच रोहिणीचा एकमेव उद्देश आहे अशी तिची खात्री होती. रोहिणीच्या मनात असलेलं सासू-सुनेचं नातं जोपासलं जाण्याचा प्रश्नच येत नव्हता. तिची सासू तिच्याशी खूप फटकून वागत होती. आपल्या नवऱ्याला त्याच्या आई-वडिलांबरोबर वेळ घालवता यावा म्हणून रोहिणी आवर्जून प्रयत्न करत होती. तरीही तिच्या सासूला मात्र तिच्याबद्दल ना माया वाटत होती ना प्रेम!

उलट, दिवसेंदिवस ती रोहिणीच्या प्रत्येक कृतीला आक्षेप घेऊ लागली. तिच्यावर टीका करू लागली. रोहिणीच्या सासऱ्याने तोंड बंद ठेवण्याचं धोरण स्वीकारलं होतं. शोहिनी, तिची लहान बहीण तिला चिडवायची, 'अप्पडम्, पापडम् सापडम्'. आपण स्वत:हून या परिस्थितीमध्ये उडी घेतली आहे हे तिला कळत होतं. तिळाच्या तेलाच्या, कढीलिंबाच्या फोडणीचा वास त्या घराचा एक हिस्सा बनला होता. दोन-चार तास मोकळ्या वाऱ्यावर फिरून घरी यावं तरी घरात तो वास भरलेला असायचा. पार हॉलच्या पडद्यांपर्यंत सगळीकडे. रोहिणीनं हे सगळं जरी आत्मसात केलं होतं तरी तिच्या सासूला तिच्याबद्दल प्रेम तर सोडाच पण आपलेपणादेखील वाटत नव्हता. सून म्हणून घरात घुसलेली ही बया दुष्पट पापी आहे असा तिचा ठाम समज होता. एक तर ती जन्मानं तमिळ ब्राह्मण नव्हती आणि दुसरं म्हणजे हिच्या इंजिनिअर, एमबीए झालेल्या मुलाला तिने आपल्या जाळ्यात ओढलं होतं.

आपल्या आईच्या या अशा वागण्याची वेंकटला खरोखरच लाज वाटत होती. मायलोपोरमधल्या आपल्या आई-वडिलांच्या घरून बसंतनगरमधल्या आपल्या घरी जाताना, गाडी चालवताना एका हातात रोहिणीचा हात हळूच दाबून तो म्हणाला होता, "राणी, तुला खूप वाईट वाटत असेल ना?"

"जाऊ दे रे, चालायचंच," रोहिणीनं हसून म्हटलं, "कसं आहे ना, त्या खूप नाराज आहेत सध्या आपल्यावर. हळूहळू स्वीकारतील मला त्या."

या अशा क्षणी दिसून येणारं वेंकटचं हळवं रूप तिला सुखावून जायचं, आश्वस्त करायचं. शिवाय, आपल्या आई-वडिलांबरोबर राहाण्याचा हट्ट न धरता कंपनीने दिलेल्या घरात राहाणं पसंत केलं होतं त्याने. नाहीतर तिचं काय झालं असतं?

रोहिणी वर्षातून एकदा माहेरी – दिल्लीला जायची. तिची आई तिला म्हणाली

होती, "अगं, एकदा पाळणा हलला ना घरात की, बघ तुझी सासू कशी बदलते ते. आपल्या मांडीवर खेळणाऱ्या बाळामध्ये अय्यंगारांचं रक्त वाहातं आहे ही जाणीव कठोरातल्या कठोर मद्रासी सासूलासुद्धा निवळायला भाग पाडेल."

हनीमूनच्या दरम्यान पहलगामला काढलेला तिचा आणि वेंकटचा एक फोटो तिने मेहजबीन आणि बख्तियारला पाठवला होता, आठवण म्हणून!

त्यांच्या लग्नाला एक वर्ष पूर्ण झालं तेव्हा ती आणि वेंकट शेरेटॉनच्या 'ओपन एअर रेस्टॉरंट'ला गेले होते. चांदण्या रात्री फक्त मेणबत्तीच्या प्रकाशात तो आसमंत गंधावला होता. ते दोघं एका मोठ्या वडाच्या झाडाखाली बसले होते. त्या झाडाचं खोड, फांद्या आणि पारंब्या छोट्या-छोट्या दिव्यांनी लुकलुकत होत्या. त्यांची एकमेकांवरची मोहिनी यत्किंचितही कमी झाली नव्हती. आरामात जेवल्यानंतर कॉफीचा आस्वाद घेता-घेता पुन्हा एकदा एकमेकांमध्ये हरवून गेले होते ते दोघं. एक वर्ष पटकन गेलं होतं, कापरासारखं. तिथे बसल्या-बसल्या त्यांनी आपल्या मधुचंद्राच्या आठवणी जागवल्या. श्रीनगर, हाउसबोट, पहलगामचे मंतरलेले दिवस, जबरदस्त ओढीच्या रात्री. अचानक रोहिणीच्या नजरेसमोर मेहजबीन आणि बख्तियारचे हसतमुख चेहरे तरळले. त्या दोघांचं एकमेकांवरचं प्रेम किती निर्मळ होतं याची तिला पुन्हा जाणीव झाली. नव्याने प्रेमाचा साक्षात्कार झाला. रोहिणीचा कणन्‌कण वेंकटवर झोकून द्यायला आतुर झाला. त्या रात्रीचा तिचा आवेग विलक्षण होता. सकाळी जाग आल्यावरसुद्धा ती रात्रीच्या क्षणांच्या हिंदोळ्यावर झुलत होती. तिचं अंगांग मोहरलेलं होतं. तिने पटकन कागद पेन काढलं, मेहजबीनला पत्र लिहिण्याच्या इराद्यानं; पण काय बरं लिहावं तिला? तसं पाहायला गेलं तर त्या दोघींमध्ये काहीच सामाईक नव्हतं, प्रेमाशिवाय! तिला एखादा फोटो पाठवला तर?

या विचारानं तिच्यात जणू उत्साह संचारला. मग तिने तिच्या बाल्कनीतल्या कुंडीमध्ये उगवलेल्या लालचुटूक सदाफुलीचा फोटो काढला, मेहजबीनला पाठवण्यासाठी. संध्याकाळी वेंकट ऑफिसमधून आला तेव्हा तिने उत्साहानं त्याला सांगितलं. त्यानेसुद्धा तिच्या भावना जाणून घेत तिला प्रेमानं कुशीत घेतलं "किती रोमँटिक आहेस गं तू!" असं कौतुक केलं. त्या काश्मिरी जोडप्याशी त्यांचे भावबंध जुळले होते.

त्या फोटोच्या मागच्या बाजूला तिने मजकूर लिहिला, 'मी आणि वेंकट खूप सुखात आहोत. आमच्या घरातल्या कुंडीत फुललेलं हे फूल आहे'. बस्स! इतकंच. तिने स्वत:चा पत्तादेखील कळवला नाही. हो, उत्तराची अपेक्षा ठेवून उगाच मेहजबीनवर ओझं कशाला टाका! आपल्या आयुष्यातला एक देखणा क्षण त्यांच्याबरोबर वाटण्याव्यतिरिक्त दुसरी कुठली भावना नव्हती तिच्या मनात. मग तिने ठरवलं की,

इथून पुढे आपल्या लग्नाच्या प्रत्येक वाढदिवसाला असाच एखादा अतीव देखणा क्षण कॅमेऱ्यात बंदिस्त करायचा आणि मेहजबीनला पाठवून द्यायचा. तिचा पत्ता किती सोपा होता. 'चांदण्या रात्री', दाल लेक, श्रीनगर. तिला खात्री होती की, तिने पाठवलेले सर्व फोटो मेहजबीन जपून ठेवेल. हे फोटो पाहाताना बख्तियारचा चेहरा कसा खुलेल हेसुद्धा तिला जाणवलं. त्याचं ते प्रसन्न हसू तिच्या मनात कुठेतरी घर करून बसलं होतं. त्या सर्व रात्री किती सुंदर होत्या! चार प्रेमवेडे, जगरहाटीपासून दूर, एकमेकांच्या प्रेमात तल्लीन, झोपेनं तारवटलेल्या डोळ्यांना क्षणभरही मिटू न देणारे... त्या चौघांचं ते विश्व, फक्त त्यांच्यापुरतं खरं असलेलं, त्यांनी निर्माण केलेलं.

मेहजबीनच्या प्रेमावाचून बख्तियार विकल आणि एकाकी झाला होता.

काश्मीरच्या त्या स्वर्गीय खोऱ्याकडे आकर्षिले जाणारे पर्यटक आता येईनासे झाले होते. प्रचंड उलथापालथ झाली होती. हिंसाचार वाढू लागला होता. पर्यटनाचा व्यवसाय जवळजवळ बंद पडला होता. रावाचे रंक झाले होते सारे. बदलणाऱ्या वाऱ्याची ना त्यांना काही चाहूल लागली ना त्यांनी काही दखल घेतली. परपुरुषाचा हात धरून बायको पळून गेल्यावरच नवऱ्याला समजतं, त्यांच्या भानगडीविषयी. तसंच काहीसं झालं होतं. लेकमध्ये आणि आजूबाजूला वास्तव्यास असणारे लोक तसेही समाजापासून वेगळे पडल्यासारखेच होते. आपल्या परिघाच्या बाहेर काय घडतं आहे, कोणते पडसाद उमटत आहेत याची त्यांना जराही जाण नव्हती. शेतांमध्ये होणारी धुसफुस ऐकू येत नव्हती. पर्वतरांगांतील कुरणात भलत्याच वेळी होणारी हालचाल दिसत नव्हती. खुद्द श्रीनगरच्या गल्लीबोळातसुद्धा अस्वस्थता मूळ धरू लागली होती. परंतु आपल्या बोटीवाल्यांचं लक्ष होतंच कुठे? पूर्वेकडचं स्वित्झर्लंड म्हणजे आपलं काश्मीर अशी स्वत:ला सुखावणारी शाल ओढून आपणच निर्माण केलेल्या खोट्या-खोट्या उबेत पहुडण्यात त्यांना धन्यता वाटत होती. त्यांच्या आभासी सत्याला 'मोनालिसा', 'हेलेन ऑफ ट्रॉय' वगैरेसारख्या बोटी हातभार लावत होत्या. आपला देश ना कुणाच्या अध्यात ना मध्यात या गैरसमजाची झापडं डोळ्यांवर चढवल्यामुळे त्यांचं तारतम्य नष्ट झालं होतं. दाल लेकच्या पाण्यापुरतं त्यांचं विश्व सीमित होतं. आपण प्रामाणिकपणे वागलो की, सगळेजण चांगले वागतात असं त्यांना वाटत होतं, मग आलेला पर्यटक जगाच्या कुठल्याही कोपऱ्यातून आलेला असला तरी.

आपल्याबरोबर समृद्धी आणि सौख्य घेऊन येणारे ते पर्यटक आता कुठे होते? ते तर कधीचे येईनासे झाले होते. मेहजबीनने फ्रेम करून त्यांच्या बेडरूमच्या भिंतीवर लावलेल्या रोहिणी आणि वेंकटच्या फोटोकडे बख्तियारने एक नजर

टाकली. १९८९ मध्ये आले होते ते दोघं. बस्स! त्या वर्षी मस्त जमून आलं होतं सारं. त्यानंतर मात्र सारी घडी विस्कटू लागली होती. एक-एक वर्ष त्याच्यासमोर तरळू लागलं.

१९९० : सीआरपीएफनं गावाकडील ब्रिजवर नि:शस्त्र समर्थकांवर अंदाधुंद गोळीबार केला होता. सरकारी सूत्रांनुसार मृतांची संख्या जरी २८ सांगितली गेली होती तरी जाणकारांच्या मते हा आकडा २८० पर्यंत होता. एका रात्रीतून पर्यटक गायब झाले होते. त्या वर्षी जगाच्या नकाशावरून श्रीनगर जणू मिटून गेलं होतं. तिथे कुणी येईनासं झालं, जवान, पोलीस आणि निमलष्करी दलाच्या तुकड्यांशिवाय. त्याच्या मेहुण्यानं, अलीने तर आपल्या शिकाऱ्यावर एक मोठा बोर्ड रंगवून टांगला होता.

'तुम्ही सैन्यात असाल तर सैनिक आहात
पोलीस दलात असाल तर पोलीस आहात
वन खात्यात असाल तर वनाधिकारी आहात
सरकारी खात्यात असाल तर सरकारी नोकर आहात
पण जर तुम्ही शिकाऱ्यामध्ये बसला असाल
तर तुम्ही पर्यटक आहात
तेव्हा कृपया भाडं द्या – धन्यवाद!'

तरीदेखील परिस्थिती हाताबाहेर गेली आहे असं त्यांना वाटलं नाही. जेवायला पुरेसं मिळत होतं. गप्पा, विनोद, हसणं यात मन रमत होतं. पुन्हा पहिले दिवस येतील याची खात्री होती.

१९९१ : कुनन पोशपारा येथे राजपुताना रायफल्सच्या चौथ्या तुकडीने गावातल्या १३ ते ८० वयोगटामधल्या प्रत्येक मुलीवर, स्त्रीवर बलात्कार केला. लहान मुली, तरुणी, विधवा, सधवा, म्हाताऱ्या, गर्भार अगदी कुणीही स्त्री त्या दिवशी सुटली नाही. सरकारी सूत्रांनुसार २३ स्त्रियांवर बलात्कार झाला; पण अनधिकृतरित्या हा आकडा शंभरच्यावर गेला होता. त्यानंतर किती स्त्रियांनी आत्महत्या केली याची गणती नाही.

१९९२ : छोटा बजारमधील सय्यद मन्सूर ब्रिजवर झालेले हत्याकांड.

कोणत्या घटनेमध्ये किती मेले, जखमी झाले याच्याशी बख्तियारला काही घेणं-देणं उरलं नव्हतं. धर्माप्रमाणे संख्या हेदेखील सैतानी शक्तीचं एक रूप बनलं होतं. विरोधक एकमेकांविरुद्ध त्याचा वापर करायला कचरत नव्हते. प्रचंड वणवा पेटवला गेला होता, निष्कारण. संख्या वाढवून, फुगवून या वणव्याला जाणीवपूर्वक

पेटतं ठेवलेलं होतं. याच वर्षी बख्तियार उधमपूरला त्याच्या मित्राच्या, गोपाळच्या शोधात गेला होता. गोपाळचं कुटुंब इतक्या बजबजपुरीमध्ये राहात होतं की, बख्तियारला ते पाहाणंदेखील शक्य झालं नाही. गोपाळच्या आईचा डावा पाय पू होऊन अक्षरश: सडला होता, गँगरीनमुळे ती मरणोन्मुख झाली होती. गाव सोडून परागंदा व्हावं लागल्यामुळे वडिलांचा मानसिक तोल ढळला होता. पत्र्याच्या त्या लहानशा खोलीत त्याची धाकटी भावंडं कशीबशी जगत होती. गोपाळ कुठे होता ते कोणालाच माहीत नव्हतं. गोपाळचं श्रीनगरमधलं घर सैन्याच्या तुकड्यांनी बळकावलं आहे हे त्याला सांगायला गेलेला बख्तियार तसाच रिकाम्या हाताने आणि सुन्न मनाने परत आला. माणसं जेव्हा परस्पर सहयोग विसरतात, एकमेकांची असलेली गरज विसरतात तेव्हा ती खऱ्या अर्थाने गृहहीन होतात. त्यासाठी त्यांचं स्वत:चं घर कुणी बळकावलं पाहिजे किंवा उद्‌ध्वस्त केलं पाहिजे असं काही आवश्यक नाही.

१९९३ : इतके दिवस बातम्यांपुरत्या मर्यादित असणाऱ्या गोष्टी आता त्यांच्या नजरेसमोर घडू लागल्या. बख्तियारच्या डोळ्यांदेखत लाल चौक पेटवून देण्यात आला होता. स्थानिक लोकांना आगीपासून वाचवण्याकरिता शिकाराचालक समोर आले होते. त्यांना झेलमच्या पार व्हायला मदत करत होते. अशा वेळी कुठलाही भेदभाव न करता सीआरपीएफच्या जवानांनी शिकाऱ्यांवर बेछूट गोळीबार केला होता. गोळ्यांच्या वर्षावापासून स्वत:ला वाचवण्याच्या प्रयत्नात लोकांनी पाण्यात उड्या घेतल्या आणि अनेकांना जलसमाधी मिळाली होती. थोडेफार शिकाराचालक वाचले होते. त्यात एक अली होता. मेहजबीनचा भाऊ. चांगला जखमी झाला होता तो.

१९९४ : बातम्या ठळक होऊ लागल्या आणि संख्या लहान. काश्मिरी सैन्याने दिल्ली पाहायला आलेल्या चार परदेशी पाहुण्यांना पकडून ओलीस ठेवलं होतं. गेल्याच वर्षीची गोष्ट आहे ही. अलीनं एका संघटनेत प्रवेश केला होता. आपल्या घरच्यांनासुद्धा त्याने आपल्या संघटनेचं नाव कळू दिलं नव्हतं. त्याच वर्षी फयाद पहिल्यांदा भेटला होता बख्तियारला. त्याने एक नामी शक्कल लढवली होती पैसे कमावण्यासाठी; पण ती ऐकून बख्तियारच्या पोटात ढवळलं होतं. अतिशय किळस येऊन त्याने फयादला घालवलं होतं.

१९९५ : या वर्षाच्या सुरुवातीला अजून सहा पर्यटक गायब झाले होते. या वेळी पहलगामच्या उतारावरून त्यांना पळवण्यात आलं होतं. ऑगस्ट महिन्यात फयाद पुन्हा एकदा बख्तियारला भेटायला आला होता. या वेळी बख्तियार त्याच्याशी बोलायला तयार झाला होता.

रोहिणी आणि वेंकट श्रीनगरला येऊन गेल्यानंतरच्या काही वर्षांमधल्या या

घडामोडी होत्या. हल्ली तर त्यांच्या फोटोकडे पाहाताना त्याच्या मनात फक्त दु:खाचे कढ येत असत. कित्येकदा तो मनातल्या मनात वेंकटशी संवाद साधत असे. अशा वेळी तो त्याला वेंकट भाईजान म्हणत असे. वेंकट आणि बख्तियार, दोन वेगळ्या संस्कृतींचे पाईक होते तरी त्यांच्यात एक साम्य होतं, आपआपल्या बायकोवर जिवापाड प्रेम होतं त्यांचं. त्या अर्थाने ते भाऊ होते एकमेकांचे.

रोहिणी... भिंतीवरच्या त्या फोटोमध्ये रोहिणीने जीन्स आणि फिकट गुलाबी रंगाचा काश्मिरी स्वेटर घातला होता. तिच्या कापलेल्या केसांची महिरप तिच्या चेहऱ्याला खुलवत होती. काही चुकार बटा तिच्या कपाळावर झेपावल्या होत्या. किंचित मागे झुकलेलं डोकं, हसताना थोडेसे विलग झालेले ओठ, की चढ चढून आल्यामुळे दमली होती ती? त्या सगळ्यात प्रकर्षाने उठून दिसत होते ते तिचे डोळे. अतूट विश्वासाने वेंकटकडे पाहाणारे डोळे कसे चमकत होते! आपल्या डोळ्यांतल्या या ठिणग्यांनी ती कायम प्रेम जागवेल दुसऱ्याच्याही मनात. नाहीतर त्याची मेहजबीन. तिचं प्रेम कुठे हरवलं होतं कोण जाणे! पार झाकोळून गेलं होतं. धग तर सोडाच, साधी ठिणगीसुद्धा चेतवली जात नव्हती तिच्याकडून. चुलीत ओली लाकडं घालून ती पेटवायची म्हटलं तर काय वाट्याला येणार धुराशिवाय? तिला मिठीत घेतलं की, तिचे भकास डोळे त्याला पाहात राहातात. तिची ती नजर प्रत्यही त्याला घायाळ करते, मारून टाकते. तेसुद्धा बदलले होते, कायमस्वरूपी; दाल आणि नगिना लेकप्रमाणेच. अखंड आशेच्या स्रोतातून सुन्न करणाऱ्या निराशेत, प्रेमाच्या, खळखळत्या चैतन्यप्रवाहातून झाकोळलेल्या, साचलेल्या उपेक्षेमध्ये.

तिला त्याचा व्यवसाय पसंत नव्हता. अलीनं जरी सशस्त्र टोळीचा आसरा घेतला होता, आपल्या कालाश्निकोव्हनी अनेकांना संपवण्याचा वसा घेतला होता तरीही ती दिवसातून पाचवेळा नमाज पढताना त्याच्यासाठी अल्लातालाची दुवा मागत होती. कुठून तरी अचानक सणसणत येणाऱ्या बंदुकीच्या गोळीने त्याच्या मेंदूच्या चिंधड्या उडू नयेत म्हणून; पण बख्तियारला मात्र माफी नव्हती. "बाई, माझा गुन्हा तरी काय आहे, सांग ना!" वारंवार हा प्रश्न विचारूनही तिने त्याला उत्तर दिलं नव्हतं. जगण्यासाठी इतर कुणाची हत्या न करता दुसरा काही मार्ग निवडणं पाप होतं का? पण ती फक्त आपली नजर झुकवत असे. त्याच्या या नवीन व्यवसायामुळे तिच्या श्रद्धेच्या ठिकऱ्या उडाल्या होत्या.

सुरुवातीला फयादने ही कल्पना मांडली तेव्हा कसला उखडला होता तो! पण त्याचा विरोध फार काळ टिकला नव्हता. प्रेम आणि प्रणय. एकाच नाण्याच्या दोन बाजू नाहीत का? सगळ्या जगाचीच नीतिमूल्यं बदलली होती. परंपरांच्या चौकटी

निखळल्या होत्या. अशा परिस्थितीमध्ये प्रेमाचा मूळ रंग बदलला तर त्यात नवल ते काय? ते पूर्वीइतकं शुद्ध आणि सात्त्विक कसं बरं राहाणार? त्यांच्याकडचे बर्फाचे शुभ्र रस्ते, डोंगर-दऱ्या रक्ताच्या सड्यानं न्हाऊन निघाले होते. त्याने सत्याकडे डोळेझाक केली तरी त्यात कसा काय बदल होणार?

त्याला समजावताना फयाद म्हणाला होता, "अरे बाबा, शहरामध्ये राहाताना किती प्रचंड ताण येतो पुरुषांना हे तुला इथे बसून नाही कळणार. तिथल्या गाड्या, स्पर्धा, व्यवसाय, मानसिक ताण, प्रदूषण या सगळ्याचं पर्यवसान माणसाचं खच्चीकरण होण्यात झालं आहे. पुरुष आपली नैसर्गिक 'ताकद' गमावून बसला आहे. उत्तान दृश्य पाहिल्याशिवाय त्यांना उत्तेजनाच येत नाही हल्ली." फयादनं या वेळी त्याचा लॅपटॉप आणि खूप साऱ्या सीडीज् आणल्या होत्या. दिल्लीच्या पालिका बाजारमधल्या एका 'कॉन्टॅक्ट'नं त्याला त्या पाठवल्या होत्या. खास बख्तियारला दाखवायला.

पौगंडावस्थेत फयाद आणि तो अनेक बाबतींत एकमेकांचे साथीदार होते. अगदी आंबटशौकीन असण्यापासून. तारुण्याची नव्याने होणारी जाणीव, संभोगाबद्दलचे अज्ञान आणि ते जाणून घेण्याची उत्सुकता यावर फयादनं तोडगा काढला होता. 'ड्युक ऑफ वेलिंग्टनच्या' बेडरूममधल्या जोडप्यांची प्रणयदृश्ये दाराच्या फटीतून, की-होलमधून बघायची. मधुचंद्राचा उन्माद त्या जोडप्यांना स्वाभाविकपणे बेधुंद बनवत असे. शिवाय, परदेशी पर्यटकदेखील होते. ते जात्याच अधिक उन्मुक्त असतात. परंतु दाराच्या भोकातून फयाद आणि बख्तियारच्या नजरेला फारसं काही पडत नसे. एखादी केसाळ मांडी, छातीचा उभार, कधी नुसतीच नितळ त्वचा. शरीराच्या त्या अशा एवढ्याशा तुकड्यावरून पुढच्या सर्व दृश्यांची कल्पना करणं काय ते त्यांच्या हातात होतं; पण काही माहिती नसल्याने तेसुद्धा नीट जमत नव्हतं, तृप्तीचे हुंकार का आणि कसे येतात ते कळणं तर दूरच; पण आता काळ बदलला होता.

प्रत्यक्ष प्रणय – पोर्नोग्राफी -

"माझं ऐक! शहरात तर या धंद्याला मरण नाही!"

फयादने प्रत्येक पलंगाच्या बरोबर वर - छतावर वेबकॅमेरे बसवले होते. शिवाय, खास शॉवरच्या बाजूलासुद्धा बसवले होते, विविध कोन साधत. कधीकधी अपेक्षेपेक्षा खूप अधिक पाहायला मिळायचं, किंबहुना पाहावं लागायचं. अशा वेळी लक्षात यायचं की मानवी शरीर कितीही सुंदर आणि उत्तेजक असलं तरी शेवटी शरीर म्हणजे रक्त, मांस, पेशी यांचं मिश्रण आहे, दुसरं काही नाही. मग अली असो की फयाद दोघांचा व्यवसाय सारखाच होता. शरीर भोगणं, कधी संपवून तर कधी पाहून.

वेश्यांकडे जायला लोक आता कंटाळले होते. कुठल्या तरी नटव्या बायकांनी तिसऱ्या-चौथ्या श्रेणीच्या फिल्म्समध्ये केलेलं देहप्रदर्शन त्यांना आता 'पेटवेनासं' झालं होतं. त्यांना आता प्रत्यक्ष संभोग पाहाण्याची ओढ लागली होती. दुसऱ्यांनी केलेला समागम पाहून त्यांना उत्तेजित व्हायचं होतं. बाथरूमच्या एकांतात निर्घोरपणे अंघोळ करणाऱ्या उघड्या-विवस्त्र बायका पाहायच्या होत्या.

"अरे बाबा, त्यात काय एवढं? साऱ्या जगभर हेच चालू आहे. तू कोणत्या विश्वामध्ये राहातो आहेस?" फयादने युक्तिवाद केला.

बँकॉकमधल्या एका सुप्रसिद्ध हॉटेलमध्ये बाथरूममध्ये वेबकॅम बसवलेले होते. एका प्रसिद्ध भारतीय सिनेनटीच्या अंघोळ करतानाच्या क्लिप्स बनवून त्यांची विक्री करण्याचं काम तिथल्या कर्मचाऱ्यानं केलं होतं. दिल्ली, मुंबईसारख्या मेट्रो शहरांमध्ये रेडिमेड कपड्यांच्या दुकानांच्या ट्रायलरूम्समध्ये छुपे वेबकॅम बसवले जात होते. बायका कपडे बदलत असताना चित्रीकरण केलं जात होतं. मग बख्तियार का आढेवेढे घेतो आहे हे फयादला समजत नव्हतं. आपलं चित्रीकरण केलं जात आहे हे त्या प्रणयमग्न जोडप्याला कळण्याची शक्यतादेखील नव्हती. शिवाय, या फिल्म्स बाहेर दाखवताना त्यामधल्या स्त्री-पुरुषांचे चेहरे धूसर केले जाणार होते. इतकी सगळी काळजी घेतल्यावर कोणाला कळणार होतं की कुठलं जोडपं होतं ते? आता याच्यापेक्षा जास्त काळजी तरी काय घेणार?

बाजूच्या 'रोमिओ आणि ज्युलिएट' बोटीवरच्या एका सीडीमुळे गोंधळ उडाला होता. एका प्रथितयश राजकारण्याचा तरुण मुलगा आपल्या दोन मैत्रिणींना घेऊन आला होता. त्यापैकी एकीने सौंदर्य स्पर्धा गाजवल्या होत्या, तर दुसरी टीव्हीवरची लोकप्रिय कलाकार होती. त्या तिघांचा एकत्रित प्रणय त्यांच्या नकळत टिपला गेला होता आणि मग सगळीकडे पोहोचला होता. खरं म्हणजे त्यांचे कोणाचे चेहरे नीट दिसत नसल्यामुळे प्रकरण इथेच थांबू शकलं असतं; पण चिरंजीवांनी घातलेला लाल-पांढऱ्या फुलांचं डिझाइन असलेला शर्ट तीर्थरूपांनी ओळखला कारण नुकत्याच केलेल्या परदेशवारीदरम्यान त्यांनीच तो आणला होता. मग प्रचंड गदारोळ उठला. सगळं प्रकरण दाबता-दाबता नाकीनऊ आले.

बख्तियारनं फयादला निक्षून सांगितलं होतं की, तो फक्त पर्यटकांचं चित्रीकरण करेल. स्थानिक रहिवाशांपासून चार हात दूर राहाणंच योग्य होतं. नेते, सैन्याधिकारी, अमली पदार्थांचे व्यापारी, सैनिक यापैकी कोणाचंही चित्रीकरण तो करणार नव्हता, कधीच. त्याला तो पायंडादेखील पाडायचा नव्हता. त्याची बोट म्हणजे काही कुंटणखाना नव्हता. आपल्या या बोटीवर साध्या लोकांनी यावं ही त्याची माफक अपेक्षा होती.

भिंतीवरच्या फोटोमधले एकमेकांकडे पाहून हसणारे वेंकट आणि रोहिणी

त्याच्या नजरेला पडले, परंतु त्याने लगेच मान वळवली. गेले ते दिवस!

मेहजबीनने ना त्याची खरडपट्टी काढली ना त्याला काही बोल लावला. आपली बायको-मुलं यांना दोन वेळा जेवू घालणं, त्यांची काळजी घेणं, आपली बोट नीट ठेवणं, पैसे कमावणं हे नवऱ्याचं आद्य कर्तव्य असतं हे तिलाही समजत होतं. तिच्या नजरेतल्या आरोपाचं मूळ कुठेतरी दुसरीकडेच होतं. तिच्या सदसद्विवेक बुद्धीच्या पलीकडून कुठून तरी, खोलवर दबलेल्या जाणिवांपार दडून राहिलेल्या भावनांचं ते प्रकटीकरण तिचं तिला तरी कुठे उमजत होतं नीटसं? आपल्या मनाला समजावण्याचा आटोकाट प्रयत्न करत होती ती; पण तरीही मन काही केल्या मानत नव्हतं. तिचा आत्मा थिजल्यासारखा झाला होता. आपण कलंकित झालो आहोत ही भावना तिच्या मनातून जाता जात नव्हती.

तिच्या आयुष्यातले रोजचे छोटे-छोटे क्षण तिच्यासाठी आनंद घेऊन येत होते. जीवनाकडून फारशा अपेक्षा तरी कुठे होत्या तिच्या? बोटीवर आलेल्या प्रवाशांकरता चविष्ट स्वयंपाक करणे, त्यांची उत्तम बडदास्त ठेवणे, त्यांच्याशी गप्पा मारणे, खरेदी करण्यासाठी ठिकाणं सुचवणे, भाव करण्याकरिता युक्त्या सांगणे अशा बाबी तिच्यासाठी आनंददायी होत्या. इतर कशाचीही आस तिला नव्हती. आपल्याकडे उतरणारे प्रवासी कुठून आले आहेत हे जाणून घेण्याची उत्सुकता तिला असे. तेवढ्या माहितीवर ती सगळ्या जगाची सफर करून येई. तिची बोट सोडून ती कुठेही गेली नव्हती, तरी जसा तिला आपल्या बोटीचा कानाकोपरा माहीत होता तसाच तिला जगाचा कानाकोपरासुद्धा कळला होता. मात्र, आता परिस्थिती बदलली होती. जे काही थोडे पर्यटक तिच्या बोटीवर येत होते त्यांच्याशी संवाद साधणं तर सोडाच, साधं नजर उचलून त्यांच्याकडे बघण्याची हिंमत तिच्यामध्ये उरली नव्हती. तिच्या मनामध्ये अपराधीपणाची तीव्र भावना दाटली होती. एकदा हाउस बोटमध्ये अंघोळीला पाणी नव्हतं. मुक्कामाला आलेल्या त्या गुजराथी बाईला बाथरूममध्ये गरम पाण्याची बादली तिने नेऊन दिली खरी; पण लाजेनं तिचा जीव अर्धा झाला होता. त्या बाथरूममध्ये लपवलेल्या कॅमेऱ्याची जागा तिला माहीत होती. तिची नजर तिथे खिळून राहिली होती. तिची उभी काया थरथरत होती. पाण्याची बादली त्या बाथरूममध्ये टेकवून ती धावत सुटली ते थेट तिच्या स्वयंपाकघरात येऊन थांबली होती. तिला भडाभडा ओकताना पाहून तिची मुलं स्तंभित झाली होती.

करीमला पाजताना साडेतीन वर्षांच्या करिश्माला ती आपल्याजवळ घट्ट धरून ठेवायची. या दोन्ही मुलांना आपल्या हृदयाशी जतन करून ठेवावं, बाहेरच्या जगाचं विखारी वारं त्यांना लागू नये, त्यांची कोवळी निरागसता कधी नष्ट होऊ नये

अशी तिची इच्छा होती; परंतु तिचं त्यांच्यावरचं प्रेम तरी निरपेक्ष होतं का? की लोभामुळे त्या प्रेमालाही नजर लागली होती? पापाच्या कमाईवर ज्यांचं पोषण होत होतं ती मुलं धर्मशील आणि सात्त्विक कशी होणार हे कोडं तिला सुटत नव्हतं. मुलांना रोजची प्रार्थना शिकवायला तिला आणि बख्तियारला तोंड तरी उरलं होतं का?

भिंतीवर टांगलेला रोहिणी आणि वेंकटचा फोटो तिच्यासाठी आजवर आनंदाचं निधान होतं. त्यांची मैत्री तिच्यासाठी अभिमानाची बाब होती; परंतु हल्ली त्या फोटोकडे पाहाण्याची हिंमत होत नव्हती. कारण त्या फोटोकडे नजर गेली की, तिच्या मनात काहीच्या काही विचार यायला सुरुवात व्हायची. तिचं मन तिला खाऊ लागायचं. समजा, ते दोघं पुन्हा आपल्या बोटीवर राहायला आले तर बख्तियार त्यांचेही व्हिडीओ काढेल का? प्रणयात दंग असलेले, एकमेकांना चिंब भिजवून टाकणारे ते दोघं, बख्तियारच्या लपवाछपवीची चाहूलसुद्धा लागणार नाही त्यांना. आपला नवरा मात्र ते व्हिडीओ विकून आंबटशौकिनांना खूश ठेवेल. परक्या शहरातल्या परक्या पुरुषांना उत्तेजित होता यावं म्हणून आपला नवरा स्वकीयांच्या निरागस विश्वासाचा बळी चढवेल.

दरवर्षी रोहिणीकडून नेमाने येणारा फोटो ही तिच्या आयुष्यातली एकमेव आनंदाची बाब उरली होती. चेरीच्या वृक्षांवर बहराच्या खुणा दिसू लागल्या की, ती रोहिणीचं पत्र घेऊन येणाऱ्या पोस्टमनची चातकासारखी वाट पाहायची.

गेल्या पाच वर्षांत रोहिणीचं पत्र आलं नाही असं एकदाही झालं नव्हतं.

पहिल्या पत्रातला फोटो रोहिणीच्या बाल्कनीमधल्या कुंडीतल्या गुलाबी फुलांचा होता, १९९० साली.

दुसऱ्या फोटोमध्ये कुंडीतलंच झाड होतं, पण दोन फुटाचं. रोहिणीनं फोटोच्या मागे लिहिलं होतं, 'माझ्या घरचं कढीलिंबाचं झाड या वर्षी खूप छान वाढलं आहे बघ! आता मला घरचाच कढीलिंब पुरतो. शेजारणीकडे मागावा लागत नाही किंवा बाजारातून विकत घ्यावा लागत नाही.' ते वाचून मेहजबीनच्या मनात रोहिणीबद्दलचा अभिमान दाटून आला होता. ते वर्ष होतं १९९१. अशा छोट्या आश्वासक क्षणांची खूप आवश्यकता होती.

तिसऱ्या फोटोमध्ये वेताची बास्केट भरून शंख-शिंपले ओसंडताना दिसत होते. त्या सुट्टीमध्ये वेंकट रोहिणीला महाबलीपूरमला घेऊन गेला होता. संपूर्ण दिवस समुद्रकिनाऱ्यावर शंख, शिंपले, रंगीत दगड गोळा करत ते भटकले होते १९९२.

चौथ्या फोटोमध्ये हिरवागार बगीचा दिसत होता. त्याच्या एका कोपऱ्यात गच्च झाडं दिसत होती. फुला-फळांची झाडं नव्हती ही. विविध रंगांची शोभेची झाडं होती.

शिवाय जोडीला थोडीफार रबराची झाडं होती. त्यांच्या त्या जाड, गडद पानांमुळे पसरलेली दाट सावली मेहजबीनपर्यंत पोहोचली होती जणू! रोहिणीनं कळवलं होतं, 'आम्ही आता बंगलुरुला राहायला आलो आहोत. आमच्या बंगल्यासमोर छोटा, सुंदरसा बगीचा आहे', १९९३.

पाचव्या फोटोमध्ये दुतर्फा झाडी असलेला लांब-रुंद रस्ता दिसत होता. 'आमचं आत्ताचं घर परेड रोडच्या अगदी समोर आहे. हे घरसुद्धा खूप देखणं आहे. रस्त्याच्या दोन्ही बाजूंना पांढऱ्या चाफ्याची झाडं आहेत. फुललेल्या चाफ्याचं सौंदर्य काही खास असतं. त्या वेळी तू इथे यावंस असं मला खूप वाटतं'. १९९४ साली रोहिणीनं लिहिलं होतं.

या वर्षी पत्र आलं नव्हतं रोहिणीकडून. मेहजबीन वाट पाहात होती, आतुरतेनं. कदाचित पोस्ट खात्याच्या गोंधळात गायब झालं असेल. येईल काही दिवसांनी. की तिने पाठवलं नसेल? तिला बाळ झालं असेल तर? ती खूप व्यग्र असेल का? खरंच बाळाबरोबरचा त्यांचा फोटो पाठवला तिने तर किती छान होईल! त्यांचं कुटुंब पूर्ण होईल. मेहजबीनच्या मनात अनेक विचार रुंजी घालत होते.

आधी चेन्नई मग महाबलीपूरम, बंगलुरु. वेगवेगळ्या शहरांत राहाणारी रोहिणी. प्रत्येक वेळी नव्या उत्साहानं जुन्या आठवणींच्या समवेत आपलं घर वसवणारी रोहिणी, मनाला चिरतारुण्याचं वरदान लाभलेली रोहिणी. तिने कितीही घरं बदलली तरी तिच्या आयुष्याची घडी कधी विस्कटणार नाही. तिचं मन म्हणजे अखंड चैतन्याचा झरा आहे जणू! घरं बदलताना नको असलेल्या जुन्या सामानाबरोबर त्रासदायक क्षणांच्या आठवणीदेखील ती मागे सोडत असेल. तिच्या समवेत नव्या गावात, नव्या घरात ती फक्त प्रेमाचे, आनंदाचे क्षण घेऊन जात असेल. नकोशा क्षणांना घट्ट धरून, स्वत:च्या मनावरचं ओझं वाढवणारी नाही रोहिणी. प्रत्येक नवीन वास्तूच्या परिसरात तिला आपसूक समजत असेल काय-काय जोपासावं ते. शिवाय, ती एकटी थोडीच आहे. तिचा जिवलग जोडीदार वेंकट आहे तिच्याबरोबर. तिला सांभाळून घेणारा, समजावणारा, समरसून घर सजवणारा. मेहजबीनच्या डोळ्यांसमोर रोहिणीचं न पाहिलेलं घर तरळलं. एकमेकांच्या सल्ल्यानं घराच्या पडद्यांचे रंग ठरवणारे, आवडत्या आरामखुर्चीची जागा निश्चित करणारे, मोक्याच्या जागी आकर्षक पेंटिंग अडकवणारे रोहिणी आणि वेंकट. खरेखुरे सहप्रवासी.

खरं तर त्या दोघांपैकी रोहिणीशी सूत जमलं होतं मेहजबीनचं कारण ती होतीच तशी मोकळी, सहज मैत्रीचा हात पुढे करणारी. परंतु हल्ली मात्र मेहजबीनच्या मनात वेंकटने घर केलं होतं. गंभीर, एकचित्त होणारा, भावुक, क्वचित हसणारा वेंकट; पण बोलला जाणारा प्रत्येक शब्द मनापासून ऐकत असे तो. अगदी खंबीर होता तो.

नोकरीमध्ये त्याचं छान बस्तान बसलं असणार म्हणून तर प्रत्येक वेळी नवीन शहरात गेल्यावर आधीपेक्षा सुंदर आणि मोठं घर निवडत होते ते राहाण्यासाठी, सुट्टीमध्ये आपल्या रोहिणीला घेऊन तो महाबलीपूरमला गेला होता. श्रीनगरला यायचा विचार करतील का ते कधी?

हं! तिने ते सगळे फोटो एकत्र केले आणि छोट्या लाकडी पेटीमध्ये ठेवले. या पेटीमध्ये तिच्या स्वत:च्या खास वस्तू ठेवलेल्या होत्या. मुलांचा हात पोहोचणार नाही अशा जागी ठेवते ती पेटी. फोटो नीट ठेवताना तिने अल्लाकडे त्या दोघांच्या सौख्यासाठी आणि भरभराटीसाठी दुवा मागितली. 'या अल्ला! त्या दोघांना खूप आनंद लाभू दे आणि त्यांच्या आनंदात मलासुद्धा आनंद वाटू दे'.

रोहिणी स्वयंपाकघरातली रात्रीची आवराआवर करत होती. सगळं कसं टापटीप, जिथल्या तिथे ठेवल्याशिवाय तिला चैन पडत नसे. आवरून झाल्यावर नीटनेटकी होऊन मग ती अंथरुणात शिरे.

तिची वाट पाहात वेंकट एकटा पलंगावर पहुडला होता. नजर छताकडे आणि मनात विचारांचं काहूर. आज 'ती' रात्र आहे याची जाणीव त्याला एकीकडे पोखरत होती. रोहिणीनं तिच्या ड्रॉवरमध्ये लपवून ठेवलेल्या मंथली प्लॅनरमध्ये काही तारखांवर खुणा करून ठेवल्या होत्या. मागच्या महिन्याच्या पाळीच्या पहिल्या दिवसापासून मोजायला सुरुवात करून येणारा बारावा, चौदावा, सोळावा आणि अठरावा दिवस. गर्भधारणेच्या दृष्टीने सर्वाधिक अनुकूल काळ. त्या चार दिवसांपैकी एक आजचा. त्या कल्पनेनं त्याला कसंतरीच झालं. ती झोपायला येण्यापूर्वी आपल्या मनामधलं वादळ शांत व्हायला हवं यासाठी त्याला कसोशीने प्रयत्न करावे लागणार होते, याचीही त्याला कल्पना होती. दोन प्रेमी जीव इतके कसे बदलले होते. त्यांच्यामधील सहज उत्कटता कशी आणि कधी संपली होती. निसर्गदत्त प्रणयाची जागा वैद्यकीय मार्गदर्शनाने घेण्याची वेळ का आली होती? हल्ली तर डॉक्टर सांगतील तेव्हा आणि तसं एकत्र यावं लागत होतं. शी! प्रयोगशाळेमधले नमुने झालो आहोत आपण! त्याला स्वत:ची किळस आली... की कीव वाटली?

रोहिणीची निराशा करणं त्याच्या अगदी जिवावर यायचं; पण हल्ली त्याची प्रणयभावना संपली होती. तीसुद्धा त्याला दुखावत नसे. त्याच्या नकारानं आपल्याला वाईट वाटलं आहे हे त्याला कळू देत नसे. नेहमीसारखं प्रसन्न हसून, त्याच्या गालाचं हलकेच चुंबन घेऊन ती पलंगावर एका कुशीला वळत असे. तो गाढ झोपला आहे याची खात्री होईपर्यंत आपला श्वास आणि हुंदका रोखून. आपल्याला त्याच्या नकाराचा त्रास झाला आहे हे त्याला कळलं तर तो खूप दुखावेल याची

काळजी तिला वाटे. तो तिचा स्वभाव होता. त्याच्या बाबतीत ती मनस्वी हळवी होती. कारण तिचं त्याच्यावर जिवापाड प्रेम होतं. तो तिचं सत्त्व होता आणि ती ते पणाला लावू इच्छित नव्हती. रोहिणी म्हणजे मूर्तिमंत प्रामाणिकपणा होती. मनानं अतिशय चांगली. त्याला माहीत असलेल्यांपैकी सर्वाधिक चांगली, निर्मळ; पण त्याच्या मनातला प्रणय करपून गेला होता त्याला तो तरी काय करणार? बाळाबद्दल वाटणारी आसक्तीसुद्धा थिजली होती आताशा.

सगळी चूक त्याची होती, त्याला पक्कं कळून चुकलं होतं ते. गेल्या ५-६ वर्षांमधल्या अनेक घटना, गोष्टी त्याच्या नजरेसमोर तरळून गेल्या. रोहिणीला जे-जे सांगणं अत्यावश्यक होतं ते-ते तो बोलला नव्हता. लग्नाच्या सुरुवातीला त्याने तिला सांगायला हवं होतं, 'नको करूस एवढा आटापिटा. जशी आहेस तशी छान आहेस. तशीच राहा. माझ्या आईकरिता स्वत: आदर्श तमिळी ब्राह्मण सुनेच्या भूमिकेत शिरू नकोस. मोकळी, हसतमुख, मुक्त अशी राहा. काही बिघडणार नाही. माझ्या आईकडे दुर्लक्ष कर. तिला सवय आहे समोरच्याला दाबायची. तू स्वत:ला तिच्या ढाच्यात बसवायला जाऊ नकोस. तू इतकी छान आहेस की तशीच आवडू लागशील तिला', पण तिला असं सांगायचं धाडस झालं नाही त्याला. उलट, पाहात राहिला तिची केविलवाणी धडपड सासरी सामावून घेतलं जाण्यासाठी. ती सोसत राहिली अपमान, जिव्हारी लागणारे बोल, होणारी वंचना, चेहऱ्यावरचं प्रसन्न हसू जपण्याचा आटोकाट प्रयत्न करत.

आणि त्यानंतरची तिची आर्तता, जीवघेणी धडपड, बाळ होण्यासाठी घेतलेला ध्यास. त्याच्या काळजात कळ उमटली, त्याच्या आईइतकीच तिचीही आई जबाबदार होती. नातवंडं हवं या एका विचारानं झपाटलेल्या त्या दोन आज्यांपायी रोहिणी-वेंकटची मागची तीन वर्षं त्यांची राहिलीच नव्हती. गायनॅकॉलॉजिस्ट आणि फर्टिलिटी क्लिनिकच्या चकरांनी त्यांचं आयुष्य व्यापून टाकलं. तपासण्या, चाचण्या, उपचार, अपयश, पुन्हा तपासण्या, चाचण्या... एका दुष्टचक्रात जखडले होते दोघेही. अनाहूतपणे. जगण्याची, वंशवृद्धीची केविलवाणी धडपड करत. फक्त एकदाच त्याला सक्रिय भाग घ्यावा लागला होता, वीर्य तपासणीला देताना. त्याच्या शुक्राणूंची संख्या समाधानकारक आहे हे सिद्ध झाल्यानंतर त्याला इतर 'चाचण्या' करून घ्यावा लागल्या नव्हत्या.

बिच्चारी रोहिणी! तो तिला सुचवू शकला असता, 'चल, आपण एका बाळाला दत्तक घेऊ या. थांबव ही जिवाची कुतरओढ'; पण नाही सांगितलं त्याने तसं. 'आणि नसलं आपल्या आयुष्यात मूल तरी काहीही बिघडणार नाही' असंही तर सांगता आलं असतं ना! पण नाहीच!

उलट, तो तिच्याबरोबर प्रत्येक ठिकाणी जात राहिला. फलधारणेचं चक्र,

बंद झालेल्या फॅलोपिअन ट्युब्जची लॅप्रोस्कोपी, हार्मोन्सची इंजेक्शन्स. एक ना दोन... वेगवेगळ्या प्रकारे रोहिणीवर मारा होत होता आणि तो साऱ्याचा मूक साक्षीदार होता. त्याची रोहिणी, किती रसरशीत होती ती, सजग, आनंदी, हसरी; पण त्या सगळ्या डॉक्टरांच्या निगराणीखाली, वेगवेगळ्या दवाखान्यांचे उंबरठे झिजवताना, पोटात काहीबाही रिचवताना, असंख्य सुया टोचून घेताना जणू एक यंत्र बनली होती – मूल जन्माला घालणारं – पण घालू न शकणारं. या यंत्रामधला दोष दूर करण्याकरता झटणाऱ्या डॉक्टरांना तिच्या स्वत:च्या जिवाची दखल घ्यावी असं वाटेनासं झालं होतं. तेही निर्जीव होते का? की त्यांच्या मृदू, कोमल भावना नष्ट झाल्या होत्या? प्रयत्नांची शर्थ करून आणि वैद्यकीय ज्ञान पणाला लावून त्यांनी तिला सज्ज केलं होतं निसर्गाचं दान स्वीकारायला. तिच्या फॅलोपिअन ट्युब्ज मोकळ्या करून, जननेंद्रियांना उत्पादनक्षम बनवून, आवश्यक हार्मोन्सचे डोस देऊन, अंतर्बाह्य आतुरता निर्माण करून डॉक्टरांनी आपली भूमिका चोख बजावली होती. आता फक्त त्या दोघांनी मनापासून मिलन घडू द्यायला हवं होतं.

डॉ. भुतानींनी त्यांना दिलासा दिला होता, 'आता तर तुम्हाला जुळंसुद्धा होईल, बरं का!' तिच्या एका पेशंटनं नुकतंच तिळ्याला जन्म दिला होता. 'खास अमेरिकेहून बाबागाडी मागवावी लागली होती ती तीन बाळं एकत्र ठेवण्यासाठी'. डॉक्टरांच्या सांगण्यात अभिमान होता, उपचार लागू पडल्याचा.

रोहिणी आणि वेंकटला मूल होण्यामध्ये डॉक्टरांना कुठलीही अडचण दिसत नव्हती, त्या दोघांव्यतिरिक्त. ती दोघंही अतिशय रूक्ष झाली होती. त्याने तर सपेशल हार मानली होती. 'समागमाचा अभाव – गर्भधारणा होऊ शकत नाही' अशी नोंद लागोपाठ चार महिने केल्यावर डॉ. भुतानींचा नेहमीचा उत्साह आणि सकारात्मकता जाणवण्याइतपत कमी झाली होती.

'समागमाची जाणीवपूर्वक अनिच्छा' असं लिहायचं होतं का डॉक्टरांना... वैद्यकीय पेशाला न शोभेल अशा सुंदर, वाचनीय हस्ताक्षरात? हे निदान तंतोतंत लागू पडत होतं त्या दोघांच्या बाबतीत. ते दोघं एकांतात असूनही एकांत करू शकत नव्हते. सहज ओढीने एकमेकांत हरवणारे, आतुरतेने एकमेकांच्या बाहूत विसावणारे, श्वास, स्पर्श, गंध साऱ्या स्तरांवर एकरूप होणारे, विनासायास विरघळणारे ते दोघं तेच होते; पण ती प्रणयोत्सुक सहजता उरली नव्हती. मिलनाची उत्कंठा जाऊन मूल जन्माला घालण्याची यांत्रिकता उरली होती आणि मग नैराश्य पदरात पडण्याच्या भीतीने उरलीसुरली ओढही नष्ट झाली होती. जवळ येण्यामधली गोडी जाऊन कर्तव्याची विवशता उरली होती. आता एकत्र येण्यासाठी प्रयत्न करावा लागत होता आणि प्रत्येक प्रयत्नात केवळ निराशाच वाट्याला येत होती. फलन

होणं दूर, आता तर सम-भोगसुद्धा घेता येत नव्हता. शरीरसंबंधांमध्ये आत्म्यांचं औत्सुक्यपूर्ण मिलन होत असतं. ते तसं होण्यात परमोच्च सुखाचा साक्षात्कार होतो, पण वेंकटचा आत्मा होता का या सगळ्या खटाटोपात? फलन झालंच पाहिजे या अपेक्षेच्या ओझ्याखाली त्याची इच्छा, आसक्ती आणि तरलता नष्ट झाली होती. उरलं होतं फक्त कर्तव्य, ज्याकडे त्याने पाठ फिरवली होती. आपली क्रयशक्ती गमावली होती.

त्याला रोहिणीचा राग आला. कुठलीही गोष्ट करायला घेतली की, प्रयत्नांची शर्थ करायची हा तिचा गुण तिचा दोष ठरला होता! निदान या बाबतीत तरी तिने इतकी शर्थ करू नये असं वेंकटला वाटलं. तिची ही बाजू तिला कुरूप बनवत होती, तिची अधोगती करत होती. तो स्वत: माजावर आलेला बैल होता की काय? पुढच्या वेळी डॉ. भुतानी एक टेस्ट ट्यूब पाठवतील त्याच्याकडे – वीर्य गोळा करण्यासाठी आणि रोहिणी...? ती उभी राहील त्याच्यासमोर टेस्ट ट्यूब धरून, याचकासारखी, अतीव दीनपणे.

त्याच्या विचारांची साखळी तुटली. अंघोळ करून, मस्तपैकी पावडर लावून पांढरा मलमलचा कुडता घालून आणि हिरव्या चौकडीची लुंगी नेसून रोहिणी आली. त्याचा अंदाज घेण्यासाठी तिने त्याच्याकडे वळून पाहिलं, त्याला स्पर्श करण्यासाठी हातसुद्धा पुढे केला; पण मग तो प्रतिसाद देईल की नाही या आशंकेनं हात पटकन मागेदेखील घेतला. आपली मिलनोत्सुकता त्याला जाणवेल की नाही हे तिला कळणं कठीण होतं.

पश्चात्तापाच्या लाटांनी त्याला वेढून टाकलं. या रूक्षतेला तो जबाबदार होता. त्यांच्या वैवाहिक जीवनात त्या दोघांव्यतिरिक्त तिसऱ्या कुणाला प्रवेश नव्हता. तरीही त्याने अविश्वास आणि संशयाला थारा दिला होता. रोहिणीनं स्वत:विरुद्ध असं युद्ध पुकारलेलं असताना तिला परावृत्त करण्याऐवजी त्याने तिला साथ देऊन तिचा त्रास सहस्र पटींनी वाढवला होता. तो तिला सांगू शकला असता ना की त्याला फक्त तिची सोबत पुरेशी आहे! पण त्याने आपली जबाबदारी टाळली होती. खऱ्या अर्थाने तिला साथ देण्याऐवजी, तिला वाहवत जाऊ दिलं होतं. तिच्यातील ती प्रेमळ आणि तृप्त रोहिणी हरवायला तोच सर्वाधिक कारणीभूत होता. आपल्या अपयशाचं खापर तो दुसऱ्या कोणावर, विशेषकरून तिच्यावर मुळीच फोडू शकत नव्हता. अप्पलपोट्या आणि स्वार्थी पुरुषवृत्तीचा त्याला नेहमी तिरस्कारच वाटत आला होता. म्हणून त्याने जाणीवपूर्वक आपली तरलता जोपासली होती आणि त्याने स्वत:च ती गमावलीदेखील होती... अजाणता.

पुढे होत तिला जवळ घेत तो म्हणाला, ''हं! काय छान गंध येतो आहे!''

त्याच्या या उत्सुक आणि सहज बोलांनी ती आश्चर्यचकित झाली, अनपेक्षित होता हा प्रतिसाद तिला. तिच्या चेहऱ्यावर संभ्रम, संकोच आणि कृतज्ञता या साऱ्यांचे मिश्र भाव उमटले होते. मनाशी काहीतरी निश्चय करून त्याने डोळे मिटून घेतले.

त्यांचे ते सुरुवातीचे दिवस आठवण्याचा जाणीवपूर्वक प्रयत्न केला. त्यांच्या भेटीगाठी-लग्न, हनीमून-काश्मीर-हाउसबोट. ते दोघं पहलगामला गेले होते. त्यांच्या गाइडनं आग्रह करून रोहिणीला काश्मिरी युवतीचा पारंपरिक पोशाख घालायला लावून फोटो काढला होता. त्या दिवशीची भटकंती झाल्यावर हॉटेलमध्ये परतल्यावर अति थकव्यानं ते दोघं एकमेकांच्या अंगावर कोसळले होते आणि मग मिठीत विसावत आजूबाजूचं जग विसरले होते. तेव्हा त्यांच्या शरीरांना एक होण्यासाठी डॉक्टरांच्या सूचनांची गरज भासत नसे. त्यांच्या शरीराचा कणन्‌कण एकमेकांच्या स्पर्शासाठी आसुसलेला असे. माझा स्पर्श – तुझा गंध, माझं रूप – तुझं तारुण्य असा आपपरभाव नसे. एकमेकांच्या समवेत असताना त्यांना ना कशाचं भान उरे ना कशाची गरज भासे. द्वैतामधल्या अद्वैताचा प्रत्यही साक्षात्कार होण्याचे ते सुवर्णपंखी, मुलायम क्षण होते सारे. हाउस बोटीमधल्या त्या लहानशा पलंगावर प्रचंड आवेगाने, पुन:पुन्हा ते एकत्र येत होते. एकमेकांना नव्याने जाणत होते. स्वत:च्या शरीरातल्या अतीव संवेदनशील बिंदूंना जाणून घेत होते. तृप्ततेमधली अतृप्तता भोगत होते. तीव्र इच्छांना वाट मोकळी करून देत होते.

त्या रात्री रोहिणीबरोबर अशीच उन्मादक मस्ती करून तो श्रमला होता. मध्यरात्री, हळूच बेडरूममधून बाहेर येऊन, नीरव शांततेत, पाण्याच्या अस्पष्टशा तरंगनादाच्या साक्षीने सिगारेटचे झुरके घेत विसावला होता. अचानक प्रणयाचे हुंकार त्याच्या कानावर पडले. आपण आपल्याच नादात गर्क असताना नकळत बख्तियार आणि मेहजबीनच्या खोलीबाहेर येऊन थांबलो आहोत हे त्याच्या लक्षात आलं; पण आता तिथून परतणंदेखील शक्य नव्हतं. त्याच्या चाहुलीनं त्या प्रणयी जोडप्याला संकोच वाटला असता; त्यामुळे मग तो जिथे होता तिथेच उभा राहिला. मेहजबीनचे उसासे, हलक्या आवाजातले बोल आणि नंतर तिचा सुटलेला आवेग, तृप्तीची क़बुली सारं काही त्याच्या कानांनी अचूक टिपलं. त्याचा कणन्‌कण जागा झाला, तो नव्या आवेगाने धावला रोहिणीकडे.

आपण आता मेहजबीनच्या मिठीत आहोत. त्याच बोटीत, त्याच खोलीमध्ये जिथे ती शृंगारात मग्न होती. तिच्या डोळ्यांत मात्र वेदना जाणवत होती. पूर्वी कधी ती पाहिल्याचं आठवलं नाही त्याला. बख्तियार नव्हता घरी. तो कुठे आहे हे त्याने विचारले नाही आणि तिनेही सांगितले नाही; पण त्याची पावलं कुठे वळली

असतील याचा अंदाज बांधला होता वेंकटनं. काश्मीरमधल्या अशांततेव्यतिरिक्त दुसरं काहीही दिसत नव्हतं टीव्हीवर. 'आझादी'च्या नाऱ्याने तमाम काश्मिरी पुरुषांना आपल्याकडे आकर्षून घेतलं होतं. सगळेजण तिचे गुलाम झाले होते. तिच्या नादी लागून मोठाले पर्वत, खोल दऱ्या आणि धोकादायक सीमारेषा ओलांडून जात होते. तिच्या हुकमावरून एकमेकांचा जीव घेत होते, स्वत:चा बळी देत होते आणि इतकं करूनही ती स्वातंत्र्य नामक मोहिनी त्यांच्या हातातून निसटून जात होती. दुरून ती कितीही सुंदर भासत असली तरी ती कधीही कोणाच्या अधीन नव्हती. पक्की बेरकी आणि बिलंदर होती ती. तिला माणसाळवणं आणि कह्यात ठेवणं ही अशक्यप्राय गोष्ट होती. ती त्यांचा जीवनरस, त्यांचं रक्त शोषत होती. त्यांचा संपूर्ण नाश करण्याआधी ती त्यांच्या स्वप्नांना छिन्नविछिन्न करून टाकत, त्यांना गिळंकृत करून स्वत:ची ताकद अफाट वाढवत नव्या जोमाने सरसावत होती. अधिकाधिक वेगाने त्यांच्यापासून दूर पळत होती.

मेहजबीन अगदी एकाकी पडली आहे. कधीपासून, कोण जाणे? त्या दोघांमध्ये कुठल्याही शब्दांची गरज नव्हती. त्याने तिला स्वत:कडे ओढून घेतलं. अगदी जवळ, घट्ट धरलं; तो हळुवारपणे तिच्या केसांतून हात फिरवू लागला. मग तिच्या चेहऱ्यावरून, मानेवरून त्याची बोटं अलगद फिरू लागली. तिने आपले डोळे मिटून घेतले, समाधानाने! आता तिने त्याचं डोकं ओढलं, आपल्या छातीवर. तिचे गोरेपान, नितळ उरोज आता अधिकच पुष्ट झाले होते. बाळंतपण आणि मुलांना अंगावर पाजण्याचा एकत्रित परिणाम होता तो. ओठांना ओठ भिडले. तिच्या श्वासाला येणारा वेलचीचा मंद सुवास टिपायला त्याने सुरुवात केली. तिनेसुद्धा अलगद त्याचा स्वीकार केला, पूर्णपणे.

तो स्वत:च्या कामपूर्तीसाठी आला नव्हता. आज तो स्वत:ला अर्पण करायला आला होता. ती फक्त 'ती' नव्हती. त्याच्यासाठी ती स्त्रीत्वाची परिपूर्णता होती. त्या वेदीवर तो आपणहून समर्पित होत होता. तो स्वत:ला देऊ करत होता. देऽऽऽतो – देऽऽऽतो – देऽऽऽतो – आठवणींच्या तारा छेडल्या गेल्या. त्याचा इतक्या दिवसांचा गच्च कोंडलेला आवेग सरसरत बाहेर पडू लागला, तिच्या उबदार ओल्या शरीरानं त्याचा पूर्ण स्वीकार केला. त्याचं दान स्वीकारलं. त्याच्या मनाच्या तळातून, विचारांच्या आवर्तातून, अस्तित्वाच्या शाश्वततेतून प्रचंड वेगाने सळसळत स्रवणाऱ्या त्याच्या पौरुषाचं उत्कट मिलन तिच्या मदभऱ्या गंधमोहिनीशी झालं.

वेंकटची उत्कटता शिगेला पोहोचली तसे रोहिणीने डोळे मिटले. तिच्या मनाच्या कुपीत बंदिस्त असलेला तो देखणा पुरुष अलगद तिच्या नजरेसमोर उभा ठाकला, अनाहूतपणे. विचारात गढलेले त्याचे ते डोळे, मातकट रंगाचा तो फिरन्.

त्या दर्शनाने ती उत्तेजित झाली. तिच्या शरीराचा कणन्‌कण स्त्रवू लागला, प्रतिसाद देऊ लागला. कुशीवर वळून वेंकट झोपेच्या अधीन झाला, तसं तिनं स्वत:चं मुटकुळं केलं. वेंकटच्या लयबद्ध श्वासाव्यतिरिक्त कुठलाच आवाज येत नव्हता आता. तिला आज नव्याने जाणीव झाली होती, संपूर्ण मिलनाची. पुढच्या वेळी डॉ. भुतानींना ती भेटायला जाणार होती ते 'पाळी चुकली' हे सांगायला. तिच्या उदरात बीज अंकुरत होतं. तिला खोलवर जाणवलं होतं ते.

लॉटरी तिकीट

दोन्ही हाताची कोपरं टेबलावर ठेवून, पुढ्यातल्या आम्लेटवर नजर खिळवून, थोडासा पुढे झुकलेला रवींद्र, नाश्त्याच्या टेबलापाशी विचारात गढून गेला होता. पंचकुईया रोडवरून घासाघीस करून आणलेलं, वरती काच लावलेलं हे केनचं टेबल आणि त्याला शोभतील अशा चार खुर्च्या. लग्नानंतर केलेली पहिलीच खरेदी. वर्ष-दोन वर्षांत दुसरं, चांगलं मजबूत टेबल घेऊ असा विचार करून घेतलेलं. आज चोवीस वर्षांनंतरही ते टेबल तिथेच होतं. इतक्या वर्षांच्या वापरानंतरही चार पायांवर, न डुगडुगता उभं होतं. थोडंसं जुनं दिसत होतं, इतकंच! तेव्हा केलेल्या घासाघिशीचा पूर्ण मोबदला मिळाला होता.

''माझ्याशी लग्न केलंस तेव्हा तुला माहिती होतं की, मी सामान्य कुटुंबातून आलो आहे तेव्हा करायला हवा होतास तू हा विचार,'' तो सुकृताला म्हणाला. अंड्याच्या पिवळ्या बलकाचा छोटासा तुकडा त्याच्या आखूड दाढीमध्ये अडकला होता.

सुकृता तयार होऊन कॉलेजला जायला निघाली होती. आधीच तिला उशीर झाला होता. रवींद्र चिडला होता हे त्याच्या स्वरावरून तिला जाणवलं. श्रेयाला, त्यांच्या मुलीला, उच्च शिक्षणाकरता परदेशात जायचं होतं. त्याकरता पुढे होऊन स्वत: काही आर्थिक मदत करावी किंवा आपल्या आईकडून मदत घ्यावी या दोन्हींपैकी एकही गोष्ट करण्याची धमक त्याच्यामध्ये नव्हती. सकाळी लेक्चर्स घेणं त्याला आवडायचं नाही; त्यामुळे

तो कॉलेजला उशिरा जाई. तिच्याशी वाद घालायला तो नेमकी ही वेळ साधत असे. काहीही झालं तरी तो आपला मुद्दा सोडत नसे. तो म्हणेल तीच पूर्व म्हणायचा पायंडा पडला होता. तिला रोज सकाळी नऊ वाजता लेक्चर असायचं; त्यामुळे वाद घालण्याऐवजी ती आपला मुद्दा सोडून देई. एखाद्या सकाळी तिला लेक्चर नसलं तर ती स्वत:चा मुद्दा पुढे रेटू शके.

आज मात्र ती भडकली. ''बस्स झालं रवींद्र! गेली कित्येक वर्षं मी तुझी ही फालतू बडबड ऐकून घेते आहे. बाजी उलटते आहे असं लक्षात आलं की, तू सामान्य कुटुंबातून आल्याचं तुणतुणं वाजवतोस आणि सहानुभूती मिळवतोस. वैताग आणला आहेस मला.''

तिच्या या अनपेक्षित कडकडण्यामुळे तो भांबावला आणि मग तिला आपल्या बोलण्याचा पश्चात्ताप झाला. हातामधला काटा-चमचा खाली ठेवून रवींद्रनं रागानं आपली प्लेट ढकलली. डोळ्यांवरच्या बायफोकल चश्म्यातून तिच्याकडे रोखून बघितलं. एकतर तिच्या बोलण्यानं तो दुखावला होता आणि दुसरं म्हणजे तिला तिच्या शब्दामध्ये उत्तर द्यावं की नाही या संभ्रमात पडला होता.

चिडखोरपणा त्याच्या पाचवीला पुजलेला होता. तो जोरात खेकसला, ''आपल्या लग्नाकरता जेव्हा एवढी अधीर झाली होतीस तेव्हा तुला असं वाटलं नव्हतं. त्या वेळी तर तू, तुझे ते भोंदू आई-वडील आणि शिक्षण क्षेत्रामध्ये असलेले त्यांचे ते टपोरी मित्र या सगळ्यांच्या मते मी म्हणजे युनिव्हर्सिटीच्या इतिहासाचं सर्वाधिक झळझळीत पान होतो, नाही का?''

सुकृताच्या नकळत तिचा आवाज एका क्षणात धारदार झाला, ''तुझी हिंमत कशी होते माझ्या आई-वडिलांना आणि इतरांना नावं ठेवायची? तुला ते सगळं आवडत नाही तर का टिकला आहेस अजूनही तिथेच? आणि काय रे, पीएचडीसाठी स्टॅनफोर्डला जायचं होतं तर त्यांच्याच शिफारशीची गरज भासली होती ना? शिवाय परत आल्यावर इथेच शिकवू लागलास, ते कशासाठी? ही युनिव्हर्सिटी आणि इथले लोक बकवास आहेत तर मग गेली वीस वर्षं तू कशाकरिता टिकून आहेस आमच्यासारख्या निर्बुद्धांमध्ये? त्यापेक्षा जायचं ना कमलानगरला, आपल्या आईला धाबा चालवायला मदत करायची होतीस की!''

''सुकृता! एक शब्दही बोलू नकोस पुढे. माझ्या आईला यात गोवायची काहीही गरज नाही.'' त्याने अतिशय थंडपणे म्हटलं.

''का बरं नाही घ्यायचं तिचं नाव? हो, ती तर काय भारतमाता आहे रे बाबा! ती म्हणजे मूर्तिमंत पावित्र्य! तिने काहीही केलं तरी तिला कसा प्रश्न विचारायचा? तिचं कधी चुकू शकत नाही, नाही का?'' बोलता-बोलता सुकृता जेवणाच्या खोलीत येरझारा घालत, डाव्या हाताच्या तळव्यावर उजव्या मुठीनं प्रहार करत फिरू

लागली. संताप अनावर झाला की, आपोआप ती अशी येरझारा घालू लागे. ''छे! बिजीने सर्वांसाठी केलेला त्याग आणि उपसलेले कष्ट याबद्दल ऐकून माझे कान तर आता किटले आहेत. तुझे वडील गेल्यावर तिने तुझ्या शिक्षणासाठी धडपड केली यात नवल ते काय? तेवढ्यापायी तिने आयुष्यभर तुला गुंडाळून ठेवलं आहे, मिंधं करून टाकलं आहे; पण म्हणून ती आता आमच्या जीवनाशी नाही खेळू शकत.''

''बिजीची आपल्याकडून काही एक अपेक्षा नाही. तिचं आयुष्य तिला हवं तसं जगू दे.''

''किती स्वार्थी आहे रे ती! अर्थात, तिच्यात चांगुलपणाचा किंचितसा जरी अंश असता तरी ते जुनाट घर कधीच विकून मोकळी झाली असती ती.''

''पण तू तर तिला कधी बोलावलं नाहीस गं इथे राहायला!'' आता त्याच्या तिखट स्वरामधे कुत्सितपणा जाणवत होता.

सुकृता आता प्रचंड कंटाळली होती. या गोष्टीवर अनेकदा त्यांच्यामध्ये चर्चा-वाद झाले होते; परंतु त्यातून काहीच हाती लागलं नव्हतं. ''हो! नाही बोलावलं कधी! कसं आहे नं रवींद्र, मी अतिशय व्यवहारी बाई आहे. हे असले अव्यवहार्य सल्ले देणं पटत नाही मला. ती या घरामध्ये सामावणार नाही हे तुलासुद्धा माहिती आहे. एकतर ती महानादिष्ट बाई आहे. शिवाय, दुसऱ्याच्या कलानं वागता तरी येतं का तिला?''

सुकृता आणि रवींद्र, दोघंही नोकरी करत होते. त्यांच्या आयुष्यात कौटुंबिक भूमिकेला कायम दुय्यम स्थान होतं. हा त्या दोघांमधला अलिखित करार होता, चक्क सामंजस्याचा. घराकडे लक्ष देणं म्हणजे सगळ्यांच्या पोटात वेळेवर चार घास जाणं, घर स्वच्छ असणं आणि मुलांना उत्तम शिक्षण देणं या पलीकडे तिची झेप नव्हती आणि तिचं मन त्यामध्ये फारसं रमत नसे. आता पन्नाशीनंतर स्वत:मध्ये आमूलाग्र बदल घडवून आणणं तिला शक्य नव्हतं. रवींद्रची आई तरी बदलू शकणार होती का स्वत:ला?

बिजीला राहायला अशी कितीशी जागा लागणार होती म्हणा! पण प्रश्न होता तो बिजीच्या सवयींचा. बाजारातून सर्वोत्तम गहू आणायचा, तो स्वत: निवडायचा, समोर उभं राहून दळून आणायचा, मंद आचेवर काळजीपूर्वक 'सरसोंका साग' शिजवायचा, रोजच्या रोज पाटा-वरवंट्यावर चटण्या वाटायच्या, खीर आणि हलवा खाऊ घालून नातवांचे लाड करायचे, त्यांना डोक्यावर बसवायचं... अशा अनेक गोष्टींना सुकृता घाबरत होती.

'अन्न हे पूर्णब्रह्म' यावर बिजीची नितांत श्रद्धा होती. प्रत्येक पदार्थ नजाकतीनं शिजवण्यामागे एक परंपरा, संस्कृती होती. त्याला अनेक मूल्यांची जोड दिलेली

होती. नुसतं आपलं उदरभरण करण्यासाठी अन्नाचं प्रयोजन नव्हतं. तिच्या दृष्टीने ते पवित्र यज्ञकर्म होतं. नेमकं त्या उलट सुकृताचं मत होतं. अन्नाचं काम हे फक्त पोट भरणं, शरीर चालू ठेवायला इंधन पुरवण्याइतकं मर्यादित आहे असं तिला वाटे. ती काय किंवा बिजी काय आपापल्या तत्त्वांवर इतक्या ठाम होत्या की, एका स्वयंपाकघरात दोघींनी वावरणं म्हणजे आपल्या हातांनी मुद्दामहून भांड्यांवर भांडी आपटवून घेणं होतं. कशाला आपणहून हे संकट ओढवून घ्यायचं?

रवींद्र सणसणीत उत्तर देणार तेवढ्यात त्याला मोबाइलवर मेसेज आला. 'काय बायको म्हणायची की काय? माझ्या आईला महानादिष्ट म्हणायची हिम्मत तरी कशी झाली? आणि हिची आई अशी कोणती मोठी धड आहे? कप्तानासारखे कपडे आणि पक्ष्यांच्या घरट्यासारखी हेअरस्टाइल करून, भकभक धूर फेकत विद्यार्थ्यांशी बोलत असते. महानादिष्टच नाही, तर महाविक्षिप्त आहे ती.'

'पाच मिनिटांत, तुम्हाला भेटतो, मॉर्निंग वॉकसाठी'

रोनिशचा टेक्स्ट मेसेज होता तो; त्यामुळे त्यांच्या मघापासूनच्या वादामध्ये खंड पडला होता. त्याचं आणि रोनिशचं ते गुपित होत. सुकृताच्या नकळत त्या दोघांना काही बोलायचं असेल तर तो जेव्हा कॉलेजच्या ग्राउंडवर मॉर्निंग वॉकला जायचा तेव्हा रोनिश त्याच्याबरोबर जायचा. सुकृता आणि श्रेयाच्या वाढदिवसाला किंवा सणासुदीला विशेष सरप्राइज देण्याच्या हेतूने मुळात या सिक्रेट मॉर्निंग वॉक्सना सुरुवात झाली होती; परंतु आता ते सारं मागे पडलं होतं. हल्ली ते भेटायचे ते नेहमी काहीतरी गंभीर चर्चा करायला. रोनिश मोठा आणि समजूतदार झाला होता.

तो फाटकातून बाहेर पडला तेव्हा सुकृतादेखील घाईने त्याला ओलांडून पुढे गेली. त्यांच्या वादामध्ये तिला लेक्चर घ्यायला उशीर झाला होता.

कॉलेजमध्ये जाताना ती अतिशय नीट तयार होऊन जात असे. तिच्या बहुतांश साड्या हातमागाच्या असत. अंगाबरोबर बसणारे, जरा हटके ब्लाउज त्या साड्यांना खुलवत असत. तिच्या विद्यार्थिवर्गाला तिच्या नीटनेटकेपणाचं अप्रूप होतं. आत्ताही ती निघाली तर तिच्या अंगावर गडद लाल आणि निळ्याशार रंगाची इकत प्रिंटची साडी होती. तिची नाजूक, गव्हाळ कंबर त्यातून उठून दिसत होती. आपल्या विद्यार्थ्यांना कौतुकाने तिने सांगितलं असतं की, ही साडी काही 'कॉटन' किंवा 'फॅब इंडिया'सारख्या प्रथितयश दुकानातून घेतलेली नाही. मंगलबाजाराच्या आठवडे बाजारातल्या एका तात्पुरत्या टपरीमध्ये दिसली तिला ती. आपल्या विद्यार्थ्यांशी बोलणारी ती रवींद्रच्या डोळ्यांसमोर उभी राहिली. तिची ही सवय त्याच्या खूप परिचयाची होती. घरी परतताना दर्यागंजच्या रविवारच्या बाजारामधून तिची नजर अचूक वेध घेत असे. मग कधी तो अगदी पुरातन, गंजलेला आरसा असे – आजही तो आहे हॉलच्या पॅसेजच्या भिंतीवर – कधी काफ्काच्या डायरीची, केवळ पंचवीस

रुपयांमध्ये मिळालेली पहिली आवृत्ती असे. अशा वस्तू आणताना तिचा चेहरा उजळून निघत असे, आपल्याला लागलेल्या शोधाबद्दल ती आपलीच पाठ थोपटून घेत असे. तो स्वत:देखील नव्हता का असाच एक शोध – रवींद्र – ते दोघं अचानक भेटले होते त्या रस्त्याकाठच्या बाजारामध्ये. लगेच त्यांची वाचलेल्या पुस्तकांवर चर्चा सुरू झाली होती, भररस्त्यात. त्यानंतर ती त्याला तिच्या घरी चहासाठी घेऊन आली होती. आपल्या आई-वडिलांना त्याची ओळख करून देताना तिचा चेहरा उजळलेला होता; स्वस्तात मस्त वस्तू मिळाल्यावर उजळायचा, तस्साच!

बगिच्याच्या फाटकातून बाहेर पडताना रवींद्रच्या चेहऱ्यावर आठ्यांचं जाळं पसरलेलं पाहून रोनिशच्या मनात आलं. 'अरे देवा!' जो विषय तो टाळायला पाहात होता त्यावर त्याची आईशी चर्चा झाली होती. पुन्हा तोच काथ्याकूट करण्याची त्याची इच्छा नव्हती.

स्वत: रोनिशचा प्रश्न असता तर गोष्ट वेगळी होती. त्याने तो विषय काढला नसता, परंतु श्रेया घरामधली सगळ्यात हुशार, खऱ्या अर्थानं जीनियस होती. बर्कले युनिव्हर्सिटीनं तिला ॲडमिशन द्यावी यासाठी तिने घेतलेल्या कष्टांना तोड नव्हती. तिच्या कष्टांचं चीज व्हायला हवं होतं; पण बाबांचंही बरोबर आहे. बिजीनं अतिशय कष्टानं, एकटीने त्यांना मोठं केलं आहे, मार्गी लावलं आहे. त्याला सगळ्यांचं पटत होतं; पण श्रेयाच्या मेहनतीचा प्रश्न होता म्हणून आपण प्रयत्न केला पाहिजे असं त्यानं ठरवलं होतं.

त्याच्या नजरेसमोर श्रेया तरळली. संध्याकाळी कॉलेजमधून आली की, ती तडक आपल्या खोलीत जाऊन बसत असे. तिच्या आवडत्या पिंक फ्लॉइड अल्मबमधलं तिचं सर्वाधिक आवडतं 'शाइन ऑन यू क्रेझी डायमंड' हे गाणं मोठ्यांदा लावून ऐकत बसे. त्याला माहिती होतं की, ती आई-बाबांना काहीही सांगणार नाही किंवा मागणारदेखील नाही. त्या दोघांमध्ये वाद न होता आपल्यासाठी सगळं नीट मार्गी लागेल अशी अशा करत असेल.

वेडाबाई! किती मेहनती आहे आपली श्रेया; शिवाय हुशारदेखील. घरात ती सगळ्यांची लाडकी होती. आई-बाबा, तो स्वत: आणि बिजीचीसुद्धा. आणि तिची गंमतीशीर स्टाइल. आत्ताही रोनिशचा तिला ढगळ बसणारा टी-शर्ट, आईचा जुना आरसेकाम केलेला स्कर्ट, बाबांच्या कोल्हापुरी चपला, तिच्या सध्याच्या बेस्ट फ्रेंडचं कानातलं-गळ्यातलं असा चित्रविचित्र पोशाख करून ती कॉलेजमध्ये गेली असणार याची त्याला खात्री होती. कॉलेजच्या लायब्ररीमध्ये ती एखाद्या परग्रहावरची व्यक्ती दिसत असेल. आई नेहमी म्हणते, "श्रेयाचं ज्यांच्यावर आणि ज्यांचं श्रेयावर प्रेम आहे त्या प्रत्येकाचं काही ना काही ती आत्मसात करते. कधी कपडे, कधी वस्तू

तर कधी लकबीसुद्धा. या साऱ्यांना ती स्वत:च्या ढाच्यात बसवते. वेगवेगळी ठिगळं लावलेली सुंदर, उबदार, अनोखी गोधडी असते ना तशीच आहे श्रेया. तिच्याकडे बघणाऱ्या प्रत्येकाला स्वत:ची छोटीशी पण ठळकपणे जाणवेल अशी काहीतरी प्रचिती येते आणि पाहाणारा सुखावतो.''

श्रेयाकरता तरी बाबांशी बोलावं लागेल. त्याच्या आईच्या कपाळावर आताशा येऊन बसलेली ती कायमस्वरूपी आठी त्याला अतिशय खुपत होती.

''बाबा, तुम्ही आईचा विचार करत नाही आहात, खरं तर आमचाही.''

''अच्छा! म्हणजे तुलाही वाटतं आहे की, मी बिजीचं डोकं खाऊन तिला कमलानगरचं घर विकायला भाग पाडू?''

''बाबा, जरा तारतम्यानं विचार करा की. अहो, आज करोडो रुपयांची प्रॉपर्टी आहे ती. शिवाय तुम्ही एकुलते वारस आहात. त्यातून पुन्हा आपल्याला पैशांची नितांत आवश्यकता आहे. बर्कलेमध्ये ॲडमिशन मिळवण्यासाठी श्रेयानं जिवाचं रान केलं आहे. तिचं आयुष्य मार्गी लागेल बाबा; पण ही संधी हुकली तर तिचं प्रचंड नुकसान होईल. हं, आता कुठूनही पैशाची सोय होण्याची शक्यता नसती तर गोष्ट वेगळी होती, नाही का? पण आपल्यासमोर ती प्रॉपर्टी आहे. शिवाय तिची इतकी पडझड झाली आहे की, तसंही बिजीनं तिथे राहाणं योग्य नाही. तिने तिथून बाहेर पडणंच योग्य आहे.''

''बाळा, तुला कमलानगरची कल्पना नाही. तिथलं जग वेगळं आहे. तिथे सगळे एकमेकांना धरून राहातात.''

''बाबा, उगाच एवढी खात्री देऊ नका हं. आजकाल या शहरात कितीतरी म्हाताऱ्यांचा खून होतो आहे. जमिनीची दलाली करणाऱ्या माफियांचा डोळा या प्रॉपर्टीवर असल्याशिवाय कसा राहील? तिच्या आवतीभोवती नाचणारे, तिचे हात-पाय दाबून देणारे अणि तिच्या अन्नावर स्वत:ला पोसणारे ते छोटू-राजू आहेत ना, त्यांच्यातल्या एखाद्याला हाव सुटेल, ती झोपलेली असताना तिचा गळासुद्धा दाबून टाकतील, कोणी सांगावं?''

''अरे पण पर्याय काय आहे आपल्याकडे? तुझ्या आईनं जे घर शोधलं आहे ना निवृत्त लोकांच्या वसाहतीमध्ये ते बिजीला आवडणार नाही.'' आपल्या आईचा चेहरा रवींद्रच्या नजरेसमोर झळकला आणि त्याच्या चेहऱ्यावर हसू पसरलं. त्याचे वडील गेल्यावर मोठ्या हिमतीनं आणि अतिशय काटकसरीने संसार करून तिने पै अन् पै वाचवली होती. आजही ती एखादी जुनी सलवार, चुरगळलेली ओढणी आणि त्याच्या वडिलांचा जुना, तिला अगदी ढगळ होणारा शर्ट घालून वावरत असे. इतक्या वर्षांत तो तिचा ट्रेडमार्क बनला होता.

''हे पाहा बाबा, आईनं खूप शोधाशोध करून विचारांती ती जागा निवडली

आहे. बिजी तिच्या वयाच्या लोकांमध्ये राहील हे लक्षात घ्या. शिवाय, तिथे सर्वोत्तम वैद्यकीय सुविधा उपलब्ध आहेत, चोवीस तास.''

''ठीक आहे. या रविवारी बोलतो मी तिच्याशी.''

हल्ली श्रेयाचं पिंक फ्लॉइड ऐकणं बंद होतं, खरं तर तिचं गाणं ऐकणंच बंद होतं. किती फसवं असतं गाणं! आपल्या आवाक्यात नसलेल्या गोष्टींचा ध्यास आपल्याला लागून राहातो. आपल्याला हव्या असलेल्या, मिळू शकणार नाहीत अशा; कधीच मिळू शकणार नाहीत अशा...

तिच्या डोक्यात जणू कोणीतरी घण घालत होतं, 'नाचतेस, नाचणार नाहीस, नाचतेस, नाचणार नाहीस... आमच्या बरोबर येणार नाहीस... इंग्लंडपासून दूर दूर जाशील तशी फ्रान्सच्या जवळ येशील...' बॉम्बे बायसिकल क्लबचं 'विल यू वोन्ट यू, विल यू, वोन्ट यू जॉइन द डान्स' ऐकणं तिला असह्य झालं होतं.

थांब! लुई कॅरोललासुद्धा डोक्यातून हद्दपार करून टाकायला हवं आहे. तिची खात्री होती की, भविष्यामध्ये आपल्यासाठी काय असेल याचा विचार न करता केवळ असलेल्या क्षणांचा विचार करायची वेळ येईल तेव्हा लुईचे विचार उद्ध्वस्त करून टाकतील आपल्याला.

भविष्यात आपल्यासाठी काय असेल यापेक्षा काय नसेल हा विचार तिला खात होता.

तिच्या लाडक्या बिजीचा विचार मनात आला की, तिला फक्त तिचं प्रेम, हसणं, स्वयंसिद्ध असणं आठवत होतं. मग आपोआपच बर्कलेचा विचार दूर सारला जात होता. जर बर्कले हवं तर बिजीचा विचारसुद्धा करून चालणार नव्हतं. बरं, दोन्ही समान अंतरावर ठेवायचं म्हटलं तर अगदी सरळ, नाकासमोर पाहून चालण्यावाचून दुसरा कुठलाही पर्याय नव्हता तिच्यापुढे. त्यानंतरच्या आयुष्याकडे केवळ तटस्थपणे पाहात राहावं लागणार होतं. ती स्वत:वर खेकसली, 'हे बघ, नाकासमोर बघून सरळ एकट्याने मार्गक्रमण करणं तसं काही अवघड नाही. शिवाय, त्यामध्येसुद्धा माणसाची कसोटी लागते हे लक्षात ठेव.'

अचानक तिला त्या एकट्या मुलाची गोष्ट आठवली. आजच का बरं आठवावी ती? तो असाच एकटा चालत निघाला होता, नाकासमोर बघत, सरळ पर्वत, वाळवंट ओलांडत. शेवटी खजिना मिळाला तो अंतरंगात, बरोब्बर नाकाच्या खाली (की त्याच्या उशीखाली?) या पुस्तकाच्या १ कोटी प्रती खपल्या होत्या. प्रत्येकाकडे होतं हे पुस्तक. स्वत:चा उत्कर्ष साधण्याची काय ही उफराटी तऱ्हा! डोंगर पोखरून उंदीर निघावा तस्सं!

लुई कॅरोलशी त्याचं काही साम्य नव्हतं. लुई कसा तुम्हाला तुमच्या भरवशावर

सोडून देणार. अगदी खोलवर एखाद्या सशाच्या बिळात तुम्हाला नेल्यावर स्वत: क्षणार्धात गायब होणार. तुमच्यासमोर सारं स्पष्ट होऊ लागलं की, नाहीसा होणार. त्याच्या वाक्यांमध्ये असलेले गर्भित अर्थ तुमच्या लक्षात येऊ लागले आहेत असं तुम्हाला वाटत असताना, तो दिसेनासा होणार.

बस्स! आता तो लुई नको आणि पिंक फ्लॉइड अल्बमसुद्धा नको आणि तो जो स्वत:चा उत्कर्ष करून घेण्याचा ध्यास... केवळ बकवास आहे ती. बंद केल्या आहेत तिने त्या साऱ्या वाटा.

त्यांच्या कुटुंबाचं सूत्र होतं, 'काहीतरी करा, काहीही करा; पण उत्तम प्रकारे करा.' त्यामध्ये बदल करण्याची, सुधारणा करण्याची घटका आली होती. त्या जुन्या डायनिंग टेबलप्रमाणे. पुरून उरलं होतं ते टेबल. त्याची उपयुक्ततादेखील संपली होती.

तुम्ही जेव्हा कुठलीही गोष्ट अति उत्कृष्टपणे पार पाडता तेव्हा तुमच्यासमोर फारसे पर्याय उरत नाहीत. बर्कलेच्या प्रवेशाकरता इतक्या जिद्दीने प्रयत्न करताना आपसूकच इतर सारे दरवाजे तिच्यासाठी बंद झाले होते. किंबहुना, तिने आपल्या हातानंच ते बंद करून घेतले होते. 'जैविक आणि सामाजिक मानववंशशास्त्राचे जतन' अभ्यासणं हे श्रेयाचं स्वप्न होतं. संपूर्ण जगामध्ये हे शिकवणारं फक्त एक कॉलेज आणि त्यामध्ये फक्त एक प्रोफेसर तज्ज्ञ होता. बस्स! केवळ त्यांच्या मार्गदर्शनानं ती हा विषय आत्मसात करू शकली असती. तिने जीवशास्त्रात पदवी मिळवली असली, तरी तिचा मास्टर्सचा अभ्यास सोशॉलॉजीमध्ये झाला होता. तिचा संशोधनाचा विषयसुद्धा ठरलेला होता. 'तीन पिढ्यांहून अधिक काळ बुरखा वापरणाऱ्या स्त्रियांमध्ये भौतिक वाढीच्या आणि दीर्घकालीन उत्क्रांतीच्या दृष्टीने कोणत्या प्रकारे बदल झाला आहे'. आता तिच्या संशोधनाचा हा किचकट विषय आणि त्याचबरोबर तिच्या डिग्री आणि मास्टर्सच्या अभ्यासाचे विषय या साऱ्यांचा एकत्रित विचार केला, तर भारतामधल्या कुठल्याही कॉलेजमध्ये साधा प्रवेश अर्ज भरणंसुद्धा शक्य नव्हतं.

आपल्या प्रबंधाच्या संशोधनाच्या विषयाबद्दल ती रोनिशशी पहिल्यांदा जेव्हा बोलली होती तेव्हा तोही तिला म्हणाला होता, ''तुझ्यासाठीसुद्धा अति टोकाचा नाही होणार का हा विषय?''

ती रोनिशसारखी असती तर? तो किती हरहुन्नरी आहे. उत्तम फोटोग्राफर आहे, एका रॉक बँडमध्ये गिटार वाजवतो. निसर्ग, वन्यजीवन याबद्दल त्याला अपार प्रेम आहे. दिल्लीच्या एका स्थानिक मासिकामध्ये तो पक्ष्यांबद्दल नेमानं लिहितो. एनजीओकरिता स्वयंसेवक म्हणून काम करतो आणि इतकं करून कॉलेजचा अभ्यासही करतो.

पण त्याने स्वत:ला केवळ अभ्यासाला वाहून घेतलं नव्हतं. तो फार चतुर होता. त्याच्या आई-वडिलांभोवती असलेली विद्वत्तेची आभा त्याच्या परिचयाची

होती. त्याच्या पार जाऊन त्याला समजलं होतं त्या दोघांच्या डोक्यावर वास्तवात काटेरी मुकुट आहे.

त्या दिवशीची सर्व लेक्चर्स संपवून सुकृता स्टाफरूममध्ये येऊन बसली, रवींद्रशी सकाळी झालेला वाद अजूनही तिच्या मनात घोळत होता. आपल्या आई-वडिलांबद्दल बोलताना त्याच्या स्वरात उमटलेला विखार तिच्या डोक्यातून जात नव्हता. खरं तर त्याच्या आजच्या बोलण्यातल्या तिखट तिरस्कारामुळे ती हबकली होती. तिच्या आई-वडिलांनी किती काय-काय केलं होतं त्याच्यासाठी. त्या कशाचीच जाणीव ठेवली नव्हती त्याने. त्याचं वागणं अतिशय घृणास्पद होतं. आजवर तिने त्याला आपल्या भावनांचा थांगपत्ता लागू दिला नसताना. त्याला स्वत:च्याच क्षुद्रपणाची जाणीव होऊन तोच पुन:पुन्हा माफी मागत बसे. हा तिचा नेहमीचा पायंडा होता.

मग आज काय झालं? तिचा ताबा कसा सुटला? अतिशय चिडून त्याने आपला त्रागा व्यक्त केला होता. त्याचं तिला एवढं आश्चर्य नाही वाटलं; पण ती स्वत: ज्या प्रकारे उसळली होती त्यामुळे ती आता अस्वस्थ झाली होती. शेवटी श्रेयाच्या आयुष्याचा प्रश्न होता. परंतु ते शंभर टक्के खरं नव्हतं. काय बरं झालं होतं? एका क्षणात आपल्या तळपायाची आग मस्तकाला का बरं गेली? तेव्हा तर श्रेयाचा विचारही नव्हता आपल्या मनात. बरोब्बर! त्याच्या दाढीमध्ये अडकलेला अंड्याचा पिवळा बलक. त्याच्याचमुळे ती इतकी भडकली आणि मग त्याच्यावर बरसत राहिली. त्याच्या आईला उगाच बोललो आपण. तिचं मन तिला खाऊ लागलं.

आयुष्यभर सुकृतानं एक मोठं स्वप्न जोपासलं होतं, ध्यास घेतला होता; पण हळूहळू ते स्वप्न तिच्या हातातून निसटून चाललं होतं. रवींद्रच्या बुद्धिमत्तेचा तिला केवढा अभिमान वाटत असे; पण मग इतक्या क्षुल्लक गोष्टींना महत्त्व देण्याला सुरुवात कधी झाली? अंड्याचा तो पिवळा बलक त्याच्या ताटलीला चिकटून बसला असता. एरवी तिने सिंकमध्ये ताटली घासायला टाकण्याआधी ती पाण्याखाली धरून खरकट्याबाहेर ठेवली असती; पण आज मात्र उशीर झाल्यामुळे शक्य नव्हतं. नाइलाजानं तिला ती ताटली इतर खरकट्या भांड्यांमध्ये ठेवावी लागली. आता कांताबाई भांडी घासायला येईपर्यंत, म्हणजे साडेदहापर्यंत ती तशीच राहाणार. रवींद्रने आपली ताटली विसळली असती तर काय बिघडलं असतं? पण छे! त्याला सवयच नाही. आता कित्येक दिवस साऱ्या भांड्यांना अंड्याचा वास येत राहाणार, पेले, कप, बशा, वाट्या... अगदी ओट्यालासुद्धा. किती वेळा सूचना केल्या, रागावलं तरी कांताबाई काही वेगळी घासणी घेत नाही अंड्याची भांडी घासायला.

एखादी जुनी, खूप हाताळलेली नोट असते तसं काहीसं खूप वर्ष झालेल्या लग्नाचंही होतं. सतत वापर हा एकमेव दोष असतो, तसं पाहिलं तर. त्यातला

प्रसन्न टवटवीतपणा तर हरवतोच, शिवाय, नवेपणाचा चुरचुरीतपणादेखील नाहीसा होतो. ती नोट हातामध्ये धरून ती बदलून आणण्याची, पुन्हा एकदा नव्या, करकरीत स्वरूपात मिळण्याची शक्यता तुम्ही विनाकारण अजमावता. परंतु व्यवहारी लोक असा विचार करत नाहीत. नोट जुनी असो किंवा नवी, तिची जेवढी किंमत आहे तेवढंच तिचं खरेदी मूल्य राहाणार आहे हे त्यांना माहीत असतं. त्या नोटेचा नवेपणाचा, करकरीतपणाचा स्पर्श छान असतो, तरीही तो काही चिरकाळ टिकणारा नसतो याचं भान त्यांना असतं. अर्थात, जुनी नोट फाटली किंवा अति जीर्ण झाली तर मात्र ती बदलण्यावाचून पर्याय उरत नाही.

सुकृताला आताशा उज्ज्वल भवितव्याकडे बघण्याच्या आपल्या सवयीचं कौतुक वाटेनासं झालं होतं. सुरुवातीला रवींद्रकडे ज्या-ज्या गोष्टींमुळे ती आकर्षिली गेली होती, त्याच्या त्या सवयींचा तिला आता संताप येत असे. त्याच्या स्वभावामधला खानदानी नम्र गोडवा तिला प्रचंड आवडला होता म्हणून तर तिने त्याच्याशी लग्न केलं होतं. आपली अतिसामान्य परिस्थिती त्याने ना कधी लपवली होती ना त्याबद्दल दिलगिरी व्यक्त केली होती. तिला परिचित असणाऱ्या प्रत्येकापेक्षा तो निराळा होता आणि म्हणून तिला खूप भावला होता. तिला आत्तापर्यंत भेटलेली सगळी मुलं कशी एका भट्टीत भाजल्यासारखी होती. छापील शाळा-कॉलेजमधून छापील शिक्षण घेऊन बाहेर पडलेली. आई-वडिलांच्या लाडा-कोडात वाढलेली. त्याचं बोलणं, चालणं, वागणं, कपड्यांची तऱ्हा इतकंच काय त्याचं वाचनाचं वेड, पुस्तकांची निवड, भविष्याबद्दलची त्याची स्वप्नं सगळं किती वेगळं होतं.

त्याच्या या वेगळेपणामुळे ती भारावली होती. त्याच्याबद्दल जाणून घेतल्यावर अधिक वेडावली होती. त्याचे वडील युद्धात मारले गेल्यावर त्याच्या आईनं कमलानगरमध्ये धाबा चालवायला सुरुवात केली होती. साध्या, सरकारी शाळांमध्ये शिक्षण पूर्ण करूनसुद्धा त्याने युनिव्हर्सिटीमध्ये सतत पाच वर्ष गणितामधली अव्वल बक्षिसं पटकावली होती. दर रविवारी, सकाळी १० वाजताचा हॉलिवूड सिनेमाचा शो त्याने कधीही चुकवला नव्हता. तेवढ्या शिदोरीवर त्याने इंग्रजी उच्चार आत्मसात केले होते, तेही वयाच्या दहाव्या वर्षापासून. ती स्वत: एवढी अभ्यासू असूनही रीडर्स डायजेस्ट वाचणं हा तिच्यासाठी वेळ घालवण्याचा एक मार्ग होता; पण त्याच्यासाठी मात्र शब्दसंग्रह वाढवण्याचा सोपा, हमखास उपाय होता; विशेषकरून, 'इट पेज टु इन्क्रीज युअर वर्ड पॉवर' हे सदर. त्याच्या जोरावर त्याने आपली भाषा घडवली होती. त्याची पुढची पायरी म्हणजे वेगवेगळ्या लायब्ररीमधून उत्तम, दर्जेदार साहित्य आणून, पूर्णपणे आत्मसात करून परत करायचं, दंड भरावा लागला तरी.

तिचं आणि तिच्या सासूचं जग किती भिन्न होतं ! त्यामुळे त्या दोघींमध्ये

कधीही छानसं नातं आकाराला येऊ शकलं नाही. मात्र, तिला बिजीबद्दल अतिशय आदर होता. रवींद्रमध्ये दिसणाऱ्या करारीपणाचं मूळ तिच्यात होतं हे सुकृता जाणून होती. शिवाय, त्याची तल्लख बुद्धीसुद्धा. तिचा मोतीबिंदू आता वाढला होता; पण तो काढून घ्यायची तिची तयारी नव्हती. ती नसती उठाठेव आहे असं तिचं म्हणणं होतं. तिच्या त्या मोतीबिंदू झालेल्या डोळ्यातून जाणवणारी तिची तल्लखता जराही कमी झाली नव्हती.

इतकं सगळं असूनही जेव्हा रवींद्र सकाळी त्याच्या आईची बाजू घेऊन बोलत होता तेव्हा नाश्त्याची बशी त्याच्या डोक्यावर फोडावीशी वाटली होती तिला. स्टाफरूममध्ये बसून पेपर्स तपासतानासुद्धा तिचे हात शिवशिवत होते. आपल्याला पेपर्सना मार्क्स द्यायचे आहेत हे स्वत:ला बजावत कामात गुंतायचा कितीही प्रयत्न केला, तरी सकाळचे विचार तिच्या मनातून जाता जात नव्हते.

'काहीतरी करा, काहीही करा, पण उत्तम प्रकारे करा'. आयुष्यभर हे सूत्र जपलं होतं; पण त्यामुळे श्रेयाच्या पदरात काय पडलं होतं?

अतिशय वाईट परिस्थिती होती ही. ती आणि रवींद्र कॉलेजमध्ये होते तेव्हा सारं किती सहज-सोपं होतं. श्रेयाइतक्या शिकलेल्या मुलीला शिक्षणासाठी मदत मिळणार नाही असं झालं नसतं; पण रिसेशनमुळे अमेरिकेचं आर्थिक धोरण बदललं. विकसनशील देशांमधल्या विद्यार्थ्यांना देण्यात येणाऱ्या सर्व सोयींवर, विशेषत: आर्थिक बंदी आली. त्यातूनही श्रेयाचा विषय पठडीतल्यापेक्षा वेगळा होता. तिला जर का बायोटेक्नॉलॉजी किंवा जेनेटिक्सचा पुढचा अभ्यास करायचा असता तर गोष्ट वेगळी होती; पण तिचा विषय होता सामाजिक शास्त्र. त्या विषयाचं महत्त्व फार पूर्वीच संपलं होतं.

रविवारी सकाळी रवींद्र दचकून जागा झाला. त्याला दरदरून घाम फुटला होता. कुठली तरी मोठी काच खळ्ळकन फुटून रोनिशच्या हाता-पायांत, गुडघ्यात त्याचे तुकडे घुसले होते. त्यातून रक्ताच्या धारा वाहात होत्या. रोनिश जोरजोरात रडत होता. त्याच्या गालांवरून अश्रूंच्या धारा वाहात होत्या. रडता-रडता बोबड्या स्वरात तो म्हणत होता, "पापा, तुम्ही सगलं तोलुन तातलत्."

बापरे! काय भयानक स्वप्न होतं ते. रवींद्र हॉस्पिटलमधल्या पलंगावर होता. त्याच्या अंगावर हॉस्पिटलच्या त्या पांढऱ्या गाउनशिवाय दुसरा कुठलाच कपडा नव्हता. गाउन तरी कसला, अर्धं अंगसुद्धा झाकलं जात नव्हतं. एकतर मागच्या बाजूला फक्त बंद होते बांधायला. उंची तर इतकी कमी की पार्श्वभाग उघडा पडला होता. 'लज्जा रक्षण करण्यास असमर्थ कपडा' अशी व्याख्या लागू पडली असती त्याला.

तेवढ्यात डॉक्टरांनी हुकूम सोडला, "उभे राहा."

आणि मग एक-एक करून ते आत यायला सुरुवात झाली. ते सगळे त्याच्या हाताखालून गेलेले त्याचे विद्यार्थी होते.

ते चालत त्याच्यापर्यंत येऊन, त्याचा गाउन उचलून त्याच्या गुप्तांगाकडे पाहून; त्यानंतर डॉक्टरांच्या हातात असलेल्या त्या मोठ्या कागदावर काहीतरी लिहून बाहेर पडत होते.

मुलांची ती रांग संपतच नव्हती. एकामागून दुसरा, तिसरा, चौथा... तरुण मुलं, मुली, ग्रॅज्युएटची, पोस्ट ग्रॅज्युएटची मुलं, एमफील केलेली, पीएचडीची मुलं... अगदी झाडून सगळ्यांनी वर्णी लावली होती. आता डॉक्टर एकटे नव्हते. त्यांच्याभोवती नर्सेस आणि इंटर्न्सचा गराडा दिसत होता. तिथून बाहेर पडायच्या आधी त्या मुलांनी त्याच्या हातामधल्या कागदावर काय लिहिलं आहे ते सगळेजण वाचून पाहात होते.

त्याच्या नागवेपणावर कोणीही उघडपणे किंवा चोरून हसत नव्हतं. त्या सगळ्यांनी केलेलं निदान नक्कीच फार गंभीर होतं.

तेवढ्यात आपला कॅमेरा घेऊन रोनिश तिथे आला. त्या क्षणी, रवींद्र अतिशय भांबावला आणि पळत सुटला. त्या खोलीतून बाहेर हॉस्पिटलच्या कॉरिडॉरमध्ये, तिथून लिफ्टमधून खाली उतरून तडक रस्त्यावर पोहोचला. युनिव्हर्सिटीकडे जाणाऱ्या पहिल्या बसमध्ये चढला. एवढ्या पळापळीत हॉस्पिटलचा तो शुभ्र गाउन आता फिक्कट हिरव्या रंगात बदलला होता. अतिशय कळकट-मळकट झाला होता. पळताना त्याचा पार्श्वभाग उघडा टाकत गाउन वाऱ्यावर उडत होता. तो पळतच होता. जोरात, अजून जोरात, अजून-अजून-अजून जोरात. आता त्याला प्रचंड धाप लागली होती. काहीही सुचेनासं झालं होतं.

शेवटी कसाबसा तो आपल्या वर्गात पोहोचला. आता इथे तो सुरक्षित होता, पण हे काय? रोनिश आधीच तिथे येऊन बसला होता. तोही पहिल्या बाकावर. सहा वर्षांचा रोनिश. वर्गामधली मुलं आता सहा वर्षांची होती. ती लहान मुलं-मुली मोठ्या अपेक्षेनं त्याच्याकडे बघत होती. अचानक रवींद्र जोरात ओरडला, "हो, आहेत मला बॉल्स! पाहा!" त्याच्या त्या ओरडण्यामुळे सगळ्या मुलांचं धाबं दणाणलं.

आता तो फळ्याला टेकून उभा होता. त्याच्या हातात खरे बॉल्स होते. ते हवेत फेकून झेलायचा सपाटा त्याने लावला. तन्मयतेने, अनेक बॉल्स पडू न देता अचूकपणे झेलत होता-फेकत होता. त्या बॉल्सची एक साखळीच तयार झाली होती. फेकत-झेलत त्याचा खेळ चालू होता. मुलं अचंबित होऊन पाहात होती. मग सगळ्यांनी टाळ्यांचा कडकडाट केला. मुलांच्या आरोळ्यांनी तो वर्ग भरून गेला.

त्या बॉल्सना आता चेहरे मिळाले होते. श्रेया, बिजी, सुकृता. रागीट कपाळावर छपन्न आठ्या घातलेली सुकृता. हसणारी सुकृता, हसणारी श्रेया, रडणारी श्रेया.

प्रेमळ बिजी. रागे भरणारी बिजी. एक ना दोन... बॉल्सची संख्या उत्तरोत्तर वाढत होती. मोठ्या कौशल्याने रवींद्र ते बॉल्स झेलत होता. हवेत उडवत होता. त्याचे डोळे आणि हाताच्या हालचालींनुसार त्या बॉल्सचा मार्ग ठरत होता. एक सुरेख लय निर्माण झाली होती. मोठ्या चलाखीने त्याचा खेळ चालू होता. त्या क्षणाला तो एक अजिंक्य योद्धा होता आणि त्या खेळावर त्याची विलक्षण पकड होती.

तेवढ्यात हॉस्पिटलमधले ते सगळे लोक तिथे येऊन पोहोचले. कॉलेजच्या कॉरिडॉरमधली त्यांची धावाधाव त्याला जाणवली. आता त्या सगळ्यांचा सूर उपहासाचा होता. त्यांच्या चेहऱ्यावर मिस्कीलपणाचा भाव होता; तो जाऊन कुत्सित हसू उमटलं. आता सगळे खदखदून हसू लागले. डॉक्टरांचा त्यांच्यावर किंचितही ताबा उरला नव्हता. रोनिशला ऐकू जाईल हे सगळं. तो काही सहा वर्षांचा राहिलेला नाही आता. तो एक मोठा माणूस आहे. शिवाय, त्याच्या हातामध्ये कॅमेरा आला आहे.

हातामधल्या बॉल्सच्या खेळावरून त्याचं चित्त विचलित झालं. केवळ क्षणमात्र... की निमिषमात्र? त्याच क्षणी ते सगळे बॉल्स प्रचंड वेगाने खाली कोसळले. खळ्ळ खळ्ळ... ते काचेचे बॉल्स होते. त्यांचे शतश: तुकडे झाले. त्या आवाजानं त्याच्या कानात जणू पडघम वाजू लागले. ते छिन्नविछिन्न झालेले बॉल्स, इतस्तत: पसरलेल्या काचा, त्यांच्या तुकड्या-तुकड्यांतून प्रतिबिंबित होणारे श्रेया-सुकृता-बिजीचे चेहरे. प्रत्येक चेहरा त्याच्याकडे बोट दाखवत होता. त्याला अपराधी ठरवत होता – 'हो! तूच! तूच!' त्यांच्यामध्ये बसलेला, भांबावलेला रोनिश. शेवटी त्यालाही कंठ फुटला. हुंदके अनावर होऊन तो बोबड्या स्वरात म्हणाला, "पापा, तुम्ही सग्लं तो ऽ ऽ लुन तातलत्."

ब्राझीलमधल्या फुलपाखरांच्या फडफडण्यामुळे चीनमध्ये त्सुनामी येऊ शकते. रोनिशची दहावीची बोर्डाची परीक्षा आटोपली होती. त्यानंतरचा शनिवार-रविवार रवींद्रनं त्याला समजावण्यात घालवला होता. सायन्समध्ये किती विविध प्रकारांनी करिअर घडवता येऊ शकतं हे त्याला दाखवलं होतं. बटरफ्लाय इफेक्ट आणि केऑस थिअरी जाणवल्यावर रोनिशला सायन्स शिकायला खूप आवडेल असं रवींद्रला वाटलं होतं. रोनिशला केऑस थिअरी खूप आवडली. तितकंच त्याला क्वान्टम फिजिक्सदेखील आवडलं. त्याला जाणीव होती की, आपण यामध्ये करिअर करावं अशी आपल्या वडिलांची सुप्त इच्छा आहे; पण तरीही, बोर्डामध्ये सायन्समध्ये घवघवीत ९८ टक्के गुण मिळवूनही त्याला दहावीनंतरची दोन वर्षं मानवी स्वभावाबद्दल जाणून घ्यायचं होतं.

बटरफ्लाय इफेक्टमुळे होणाऱ्या बदलाचा अभ्यास करण्याऐवजी त्याला स्वत:ला काही बदल घडवून आणण्यात रस होता. त्या वेळी तो फक्त सोळा वर्षांचा होता.

एवढ्या प्रचंड मोठ्या जगामध्ये शैक्षणिक पात्रतेचा विचार केला, तर तो कुठल्यातरी कोपऱ्यातला एखादा बिंदू ठरला असता फार-फार तर. तरीही या भव्य पसाऱ्याचा भाग असलेल्या प्रत्येकामध्ये असलेलं न्यूनत्व त्याने अचूक हेरलं; सगळ्यांच्या मनामध्ये प्रचंड गदारोळ होता. अतिशय तापलेल्या अशा भल्या मोठ्या कॉन्व्हेयर बेल्टवरून ते सगळेजण पुढे निघाले होते. पुढे कसले निघाले होते म्हणा! खरं तर जीव मुठीत धरून बसले होते. त्यांच्या स्वत:च्या स्वप्नांशी त्यांची जोरदार टक्कर होणार होती. हो, त्यामध्ये त्याचे मित्रसुद्धा होते. आयआयटीमध्ये प्रवेश घेण्याच्या कल्पनेने झपाटलेले, त्यासाठी बारा-बारा तास, वेगवेगळ्या शिकवण्यांना स्वत:ला वाहून घेतलेले आणि त्या सगळ्यांचे पालक...? ते तर असायलाच हवेत! आपल्या मुलांच्या महोत्तम गुणांचा डिंडिम वाजवणारे, त्यांच्या अभ्यासामधल्या यशाचं अतिरेकी कौतुक करणारे पालक हा अविभाज्य घटक होता. अत्यावश्यक असा तिसरा घटक म्हणजे मुलांचा शिक्षक वर्ग, सतत त्या सगळ्यांच्या मागे लागणारा, 'अजून थोडी मेहनत घेतलीस तर अजून चांगले मार्क्स मिळवणं तुझ्या हातात आहे' अशी उभारी देणारा... खरं तर त्यांच्या ठायी असलेली सहजप्रवृत्ती नष्ट करून त्यांना चिडवणारा शिक्षकांचा गट– हे सगळेजण त्या बेल्टवर एकत्रितपणे लादले गेले होते, कण्हत-कुंथत होते. सगळ्या सिस्टिमला शिव्या घालत होते. आपल्या अतिमहत्त्वाकांक्षेचा हा दुष्परिणाम आहे याची त्या कुणालाही जाणीव नव्हती. ती जाणीव करून घेण्यासाठी मनाला क्षणभर उसंत देण्याची त्यांची तयारी नव्हती. अन्यथा त्यांच्या हे सहज लक्षात आलं असतं की, कोणत्याही सिस्टिमला स्वत:ची अक्कल आणि कुवत नसते. ते आपल्या करणीचं फळ असतं.

हा जो काही सौदा ते करू पाहात होते त्यातून बाहेर पडणं हे फक्त आणि फक्त त्यांच्या हातात होतं; पण ते त्यांच्या गावीही नव्हतं. त्यांनी खंबीरपणे पाठ फिरवण्याचा काय तो अवकाश होता. अति महत्त्वाकांक्षेपायी तापलेला आसमंत आपोआप थंड होऊ लागेल मग. रोनिशनं स्वत:च्या कृतीतून दाखवून दिलं होतं की, पेपरमध्ये लेख लिहून तो रोजी-रोटी कमवू शकत होता; शिवाय त्याला समाजामध्ये आदराचं स्थानसुद्धा होतं. जोडीला तो पक्ष्यांचे फोटो काढण्याकरिता वेळ देऊ शकत होता, गिटार वाजवण्याचा छंद जोपासू शकत होता, स्थानिक एनजीओकरता सेवाभावी वृत्तीने काम करू शकत होता. ही वाट साऱ्यांनी चालायची ठरवली, तर येणारा उद्या वेगळा प्रकाश घेऊन येऊ शकणार होता. बालवाडीमध्ये प्रवेश मिळवण्यासाठी इवल्याशा लेकरांना ज्या निष्ठुरपणे शिकवणी वर्गातून भरडलं जात होतं तेसुद्धा बंद होऊ शकणार होतं.

वा! किती अनोखा विचारप्रवाह! आपल्या स्वत:च्या पंखांची विलक्षण ताकद माहीत असलेला कीटक होता तो जणू. या जीवसृष्टीचा परस्परसंबंध किती दृढ आहे

हे त्याला सहजगत्या उमजत गेलं होतं, दिल्लीच्या आकाशामध्ये विहरणाऱ्या पक्ष्यांचा कॅमेऱ्याने वेध घेत असताना. दिल्लीमधल्या चिमण्या अचानक नाहीशा झाल्या होत्या. मुद्दामहून त्यांचं उच्चाटन करण्याच्या हेतूनं कुणी काही केलं नव्हतं. उलट, हवेचं प्रदूषण कमी व्हावं म्हणून दिल्लीमध्ये शिसेविरहित पेट्रोल वापरण्याची पद्धत सुरू झाली होती. परिणामत: चिमण्यांची पिल्लं ज्या छोट्या-छोट्या अळ्यांवर गुजराण करत होती त्या अळ्या नष्ट होऊ लागल्या. पर्यावरणाचं जतन करण्याकरिता उचललेल्या पावलाचा परिणाम अशा प्रकारे होईल याची कल्पनासुद्धा कुणाच्या मनात आली नसेल.

याचा मथितार्थ असा नाही का की एखादी कृती जरी चांगली किंवा अभिनव असली तरी त्यातून आकाराला येणारी आकृती रेखीव किंवा सुरेख उतरेलच असं नाही.

हल्ली या एका विचाराने त्याच्या मनामध्ये थैमान घातलं होतं. बिजीला ते घर विकायला लावायची गळ आपण आपल्या वडिलांना घालायला नको होती, असं त्याला वाटू लागलं. हा विषय फक्त श्रेया आणि बिजी यांच्यापुरता मर्यादित नव्हता. कुठलीही बाब इतकी सरळ नसते कधी. बिजीचा धाबा विकला गेला, तर त्याच्याबरोबर किती आणि काय नष्ट होईल ते आत्ता सांगता येणं कठीण होतं. आज बिजीच्या आश्रयानं इतकी मुलं राहातात. तिच्यामुळे त्यांच्यातली सहिष्णुता टिकून आहे. उद्या समजा, तिचा आसरा नष्ट झाला आणि एखाद्याच्या मनाचा तोल जाऊन तो गुन्हेगारी विश्वात दाखल झाला तर? कुणी सांगावं, एखाद्या दिवशी त्यांच्यापैकी कुणीतरी बाजारात बॉम्ब ठेवून यायचा. मग त्या वेळी त्याच्या या कृतीचा मागोवा घेत कुठवर जाता येईल? श्रेयाच्या भवितव्याच्या जोपासनेसाठी रोनिशनी त्याच्या वडिलांना जी गळ घातली होती तिथवर हा मागोवा घेता येईल का? की अजूनही मागे जात जेव्हा ते सगळे 'रानी और लालपरी' हा सिनेमा पाहायला गेले होते तिथवर पोहोचता येईल? आजही त्याला अगदी स्पष्टपणे आठवत होतं. आई-बाबा त्याला आणि श्रेयाला घेऊन 'रानी और लालपरी' पाहायला गेले होते; पण तिकीट संपल्यामुळे बाजूच्या दुसऱ्या थिएटरमध्ये नव्याने लागलेला जुना 'मेरे मेहबूब' पाहून परतले होते. तीन वर्षांच्या श्रेयाला तेव्हापासून बुरख्यामधल्या बायकांबद्दल प्रचंड ओढ निर्माण झाली होती. आता हे सगळं टळलं असतं. पण...! रोनिशचं पोट जर बिघडलं नसतं तर! आईने बंदी केलेली असताना शाळेबाहेर बसणाऱ्या फेरीवाल्याकडचे चणे घेऊन त्याने खाल्ले नसते तर! सिनेमाला जायला निघताना नेमकं त्याला संडासला जावं लागलं नसतं तर! वेळेवर पोहोचून 'रानी और लालपरी'ची तिकिटं त्यांना नक्की मिळाली असती.

छे! या कारणमीमांसेला ना सुरुवात होती ना अंत. कुठे थांबायचं हे ज्याचं त्याने ठरवून आपण जे आणि जसे आहोत तसं जगायला सुरुवात करायची होती. रोनिशनं

सिगारेट पेटवली, एक मोठ्ठा झुरका घेतला. क्षणभर धूर तसाच धरून ठेवत अगदी हलके बाहेर सोडला. बाबांबद्दल काळजी करण्यात काही अर्थ नव्हता. शेवटी, ते जे आणि जसं करतील त्यावर विश्वास ठेवणं भाग होतं.

ज्या गल्लीमध्ये रवींद्रचं घर होतं त्या गल्लीमध्ये शिरताच अनेक नजरा रवींद्रकडे वळल्या. ओळखीचं स्मित, वाटलेलं प्रेम, जपलेल्या आठवणी... काय नव्हतं त्या नजरांमध्ये. त्याचं तापलेलं डोकं आणि वैतागलेलं चित्त थाऱ्यावर यायला मदत झाली त्यामुळे. रम्य ते बालपण म्हणतात ते उगीच नाही! त्याच्या नकळत तो थोड्या वेळासाठी का होईना पण थोडा लहान झाला. त्याला एकदम छान वाटू लागलं. सगळा ताण नाहीसा झाला.

बिजी व्हरांड्यातल्या तिच्या नेहमीच्या जागेवर, बाजेवर बसली होती. लस्सीकरता ताक घुसळताना तिची नजर त्याची वाट पाहात होती. तो दिसताच तिने कोल्ड्रिंक्स विकणाऱ्या मुलाला मोठ्या आवाजात हाक मारली, ''ओय मुन्ना, चल बर्फ आण पटकन. माझा मुलगा आला आहे. छोटू, तू पटकन तो टेबल फॅन घेऊन ये बाहेर.''

दुकानातल्या मुलांच्या डोळ्यांत त्याच्याबद्दल निर्हेतुक प्रेम दिसून येत होतं. आपसूकच तो त्यांच्याकडे ओढला गेला. एखादं चिखलाचं डबकं पाहून लहान मूल कसं ओढलं जातं ना तसं. रस्त्यामधल्या ओळखीच्या दुकानदारांशी एक-दोन वाक्यं बोलत तो येत होता. बहुतेक दुकानदार काउंटरच्या मागे बसून स्टीलच्या टिफिनमधून बायकोने भरून दिलेले पराठे आणि लोणचं खात होते. त्या साऱ्यांच्या स्वरामध्ये आपलेपणा होता. गेल्या कित्येक दिवसांच्या मनस्तापाच्या पार्श्वभूमीवर इथला प्रत्येक रसरशीत क्षण त्याच्या पोळलेल्या मनावर हलकेच फुंकर घालत होता. लहानपणापासून त्याने स्वत:ला जाणीवपूर्वक घडवलं होतं. त्याकरिता अविरत कष्ट घेतले होते. खस्ता खाल्ल्या होत्या. नाउमेद न होता सतत प्रगतीची कास धरली होती आणि ठरवल्याप्रमाणे शिक्षण, नाव, प्रतिष्ठा कमावलं होतं. या प्रवासादरम्यान त्याने घेतलेल्या कठोर परिश्रमांचे हे सारे साक्षीदार होते, पहिल्यापासून. त्यांच्याकरता तो मानाचा तुरा होता. चारी अंगांनी फुललेलं त्याचं कर्तृत्व पाहून ते धन्य झाले होते. युनिव्हर्सिटीमधली त्याची प्रोफेसरची नोकरी, त्याला कॉलेजकडून मिळालेला देखणा बंगला, जराशी शिष्ट अशी त्याची बायको आणि त्याची स्टायलिश मुलं या साऱ्यांचं त्यांना अप्रूप होतं.

रस्त्यापलीकडच्या दुकानांमधल्या अठरापगड जातीच्या लोकांचं क्षेमकुशल विचारत-विचारत तो शेवटी बिजीपर्यंत पोहोचला. मग तो आणि बिजी बाजेवर विसावले.

बराच वेळ इकडच्या-तिकडच्या गप्पा मारून झाल्यावर त्याने एकदाचा मुख्य विषयाला हात घातला. "बिजी, मी तुला काही माहितीपत्रकं दिली होती. त्याचा तू काही विचार केलास का?"

रवींद्र चिरडीला आलेला दिसत होता. 'हं! बहुधा बायका-पोरांनी डोकं खाल्लं असणार याचं', बिजीच्या मनात आलं. "अरे, मी मुलांसाठी कढी-भात करते आहे. तू जेवून का नाही जात?" कमलानगरच्या आजूबाजूच्या दुकानांमधून कामाला असणाऱ्या मुलांना जेवायला घालायचं काम ती करत होती, तिच्या त्या मोडकळीला आलेल्या घरवजा धाब्यातून.

त्या घराच्या चौफेर तयार कपड्यांची आणि सोनारांची दुकानं, शोरूम्स होत्या. प्रत्येक दुकानात साधारण वीस-पंचवीस मुलं तरी कामाला होती. त्यांच्यामुळे तिच्या धाब्याची चलती होती; पण तिचं त्या मुलांशी असलेलं नातं केवळ व्यवसायापुरतं मर्यादित नव्हतं. वेगवेगळ्या ठिकाणांहून आलेली ती मुलं तिच्याकडे मातृत्वाच्या ओढीने आकर्षली गेली होती. अगदी सामान्य परिस्थितीतल्या त्या मुलांना बिजीच्या रूपात खंबीर आधार मिळालेला होता. ती ना त्यांच्या राहणीमानाला हसायची ना त्यांच्याकडून टापटिपीची अपेक्षा ठेवायची. संध्याकाळी, कामावरून सुट्टी झाली की, ती मुलं तडक धाब्यावर पोहोचायची आणि तिला गराडा घालून बसायची. मग कोणी तिचे पाय चेपून द्यायचं, कोणी तिचा संपलेला किराणा घेऊन यायचा, कोणी दूध आणून द्यायचं, कोणी तिची स्टोव्ह दुरुस्तीसारखी छोटी-मोठी काम करून द्यायचं. सरत्या रात्री घरी जाण्याआधी तिच्या धाब्यावरची ही मैफल त्यांना पुरेशी ऊब देऊन जायची; येणाऱ्या उद्यासाठी.

"बिजी, आता थांबव हे सगळं. किती दिवस चालणार आहे असं? तू आता पंचाहत्तर वर्षांची आहेस. किती वर्षं असे कष्ट उपसणार आहेस ते तरी सांग! आणि तेदेखील अशा लोकांसाठी जे तुझे कोणीही लागत नाहीत. या आजूबाजूच्या दुकानांमध्ये काम करणाऱ्या मुलांवर एवढी माया करण्याची, जीव ओतून त्यांच्यासाठी स्वयंपाक करण्याची गरज तरी काय आहे?"

"बेटा, तुझ्यासारखीच तीदेखील माझी मुलं आहेत. शिवाय, ते काही फुकाचं खात नाहीत. व्यवस्थित पैसे देतात आपल्याला. ती सगळी मुलं छोट्या-छोट्या गावातून आलेली आहेत इथे. चार पैसे कमावण्याच्या आशेने. आपल्या आईच्या हातच्या स्वयंपाकाची खूप आठवण येत असते त्यांना." 'तुलासुद्धा माझ्या हातच्या स्वयंपाकाची आठवण येत असते, माहिती आहे मला' बिजी मनात म्हणाली.

"बिजी, अगं किती हट्टीपणा करते आहेस तू! आजवर शंभर वेळा तुला समजावून झालं आहे. या जागेची किंमत दोन कोटींपेक्षा जास्त आहे. ती एकदाची विकून टाक. तुला पैशाची ददात पडणार नाही आणि तुला वाटतं आहे त्याप्रमाणे

ती कॉलनी म्हणजे काही म्हाताऱ्यांची वसाहत नाही. उलट, प्रत्येक ज्येष्ठ नागरिकाला एक छोटंसं घर, त्यासमोर लॉन आहे. शिवाय, चोवीस तास वैद्यकीय सुविधा उपलब्ध आहे, तीसुद्धा अगदी हाकेच्या अंतरावर.''

बिजीला हसू आलं. उभ्या आयुष्यात ती एकदादेखील डॉक्टरकडे गेली नव्हती, तशी गरजच पडली नव्हती. आता असं नाही की तिला कधी काही झालं नाही; पण तिच्या स्वयंपाकघरामधल्या हिंग, ओवा वगैरेसारख्या घरगुती उपायांनी बरा न होणारा आजार तिला झाला नव्हता हे मात्र खरं. तिची डबल हनुवटी आणि चेहराभर पसरलेल्या सुरकुत्या या पार्श्वभूमीवर तिचं खट्याळ, निरागस हसू गमतीशीर दिसत होतं.

''हे बघ, ते तुझे सगळे मोठमोठे डॉक्टर आहेत ना, त्यांना जेव्हा आळशीपणावर रामबाण उपाय सापडेल तेव्हा सांग मला, बरं का!'' त्याच्या पाठीवर थाप देत त्याची टर उडवण्याच्या इराद्याने तिने म्हटलं. ''ब्लडप्रेशर, कोलेस्टेरॉल, डायबिटीस... अरे, लोकांना घाबरवण्यासाठी नित्य नवीन फंडे शोधून काढतात हे डॉक्टर लोक. सगळं माहिती आहे मला. त्यांच्या त्या कसल्याशा नळ्या आणि सुयांनी का कोठे वार्धक्य दूर ठेवता येणार आहे? शिवाय जीवन म्हटलं की मृत्यू येणारच ना!''

''बिजी, बरोबर आहे तुझं म्हणणं; पण सुकृतालासुद्धा तुझी खूप काळजी वाटत राहाते.''

''सांग तिला, काही गरज नाही काळजी करण्याची. मी काही इतक्यात मरणार नाही. जोवर हे हात काम करू शकतात तोवर तर मी नक्कीच उभी आहे म्हणावं.''

आपल्या सुरकुतलेल्या हातामधला कढीचा डाव एखाद्या शस्त्राप्रमाणे हवेत उंचावत ती बोलली. तिच्या चेहऱ्यावर छद्मी हास्याची लकेर उमटली, अगदी क्षणभर. पुढच्या क्षणी तिच्या चेहऱ्यावर नेहमीचा भाव उमटला. विषय बदलत ती म्हणाली, ''बाळा, चल जेवायला बस. जेवताना कसं प्रसन्न चित्तानं जेवावं माणसानं.''

मस्तपैकी कढी-भातावर ताव मारल्यावर झकास लस्सी पिऊन त्याने आपलं जेवण संपवलं. निघताना त्याने खाली वाकून तिला नमस्कार केला. 'संस्कृतीच्या नावाखाली दडपशाही' हे श्रेयानं दिलेलं नाव. तिच्या मते कुटुंब संस्थेने खेळलेली ही एक खेळी आहे जेणेकरून स्त्री-पुरुष, लहान-मोठे, आदर-अनादर या साऱ्या प्रश्नांना आपोआप बगल दिली जाते... हं, श्रेया... बर्कलेचं काही जमेलसं वाटत नाही... ही बिजी...

रवींद्र तिथून निघाला. चालत-चालत अंबा सिनेमाच्या मागे असलेल्या मड्डीच्या दुकानापाशी पोहोचला. तिथे गेल्यावर खिशातून शंभर रुपयांच्या दोन नोटा काढून दुकानदाराला दिल्या आणि भरपूर लॉटरीची तिकिटं विकत घेतली. तिथे असलेल्या वेगवेगळ्या थप्प्यांमधून त्याने ती निवडली. जिंकण्याची शक्यता जितकी वाढेल तितकी त्याला हवी होती.

बिजीकडे यायला सकाळी तो निघाला, तेव्हा दारातच श्रेयानं मोठ्या काकुळतीनं त्याला विनवलं होतं, ''बाबा, प्लीज काहीतरी करा हो!''

काहीतरी. काहीही. पण करा. 'काहीतरी करा, काहीही करा, पण उत्तम प्रकारे करा'. 'चला, काहीच न करण्यापेक्षा निदान लॉटरीची तिकिटं तरी घेतली आहेत आपण, तीही चांगली दोनशे रुपयांची. लॉटरीचं हे विश्व केवळ आकडेमोडीवर आधारित असं, त्याला अतिशय आवडणारं. त्या विश्वात दोनच गोष्टी घडतात. एक तर तुम्ही जिंकता किंवा तुम्ही हरता. तिसरं काही होत नाही.

अजून एक सिगारेट, एक मोठा, खोल झुरका. रोनिशनी त्या धुरात स्वत:ला गुरफटून घेतलं होतं.

घर विकण्यासाठी बिजीचं मन वळवण्यात त्याच्या वडिलांना सपशेल अपयश आलं होतं. परिणामत: आईनं वडिलांशी अबोला धरला होता. सकाळी उठल्यावर साधं, 'गुड मॉर्निंग'सुद्धा म्हणेनाशी झाली होती ती. काहीही झालं तरी उठल्याबरोबर 'गुड मॉर्निंग' म्हटलं पाहिजे हा तिचाच दंडक होता, अगदी पहिल्यापासून. त्या दोन शब्दांनी संवादासाठी मनाची दारं खुली होतात, आदल्या दिवशीची मरगळ झटकून टाकून नव्याने नवीन दिवस सुरू करणं शक्य होतं, असं तिचं म्हणणं होतं.

कमलानगरमधल्या कॅफे कॉफी डेमध्ये श्रेयानं नोकरी करायला सुरुवात केली होती. स्वत:च्या रेझ्युमेमध्ये आपण फक्त पदवीधर आहोत असा उल्लेख केला होता म्हणून तिला ती नोकरी मिळाली होती. तिच्या मते तिच्यापुरता तिचा अभ्यास, करिअर, स्वप्न सारं संपलं होतं. शेवटी तीही एक नशाच की!

कुठेतरी तडजोड करावी लागते. एवढ्याशा या आयुष्यात पाठपुरावा तरी किती स्वप्नांचा करायचा? आजपासून पाच वर्षांनी श्रेया कुठे असेल? कॅफे कॉफी डेच्या काउंटरमागे नक्की नसेल; पण तसं पाहिलं तर काय हरकत आहे? कुठेही राहिलो तरी प्रगती होण्याशी मतलब असतो. आपल्या आवडीप्रमाणे जगता येणं किंवा आपल्याला जगावं लागतं आहे ते आवडून घेणं! मोठं होणं म्हणजे तरी काय? तर या दोनपैकी एक रस्ता निवडणं. इतर बाबी या निव्वळ भ्रामक कल्पना, बालिशपणा जोपासणाऱ्या.

बिजीकडून आले तेव्हा बाबा किती उदास दिसत होते. ''आता सारं देवावर सोपवलं आहे.'' त्याच्या हातात ती लॉटरीची तिकिटं कोंबत, कसानुसा चेहरा करत ते म्हणाले होते. वडिलांच्या तोंडून अशी देवावरच्या भरवशाची भाषा ऐकणं म्हणजे आशेची सगळी दारं बंद झाल्याची सूचना होती जणू! त्याचे वडील पहिल्यापासून स्वकर्तृत्वावर विश्वास ठेवून दृढपणे स्वत:चा मार्ग आखणाऱ्यांपैकी एक होते. रोनिशने पहिल्यांदाच त्यांच्या तोंडून देवाचं नाव ऐकलं होतं.

बिजी मेली तर? किती सोयीचं होईल साऱ्यांसाठी! अचानक रोनिशच्या मनात हा विचार चमकून गेला. तिच्याकडे जेवणारी इतकी मुलं आहेत, त्यापैकी कुणीतरी नक्कीच पैशासाठी तिला संपवू शकेल. दिल्लीमध्ये ज्येष्ठ नागरिकांचा नोकराकडून खून होणं ही काही फार मोठी बाब नाही. शिवाय, कुणाच्याही आयुष्यामध्ये त्यामुळे काहीसुद्धा फरक पडणार नाही हे नक्की!

त्या रात्री रोनिश आपल्या खोलीमध्ये आरामखुर्चीत बसल्या-बसल्या बिजीला संपवण्याची योजना आखण्यामध्ये गढून गेला. पुन:पुन्हा काटेकोरपणे तो एक-एक शक्यता पडताळून पाहात होता. नव्यानं योजना आखत होता. बदल करत होता. बारीकसारीक बाबींचा विचार करत होता. बिजीच्या आजूबाजूला वावरणाऱ्या त्या मुलांपैकी कोण बरं हे काम करू शकेल? त्याला शोधून काढायचं, कितीमध्ये सुपारी घेतो विचारायचं; काम फत्ते झाल्यावर नेपाळ किंवा बिहारमधल्या त्याच्या घरी लवकरात लवकर पोहोचण्याकरता त्याला मदत करायची आणि नंतर मात्र त्रयस्थाच्या भूमिकेतून पाहात राहायचं. पोलीस, मीडिया, घरातले सगळे प्रत्येक आघाडीवर लढताना, माग काढताना, शोध घेताना शांतपणे बघत राहायचं. एवढ्या प्रचंड महानगरामध्ये असा खून होणं एक प्रकारे नित्यनेमच आहे. काही दिवस वारं आल्यागत खूप सारा धुरळा उडेल तपासकामाचा, पण नंतर सारं शांत होईल. केसचे धागेदोरे हाती लागत नाहीत म्हणून केस लाल बासनात बांधून टाकली जाईल, कायमची. शिवाय दर दिवशी येणाऱ्या कित्येक नवीन बातम्यांपुढे कोणाला आठवणही होणार नाही बिजीच्या खुनाची. तिलासुद्धा विसरून जातील सगळेजण. ते घर विकण्याकरिता इसारा म्हणून मिळणारी रक्कम श्रेयाच्या पुढच्या शिक्षणाच्या पहिल्या सत्राची फी भरण्याकरता पुरेशी होईल.

बसल्या जागी वेगवेगळे विचार त्याच्या मनात ये-जा करत होते आणि तो त्यांना अडवत नव्हता. रोनिशच्या मनामध्ये नेहमी विध्वंसक विचार येत असत. आपल्या मनातल्या आसुरी कल्पनांना बेलगामपणे गडद काळोख्या गल्ली-बोळांतून फिरू देणं त्याला मान्य होतं. नीतिमत्तेच्या सर्व सामाजिक चौकटींना बेधुंदपणे उपटून फेकत मनोराज्यात तल्लीन होणं त्याला मान्य होतं. त्या काजळ-काळ्या विचारांची ना त्याला क्षिती होती ना भीती! त्या वाटांवरून तो इतक्यांदा फिरला होता की, आता त्याला तो मार्ग सरावाचा झाला होता. मुळात तो अंधार दिसतो तितका गडद किंवा अभेद्य नव्हता. कारण तो अस्तित्वात नव्हता. प्रकाशाची किंचितशी तिरीप जरी आली तरी तो हतबल, पराभूत होणार होता. बलात्कार, मृत्यू, खून... कुठल्याही प्रसंगाच्या बाबतीत वाट्टेल त्या थराला जाऊन तो विचार करू शकत असे कारण कोणत्याही क्षणी त्या प्रसंगाच्या उत्कट चित्रामधून तो स्वत:ला अलगद बाहेर काढू शके, निर्लेपपणे. आत्ताही त्याच्या डोळ्यांसमोर नरडं मोडून पडलेली बिजी

दिसत होती. मान मोडून पडलेल्या एखाद्या पक्ष्यासारखी.

आपण इथे बसून अतिशय थंड डोक्यानं आपल्या बिजीला मारून टाकण्याची योजना आखतो आहोत अशी कुणाला साधी शंकासुद्धा येणार नाही हे त्याला माहिती होतं. अक्षरश: अतर्क्य होतं ते, परंतु त्याच्या आजूबाजूच्या जगात सातत्यानं अशा अतर्क्य गोष्टी घडताना दिसत होत्या, नाही का?

रोज सकाळी पेपर उघडला की, अशा बातम्या असतात पानोपानी. आधीची रात्र ज्या तत्कालीन प्रियकराबरोबर घालवली त्याचा खून करून दुसऱ्या दिवशी सकाळी शेजारच्या शॉपिंग मॉलमध्ये जाणारी नवतारका – तिने काय खरेदी करावं? तर अनेक धारदार सुऱ्या – त्याचे तुकडे-तुकडे करायला; गार्बेज बॅग्ज – त्याच्या शरीराचे तुकडे भरून फेकायला; स्प्रे-पेंटचा कॅन – भिंतीवरचे रक्ताचे थेंब पुसून टाकायला आणि तिच्या खोलीकरता चादरी-पडदे इत्यादी सामान – तिचा मूड चांगला करायला...

आपल्या आई-वडिलांपासून केवळ सहा फुटांवर झोपलेल्या एका लहानशा शाळकरी मुलीचा तिच्या अंथरुणात खून झाला होता. तिच्या खुनामागची कारणं ना सांगितली गेली ना विचारली गेली.

एक उद्योगपती आणि त्याचा नोकर नित्यनेमाने लहान मुलांना लालूच दाखवून त्याच्या उपनगरामधल्या बंगल्यात घेऊन जायचे. तिथे त्यांच्या बरोबर अश्लाघ्य वर्तन करायचे आणि मग... खेळ खल्लास! त्या बंगल्यामध्ये एकोणीस प्रेतं सापडली. घराच्या मागच्या बाजूला असलेल्या नाल्यामध्ये कितीतरी धडं आणि शिरं वेगवेगळ्या अवस्थेत पडली होती. त्यांची ओळखं पटवणंही कठीण होतं. कर्मधर्मसंयोगाने तो उद्योगपती नेमका रोनिशच्या कॉलेजचा माजी विद्यार्थी होता. आवर्जून लक्षात ठेवावं असं त्याच्या बाबतीत काही नव्हतं. त्या वेळी तो सर्वसामान्यांप्रमाणे होता.

ऑस्ट्रियामध्ये एकाने आपल्या पोटच्या पोरीला 'धंद्याला' लावलं होतं. त्याने तिला तळघरात लपवून ठेवलं होतं. तिला त्याच्यापासून सात मुलं झाली होती. वरच्या मजल्यावर राहाणाऱ्या त्याच्या बायकोला आणि इतर कुटुंबीयांना या तळघरातल्या कुटुंबाची यत्किंचितही जाणीव नव्हती.

अत्यंत बीभत्स, किळसवाणं, प्रक्षुब्ध, अन्याय्य असं विदारक सत्य सातत्याने आपल्या आवतीभवती वावरत असतं. सतत टीव्हीमध्ये डोकं खुपसून बसणं थांबवून लोकांनी जर मनाच्या खोल अंध:कारात एखादा प्रकाशाचा किरण परावर्तित केला तर...? विशेषत: तो प्रकाश म्हणजेदेखील काही नाही हे जाणून घेतलं तर?

अर्थात, मनात विचारांची चक्र कितीही वेगानं आणि कोणत्याही दिशेनं फिरली तरी रोनिश काही बिजीचा खून करणार नव्हता किंवा कोणाकरवी करवूनही घेणार नव्हता. तसंही, जुनी माणसं, जुनी घरं, जुने रितीरिवाज कालांतराने संपणार होते.

कालाय तस्मै नमः! काहीजण कुणाच्या तरी उद्रेकाची शिकार होऊन, तर बाकीचे केवळ अनुल्लेखामुळे किंवा काळ पुढे सरकल्यामुळे. सिगारेट ओढणं आणि स्वत:ला विचारांमध्ये झोकून देणं याशिवाय रोनिशच्या हातामध्ये होतं तरी काय? अजून एक सिगारेट, एक विचार आणि हो... कधीकधी लॉटरीचं एखादं तिकीट विकत घेणं या विसकळीत विश्वाला उत्तर देण्याचा एक बरा प्रयत्न.

दुसऱ्याची बायको

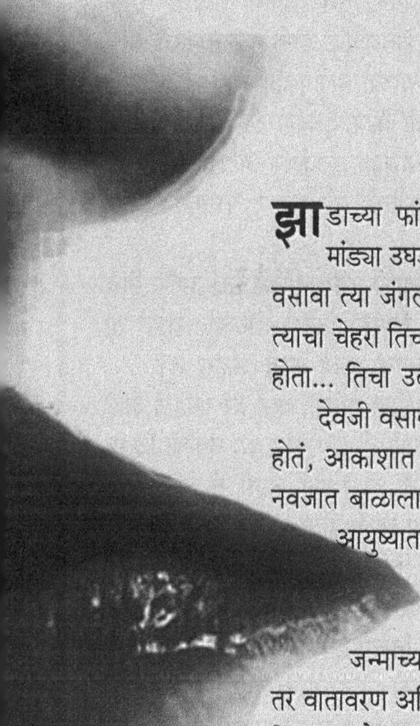

१

झाडाच्या फांदीला उलट्या लटकलेल्या कुहेलीच्या तांबूस मांड्या उघड्या पडल्या होत्या. जवळच्या खेड्यातला देवजी वसावा त्या जंगलात फिरत-फिरत त्या झाडापाशी आला. आता त्याचा चेहरा तिच्या चेहऱ्यापासून केवळ काही इंचांच्या अंतरावर होता... तिचा उलटा चेहरा.

देवजी वसावाचा जन्म पहाटे झाला. नुकतंच उजाडू लागलं होतं, आकाशात एकाच वेळी चंद्र आणि सूर्य दोघंही हजर होते, नवजात बाळाला आशीर्वाद द्यायला. म्हणूनच की काय त्याला आयुष्यात कशाची उणीव भासली नव्हती. गुजरातमधल्या कर्जन नदीच्या तीरावर वसलेल्या निमखेड्यातल्या एका वाडीमध्ये त्याचा जन्म झाला होता. त्याच्या जन्माच्या वेळी वसंताची चाहूल लागली होती; त्यामुळे तर वातावरण अधिक भारलेलं होतं. देवजी नशीबवान म्हणायचा. दिसायला देखणा, वागायला अदबशीर आणि अतिशय तल्लख डोक्याचा देवजी सगळ्यांचा लाडका होता. आई-वडिलांचा एकटा मुलगा असल्यामुळे वडिलोपार्जित आठ एकरांच्या तुकड्याचा तो एकमेव वारस होता. शिवाय, नदीकाठी असल्यामुळे जमीनदेखील मोठी सुपीक होती. हं, आता नाही म्हणायला थोडी जमीन डोंगरावरपण होती. ती तितकीशी गरती नव्हती. चारा, गवत वगैरे उगवण्याच्या लायकीची होती. तरीही एकंदरीत पाहाता

कशाची ददात भासत नव्हती हे खरं.

शिकार करण्यात त्याच्याइतकं कोणी तरबेज नव्हतं. शिवाय, नाचायचादेखील इतकं जीव ओतून की, सारे भान विसरायचे. मग समवयस्कांमध्ये तो अतिप्रिय होता त्यात नवल ते काय? कामाला वाघ होता. वडिलांच्या बरोबरीने शेतात राबत असे. वडीलधाऱ्यांचा शब्द कधीही खाली पडू देत नसे; त्यामुळे मोठ्यांचाही लाडका होता तो.

देवजीची कांती उन्हामुळे रापली होती तरीही तिची सतेजता आणि टवटवीतपणा कळून येत होता. त्याचे डोळे जरा लहान असले, तरी त्यातून बुद्धीची चमक विशेषत्वाने जाणवत होती. त्याच्या जाड रेखीव भुवयांमुळे डोळे नजरेत भरत होते. रानातल्या वेगवेगळ्या गंधांचा मागोवा घेताना त्याच्या नाकपुड्या आपसूक फुलत, थरथरत होत्या. आवाजाचा कानोसा घेण्याकरता कान टवकारलेले होते. त्याच्या दिशेने येत असताना तो वाऱ्याच्या कुजबुजण्याचासुद्धा सतर्कतेने अंदाज घेत होता. तेवढ्यात उलट्या टांगलेल्या अवस्थेमधली कुहेली नेम धरून पचकन बरोबर त्याच्या देखण्या चेहऱ्यावर थुंकली.

दुसऱ्याच क्षणी देवजीनं तिला झाडावरून खाली उतरवून उभं केलं आणि तिचे खांदे पकडले. खरं तर गळा पकडायचा होता त्याला. तिच्या डोळ्यांत बघत तो ओरडला, "हे असं माकडासारखं लोंबकळत नक्की काय करते आहेस तू?"

हे ध्यान आपण याआधी कुठेतरी बघितलं आहे नक्की. कुठे बरं पाहिलं आहे आपण हिला? त्याला काही केल्या आठवेना. तशी ती जेमतेम पंधरा वर्षांची दिसत होती. पण जवळजवळ त्याच्याएवढी उंच होती. अनवाणी होती ती. तिचा तो हिरव्या-पिवळ्या फुलांचा स्कर्ट मांड्यांमध्ये गोळा झाला होता. वरती अगदी सैलसर ब्लाउज घातलं होतं. छाती अजून भरली नव्हती तिची. तिने डोक्याला गुंडाळलेल्या पटकुरावर जागोजागी डाग पडलेले होते, जंगलामधल्या मेव्याचे. रानमेवा गोळा करताना त्याचा यथेच्छ समाचार घेतलेलाही कळत होता तिच्या डागाळलेल्या चेहऱ्यावरून. हसण्यासाठी तोंड उघडलं तेव्हा तिचे ते एकसारखे मोत्यासारखे दात नजरेत भरले.

खुनशीपणे हसत ती म्हणाली, "आता तुझ्यावर फक्त माझा हक्क आहे. माझ्याशिवाय दुसऱ्या कोणाकडेही साधं बघितलंस जरी, तरी मोगरादेव तुला तलावातल्या माशांना खाऊ घालेल." तिच्या स्वरातला जिंकल्याचा आनंद लपत नव्हता. मग स्वत:च्या मानेभोवती पडलेला त्याच्या हाताचा विळखा झटकून टाकत तिने आपली सुटका करून घेतली.

तिने जेव्हा मोगरादेवाचं नाव उच्चारलं तेव्हा कुठे तिने केलेल्या कृत्याचा अन्वयार्थ त्याच्या लक्षात आला.

"तू हे काय केलंस...?"

त्याचं वाक्य पूर्ण व्हायच्या आत ती तिथून सुसाट वेगाने पळत सुटली. एखाद्या देखण्या हरिणाचा डौल तिच्या त्या पळण्यात, झुडपांवरून झेपावण्यात होता. त्यांच्या वाडीकडे जाणाऱ्या उतारावरून पुढे पळताना तिने मान किंचित तिरकी केली होती. भयंकर संतापलेल्या देवजीनं तिच्या मागे धावायला सुरुवात केली. वाडीच्या अगदी जवळ त्याने तिला गाठलं आणि जमिनीवर पाडून तिच्या अंगावर बसला, मारामारीच्या पवित्र्यात.

"तू वन्सदा होऊन आलेली, गोकुची मावस-चुलतबहीण आहेस ना?"त्याला आत्ता आठवलं.

तिने होकारार्थी मान हलवली.

गोकुची ही बहीण अलीकडेच त्यांच्या वाडीवर राहायला आली होती. नुकतेच तिचे आजोबा वारले होते. आईबापाविना असलेल्या या पोरीला त्यांनी वाढवलं होतं. ते गेल्यावर तिच्या आईकडच्या दूरच्या नातेवाइकांनी तिला गोकुच्या घरी रवाना केलं होतं. आता देवजीला सगळं नीट आठवलं. तिच्या आजोबांना खूप मानलं जायचं. आरक्षित जंगलाच्या अगदी आतल्या भागात ती आणि ते राहात होते, फक्त दोघंच जण. त्यांना सोबत होती ती एका बाजूला असलेल्या सह्याद्रीची आणि दुसऱ्या बाजूला असलेल्या अंबिका नदीची. जवळपासच्या गावांतून काही विशेष उत्सव अथवा मेजवानीचं बोलावणं असेल तरच आजोबा आणि ती येत असत. कधी कोणाला काही खास सल्लामसलत करायची असेल, तर त्यांना आमंत्रित केलं जाई. जमिनीच्या पोटात असलेल्या पाण्याचा शोध घेण्याची दृष्टी त्यांना लाभली होती. आजूबाजूच्या जमातीतूनच नाही तर नवसारीच्या पारशी जहागिरदारांकडून आणि उत्तरेकडच्या श्रीमंत पटेल शेतकऱ्यांकडूनही विहिरी खणायला सुरुवात करण्याआधी त्यांना आवर्जून बोलावलं जाई. मात्र, कुणीही बोलावलं तरी ते तिथे जात असत. हातातली वाय आकाराची काठी चालताना स्वत:च्यासमोर आडवी धरून ते भूगर्भातील पाण्याचा अदमास घेत. त्यांच्या मागोमाग त्यांची ही आनंदमयी नात असे.

तिला कुठे आणि कधी पाहिलं आहे हेसुद्धा देवजीला आठवलं. त्या दिवशी तो, गोकु आणि त्यांचा कंपू सशाच्या शिकारीला गेले होते तेव्हा ही सतत त्यांच्या मागावर होती. त्याने जेव्हा आपल्या गोफणीने क्वेल पक्ष्याला मारलं होतं तेव्हा ही झाडाच्या आडून लपूनछपून टेहळणी करत होती. त्यानंतर एकदा तो गावातून जात होता तेव्हा गोकुची बहीण चंदा आणि ती समोरून येत होत्या. त्याला पाहाताच एकमेकींना कोपरानं ढोसत, खुदुखुदु हसत त्या जंगलाच्या दिशेनं पसार झाल्या होत्या, लाकडं गोळा करायला. ही तीच होती.

एखाद्या भेदरलेल्या कोकराप्रमाणे धडधडणाऱ्या तिच्या हृदयाचे ठोके त्याला जाणवत होते, पण तिच्या नजरेमध्ये काही वेगळीच चमक होती.

"का केलंस तू असं?" त्याने मघाचा प्रश्न पूर्ण केला.

"जसं काही तुला ठाऊकच नाही!" तीही काही कमी नव्हती.

"बावळट आहेस का? आता कुणीही असं करत नाही."

ती फार पूर्वीची पद्धत होती. आता तर ती वदंता बनली होती केवळ. एखाद्या तरुणीनं एखाद्या तरुणाच्या चेहऱ्यावर अशा प्रकारे थुंकण्याचा अर्थ होता की, तिने त्याला वरलं आहे आणि आता त्याच्यावर फक्त तिचा अधिकार आहे. या पोरीनं त्याला ज्या प्रकारे उल्लू बनवलं होतं ते गावामध्ये कळलं असतं तर सगळ्यांनी त्याची रेवडी उडवली असती. ज्या देवजीचा हात शिकारीमध्ये पंचक्रोशीत कोणी धरू शकत नाही त्याची पारध या पोरगेलेशा मुलीनं करावी, तीही माकडचेष्टांमधून?

"गावात जर कोणाला कळलं ना तर याद राख, मारून टाकेन मी तुला." त्याने धमकावलं.

"कसं आहे ना! तुला माहिती नी मला माहिती! बस्स. सध्या इतकंच पुरे आहे. नाही का?" तिच्या बोलण्यातल्या ठामपणामुळे त्याने पुन्हा तिच्याकडे रोखून पाहिलं. "ती जी चंदा आहे ना, तिचा तुझ्यावर डोळा आहे; पण ती काही तुझ्या लायकीची नाही. पुरुषानं लग्न करताना आपल्या बरोबरीच्या स्त्रीशी तरी करावं, नाहीतर वरचढ स्त्रीशी. तरच त्याची आयुष्यात प्रगती होऊ शकेल." तिने पुष्टी जोडली.

देवजी अचंबित होऊन पाहात राहिला तिच्याकडे.

चंदा होतीच सुंदर. तिच्याकडे सगळ्यांच्या नजरा आपसूक वळत. नाचण्यात तिची बरोबरी करणारं त्यांच्या वाडीत तर कोणी नव्हतं. आता उंचीला ती त्याच्याहून खूप कमी होती खरी; पण तिच्या पुष्टदार सुबक बांध्यामुळे तिची कमी उंची बोचत नसे. वाटेवरच्या वाटसरूनं सहज उचलून न्यावी इतकी ती सुंदर होती. तिचं लग्न न होण्याचं एकमेव कारण म्हणजे तिच्या बापानं तिच्याकरता ठरवलेला हुंडा. सतत दोन वर्षं दुष्काळ पडल्यामुळे एवढा हुंडा देण्याची ऐपत पंचक्रोशीत कुणाचीही नव्हती. त्याला स्वत:लाही चंदा खूप आवडत होती; पण गावातल्या मुलींना मागणी घालण्याची पद्धत त्यांच्यामध्ये नव्हती.

"काय गं, तू कशी काय माझ्या तुल्यबळ आहेस?" चेहऱ्यावर झिपऱ्या येणारी, या क्षणाला आपल्यापायी बंदिस्त झालेली ही मुलगी इतक्या ठामपणाने कशी काय बोलू शकते याचं त्याला नवल वाटलं. त्याच वेळी, तिचे केस पाहून त्याला जंगलातल्या अवखळ निर्झराचीदेखील आठवण झाली.

"तुल्यबळ... हे बघ, मला मान्य आहे तू गोफण चालवण्यात सर्वोत्तम आहेस; पण माझ्या हातात तिरकमठा दे आणि मग बघ कमाल, माझ्या निशाण्याची. तुला कळेल कोणाचा नेम किती चांगला आहे ते! शिवाय, तुला जरी शेतीची, पिकांची माहिती उत्तम असली तरी अगदी घनदाट जंगलातसुद्धा एकटीने कसं जगायचं हे

मला चांगलंच ठाऊक आहे. मी जंगलाबाहेरच्या वस्त्यांमधून, गावांतून खूप फिरले आहे. त्यांची भाषादेखील येते मला. तुझ्यापेक्षा खूप जास्त वेगाने मी धावू शकते. माझ्या मते तर मी नुसती तुल्यबळच नाही, तर चक्क तुझ्याहून पुढे आहे अनेक बाबतींत.''

''थांब थांब! काय म्हणालीस? वेगाने धावू शकतेस? मग मी तुला आता पकडलं ते कसं? हं?'

'अं! ते तर मी मुद्दामहून तुझ्या हाती लागले कारण मला फक्त तुझ्याशी बोलायचं होतं.'' स्वत:चं हे वाक्य बोलून संपेस्तोवर तिने मोठ्या खुबीने त्याच्या अंगाखालून स्वत:ची सुटका करून घेतली. स्वत:ला सावरत, उठून उभी राहिली आणि त्याच्या काही लक्षात येण्याआधी पुन्हा एकदा धूम ठोकली.

अर्थात, पुढे जाण्याआधी मागे वळून बघत ओरडायला विसरली नाही, ''आता बघ मला पकडणं जमतं का ते!''

पुन्हा एकदा तिचं बोलणं पूर्ण होतं न होतं तोच तिने पळायला सुरुवात केली. जणू हवेचा प्रचंड झोत त्याच्या बाजूने गेला. टेकडीवरची विखुरलेली झुडपं, पसरलेली हिरवळ, वाढलेली झाडी या साऱ्यांतून वाट काढत पळणाऱ्या तिच्या पायांवरून तिच्या सशक्त काटकपणाची चुणूक दिसत होती. भानावर येऊन त्यानेही तिचा पाठलाग सुरू केला. सागाच्या झाडांची सळसळ त्याला जाणवू लागली. त्याच्या मनात कुठल्या तरी अनामिक भावनेने प्रवेश केल्याची जाणीव त्याला झाली. पळतापळता त्याची नजर खालच्या अंगाला गेली. दूरच्या डोंगरात नाहीशा होणाऱ्या अंबिकेचं चंदेरी पात्र चमचमताना त्याला दिसलं. आपली कात टाकत संथपणे पुढे सरकणाऱ्या एखाद्या सापासारखी भासली ती त्याला.

त्यांची वस्ती नजरेच्या टप्प्यात आली तसा तिने आपला वेग कमी केला आणि त्याने तिला गाठावं म्हणून थबकली. त्यांची वस्ती म्हणजे लाल-तपकिरी रंगाच्या आणि त्रिकोणी आकाराच्या कौलारू छतांच्या मातीच्या झोपड्या होत्या. दुरून तर त्या खेळातल्या झोपड्या वाटत होत्या, हिरवळीवर रचून ठेवलेल्या.

तो तिच्यापासून हात-दोन हात अंतरावर येताच तिने मोठ्यांदा म्हटलं, ''माझं नाव कुहेली आहे, बरं का! कसं आहे ना, पुरुषाला आपल्या होणाऱ्या बायकोचं नाव तरी माहिती असायला हवं, नाही का?'' त्याने तिला गाठायच्या आधी तिने परत एकदा धूम ठोकली.

त्या झोपड्यांपर्यंत पोहोचून ती जिथे मुक्कामाला होती त्यात शिरून ती दिसेनाशी झाली तरी तो तिच्या दिशेने पाहात उभा होता.

चंदा तिच्या घराच्या मागच्या अंगणात कोंबड्यांना आणि बकऱ्यांना खायला घालण्यात मग्न होती. तेवढ्यात, एखाद्या झंझावातासारखी कुहेली तिथे येऊन पोहोचली. आल्या-आल्या तिने आधी माठामधल्या थंडगार पाण्याचे हबके

चेहऱ्यावर मारले. त्यानंतर ढसाढसा पाणी प्यायली आणि मग चंदाला म्हणाली, ''बघ, सांगितलं होतं ना तुला की, तुझा तो देवजी माझ्यापेक्षा जोरात पळू शकणार नाही म्हणून!''

चंदाच्या सुंदर चेहऱ्यावर सूक्ष्मशी आठी उमटली.

''काय करावं तुला? तू पुन्हा त्याचा पाठलाग करत होतीस ना?'' चंदा उद्‌गारली. लज्जेने तिचे गाल आरक्त झाले होते. या कुहेलीला काय म्हणावं हेच तिला समजत नव्हतं. माणसांमध्ये कसं वागावं हे तिला जरादेखील कळत नव्हतं. अर्थात, त्याला ती तरी काय करणार? इतक्या दाट जंगलात फक्त म्हाताऱ्या आजोबांच्या सोबतीने राहात असताना शिकणार तरी कसं? ते जर अजून हयात असते तर ही बया खरोखरच चेटकीण झाली असती एव्हाना.

''छे गं! या वेळी मी त्याला माझ्या मागे पळायला लावलं बरं का,'' तिने अगदी ठामपणे सांगितलं आणि थोड्या हळुवार आवाजात पुस्ती जोडली, ''इथून पुढे असंच होत राहाणार आहे.'' आणि मग ती मनातल्या मनात म्हणाली, 'आणि आता तो 'माझा' देवजी आहे.'

''तो देवजी काय तुझ्या मागे पळणार आहे गं? तू मूर्खासारखा विचार करते आहेस,'' चंदानं हसत म्हटलं. तिच्या मानेच्या झटक्यासरशी तिने गळ्यात घातलेल्या माळेला असलेल्या छोट्याशा घंटा नाजूकपणे किणकिणल्या. मग जणू ती स्वतःच नादमय झाली. (तिचे ते भावपूर्ण टपोरे डोळे आणि सगळ्यांप्रती तिला वाटणारं प्रेम यामुळे तिथल्या मुलींमध्ये ती एखाद्या राणीसारखी शोभून दिसे.)

अशा प्रकारे देवजीला स्वतःच्या अस्तित्वाची जाणीव करून दिल्यानंतर कुहेली मोकळी झाली. तिला टाळणं देवजीलादेखील कठीण झालं. त्याच्या मते ती अतिशय छळवादी होती. ती आणि तिच्या त्या माकडचेष्टा यांनी तो जेरीस आला. जंगलातल्या प्राण्यांना ती खूप आवडलेली दिसत होती. झाडांवरून लोंबकळणारी माकडं तिच्याशी गप्पा मारायची. पक्षी तर चक्क तिच्या खांद्यावर बसून चिवचिवाट करायचे. काही पक्षी तर तिच्या हातावर येऊन बसायलाही कमी करायचे नाहीत. खारी त्यांना सापडलेली फळं, बिया घेऊन तिच्याकडे यायच्या. तिच्या अंगाखांद्यावर सरसरत तिला आपल्या घासातला घास द्यायच्या. शिवाय तिने जो तिरकमठ्याचा दावा केला होता त्यात काहीही वावगं नव्हतं. त्यांच्याबरोबर सशाची किंवा तित्तरची शिकार करायला ती आलेली त्याच्या मित्रांना मुळीच आवडत नसे; पण कालांतराने तिचं कौशल्य पाहून तिचं त्यांच्याबरोबर असणं सगळ्यांना आवडू लागलं. केलेली शिकार शेकोटीवर भाजायला सगळे गोल करून बसले की, तिच्या जवळच्या गोष्टींना अंत नसायचा. मोठ्या हातोटीनं, रंगवून ती गोष्टी सांगायची. ती आणि

तिचे आजोबा जंगलाच्या अगदी आतल्या भागात राहायचे. तिथे इतर माणसं कधी गेली नव्हती. जंगलातल्या रक्षकांच्या, साहेबांच्या खुमासदार, साहसी कथा तिला माहिती होत्या. शिवाय, तिच्या आजोबांच्या ठायी असलेल्या अचाट शक्तीची ती एकमेव साक्षीदार होती.

जमिनीमधला पाण्याचा साठा शोधण्याव्यतिरिक्त अनेक विद्या त्यांना अवगत होत्या. वाघाच्या डरकाळीवरून ते सांगू शकायचे की, तो शिकारीला निघाला आहे की माजावर आला आहे. झाडांच्या सळसळाटावरून ते सांगू शकायचे की, त्या वर्षी मध जास्त तयार होईल की कमी. हत्तीच्या चालीवरून ते ओळखायचे की हत्तींचा कळप पाण्यामध्ये डुंबण्याचा आनंद लुटायला चालला आहे की शेजारच्या एखाद्या गावामधल्या मक्याच्या पिकाची नासाडी करायला.

आणि सगळ्यात महत्त्वाचं म्हणजे समोरच्या माणसाच्या डोळ्यांत पाहून तो प्रामाणिक आहे की लबाड हेदेखील ते जोखायचे.

पाण्याच्या बाबतीत म्हणायचं तर श्रीमंत शेतकऱ्यांच्या व्यतिरिक्त जिल्हाधिकारी आणि सरकारी कृषी अधिकारीदेखील विहिरी खोदण्याच्या आधी त्यांना पाचारण करायचे. विहिरीला लवकरात लवकर आणि हमखास पाणी लागावं म्हणून लहान-थोर सगळेच त्यांच्यावर विसंबून राहायचे. निवडलेल्या ठिकाणाची चारही अंगांनी पाहणी करत आजोबा सगळीकडे फिरायचे. कंटाळा, टाळाटाळ हे शब्द त्यांच्या कोशात नव्हते. 'थकलो आहे, आता माझ्याकडून होत नाही, कठीण आहे' अशा प्रकारची कुठलीही सबब त्यांनी कधीच सांगितली नाही. आपल्या मिचमिच्या डोळ्यांनी ते ठरलेल्या जागेची बारकाईने पाहणी करायचे. इंच-इंच अन् कोपरा-कोपरा शोधायचे. त्या जागेवर असलेल्या झाडाझुडपांचा, गवताचा अंदाज घ्यायचे. आपल्या काठीच्या साहाय्याने खडकांवर वेगवेगळ्या प्रकारांनी आघात करून जमिनीच्या पोटामधली रहस्यं जाणून घ्यायचे. नाना प्रकारे निरीक्षण-परीक्षण करून त्यांच्या मनाचं समाधान झालं की मग आपली ती जादुई काठी हातात धरून वाट पाहायचे, तिच्या हिंदोळ्यांची. जर एखाद्या जागेमध्ये पाण्याचा प्रचंड साठा असेल आणि ती जागा आजोबांच्या आसपास असेल तर त्यांनी तोलून धरलेली ती काठी स्वत:च्या मर्जीनुसार हवेमध्ये गरागरा फिरलेली कुहेलीने स्वत: पाहिली होती.

ज्याचं काम करायचं आहे ती व्यक्ती आपल्याला पैसे देताना हात आखडता ठेवेल की मोकळा सोडेल याचं अचूक निदान ते कामगिरीवर निघतानाच करायचे. कुहेली त्याचीही साक्षीदार होती.

एकदा देवजीनं उत्सुकतेपोटी विचारलं, "एखादी व्यक्ती आपल्याला पैसे देणार नाही हे माहिती असूनही ते त्याच्या मदतीला का जायचे?"

"आजोबा म्हणायचे की, माणसं चांगली असो किंवा वाईट, प्रत्येकजण हा

फक्त एक निरोप्या असतो शेवटी. मुळात निरोप धाडणारा स्वत: कृषीदेव नानदेव्हों होता; त्यामुळे एखाद्या माणसाला जर आजोबांनी डावललं तर तो प्रत्यक्ष कृषीदेवाचा अपमान ठरला असता. ज्यांनी आजोबांना निसर्गाची गुपितं ओळखायची शक्ती दिली आहे त्यालाच डावलणं कसं शक्य होतं?''

त्यावर देवजीनं फक्त होकारार्थी मान डोलवली होती. त्यानेही ऐकलं होतं, माणसाला जितकी अधिक देणगी मिळते तितकं त्याचं निवडीचं स्वातंत्र्य कमी होतं. अतिसामान्य लोक अतिशय क्षुल्लक स्वार्थापोटी हवे तसे वागू शकतात. असामान्य लोक मात्र समाजकल्याणास्तव कटिबद्ध असतात.

कधीकधी कुहेली आणि देवजी नदीकाठी गळ टाकून बसायचे. अनेक वेळा ते दोघं तासन्‌तास शांत बसून गळाला मासा लागण्याची वाट पाहायचे; अशा वेळी, देवजीला तिसऱ्या कुणाचं तरी अस्तित्व जाणवायचं. त्याला अगदी शंभर टक्के खात्री होती की, जवळच्या एखाद्या दगडावर बसून कुहेलीचा म्हातारा त्यांच्याकडे बघत हसतो आहे म्हणून.

त्यानंतर साधारण तीन वर्षं त्यांचं नातं मैत्रीच्या पुढे गेलं नाही. त्या होळीच्या रात्री मात्र त्यांच्या नात्यानं आकार घेतला.

एव्हाना देवजीच्या बहुतांश मित्रांची लग्नं झाली होती. मागच्या वर्षी भगोडियाच्या जत्रेमध्ये चंदालासुद्धा जोडीदार मिळाला होता, तिच्या बापाच्या अपेक्षा पूर्ण करू शकण्याइतका श्रीमंत होता तो. चंदा त्याच्या मनामध्ये इतकी भरली होती की, ठरलेल्या किंमतीव्यतिरिक्त त्याने आपल्या वाग्दत वधूच्या कुटुंबाला बैलाची एक जोडी देऊ केली. त्याचं गाव महाराष्ट्रातल्या नंदुरबार जिल्ह्याच्या सीमेवर होतं, परंतु चंदाला जेव्हा-जेव्हा आठवण येईल तेव्हा तिला माहेरी घेऊन येण्याचं कबूल केलं होतं त्याने.

पेटलेल्या होळीमध्ये नव्याने पिकलेल्या गव्हाचे दाणे फेकले होते. केसुदो म्हणजेच पळसाच्या आणि आंब्याच्या मोहरलेल्या फांद्या धरणीमातेला अर्पण करण्यात आल्या. त्यांच्या सुगंधानं आसमंत दरवळला. 'होलीका माता' या गजरामध्ये रात्र अधिक खुलली होती. तरुण मंडळी आडोसा शोधून एकमेकांच्या बाहुपाशात बद्ध होऊ लागली होती. आयुष्यभर प्रेम निभावण्याच्या आणाभाका दिल्या-घेतल्या जात होत्या. यौवनाच्या या बहरामुळे वातावरण धुंद झालं होतं. देवजीच्या पोटात एव्हाना मोहाच्या दारूचे काही पेले गेले होते. शेकोटीच्या त्या उजेडात कुहेलीकडे पाहाताना त्याला पहिल्यांदाच तिच्या तारुण्याची नव्हाळी जाणवली. त्याच्या बरोबरीने मोहाचे पेले रिचवायचं आव्हान तिने स्वीकारलं होतं आणि पेललंही होतं. अजूनही ती पूर्णपणे भानावर होती. ती किडकिडीत पायाची, झाडावर उलटं लटकून, त्याच्या चेहऱ्यावर पचकन थुंकून पारंपरिक पद्धतीने त्याच्यावर आपली मोहोर उठवणारी कुहेली आता नवयौवना झाली होती, हे आत्ता कुठे त्याच्या लक्षात आलं.

“काय मग, आपल्या नजरेनं सगळ्यांना घायाळ करत, सगळ्यांबरोबर नाचल्यावर सापडला का जन्माचा जोडीदार?” त्याने विचारलं.

“अच्छा! म्हणजे तुझं लक्ष होतं तर! त्यापैकी कुणीही मला भावण्यासारखा नाही. मी आपली गंमत म्हणून नाचत होते त्यांच्याबरोबर. मला ज्याच्याशी लग्न करायचं आहे ना त्याच्यावर मी माझी मोहोर फार पूर्वी उमटवली आहे. तो कधी मोठा होतो याची वाट पाहात थांबले आहे मी.” हे सांगताना तिच्या चेहऱ्यावर मिस्कील हसू होतं, परंतु तिचे ते काजळ-काळे डोळे काही वेगळंच सांगत होते. ती पुढे म्हणाली, “तो नजीकच्या काळामध्ये मोठा होईल असं वाटतं का तुला?”

तिच्या प्रश्नावर त्याच्याकडे एकच उत्तर होतं, कृतीने देण्याचं.

सरत्या रात्री टिपूर चांदण्यामध्ये दोघंही एकमेकांच्या कुशीत पहुडले होते, तिची ओढणी अंगावर घेऊन. प्रेमाचा पहिला आवेग ओसरल्यानंतर इतका वेळ सुखावणारा वारा त्यांच्या उघड्या देहांवर काटा फुलवू लागला होता. थंडीच्या भावनेने ती त्याला अधिक घट्ट बिलगली. “माझे वडील हुंडा घेऊन उद्या तुझ्या काकांना भेटायला येतील.” तो तिच्या कानामध्ये कुजबुजला. तिचे वडील दुसऱ्या गावचे होते; त्यामुळे त्या दोघांच्या एकत्र येण्यामध्ये मोठ्यांनी आडकाठी आणण्यासारखं काहीच नव्हतं. “मी उघडा-नागडा फिरायचो या गावातल्या रस्त्यांवरून, तेव्हापासून गोकुचे वडील मला ओळखतात. माझ्यावर त्यांचा किती जीव आहे हे मला माहिती आहे; त्यामुळे त्यांनी मला नाकारण्याचा प्रश्नच नाही येणार.”

“देवजी, ऐक ना! आपण दोघं पळून जाऊ या इथून. ज्या जंगलामध्ये मी वाढले तिथे एकदा परतून जायचं आहे रे मला. इतकं अचानक मला तिथून बाहेर पडावं लागलं की, काय सांगू! ती जागा मला रात्रंदिवस बोलावत असते स्वत:कडे. ते जंगलातलं जीवन कसं असतं हे मला तुला दाखवायचं आहे देवजी.” बोलण्याच्या आवेगात त्याच्या मिठीतून सुटून ती उठून बसली. त्याबरोबर त्यांनी पांघरलेली ओढणी सरकून खाली घसरली. फाल्गुनी पौर्णिमेच्या चंद्राच्या चांदण्यांनी तिला उजळवून टाकलं. तिच्या काळ्या दाट केसांभोवती त्या प्रकाशाची आभा पसरली. तिचं सावळं सौंदर्य अधिकच खुललं. पटकन पुढे होत दोन्ही हातांनी देवजीनं तिला जवळ ओढलं आणि तिच्या मधाळ सौंदर्याची चव चाखण्यात तो मग्न झाला. या सौंदर्याचा साक्षात्कार व्हायला आपल्याला इतकी वर्षं कशी लागली याचं त्याला आश्चर्य वाटलं.

आपल्या जिभेनं तिला सर्वांगानं भोगत, तृप्त होत तो म्हणाला, “उद्या! आपण नक्की पळून जाऊ या.”

देवजी आणि कुहेली ज्या पद्धतीने पळून गेले त्यामध्ये काही खास बात होती. अनवाणी पायांनी, अंधाऱ्या रात्री, कुणालाही चाहूल लागू न देता चोरून पळून जाणं त्यांना मान्य नव्हतं. ते दोघं पळाले ते लख्ख सूर्यप्रकाशात. होळीच्या दुसऱ्या

दिवशी त्यांच्या वाडीच्या मधल्या मुख्य चौकातून भरदुपारी ते पळाले. त्या वेळी वातावरण अतिशय उत्तेजित आणि रंगीबेरंगी बनलं होतं. धुळवडीचा दिवस असल्यामुळे सगळे तरुण गाण्या-बजावण्यात, ढोल-ताशांच्या तालावर रमले होते. मोठ्या हिरिरीने एकमेकांचा पाठलाग करून एकमेकांना रंग लावत होते. त्यांचे चेहरे काळ्या रंगानं, तर शरीरं पांढऱ्या रंगानं रंगली होती. जोडीला खूप सारी पिसं आणि किणकिणणाऱ्या घंटा लावून त्यांनी स्वत:ला सजवलं होतं.

त्यांच्या वाडीचा बहुरूपी आज रंगात होता. चित्रविचित्र पोशाखात सजून-धजून आला होता. होलिकादेवीचं प्रतीक म्हणून त्याने गडद केशरी रंगाची साडी गुडघ्यापर्यंत दुमडून नेसली होती. कानामध्ये मोठे झुमके, हातात बांगड्या अशा बायकी वेषात तो नाचत होता. होळीचं गाण म्हणत जाणारी मुलं दिसली की, त्यांचा पाठलाग करत होता. ते गाणंही झकास होतं,

होली बाई रेवती येनी
होलिका राणी येता रंग खेळाया
तुज्या संग रंग उधळाया
होलिका आणि पंचपक्वान्ने
तृप्त करी ती सहभोजने
होलिका राणी येता रंग खेळाया
सारे संग रंग खेळू या
होलिका राणी येता रंग खेळाया.

गोकु, चंदा, तिचा नवरा आणि त्यांच्या सगळ्या मित्रांबरोबर देवजी आणि कुहेली गप्पा मारत चौकात उभे होते. बघता-बघता हातात हात घालून ते दोघं तिथून पळून गेले. वन्सदाकडे जाणाऱ्या बसमध्ये बसल्यावरही त्यांचं गाणं सुरूच होतं, 'होली बाई रेवती येनी'. ते गाताना हसत होते की हसताना गात होते हे सांगणं मोठं कठीण होतं. वन्सदाला पोहोचल्यावर त्यांची पदयात्रा सुरू झाली. साधारण दीड दिवस ते चालत होते. हळूहळू पक्का रस्ता संपून कच्चा रस्ता आणि मग पाऊलवाट लागली. त्यानंतर रस्त्याचा मागमूस नव्हता, परंतु कुहेली त्याचा हात धरून अचूक वाटचाल करत होती. मनुष्यवस्तीच्या साऱ्या खुणा मागे पडल्या होत्या. गडद होत जाणाऱ्या काळोखात डासांच्या झुंडी जशा दिसतात तशाच त्या वस्त्या वाटत होता. हळूहळू त्याही दिसेनाशा झाल्या. आजूबाजूचं सृष्टीसौंदर्य निरखत, स्वत:च्या पायांमधलं बळ जोखत ते दोघंही जंगलाच्या पोटात शिरत होते. ते जंगलं भीतिदायक असलं, तरी आव्हान देणारं आणि हिंमतवानांचं स्वागत करणारं दिसत होतं.

जंगलाच्या जवळजवळ मध्यावर असलेल्या रानआंब्याच्या दाट राईमध्ये कुहेली त्याला घेऊन आली. नदीकाठी वाढणाऱ्या उंच भराडी गवताची आपण झोपडी बांधू या, असं तिने देवजीला सांगितलं. त्यानंतर काही काळ मात्र ती त्या जंगलामध्ये तिच्या गत आयुष्याच्या रम्य आठवणींमध्ये हरवून गेली. कितीतरी वेळ ती एकटीच तो परिसर नजरेत साठवत होती. त्या जागेशी जोडल्या गेलेल्या तिच्या बालपणीच्या आठवणी तिने त्याला सांगायला सुरुवात केली. त्या जागेच्या ईशान्य दिशेला अंबिका वाहते. ते जिथे उभे होते तो परिसर देवली मादी – देवी माँ – कडून रक्षिला जात होता. तसंच उत्तरेकडे असणारा देव हेला मोगरा आणि दक्षिणेकडे असणारा काका बोलिआ त्यांच्या रक्षणासाठी सज्ज होते. त्या दोघांचे पुढचे काही दिवस अगदी व्यग्र गेले. मध कसा गोळा करायचा, झाडांवरची फळं आणि घरट्यातली पक्ष्यांची अंडी कशी शोधायची, जंगलभर पसरलेल्या हिरवळीतून खाण्यास योग्य भूछत्रं कसे हुडकायचे; ससे, मासे आणि तित्तर पकडायच्या मोक्याच्या जागा कशा गाठायच्या हे सगळं तिने त्याला शिकवलं. त्यांना दोन वेळेला पोट भरण्याची मुळीच भ्रांत नव्हती.

काही दिवसांनी ते दोघंही त्याच्या वस्तीवर परतणार होते. त्यांनी असं पळून जाऊन लग्न केलं म्हणून कुणीही त्यांना रागावणार नव्हतं कारण त्यांच्या जमातीला पळून जाऊन लग्न करण्याचा रिवाज मान्य होता; त्यामुळे ते परत गेल्यावर नाच, गाणे, बँडबाजा, दारू आणि मांस-मटणांनी त्यांचं जंगी स्वागत होणार होतं हे नक्की. पण त्याआधी त्या दोघांना फक्त स्वत:चे असे काही दिवस हवे होते. निसर्गाच्या कुशीत नित्य नवीन साहस करायचं होतं त्यांना. एकदा घर-गृहस्थी सुरू झाली की, मग वेगवेगळ्या जबाबदाऱ्या पेलणं भाग होतं. मुला-बाळांचं संगोपन, शेळ्या-कोंबड्यांकडे लक्ष देणं, गुराढोरांची काळजी घेणं, तिनं परसदारी भाज्या आणि मका जोपासणं, त्यानं शेतात पीक घेणं, ते विकून वर्षाची बेगमी करणं हे सारं काही अटळ होतं.

पण ते सारं काही आठवडे पुढे ढकलणं शक्य होतं. सध्यातरी प्रत्येक पाना-फुलाची ओळख करून घेणं आणि आवाजावरून पक्षी ओळखणं एवढंच त्यांना दिवसभर पुरेसं होतं. दिवस ढळला की, मग एकमेकांच्या मिठीत विरघळून जात एकमेकांना अधिकाधिक सुख देण्याचे नित्य नवे मार्ग शोधण्यात त्यांची रात्र सरत होती. त्या दोन प्रणयोत्सुक जिवांना सोबत असायची ती रातकिड्यांच्या तालबद्ध किरकिरण्याची.

२

आपल्या परसदारी भाजीच्या वाफ्यांमध्ये काम करता-करता कुहेली मनातून आनंदली होती. वाऱ्याच्या झुळकीबरोबर डोलणारं मक्याचं पीक पाहून तिला हायसं वाटत

होतं. तीन वर्षांच्या सततच्या दुष्काळानंतर कुठे यंदाच्या चौमासामध्ये पावसानं तोंड दाखवलं होतं; त्यामुळे सगळीकडे आबादीआबाद होणार होती. इतकी वर्षं ढगांच्या गडगडण्याच्या रूपातून घसे खाकरून देव बहुधा थकले होते. आता मात्र सगळे एकमुखानं आनंदानं, मोठ्या उत्साहात नाचत-गात पडत्या पावसाचं स्वागत करत होते. स्वर्गानं पुन्हा एकवार पृथ्वीचं प्रेमगीत आळवायला सुरुवात केली होती; त्यामुळे यंदा नक्कीच सृजनाचे नूतन सोहळे अनुभवता येणार होते. यंदा निरनिराळ्या वेली फोफावून त्यांपासून हिरव्या, कोवळ्या ताज्या शेंगांची रेलचेल होणार होती. वेगवेगळ्या प्रकारचे भोपळे वर्षभर खाता येणार होते. माशांची ददात पडणार नव्हती. शिवाय, अंड्यांची मुबलकता असणार होती. मक्याचं पीक उदंड आलं की, आपोआपच तिला तिच्या नवऱ्याला आणि मुलांना व्यवस्थित आणि पोटभर खाऊ घालता येणार होतं. गेला उन्हाळाभर त्यांना ज्वारीची पातळसर लापशी खाऊ घालण्याशिवाय कुठलाही पर्याय नव्हता तिच्याकडे. भूक सोसत राहाण्याची जणू सवयच लागली होती त्यांना. ती सवय मोडण्याची आशा या पावसामुळे निर्माण झाली होती. ओळीने तिसऱ्या वर्षी पावसानं पाठ फिरवल्यानंतर तर जंगलचा मेवा आणि शिकार मिळणेही दुरापास्त झाले होते.

वेगवेगळ्या झावळ्या एकत्र गुंफून त्यांच्या झोपडीचं छप्पर सजलं होतं. त्या छताला बांधलेल्या नवारीच्या पाळण्यात बाबला झोपला होता. गाढ झोपेतही त्याने प्लास्टिकचा लाल-पिवळा चेंडू आपल्या छातीशी घट्ट धरून ठेवला होता. त्याच्या पाळण्याशी उभं राहून तो चेंडू हलक्या हाताने काढून घेण्याचा नानलोचा प्रयत्न होता.

नानलोचे डोळे अगदी तिच्यासारखे होते, काजळ घातल्यागत. पाच वर्षांचा असूनही तो किडकिडीत आणि लहानसा दिसत होता. तो मोठा आणि बाबला धाकटा होता.

"नानलो, राहू दे रे तो चेंडू त्याच्या हातामध्ये. तू निष्कारण उठवून ठेवशील त्याला."

"पण मला खेळायचं आहे ना चेंडू घेऊन! तो झोपलेला असताना काय गरज आहे त्याला चेंडूची?"

"बाळा, तुला माहिती आहे ना की, तो उठला तर रडत राहील."

"मग, मी काय करू? तो सारखाच रडत असतो." बोलता-बोलता नानलोनं बाबलाच्या इवल्याशा मुठीतून तो चेंडू सोडवला. त्याबरोबर बाबलानं झोपेत ठणाणा रडायला सुरुवात केली.

नानलो म्हणाला त्यात काही खोटं नव्हतं. बाबला सतत रडत असायचा. त्याच्या जन्मापासून गेल्या दोन वर्षांमध्ये त्याचं इवलंसं पोट कधीही भरलं नव्हतं. त्याची आईदेखील त्याला पुरेसा वेळ देऊ शकली नव्हती. एकतर नानलोकडे लक्ष

देणं, त्याचे हट्ट पुरवणं यात तिचा बराच वेळ जाई. शिवाय, दुष्काळामुळे तर रोज पायपीट नशिबी आली होती. केवळ अन्नच नाही, तर पिण्याच्या पाण्याच्या शोधामध्ये मैलोन्मैल वणवण भटकावं लागत होतं. मोठा आटापिटा करून लाकडाची मोळी गोळा करावी लागत होती. ती मोळी बाजारात विकली गेली तर हाता-तोंडाची गाठ पडू शकत होती. देवजीदेखील काही हातावर हात ठेवून बसलेला नव्हता. कुठे ना कुठे काम मिळवायचा त्याचा सतत प्रयत्न चालू होता. शेती तर निव्वळ वाऱ्यावर सोडली होती त्याने. त्या उजाड शेतामध्ये काही खायला मिळतं का हे शोधत मोकाट जनावरं भटकत होती.

''बाळा, दे बरं तो चेंडू त्याला परत. तू त्याचा दादा आहेस की नाही?''

''मग मला नानलो – लहाना – कशाला म्हणतेस गं?'' त्याने मुद्दाम तिला विचारलं. चेंडू हातामध्ये आल्यामुळे स्वारी खूश झाली होती. पाळण्याच्या भोवती उड्या मारत, चेंडू वर टाकून झेलण्यात त्याला खूप मजा वाटत होती.

त्याचा हा अगदी ठरलेला प्रश्न होता. माय-लेकामधलं गोड गुपित होतं ते. तो जर थोरला होता तर त्याला नानलो का म्हटलं जाई हे तो मुद्दाम विचारी. मग त्याची आई त्याला सांगायची की, तो जन्मला तेव्हा खूप छोटासा होता. इवल्याशा बोटांचा, गोंडस; त्यांचा एकुलता एक मुलगा. देवजी आणि ती त्याला पाहून खूप सुखावले होते. त्यांच्या काळजाचा ठेवा होता तो. त्याचं ते बाळरूप पाहिल्यावर नानलो हेच नाव त्यांना सुचलं होतं.

''त्यापेक्षा माझं नाव बाबला आणि याचं नाव 'रडक्या' ठेवलं असतं तर बरं झालं असतं. सारखाच तर रडतो तो.'' नानलो आज नेहमीपेक्षा जास्त हट्टाला पेटला होता. पाच वर्षांच्या त्या पोराच्या चेहऱ्यावर त्याच्या मनातला असंतोष दिसून येत होता.

''नानलो, माझं गुणाचं बाळ ते. बघ, तुझा बाप्पा येतो आहे. छान, शहाण्या मुलासारखं वाग बरं. जा, त्याच्यासाठी माठामधलं थंडगार पाणी आण पटकन.''

नानलो काही उत्तर देण्याच्या आधीच देवजी घरात आला आणि बाबलाच्या पाळण्याच्या बाजूला असलेल्या पलंगावर मटकन बसला. एव्हाना बाबलाची कुरकुर परत सुरू झाली होती. आपल्या दोन्ही हातांमध्ये डोकं धरून देवजी तसाच बसून राहिला. थोड्या वेळानं त्याने मान वर केली तेव्हा त्याची नजर अगदी भकास दिसत होती. काही वेळ तसाच निश्चलपणे बघत राहिला तो.

''काय झालं?'' त्याच्या हालचाली न्याहाळणाऱ्या कुहेलीने शेवटी धीर करून त्याला विचारलं.

''सरकार गाव रिकामं करतं आहे.'' उत्तर देणारा आवाज हा नेहमीच्या देवजीचा नव्हता. कुणीतरी दुरून बोलतं आहे असं कुहेलीला वाटलं. त्याचा चेहरासुद्धा

पांढराफटक पडला होता.

"कुठलं सरकार? कुठलं गाव?" ती संभ्रमात पडली.

"आपलं! शेजारच्या वस्तीमध्ये लाउडस्पीकरवरून पुन:पुन्हा सांगितलं जात आहे, 'पाच दिवसांत गाव मोकळं करा. जिओतगढचं धरण बांधून झालं आहे'.

"पण त्याचा आपल्याशी काय संबंध?"

"येत्या पावसाळ्यात त्या धरणाच्या पाण्याखाली आपली शेती जाणार आहे."

"पण आपण जाणार तरी कुठे? ते आपल्याला कुठे पाठवणार आहेत?"

अतिशय उदास स्वरात तो म्हणाला, "मला तर काहीच माहीत नाही गं. गावातले सगळे लोक जातील तिकडे आपणही जायचं, झालं!"

"अरे, फक्त पाच दिवसांत? कसं शक्य आहे? शेतात पीक उभं आहे. हाता-तोंडाशी घास आला आहे आणि मुलांचं काय? ते कसा काय प्रवास करणार? आपलं घर-दार आणि शेत सोडून जायला सांगायला त्या सरकारचं काय जातं आहे?"

"हे बघ, मला पोटात ढकलायला दे काहीतरी, म्हणजे मग मी जरा गावातल्या वडीलधाऱ्यांकडून काहीतरी माहिती काढून आणतो." त्याने कसंबसं उत्तर दिलं.

गावातल्या वडीलधाऱ्यांची अवस्था तर तरुणांपेक्षा अधिक बिकट होती. त्यांच्या हाता-पायात पूर्वीप्रमाणे ताकद नव्हती. खरंच गाव सोडायची वेळ आली तर आपलं काय होईल या समस्येनं त्यांना भेडसावलं होतं. सगळीकडे गोंधळ माजला होता. नक्की काय करावं हे कुणालाही सुचत नव्हतं. गाव रिकामं करण्याची नोटिस घेऊन आलेल्या सरकारी अधिकाऱ्यांकडे काही कागदपत्रे होती. त्यावर गावकऱ्यांच्या अंगठ्यांचे ठसे होते. त्यांची जमीन सरकारनं संपादन केली आहे, त्याचा त्यांना पैशांच्या रूपात मोबदला मिळाला आहे, हा व्यवहार त्यांच्या राजीखुषीने झालेला आहे हे त्या कागदांवरून सिद्ध होत होतं. त्या कागदांवर चार वर्षांपूर्वीच्या तारखा होत्या. हे सगळं समजल्यावर तर गावभर स्मशानशांतता पसरली.

जरा स्मरणशक्तीला ताण दिल्यावर सगळ्यांना आठवलं की, खरोखरच चार वर्षांपूर्वी एक सरकारी गट पाहणी करून गेला होता. त्या वेळी त्यांनी सर्व गावकऱ्यांची सभा घेऊन सांगितलं होतं की, तिथल्या नदीवर एक नवीन प्रकल्प होणार आहे; त्यामुळे त्यांच्या गावाला कालव्यानं पाणीपुरवठा होणार होता, शिवाय, वीजसुद्धा मिळणार होती. त्याकरता सरकारला सविस्तर माहिती गोळा करणं गरजेचं होतं. म्हणून प्रत्येक घरात जाऊन त्यांनी प्रत्येकाची शेती किती आहे याची विचारणा केली होती. पाहुणचारासोबत मस्तपैकी गावरान कोंबडीचा रस्सा ओरपला होता. जोडीला मोहाच्या दारूचे प्याले रिकामे केले होते. गावातले लोक आपल्या हक्काच्या जमिनीव्यतिरिक्त जी जमीन कसत होते त्याबद्दल सरकारी लोकांनी चकार शब्ददेखील उच्चारला नव्हता. म्हणून देवजीच्या वडिलांना वाटलं होतं की,

सरकारी लोक खूप चांगले आहेत. गावकऱ्यांना त्रास व्हावा असं त्यांना अजिबात वाटत नव्हतं.

ते लोक गावातून निघून गेल्यावर त्यांच्या कनवाळूपणाबद्दल देवजीच्या वडिलांनी देवाचे आभार मानले होते. हातात खुळखुळणाऱ्या अडीच हजारांतून त्याने घरावर नवीन कौलं चढवली होती, जेणेकरून पाऊस आणि रोगराई दूर राहू शकेल; तरीही पैसे उरले होते म्हणून मग राजपिपल्याहून त्याने एक झकास ट्रान्झिस्टर खरेदी करून आणला होता. इंदिरा गांधींची हत्या झाल्याची बातमी त्या ट्रान्झिस्टरमुळे सगळ्यांना ऐकता आली होती ना! अर्थात, हे सरकारच्या औदार्यामुळे शक्य झालं होतं, नाहीतर देशामध्ये कुठे काय घडतं आहे त्याची माहिती त्यांना कशी बरं मिळाली असती?

त्या प्रकल्पामुळे खेळणारं पाणी आणि मिळणारी वीज ही त्यांच्या वाडीसाठी नव्हती हे देवजीला किंवा इतर गावकऱ्यांना कुणीही सांगितलं नव्हतं. मग त्यांच्या जमिनी पाण्याखाली जाणार आहेत हे सांगणं तर दूरच राहिलं.

आता जेव्हा वस्ती रिकामी करण्याची नोटिस आली तेव्हा तिथल्या जाणकारांची धावपळ उडाली. सरकारी कार्यालयाच्या वेगवेगळ्या विभागांतून, एखादा चेंडू टोलवल्यासारखे ते फिरत राहिले. आपल्याला कुणीतरी वाली भेटेल अशी खुळी आशा बाळगून दिसेल त्याचे पाय धरत राहिले. सर्व्हे करायला आलेल्या लोकांनी दिशाभूल करून त्यांच्या सह्या घेतल्या होत्या; पण आता मात्र कुणीही त्यांचा कैवार घ्यायला तयार नव्हतं. वेळ निघून गेली होती. धरण बांधून पूर्ण झालं होतं. त्यांना त्यांच्या जमिनीचा मोबदला दिला गेला होता. आता काहीही वेगळं घडणं शक्य नव्हतं. त्यांना गाव रिकामं करून द्यावं लागणार होतं हेच खरं!

ते जेव्हा गटविकास अधिकाऱ्यांकडे गेले तेव्हा त्याने अगदी उडवून लावलं. "मिळालेले पैसे दारू पिण्यात आणि नाच-गाण्यात उडवलेत ना! त्यापेक्षा आपण कशावर आणि का सह्या करत आहोत याकडे थोडं लक्ष दिलं असतंत तर आज ही वेळ आली नसती. आता प्रत्यक्ष ब्रह्मदेव आला तरी काहीही होऊ शकणार नाही. समजलं?" त्यांना सहानुभूती दाखवण्याऐवजी त्याने सगळ्यांना फैलावर घेतलं. त्याला पक्कं ठाऊक होतं की, आता जर यांच्याशी मऊपणानं वागलो तर धरणाच्या पाण्याखाली जाणाऱ्या आजूबाजूच्या शेकडो वस्त्या-वाड्यांतून अनेक विनवणी अर्ज, चौकशा, कोर्ट-कचऱ्या अशा हजार भानगडी उपटतील. मग परिस्थिती चिघळेल. कदाचित हाताबाहेर जाईल. त्यापेक्षा सुरुवातीला खंबीरपणा दाखवणं शहाणपणाचं होतं.

पुढचे दोन आठवडे गावामध्ये असह्य तणाव भरून राहिला होता. कुणीही घरातून बाहेर पडत नव्हतं. जणू चार भिंतींत कोंडून घेतल्यामुळे त्यांच्यावरचं अस्मानी संकट टळणार होतं. कुठे जायचं, कसं जायचं याबद्दल कुणी काही सांगू-

ठरवू शकत नव्हतं. राज्य सरकारच्या हुकमाची अंमलबजावणी झाली नाही, तर सगळ्यांविरुद्ध कडक कारवाई केली जाईल अशा घोषणांचा मारा सुरू झाला. तरीही गावकऱ्यांची काही हालचाल दिसेना. मग पोलीस आले. धाकदपटशा दाखवून, लाठ्या-काठ्यांच्या जोरावर सर्वांना घराबाहेर काढलं गेलं. लहान-मोठे, स्त्री-पुरुष, तरुण-म्हातारे, शेळ्या-मेंढ्या-कोंबड्या सारी पावलं गावाबाहेर पडू लागली. कपड्यांची बोचकी, काथ्याच्या बाजा, भांडी-कुंडी, शिधा; जे आणि जसं नेता येईल तसं नेण्याचा प्रयत्न करत, डोळ्यांतले अश्रू टिपत, शंभर वेळा घराकडे वळून पाहात, आपल्या आश्रयदात्या भूमीला शेवटचा रामराम ठोकून मोठ्या अनिच्छेने सारेजण भविष्याला सामोरं जायच्या तयारीने निघाले. त्यांना आसरा देऊ शकेल अशा निवाऱ्याच्या शोधात आणि त्यांना रोजीरोटी मिळू शकेल अशा कर्मभूमीच्या शोधात!

राजपिपल्याच्या बाजारात कुहेली आणि देवजी गेले तीन दिवस ठाण मांडून बसले होते, बेवारस कुत्र्या-मांजऱ्यासारखे. त्यांच्या पोटात अन्नाचा कणच काय, पाण्याचा थेंबसुद्धा गेला नव्हता. ना बसायला जागा होती ना आडवं व्हायला. नैसर्गिक विधीसाठी एखादा आडोसा सापडणंही कठीण होतं. एखादा कंत्राटदार आपल्याला कुठेतरी काम देईल या एकाच आशेवर ते जगत होते. कुठेही जायची त्यांची तयारी होती. मात्र, त्यांना एकत्र काम करायचं होतं. तशी त्यांची अट होती. कामाची कमी नव्हती. कंत्राटदार धट्ट्याकट्ट्या लोकांच्या शोधात होते. नुकतंच कुठे धरण बांधून होत होतं. तेवढ्यात त्यापासून निघालेल्या कालव्यांची दुरुस्ती आणि डागडुजी करण्याचीसुद्धा वेळ येऊन ठेपली होती. झालेल्या कामाचा दर्जा अगदी यथातथाच होता: शिवाय, राजपिपल्याच्या दुसऱ्या टोकाला नर्मदेवर प्रचंड मोठ्या धरणाच्या बांधकामानं वेग घेतला होता. तिथेही मजुरांची आवश्यकता होती.

कालव्याच्या बाजूची माती वाहण्याच्या कामाकरता त्या दोघांची निवड करणाऱ्या मुकादमानं त्यांना राहायला जागा देण्याचं कबूल केलं होतं. नदीच्या काठा-काठानं नव्याने खोपटांची वसाहत आकाराला आली होती. मुकादमाने त्यांना तिथे नेले. घरं कसली म्हणायची? पुठ्ठ्यांच्या भिंती आणि ताडपत्रीचं छत, तेही अगदी लहानशा जागेत, दाटीवाटीनं. जेमतेम अंग टाकायला जागा होती एवढंच! त्यांच्यासारखी अनेक कुटुंबं तिथं एकवटली होती. विझून गेलेल्या आशा, गमावलेली जमीन, हरवलेलं अस्तित्व... केवळ जगता यावं ही माफक अपेक्षा उरली होती. साधं अंघोळ, लघवी, शौच अशा दैनंदिन क्रिया करता येणंसुद्धा कठीण झालं होतं. त्याकरतासुद्धा प्रचंड यातायात करावी लागत होती. मध्यरात्री उठायचं, कुणाला चाहूल न लागू देता नदीकाठी जायचं किंवा साऱ्यांच्या नजरांचा पाठलाग थांबवण्यासाठी दूर कुठेतरी जायचं आणि 'उरकून' टाकायचा देहधर्म. त्यालाच चैन समजू लागले होते सारेजण.

दोन्ही पोरांचे मात्र अतिशय हाल होऊ लागले होते. कुहेली आणि देवजी दोघांनाही कालव्यावर कामाला जाणं भाग होतं. कालव्यांची नव्याने पुनर्बांधणी होत होती. त्यासाठी जमीन खणण्याचं काम त्यांना मिळालं होतं. नानलोवर दोन वर्षांच्या बाबलाची जबाबदारी पडली होती. अवघ्या काही आठवड्यांमध्ये तो स्वत:च्या बरोबरीने आपल्या धाकट्या भावाचीदेखील उत्तम काळजी घेऊ लागला. तसं पाहिलं तर नानलो काही फार मोठा नव्हता. जेमतेम पाच वर्षांचा असूनही सगळ्यांना लागणारं प्यायचं पाणी भरणं, कुहेलीनं करून ठेवलेला स्वयंपाक वाढून घेणं, धाकट्याला भरवणं, उरलेल्या तीन कोंबड्यांकडे लक्ष देणं अशा कितीतरी भूमिका त्याला पार पाडाव्या लागत होत्या. त्यांच्या सगळ्या बकऱ्या मात्र देवजी विकाव्या लागल्या होत्या. काय करणार? त्यांच्या खोपटात माणसांनाच जागा नव्हती, तिथे प्राण्यांना कुठून असणार? तरीही त्यांचं जे काही किडूकमिडूक उरलं होतं त्याची राखण करणं, धाकट्या भावाला मोठ्या टारगट मुलांपासून वाचवणं, दारू पिऊन बेतालपणा करणाऱ्यांपासून त्याला दूर ठेवणं हीसुद्धा नानलोची जबाबदारी होती.

संध्याकाळी आई-वडील घरी आले की, नानलो बाबलाला त्यांच्या हातात देऊन मोकळा व्हायचा. मग आजूबाजूच्या झोपड्यांमधून, थोडं पुढे जाऊन इतर शेतांतून भटकणं हा त्याचा आवडता छंद होता. घंटा-दोन घंटे भटकंती करून तो परत येत असे. येताना त्याच्या हातात हटकून एखादी वीट, काठी, ब्लेड, निदान दोन-चार टोकदार दगड आवर्जून असायचे. घरी आल्यावर खोपटाच्या एका कोपऱ्यात त्याच्या आधीच्या शस्त्रास्त्रांच्या ढिगामध्ये या नवीन संपत्तीची भर घातली की मग तो निश्चिंत होई. तिथेच बाजूला तो रात्री पथारी पसरत असे.

एक दिवस तो असाच गारगोट्या घेऊन आला तेव्हा देवजीनं त्याला ते सारं जमवण्याचं प्रयोजन विचारलं. ''त्या कुत्र्यांकरता गोळा केलं आहे,'' असं सांगताना जणू नानलोच्या डोळ्यांतही ठिणग्या पेटल्या होत्या. त्याच्या उत्तरावर देवजी आणि कुहेलीनं चमकून एकमेकांकडे पाहिलं. मात्र, देवजीनं तो विषय वाढवला नाही. आपला मुलगा खऱ्या कुत्र्यांबद्दल बोलतो आहे की माणसांबद्दल हे जाणून घेण्याचा जराही प्रयत्न त्याने केला नाही. कुहेलीनं क्षणभरासाठी डोळे मिटून घेतले. नानलोच्या डोळ्यांतून व्यक्त होणारा त्वेष आणि विरोध या दोन्हीला नजर देणं तिला अशक्य होतं. कालव्याच्या कामाच्या ठिकाणी मुलांना नेणं अधिक बरं राहील का असा विचार पुन्हा तिच्या मनात डोकावला; पण तिथे दिवसभर रणरणत्या उन्हात मुलांना ठेवणं कठीण होतं. शिवाय, लहान मूल बरोबर घेऊन येणाऱ्या मजुरांशी सुपरवायझरचं वागणं अतिशय अमानुषतेचं असे. मुलांवरच्या मायेपोटी मजूर अतिशय हळवे होत. त्यांच्या पोटात दोन घास तरी जावेत म्हणून वाटेल तो जाच सहन करत. हे मजूर कितीही कमी मजुरीत राबायला तयार असत. त्यावर पाणी सोडून दुसरीकडे काम

शोधायला जाण्याची त्यांची अजिबात तयारी नसे. हे सगळं माहिती असल्यामुळे सुपरवायझर त्यांना पिळून काढत असे.

विषयांतर करण्याकरता कुहेलीनं त्याच्याकडे चेंडू फेकला. "जा बाळांनो, तुम्ही दोघं खेळा जरा वेळ बाहेर." कालव्याच्या कामावर असलेल्या एका बाईनं आपल्या मुलासाठी चिंध्या आणि सुतळीचा वापर करून केलेला चेंडू पाहून कुहेलीनंसुद्धा आपल्या मुलांसाठी तस्साच चेंडू केला होता.

गाव सोडून आता आठ महिने झाले होते. सुरुवातीला गोकु त्याच्या बहिणीला, चंदाला भेटून आला होता. त्याचे आई-वडील बरेच म्हातारे होते. सतरा ठिकाणी त्या दोघांची वरात काढणं शक्य नव्हतं. म्हणून गोकु त्यांना चंदाकडे सोडून आला होता. त्या साऱ्यांच्या विस्थापनाची कथा चंदापर्यंत पोहोचली होतीच. चंदाचा नवरा आवर्जून वेळ काढून त्या साऱ्यांना भेटायला आला होता. येताना मुलांसाठी भरपूर बत्तासे आणले होते त्याने. नवागावच्या बाजूला एका मोठ्या धरणाचं काम सुरू झालं होतं; त्यामुळे लवकरच त्यांचं गावसुद्धा पाण्याखाली जाणार होतं. तो विषय निघाला आणि त्याचा आवाजच बदलला. आदिवासींच्या हक्कांकरिता चालू असलेल्या चळवळीमध्ये त्याचा सहभाग होता. बोलता-बोलता त्याचा आवाज चढला. नजरेत जणू अंगार फुलले. चळवळीमध्ये भाग घेतलेल्या इतरांना देवजीनं भेटावं म्हणून त्याने आग्रह धरला.

कुहेलीसुद्धा देवजीच्या मागे लागली. "काय हरकत आहे जायला? आपण जाऊ या की त्याच्याबरोबर. काय बिघडेल आपण गेलो तर?"

"दोन दिवसांची रोजंदारी बुडेल. शिवाय मुकादम हाकलून देऊ शकतो ते वेगळंच." देवजीनं तिला परिस्थितीची जाणीव करून दिली.

पण शेवटी देवजी त्या दोघांच्या हट्टापुढे नमला.

सरदार सरोवर प्रकल्पाच्या त्या अवाढव्य ऑफिसच्या बाहेर असलेल्या एका छोट्या चहा टपरीमध्ये ते सगळे जमा झाले होते; देवजी, चंदाचा नवरा आणि त्या चळवळीसाठी सर्वस्व झोकून देऊन काम करणारे दोन तरुण. त्यांना पाहून कुहेलीच्या मनात आशा पालवली. एखादा नुकताच पंख फुटलेला पक्षी उडण्यासाठी जशी धडपड करतो तसंच काहीसं कुहेलीचं झालं. ती दोन तरुण मुलं तोडक्या-मोडक्या हिंदीमध्ये त्यांच्याशी संवाद साधत होती. त्यांना ना गुजराती येत होती ना मराठी. आपल्या आजोबांबरोबर फिरत असताना कुहेलीनं या दोन्ही भाषा उत्तम प्रकारे आत्मसात केल्या होत्या. ती दोन्ही मुलं मुंबई आणि दिल्लीची होती. ते आपापसांत इंग्रजीमध्ये बोलत होते, जे कुणालाही समजणं शक्य नव्हतं. त्या भाषेमुळे तिला अचानक जुनी आठवण आली, कडाक्याच्या थंडीत त्यांच्याकडच्या जंगलात परदेशात

स्थलांतर करून येणाऱ्या पक्ष्यांची. ते पक्षी जसे परके होते तशीच ही भाषासुद्धा तिला परकी वाटली. थोडीशी विटकी निळी पँट आणि चुरगळलेला सुती शर्ट असा त्या दोघांचाही पेहराव होता. चंदाच्या नवऱ्यानं त्यांच्याबद्दल माहिती देताना सांगितलं होतं की, ते दोघंही घरचे खूप चांगले आहेत. छान कपडे घालून, गुळगुळीत दाढी करून, छान केस विंचरून कुणावरही प्रभाव टाकण्याची त्यांना काही एक आवश्यकता नव्हती. म्हणूनच कदाचित ते अशा विटक्या कपड्यांमध्ये इथे बसले होते. चंदाचा नवरा तर असंही म्हणाला की, त्या दोघांच्या अगदी वरपर्यंत ओळखी आहेत; त्यामुळे इथली परिस्थिती आपल्या सरकारपर्यंत आणि पार अमेरिकेमधल्या महत्त्वाच्या लोकांपर्यंत पोहोचवणं त्यांना शक्य होतं.

ते दोघं अतिशय उत्तेजित होऊन, भरभरून बोलत होते. त्यांच्याकडे पाहाताना कुहेलीला वाटलं की, या दोन शहरी मुलांना आमच्या या दुरवस्थेबद्दल मनापासून वाईट वाटत असेल का? त्यांच्यापैकी एकानं गुळगुळीत दाढी केलेली होती. त्याच्या डोळ्यांवर बारीक तारेचा चश्मा होता. त्याच्या मते या सगळ्या लढ्यामध्ये तथ्य होतं. विस्थापित आदिवासींची बाजू भक्कम होती.

"आपण असं गृहीत धरू या की, तुमच्या वडिलांना विस्थापनाचा पुरेसा मोबदला मिळाला आहे; परंतु त्यांनी कागदपत्रांवर सह्या केल्या तेव्हा तुम्ही सगळे अठरा वर्षांहून जास्त होतात. हो की नाही? म्हणजेच कायद्याच्या दृष्टीने तुम्ही सज्ञान झालेला होतात आणि म्हणूनच तुम्हाला वैयक्तिक भरपाई मिळणं गरजेचं आहे किंबहुना तो तुमचा हक्क आहे. शिवाय तुमचं लग्न झालेलं आहे, तुमचं घर वेगळं आहे; त्यामुळे तर तुम्हालाही मोबदला दिला गेला पाहिजे." त्या चश्मेवाल्यानं देवजीला समजावलं.

आता दाढीवाला पुढे सरसावला. "मात्र, तुमच्याकडे योग्य कागदपत्रं हवीत!" त्याचे दात मात्र अगदीच घाण होते, एखाद्या म्हाताऱ्यासारखे. पिवळ्या दातांवर निकोटीनचे तपकिरी डाग पडलेले होते. त्याच्या तरुण चेहऱ्याशी अगदी विसंगत होते त्याचे दात. "यांच्याकडे आहेत का काही कागदपत्रं?" त्याने चंदाच्या नवऱ्याला विचारलं.

अतिशय निगुतीनं प्लास्टिकच्या पिशवीमध्ये गुंडाळून ठेवलेली जमिनीची कागदपत्रं देवजीनं बाहेर काढली आणि त्या दोघांसमोर धरली. त्या दोघांनीही आळीपाळीने त्या कागदांची बारकाईनं पाहणी केली. ते करत असताना एकीकडे ते एकमेकांशी फाडफाड इंग्रजीमध्ये बोलतही होते.

"तुमची कागदपत्रं अगदी योग्य आहेत. आम्ही तुम्हाला भरपाई अधिकाऱ्यांकडे घेऊन जातो. म्हणजे तुमची तक्रार नोंदवता येईल," चश्मेवाल्यानं म्हटलं.

मग दाढीवाला म्हणाला, "हे काम पटकन होणार नाही. खूप वेळ लागेल; पण

आम्ही सतत तुमच्याबरोबर असू हे नक्की. तुम्हाला कदाचित वयाचा दाखला मागतील. कदाचित अजून काही कागदपत्रं मागतील. आम्ही करू मदत प्रतिज्ञापत्र वगैरे करायला. मात्र, प्रत्येक सुनावणीला तुम्हाला प्रत्यक्षात हजर राहावं लागेल.''

कुहेलीनं मानेनंच होकार भरला. मग देवजीचा हात हातात घेऊन ती म्हणाली, ''तुम्ही जेव्हा-जेव्हा बोलवाल तेव्हा-तेव्हा आम्ही नक्की येऊ.''

निगमचं कार्यालय माणसांनी इतकं खचाखच भरलं होतं की, योग्य त्या अधिकाऱ्यापर्यंत पोहोचेपर्यंतच जवळजवळ दिवस संपला. सरतेशेवटी त्या अधिकाऱ्याच्या हातात देवजीनं जिवाच्या मोलानं जतन केलेली आपली कागदपत्रं दिली. त्याकडे एक नजर टाकताच त्या अधिकाऱ्याने अतिशय बेपर्वाईने ते कागद फडकवत म्हटलं, ''निमखेडा भागामधल्या विस्थापितांचं काम इथे कसे होणार? आमच्या प्रकल्पाच्या पाण्याखालच्या भागामध्ये त्याचा समावेश नाही.''

ते तरुण अवाक होऊन एकमेकांकडे पाहात राहिले. मग भानावर येऊन त्यांनी त्या अधिकाऱ्यांशी वाद घालण्याचा प्रयत्न केला; पण त्याने पुढच्या अर्जदाराच्या कागदपत्रांत डोकं खुपसत आधीच्या या गटाकडे सोयीस्कर दुर्लक्ष केलं.

एकमेकांशी जोरजोरात चर्चा करत ते दोघंही तिथून बाहेर पडले. त्यांच्यामागे कुहेली, देवजी आणि चंदाचा नवराही होता. त्या तिघांची पावलं जडावली होती. थोड्या वेळापूर्वी त्यांना वाटलेली आशा आता कुठच्या कुठे भिरकावली गेली होती. त्यांच्याकरता हे सारं अनाकलनीय होतं.

मग त्या चश्मेवाल्यानं चंदाच्या नवऱ्याला एका बाजूला घेत काही प्रश्न विचारायला सुरुवात केली. त्याची नजर सारखी देवजी-कुहेलीकडे वळत होती. बराच वेळ बातचीत केल्यावर तो त्या दोघांच्या दिशेने वळला. नुकतंच कोणाला तरी स्मशानात पोहोचवून आल्यासारखा त्याचा चेहरा झाला होता. आवश्यक अशा सहानुभूतीची औपचारिकता झळकवणारा चेहरा...

''मला माफ करा. माझ्याकडून चूक झाली. तुम्ही कर्जन धरणाचे विस्थापित आहात हे आमच्या लक्षात आलं नाही. सध्यातरी आम्ही फक्त नर्मदा सरोवराच्या विस्थापितांकरता काम करत आहोत. मुळात आम्हाला फार कमी अधिकार आहेत. शिवाय, काम करणारे आणि इतर मदत देणारे हातदेखील मोजके आहे.'' कशीतरी सारवासारव करण्याचा त्याने प्रयत्न केला.

कुहेलीच्या मनात आशेचा किरण पालवला होता; पण त्या तरुणाचं स्पष्टीकरण ऐकल्यावर उंच आकाशात विहरू पाहाणारं तिचं बेबंद मन धाडकन जमिनीवर कोसळलं. स्वच्छंद विचारांवर मणामणांचं ओझं जाणवलं क्षणार्धात.

उत्तर रात्री ते चौघेजण ताडीचे घोट घेत बसले होते तेव्हा चंदाचा नवरा वारंवार देवजीचा हात हातात घेऊन स्वत:च्या हृदयाला टेकवत होता. खोटी आशा जागी

केल्याबद्दल, भलतीच स्वप्नं दाखवल्याबद्दल पुन:पुन्हा मनापासून दिलगिरी व्यक्त करत होता. "माफ कर मित्रा, पण तुझं खेडं चुकीच्या धरणात बुडालं," असंही म्हणत राहिला.

"जाऊ दे रे! तू नशीबवान खरा. निदान बुडण्याकरता अचूक नदी तर गवसली तुला!" देवजी दिलखुलास कबुली देत राहिला.

आपल्या बांधकामाच्या जागी परतल्यावर पुढे कित्येक दिवस कुहेलीला गुळगुळीत दाढीच्या त्या मुलाच्या चेहऱ्यानं जणू पछाडलं होतं. ज्यांना आपण ओळखतदेखील नाही, ज्यांच्या अस्तित्वाची पुसटशी जाणीव आपल्याला नाही अशा लोकांकरता काहीतरी काम करण्याची ऊर्मी या तरुणांच्या मनात कशी काय बरं दाटून येत असेल हा विचार तिला वारंवार छळत होता. विशेषत: आपण या कुटुंबाला काहीही मदत करू शकत नाही हे जाणवल्यावर त्या तरुणाला खूप वाईट वाटलं होतं. एका कागदावर आपला नाव-पत्ता लिहून त्याने तो कागद त्यांना दिला होता. "आशा सोडू नका. काहीतरी चांगलं निष्पन्न होईल." असा दिलासा दिला होता. तो पुढे असंही म्हणाला होता की, संघर्षाला आता कुठे सुरुवात होत आहे. देवजीची केस कोर्टात नेऊन लढण्याची आर्थिक क्षमता त्यांच्यात नव्हती; पण कुणी सांगावं? भविष्यात जर अजून लोक संघटित झाले तर काही ना काही करणं शक्य आहे. मात्र, हे सगळं बोलताना त्या तरुणाचे डोळे दूरचा कुठला तरी वेध घेत होते. त्याचं नाव आणि पत्ता लिहिलेला तो कागद देवजीनं चोळामोळा करून टाकला होता, परंतु कुहेलीनं मात्र मोठ्या निगुतीनं तो परत सरळ करून महत्त्वाच्या इतर कागदपत्रांबरोबर जतन करून ठेवला. तिलाही माहिती होतं की, यातून काहीही निष्पन्न होणार नाही... तरीही...

हिवाळा संपून उन्हाळ्याची चाहूल देणाऱ्या झळा जाणवायला सुरुवात झाली होती. त्यांची ती एकुलती एक लहान खोली तापून निघत होती. खोलीमध्ये बसणं म्हणजे एखाद्या भट्टीमध्ये बसण्यासारखं होतं. कुहेलीला तर सतत वाटायचं की, परिस्थिती अजून वाईट होणार आहे. एखाद्या निर्ढावलेल्या शत्रूसारखी ती उष्णता संधी शोधण्यासाठी दबा धरून बसली होती. कुहेलीच्या मनामध्ये सतत शंकेची पाल चुकचुकत होती. तिच्या कुटुंबाला धोका होता.

काही दिवसांनी बाबल्याच्या अंगावर फोड दिसू लागले. आधी पाठीवर, मग पोटावर असं करत ते वाढू लागले. रोज ती कामावरून परत आली की, फोडांनी त्याच्या शरीरावर नव्याने व्यापलेल्या जागा तिला दिसायच्या. आता तर त्याचे कुल्ले, छाती, मांड्या आणि मानेवरसुद्धा ते पसरले होते. शेवटी तर ते लालसर फोड आपादमस्तक दिसू लागले. बिचारा नानलो! आपल्या लहान भावाला खेळवण्यासाठी त्याला गोष्टी सांग, पाणी पाज, झाडांच्या फांद्यांनी बनवलेल्या पंख्याने वारं घाल

असे काही ना काही उपाय करून पाही; पण बाबल्याचं रडणं काही थांबत नसे. नानलोच्या हातून तो काहीसुद्धा खात नसे.

त्यांचे हाल पाहून कुहेलीने कळवळून देवजीला विनंती केली, "आम्हाला गावाकडे परत घेऊन चल. तिथे मी आपल्या देवांची करुणा भाकते. शांत करून, त्यांचे आशीर्वाद घेऊन बाबल्याच्या अंगभर वाटलेल्या लिंबोण्यांचा लेप लावते. म्हणजे त्याला बरं वाटेल. इथेच राहिलो तर तो काही हाती लागायचा नाही आता!"

"तिथे आता काहीही उरलेलं नाही. आत्तापर्यंत तर आपलं सारं गाव पाण्याखाली बुडालं असेल!" अत्यंत निराशेनं देवजीनं उत्तर दिलं.

पण ती हट्टाला पेटली. शेवटी थकलेल्या पावलांनी त्यांनी पुन्हा एकवार गावाकडचा रस्ता पकडला. आपल्याच घरी परतताना त्यांच्या हालचाली चोरट्या झाल्या होत्या. जर आपण पकडले गेलो तर आपली धुलाई होईल आणि सरकारी पाहुणचार घ्यावा लागेल याची जाणीव त्या दोघांनाही होती. ते गावाकडे पोहोचले तेव्हा तीन बाजूंनी पाण्यानं वेढलेल्या गावाकडे पाहून त्यांच्या काळजात धस्स झालं. उंच टेकडीवर असलेल्या झोपड्या तेवढ्या कोरड्या होत्या. सगळ्यांनी घाईघाईने रिकाम्या केलेल्या त्या झोपड्या भकास दिसत होत्या.

ते पाहून देवजी कुजबुजला, "इथे आता वाईट शक्तीसुद्धा असतील." त्यांच्या भागात अशीच समजूत होती की, एकाएकी, घाईघाईने कुठलीही वास्तू सोडून दिली की, ती वाईट शक्तींनी झपाटली जाते. अशुभाकडे अशुभ ओढलं जातं.

कुहेलीच्या कानात कुणीतरी कुजबुजलं, "हो पुढे, भीती वाटायला भीतीइतकं अभद्र काहीच नाही." कुहेली पुढे चालत राहिली आणि नाइलाज झाल्याने देवजी आणि मुलं तिच्यामागून निघाले. फार पूर्वी ती आणि आजोबा दोघेच दाट जंगलामध्ये राहायचे तेव्हा त्यांनीच कधीतरी तिला हे सांगितलं होतं.

"देवजी, चल, इथल्या शक्ती दयाळू आहेत."

त्यांच्या जुन्या झोपडीत ते पोहोचले आणि त्यांचा कायापालट झाला. लहान मुलांसारखी त्यांनी एकमेकांकडे धाव घेतली, मिठी मारली, रडले आणि नाचलेसुद्धा. त्यांचे हे बदलते विभ्रम नानलो आणि बाबला अवाक होऊन बघत राहिले. आधीच आजारपण आणि इतक्या दूरवर पायी केलेल्या प्रवासानं त्यांची छोटीशी पावलं थकून गेली होती. त्यांची नजरही शुष्क झाली होती.

सकाळच्या कोवळ्या उन्हात त्यांना दिसलं की, उभ्या पिकासह त्यांची जमीन पाण्याखाली गेली होती. उंच टेकडीवरच्या त्यांच्या गावातून त्यांना दूरवर पाण्यात बुडालेल्या जुनाराजच्या देवळांचे कळस तेवढे दिसत होते. जणू पाण्यावर विखुरलेली तुटकी खेळणी. दिमाखात उभ्या असणाऱ्या पर्वतरांगांच्या जागी केविलवाणी बेटं दिसत होती. सगळं हरवलं होतं, संपलं होतं; तरीही नंतरचे काही दिवस त्यांनी

फक्त पोटाची खळगी भरण्यात घालवले. सभोवर पसरलेल्या त्या अथांग पाण्यात छोट्या-छोट्या चंदेरी माशांची प्रचंड पैदास झाली होती. उघड्यावरच्या शेकोटीवर भाजलेली ताजी मासळी त्यांच्या पोटालाच नाही, तर आत्म्यालादेखील सुखावत होती. शिवाय, त्यांच्या मागे असलेलं जंगल विविध रानमेव्यानं भरलेलं होतं ते वेगळंच. कंदमुळं, फळं, पक्षी आणि ससे! कशाची ददात नव्हती.

अशा प्रकारे घरी परतून आलेले ते एकटेच नव्हते हे त्यांना कळून चुकलं. आजूबाजूच्या झाडा-झुडपांतून, झोपड्यांतून अनेकजण लपूनछपून होते. त्यांच्याचप्रमाणे तेदेखील घराकडे परतले होते. दूरवरच्या एका टेकडीवर असलेल्या अनेक झोपड्यांपैकी एकात एक म्हातारं जोडपं राहात होतं. त्यांची काळजी घेणं शक्य नसल्यामुळे त्यांचा मुलगा त्यांना तिथे सोडून गेला होता.

आपल्या सगळ्यांचं काय होणार याबद्दल कुहेलीला काही अंदाज बांधता येत नव्हता. कधीकधी तिला वाटायचं की, इथं राहून मेलेलं बरं. बांधकामाच्या त्या साइट्सवर जाऊन कवडीमोल रोजंदारीवर ढोरमेहनत करत, पोराबाळांची आबाळ करत जगण्यापेक्षा इथे निसर्गाच्या सान्निध्यात जितके दिवस काढता येतील तितके आनंदात काढलेलं केव्हाही चांगलं; पण ईश्वराची देणगी म्हणून मिळालेलं आयुष्य असं जाणीवपूर्वक संपवणं म्हणजे तर स्वत:चाच खून करणं! निसर्गदेवाचा कोप ओढवून घेऊ आपण अशानं. जर का आपण असं काही केलं तर आपल्यासह देवजीचा आणि मुलांचा आत्मादेखील शापित बनेल. सभोवतालच्या आसमंतामध्ये असलेल्या हलाखीच्या परिस्थितीमध्ये त्यामुळे अजून भर पडेल.

एका नीरव रात्री, ते सारे झोपलेले असताना शेजारच्या टेकडीवर झालेल्या रानकोंबडे, मोर आणि अनेक पक्ष्यांच्या कर्कश कलकलाटानं कुहेलीला जाग आली. संकटाची सूचना देणारा त्यांचा स्वर तिने अचूक ओळखला. टेकडीच्या बाजूनं काहीतरी भरत असल्याचा आवाज तिच्या कानांनी टिपला. तिला झोप येणं शक्यच नव्हतं. ज्या टेकडीवर त्यांची झोपडी होती तिच्या टोकाकडे ती चालत गेली. त्या काळोखात ती एका मोठ्या मोहाच्या झाडाखाली थबकली. मोठमोठाले वृक्ष कडाकडा करत कोसळण्याचा आवाज जंगलातून घुमू लागला होता. जंगली प्राण्यांचे केविलवाणे चीत्कार ऐकून तिला वाटलं की, त्यांची घरं उद्ध्वस्त होत असल्याचं दारुण दु:ख ते तिच्यापर्यंत पोहोचवत आहेत. जगाचा अंत जवळ आला की काय? जंगलाचा संपूर्ण नायनाट करण्याचा विडा उचलला आहे का कोणी? तिच्याही नकळत तिच्या डोळ्यांतून घळाघळा अश्रू वाहू लागले. प्रचंड नैराश्याच्या काळोख्या गर्तेमध्ये आपण बुडत चाललो आहोत असं तिला वाटू लागलं.

तुझ्या डोळ्यांना पुरेसा सराव दे म्हणजे मग कितीही अंधारलेलं गडद जंगल असलं तरी तुला वाट दिसून येईल. अगदी लहानपणी तिच्या कानांनी टिपलेले

मंत्रमुग्ध करणारे शब्द तिला पुन्हा आठवले. तिचं लहानपण ज्या डंगच्या जंगलामध्ये गेलं होतं तिथे साग आणि बांबू आकाशाला स्पर्श करायला शंभर फुटांच्या वरही वाढत जायचे. सूर्याचा किंचितसाही कवडसा त्या दाट झाडीला भेदून जमिनीवर उतरू शकत नसे. भरीला, जंगलाच्या मध्यभागात सर्वदूर वेलींची जाळी पसरलेली होती. गवत आणि झुडपांची गच्च गुंतागुंत झाल्याने जमिनीचा स्पर्शही जाणवत नसे. तरीसुद्धा आपण जर गुडघ्यांवर बसून ओणव्यानं जमिनीचं निरीक्षण केलं, बारकाईनं पक्ष्या-प्राण्यांच्या विष्ठेचा मागोवा घेतला तर एखादी गोम पाहूनसुद्धा मार्ग शोधणं कठीण नसे.

ती जिथे उभी होती तिथे तिच्या डोक्यावर काहीतरी येऊन पडलं आणि ती हादरली; पण ते साधं फूल होतं. तिची नजर त्या पडलेल्या फुलाचा मागोवा घेत आपसूक जमिनीकडे गेली आणि तिथेच खिळून राहिली. निसर्गानं जमिनीवर मोहाच्या फुलांचा मखमली गालिचा अंथरला होता, खास तिच्यासाठी. खाली वाकून तिनं हळुवार हातानं एक फूल उचलून आपल्या ओंजळीत घेतलं. कितीतरी वेळ ती त्या नाजूक फुलाला, त्याच्या पिवळ्या रंगाला, निमुळत्या आकाराला निरखत होती. त्या फुलाचं सारं माधुर्य त्याच्या देठापाशी गच्च भरलेलं होतं. तिने मुठीत धरून ते फूल अक्षरश: चुरगळलं, पार त्याच्यातून रस झिरपेस्तोवर आणि मग हलकेच आपला पंजा चाटला. नावाप्रमाणेच मोहवून टाकणारा अर्क तिला जाणवल्याशिवाय राहिला नाही... मद्यार्क... तिच्या चेहऱ्यावर हसू उमटलं, काहीतरी गवसल्याचं!

आख्यायिका सांगायची की, त्यांच्या भिल्ल वाडवडिलांना मोहाच्या दारूचं रहस्य उलगडून दाखवण्यासाठी प्रत्यक्ष भगवान भूतलावर अवतरले होते. जीवनाच्या वाटेवरचा मृत्यूकडे नेणारा प्रवास माणसासाठी सुकर झाला होता तो त्यामुळेच! तिलाही मार्ग सापडला. ती आणि देवजी मोहाची दारू करून शहरात विकून त्यावर आपला उदरनिर्वाह करू शकणार होते.

शक्य तितक्या वेगाने टेकडी उतरून तिने त्यांच्या झोपडीकडे धाव घेतली.

अतिशय उत्तेजित स्वरामध्ये तिने देवजीला पुकारलं, “देवजी, ऊठ! आपल्याला घाई केली पाहिजे. प्रचंड काम उरकायचं आहे आपल्याला.”

जंगलातल्या जमिनीवर पसरलेला मोहाच्या फुलांचा सडा गोळा करायला त्यांनी सुरुवात केली. ती कळ्या-फुलं गोळा करून झोपडीच्या छतावर वाळत घातली. देवजीच्या अंगात अमाप उत्साह आणि दहा हत्तींचं बळ आलं. ते कोतवाल नव्हते; त्यामुळे बांबू विणायचं कौशल्य त्यांच्या ठायी नव्हतं. परंतु ते बिचकले नाहीत. अथक परिश्रम आणि अनेक प्रयत्नांनंतर त्यांना बांबूच्या चटया विणता आल्या. त्या ओबडधोबड असल्या तरी त्यांच्या झोपडीला वरून-खालून आणि बाजूंनी झाकायला पुरेशा होत्या. शेतं गिळून टाकणाऱ्या त्या पाण्यात धीराने

उतरून, हातानं चाचपडत, अंदाज घेत कुहेलीने कॅक्टस उपटून आणले. त्यांच्या शेताला त्याचं कुंपण करायचं होत ना! त्या झाडापासून धागादेखील काढता येत असे. तिच्या तळहाताला आणि तळपायांना फोड येईस्तोवर तिने ते कॅक्टस आपटून-धोपटून काढले. मोठ्या प्रयत्नाने तिने त्यापासून दोर तयार करून ते गुंफले.

जीव तोडून त्यांनी स्वत:ला कामामध्ये झोकून दिलं होतं तरी करवतींचा, बुलडोझर्सचा आणि ट्रॅक्टरचा आवाज त्यांना जाणवला. त्या जंगलामध्ये उभ्या असलेल्या साग आणि बांबूवर डोळा असलेले कंत्राटदार आणि मजूर यांच्या हावरट हालचालींनी जंगलाची शांतता भंग पावली होती. जंगल संरक्षणाची जबाबदारी असलेले अधिकारी जंगल साफ करण्याच्या या मोहिमांमध्ये अग्रेसर होते. निसर्गाचा वरदहस्त असलेल्या त्या गर्द जंगलाला संपूर्णपणे ओरबाडण्याचा चंगच बांधला होता जणू त्या साऱ्यांनी. त्यासाठी जंगलावर वाट्टेल तसे ओरखडे उमटवण्यात त्यांना जराही लाज वाटत नव्हती. काही दिवसांत त्या जंगलाच्या आडवाटांवर ट्रकचा ताफा दिसू लागला. तो भाग दुर्गम आणि चढणीचा असल्यामुळे ट्रकची गती अतिशय संथ होती. काही दिवसांपूर्वी सळसळणाऱ्या वृक्षांचे प्रचंड उंच आणि रुंद लाकूड आता काही मोजक्या माणसांच्या कल्याणाकरता शहराच्या दिशेने निघाले होते. क्षमतेपेक्षा अधिक लाकडं लादल्याने ट्रकसुद्धा दबून गेले होते. अतिशय धिम्या गतीने टेकडी उतरणारे ट्रक दुरून मुंग्यांच्या रांगेसारखे दिसत होते.

अनेक आठवड्यांच्या प्रयत्नांनंतर देवजी आणि कुहेलीला मद्याचं अचूक प्रमाण साधलं. शहरात जाऊन भक्कमपणे पाय रोवायला ते दोघंही आता तयार होते. केवडिया कॉलनीमध्ये असलेल्या सरकारी कचेरीच्या बाहेर असलेली चहाची टपरी देवजीला आठवली. सामाजिक कार्यकर्त्यांना भेटायला तो तिथे गेला होता. त्या टपरीवर प्रचंड वर्दळ होती हे त्याच्या नजरेनं हेरलं होतं. आपणही तिथेच आपलं दुकान टाकायचं हे त्याने नक्की केलं. त्या कॉलनीमध्ये राहाणारे कंत्राटदार आणि इंजिनिअर त्याचे संभाव्य ग्राहक होते.

३

धरणाच्या त्या कामाकरता अनेक कंत्राटदार, सुपरवायझर आणि इंजिनिअरचा एक प्रचंड मोठा गट तैनात होता. त्यांचा मुख्य होता धनसुखभाई. ते सारेजण देवजीच्या त्या बांबूवजा टपरीच्या बाहेर बसले होते, मोहाची ताडी चाखायला. आतमध्ये तो राहात होता आणि दारूही गाळत होता. एका छोट्याशा गल्लीच्या टोकाशी देवजीचं हे घरवजा, दुकानवजा 'मद्यालय' होतं. केवडिया कॉलनीपासून फारसं दूर नसलं, तरी ते मुख्य रस्त्यावरून नजरेस पडत नसे. तिथे येणारे ग्राहक आता नित्याचे झाले होते. कुहेलीच्या हातची मोहाची ताडी चाखण्यासाठी रोज संध्याकाळी ते तिथे

जमत. देवजी त्यांना उकडलेली अंडी देई, तोंडी लावायला. लाकडाच्या ओंडक्यातून देवजीने मोठ्या परिश्रमाने एक हातगाडी आणि काही बाकडी तयार केली होती. त्यांच्या घरवजा दुकानाच्या बाहेर लावलेल्या त्या हातगाडीवर तो उकडलेली अंडी तयार ठेवत असे. आलेल्या ग्राहकांना बसण्याकरता ती ओबडधोबड बाकडी पुरेशी होती. संध्याकाळ होता-होता जमा झालेली ही मंडळी अनेकदा रात्री उशिरापर्यंत थांबत असत. अशाच एका रात्री जमलेल्या मंडळींना ताडी द्यायला कुहेली जेव्हा आपल्या त्या बांबूच्या घरवजा मद्यालयातून बाहेर आली तेव्हा धनसुखभाईंची तिच्यावर पहिल्यांदा नजर पडली.

धनसुखभाईंसाठी स्वत:ला दारूचा थेंबदेखील निषिद्ध होता. तो मित्रांना हसत-हसत सांगायचा की दारू, मग ती कुठल्याही प्रकारची असो, पुरुषाचा आवेग आणि संवेदना कमी करते, अनेक बाबतींत आणि मांसाहार करणाऱ्याला खऱ्या शरीर स्पर्शाची ऊब जाणवेनाशी होते. त्याचा रोख कोणत्या संवेदना आणि स्पर्शाकडे असे हे सगळ्यांना अचूकपणे कळून येई. त्या सरत्या संध्याकाळी त्याच्या मित्रांच्या नजरा जेव्हा हातातल्या ताडीच्या पेल्यांवर आणि उकडलेल्या अंड्यांवर खिळल्या होत्या तेव्हा धनसुखभाईंची नजर कुहेलीवर पडली आणि तिथेच खिळून राहिली.

या आदिवासी स्त्रियांचा पेहराव त्याला फार आवडे. त्यांचे ते गुडघ्यापर्यंतचे स्कर्ट खोचल्यावर आपसूकच गुडघ्याच्या वर येत. घेरदार स्कर्टच्या समोरच्या भागाचा काष्टा नऊवारीप्रमाणे मागे खोचला की, त्या बायकांना वावरणं सोपं होई. त्यातून डोकावणाऱ्या त्यांच्या पोटऱ्या, गुडघे आणि चालताना किंचितशी उघडी पडणारी मांडी. कल्पनेची गरजच उरत नसे. शिवाय, बेंबी उघडी टाकणाऱ्या त्यांच्या खास चोळ्या आणि ओढणी घ्यायची त्यांची विशिष्ट पद्धत. उगाचच सगळं झाकायला ती अंगावर न ओढता त्या, ती एखाद्या मुकुटासारखी डोक्यावर घेत; त्यामुळे त्या ओढणीचे दोन्ही शेव त्यांच्या नितंबांच्या हेलकाव्याप्रमाणे झुलत राहात. धनसुखभाईच्या नजरेला पडलेल्या या बाईचे पाय चांगलेच लांबसडक होते. त्यातून तिच्या मांसल पोटऱ्यांचा अंदाज येत होता. मातीच्या भांड्यातून तिने गाळलेली ताडी ओतायला सुरुवात केली तेव्हा तिच्या दंडांचा लोभस लुसलुशीतपणाही सहज दिसून आला. तिच्या उभार छातीवर, जुन्या चांदीच्या नाण्यांची आणि कवड्यांची गुंफलेली माळ रुळत होती. तिची निमुळती मान त्यामुळे अधिक खुलली होती, हेही धनसुखभाईंनी टिपलं. अजून सावकाराची वाट चालली नाही त्या माळेनं! मग त्याची नजर गेली त्या काळ्या-सावळ्या पोरसवदा तरुणाकडे. अंड्यांवर तिखट-मीठ शिंपडून तो साऱ्यांना देत होता. हं! तिचा नवरा असणार!

पुढच्या खेपेला ती जेव्हा त्या झोपडीत शिरली तेव्हा तोही तिच्या मागोमाग आत गेला. "मला तुझं गळ्यातलं खूप आवडलं आहे." तो हळू आवाजात बोलला.

"विकण्यासाठी नाही ते," सपकन उत्तर आलं. ते गळ्यातलं तिच्या आजीचं होतं आणि आता वारसाहक्कानं तिच्याकडे आलं होतं. तिच्यासाठी अमूल्य ठेवा होता तो.

"ते ठीक आहे गं, कारण मला ते गळ्यातलं नकोच आहे. त्याच्या खाली झाकलेलं हवं आहे."

हे बोलत असतानाच त्याची नजर तिच्या चेहऱ्यावरून त्या निमुळत्या मानेवरून तिच्या छातीवर स्थिरावली. ते पाहून कुहेलीला संताप आला. तिच्या डोळ्यांत जणू अंगार फुलले. ही देशी माणसं किती हरामखोर असतात! स्वत:च्या बायकांना सहा मीटरच्या कपड्यात शिस्तशीर गुंडाळून टाकतात, भरीला हजारो बारीकसारीक कामं त्यांच्यावर सोपवून त्यांना स्वयंपाकघरामध्ये अडकवून टाकतात म्हणजे मग यांना चवचालपणा करायला रान मोकळं.

"मी लग्न झालेली बाई आहे. माझा नवरा बाहेरच आहे."

"तो पोरगा?" त्याच्या बोलण्यातला उपहास लपत नव्हता.

शहरात सगळ्यांच्या अंगावर सर्रास दिसून येतात तसे कपडे त्याच्याही अंगावर होते. त्या ढगळ कपड्यांमुळे तो चारचौघांसारखा दिसत होता. एक सर्वसामान्य कंत्राटदार या नजरेनं त्याच्याकडे पाहाताना तिला तो कळकट, फाटका इसम वाटला. त्याच्या लवचीक, सडसडीत शरीराची आणि शिकारी बाण्याची यत्किंचितही कल्पना तिला येऊ शकली नाही. तिथे असलेल्या मिणमिणत्या उजेडामुळे त्याची तुकतुकीत सावळी सुदृढ कांती झाकोळली होती.

"तो जो पोरगा आहे ना तो माझी उत्तम प्रकारे काळजी घेऊ शकतो. कळलं?" तिने फटकारलं. "आणि तुझ्यासारख्या यत्किंचित माणसाला वाटेला लावण्याकरिता त्याला आपला शिकारी सुरा काढायचीसुद्धा गरज नाही. साध्या गोफणीमधला दगड पुरेसा आहे त्यासाठी. तो दगड तुझ्या डाव्या कानातून आत शिरेल आणि थेट उजव्या कानातून बाहेर पडेल. त्यानंतर आयुष्यभरासाठी तुझं कमरेखालचं शरीर पांगळं होईल. मला नाही वाटत की तुला ते फारसं आवडेल."

तिच्या बोलण्यावर तो हसला. "अगदी खरं आहे तुझं म्हणणं. मला ते अजिबात आवडणार नाही."

तिच्या तिखट शब्दांनी आणि जळजळीत नजरेनं तो अधिकच उत्तेजित झाला. त्याला अनेक शक्यता दिसू लागल्या. तिचे एकसारखे, काहीसे लहानसे पांढरेशुभ्र दात धारदार वाटत होते, तिच्या शब्दांसारखे. घट्ट आवळल्यामुळे तिची नखं तिच्या तळव्यात रुतली होती. त्याचे डोळे खोबणीतून बाहेर काढण्याचा मोह ती आवरत होती जणू! अशी वाघिणीसारखी बाई भोगून खूप दिवस झाले होते. तिचे दात आपल्या दंडात आणि नखं पाठीत रुतत आहेत या कल्पनेनं त्याच्या अंगातून वीज

सळसळत गेली.

एका झटक्यात तो त्या झोपडीतून बाहेर पडला आणि बाकड्यावरच्या त्याच्या कंपूत सामील झाला. नंतरचा संपूर्ण वेळ त्याची नजर चोरून फक्त तिला न्याहाळत होती. 'धनसुखभाई, हे सावज पकडायचं असेल तर अतिशय चतुराईने जाळं टाकावं लागेल. हे लक्षात घ्या!' त्याने स्वत:ला बजावलं.

राजपिपला इथे धनसुखभाइच्या वाडवडिलांची प्रचंड मोठी मालमत्ता होती. त्याचा वडिलोपार्जित बंगला आजही बाहेरून तितक्याच दिमाखात झळकत होता. आता आतल्या भागाची रया किंचित गेली होती म्हणा. बंगल्यासमोर प्रचंड मोठे लोखंडी दरवाजे आणि सभोवतालच्या उंच भिंतीवर लावलेल्या काचा. बंगल्यात एक आउट हाउस होतं. आजवर त्याने तिथे अनेक बाया आणल्या होत्या. प्रत्येक गोष्टी जोडीने आणण्याचा त्याला सोस होता. त्याच्या जवळच्या मित्रांना त्याची ही आवड परिचित होती. त्याच्याकडे दोन गाड्या होत्या. साऱ्यांना दिपवायला समोरच्या पोर्चमध्ये असलेली विदेशी व्होल्वो आणि इकडेतिकडे फिरण्यासाठी चकचकीत नवीन लालचुटूक मारुती. टॅक्सच्या दृष्टीने सोयीचं जावं म्हणून एकीकडे तो शेतकरी होता तर पैसा मिळवण्याच्या दृष्टीने तो सरकारी कंत्राटदार होता. स्वयंपाकपाणी, मुलांचं संगोपन, त्याचं जेवण-खाण सांभाळायला मुख्य घरात बायको, तर त्याच्या इतर गरजा भागवण्यासाठी आउट हाउसमध्ये 'ठेवलेली बाई'.

ही बाई कशी कोवळ्या, ताज्या, लुसलुशीत काकडीसारखी हवी असायची त्याला. एकतर निसर्गाच्या अन् मातीच्या गंधाने टचटचलेली किंवा मग ज्या बांधकामाच्या साइटवरून तो तिला उचलत असे तिथल्या गंधाने माखलेली. इतक्या बायका भोगल्यावर अनुभवांती त्याला कळलं होतं की, कितीही चांगली बाई असली तरी त्याच्या दृष्टीने वर्ष-सहा महिन्यांमध्ये तिच्यातली खुमारी संपत असे. असं झालं की, मग तो तिच्यातल्या मध्यमवर्गीय सवयींना नावं ठेवायला सुरुवात करे. आज काय तिने लावलेल्या क्रीमचा वास येत आहे, तर उद्या काय तिने नेसलेली पॉलिस्टरची साडी फारच कडक आहे आणि तिने ती विचित्र रितीने नेसल्याने छातीला ढाल बांधल्यासारखी दिसते आहे. शिवाय, ती अशी त्याच्याकडे येऊन राहिल्यामुळे लोक तिला काय म्हणत असतील? सरतेशेवटी, अतिशय खेद दर्शवत तिला कायमचा निरोप देणं.

राजपिपलाचं त्याचं ते मोठं घर हे फक्त त्याच्या सोयीसाठी होतं. इतरांचा विचार करायची त्याला कधी गरज भासली नाही. त्याच्या मनाला येई तेव्हा तो घरी जाई, नाहीतर बाहेरच राही. स्वत:च्या वागणुकीचं समर्थन कोणालाही देण्याची आवश्यकता त्याला भासत नसे. त्याच्या बायकोनं, ऊर्मीबेननं त्याच्या वागण्याची सवय करून घेतली होती आणि स्वीकारदेखील. मुख्यत: तिला हातखर्चाला भरपूर

पैसे मिळत असत. शिवाय, घर कसं चालवावं, किती खर्च करावा, मुलांची शिस्त इत्यादी कुठल्याच विषयात धनसुखभाई मत देत नव्हता. एक तो स्वत: सोडला, तर बाकी सारं राज्य तिच्या हातात होतं आणि सवयीने म्हणा की नाइलाजाने तिने ते पचनी पाडून घेतलं होतं. त्यांच्या नातेवाइकांमध्ये आणि मित्रमंडळींमध्ये तिच्या शब्दाला मान होता. धनसुखभाई तिचा शब्द टाळत नसे. तिने सांगितलं की, तो लगेच नात्यातील लोकांना सरकारी, निमसरकारी किंवा खासगी नोकरीत लावून टाकत असे. अशा वेळी त्यांचं शिक्षण किंवा आर्थिक परिस्थिती आड येत नसे. याशिवाय वेगवेगळ्या देवळांना आणि संस्थांना ती सढळ हातानं मदत करत असे. वेगवेगळ्या पूजा, मंत्र, होम-हवन, रात्रभर चालणारं भजन हे सगळं स्वखर्चाने करायला ती मुक्त होती. दर काही महिन्यांनी ती आपल्या मैत्रिणींबरोबर त्यांची लहर लागेल त्या ठिकाणी यात्रेला जाऊन येई.

हं, आता धनसुखभाई आउट हाउसमध्ये ज्या बायका आणायचा त्यांच्याबद्दल विचार करणं तिने सोडून दिलं होतं. एकतर तो त्या निव्वळ शरीरसुखासाठी आणत असे. तो त्यांच्यावर पैसे उडवत नसे किंवा जोर-जबरदस्ती करत नसे. त्याच्या आकर्षक मर्दानगी बाण्यामुळे त्या बायका त्याच्या जाळ्यात अडकत. त्याच्या हातातली सत्ता, पैसा आणि पुरुष असण्याचा माज याचं एक संमिश्र आकर्षण वाटायचं स्त्रियांना. असा पुरुष आपल्यात रस दाखवतो आहे असं म्हटल्यावर त्या पटकन वश होत. त्यांच्याबरोबर राहाताना त्यांचं शरीर आणि त्यांच्या अंगाला येणारा मातीचा गंध याव्यतिरिक्त काहीही त्याच्या जाणिवेपर्यंत पोहोचत नसे.

पण कुहेलीला पहिल्यांदा पाहिल्यापासून त्याला अनोखी जाणीव झाली. त्याला लक्षात येण्याआधी एका तीव्र मनिषेनं त्याला जखडून टाकलं होतं. तो तिच्याकडे अक्षरश: ओढला गेला होता. त्या वाटण्यावर त्याचा यत्किंचितही ताबा नव्हता. उलटपक्षी धोका जास्त होता. त्या सरत्या संध्याकाळी पहिल्यांदा कुहेली नजरेस पडल्यानंतर प्रत्येक संध्याकाळी त्याची पावलं त्याला तिच्या झोपडीकडे खेचू लागली. त्याच्या चमूबरोबर असला तर मग तो एक ग्लास मोहाची ताडी मागवत असे आणि तिथून उठेपर्यंत ती ताडी केवळ नजरेनं अधाशासारखी पीत असे, पुन:पुन्हा हुंगत असे.

तसं करण्यामागचं कारण देताना त्याने मित्रांना मधाळ स्वरात सांगितलं होतं, "तुम्हाला सोबत द्यायला हातात ग्लास धरून बसतो." पण खरं म्हणजे कुहेलीनं स्वत: मोहाची फुलं वाळवून त्यापासून बनवलेल्या त्या दाट अर्काच्या झिंग आणणाऱ्या उन्मादक गंधानं आणि जोडीला कुहेलीच्या विचारांनं त्याला कह्यात घेतलं होतं. त्याच्या मनात दाटलेल्या विषयभावना पराकोटीला पोहोचल्या होत्या. त्या गंधाच्या आणि त्या भावनांच्या निर्मितीला कुहेली कारणीभूत होती.

तिचा स्वभाव तडफदार आणि करारी होता. परिस्थितीच्या अनिश्चितपणामध्येही ज्या नेटाने आणि खंबीरपणे तिने स्वत:ला आणि कुटुंबाला सावरून धरलं होतं ते कौतुकास्पद होतं. सावळ्या, तजेलदार आणि लवचीक कुहेलीची प्रत्येक हालचाल त्याच्या काळजात कळ उठवत होती. तिच्या डोळ्यांतून व्यक्त होणारी बुद्धीची चमक त्याला अधिक चेतवत होती. त्या दोघांनाही ही जाणीव होती की, एखाद-दुसरा शब्द इकडचा तिकडे गेला तर तिचा अभिमान, तिची झोपडी आणि बेकायदेशीरपणे चालत असलेला तिचा ताडीचा व्यवसाय एका झटक्यात नामोहरम होतील. त्यानंतर तिला आपल्या कुटुंबासमवेत भिकेचा कटोरा हातात धरण्यावाचून दुसरा कोणताही मार्ग उरणार नाही; पण धनसुखभाईच्या मनात तिच्याप्रति असे हीन विचार नक्कीच नव्हते. त्यांच्या दोघांच्या संबंधांत त्याने फार वेगळे इमले रचले होते.

कधीकधी ग्राहकांची वर्दळ सुरू होण्याच्या अगोदर तो येऊन बसायचा आणि देवजीशी गप्पा मारायचा. सहज बोलता-बोलता कणाकणानं त्यांच्याबद्दलची माहिती गोळा करायचा. त्यांची परिस्थिती जाणून घेऊन देवजीच्या जमिनीचा मोबदला कसा मिळू शकेल याबद्दल मोघम विधान करायचा. कधीकधी पिशवीभर उकडलेल्या शेंगा घेऊन यायचा. नजर झोपडीच्या दारावर खिळवून ठरलेल्या बेंचवर बसून नानलो आणि बाबलाला सोबतीला घेऊन त्या शेंगांचा फन्ना उडवायचा. कुहेली घरात तिची काहीबाही कामं उरकत असायची. अनेक वेळा घरामध्ये वावरणारी कुहेली दारासमोरून गेली की हमखास त्यांची नजरानजर व्हायची. अशा वेळी कुहेलीच्या मनावरचा ताण तिच्या हालचालींमधून सहज जाणवत असे.

इतर ग्राहकांसमोर ती हसतमुखाने वावरत असे. तिच्या चालण्या-बोलण्यात सहजता असे; पण त्याच्यासमोर आली की आपोआपच तिचा स्वसंरक्षणाचा पवित्रा दिसत असे, मनातल्या मनात तो पाहात असलेल्या कामक्रीडांची जाणीव तिच्या अंतर्मनाला होत असल्यासारखा.

त्याच्या ठरलेल्या जागेवर बसून चोरून तिच्या हालचाली न्याहाळण्यात त्याला खूप समाधान वाटे. एखाद्या स्त्रीला निव्वळ बघण्यामुळे उत्तेजित होणं त्याच्याकरता अगदीच नवीन होतं. स्वत:चं हे असं आतल्या आत पेटत जाणं त्याला सुखावत होतं. इतक्या वर्षांमध्ये अनेक स्त्रिया भोगल्या होत्या त्याने. त्याच्या लक्षात आलं नव्हतं की स्त्रिया त्याला सहजगत्या वश होतात. घोटदार पायांची, कमनीय पाठीची आणि नजरेत फुललेला अंगार घेऊन वावरणारी ही स्त्री मात्र काही वेगळीच होती. तिच्या त्या विश्वातून उचलून तिला आपल्या आउट हाउसमध्ये कसं न्यावं हे त्याला सुचत नव्हतं. म्हणूनच त्याने तिथे बसून तिला न्याहाळणं चालू ठेवलं. त्याला पेलताना ती कशी दिसेल, त्याच्या चेहऱ्याखाली तिचा चेहरा कसा दिसेल, त्याला स्वीकारताना ती स्वत:ची कमान कशी करेल, त्याच्या स्पर्शाला ती कसा प्रतिसाद

देईल, आपल्या ओठात तिचे ओठ जायबंदी केल्यावर तिच्या चुंबनाची चव कशी असेल... तिच्या शरीरस्पर्शाच्या अशा नानविध कल्पनांमध्ये तो स्वत:ला हरवून बसत असे.

अशा अनेक संध्याकाळी आल्या आणि गेल्या. तिने त्याची जराही दखल घेतली नाही. त्यांच्यामधलं अंतर तसूभरही कमी झालं नाही. आपण प्रेमवीरासारखे वागत असल्याबद्दल त्याने स्वत:चा धिक्कार केला. आपल्या आजूबाजूचं जग, आपलं स्थान, आपलं वय या साऱ्याचा विसर पडून आपण असे गद्धेपंचविशीत असल्यागत वावरतो आहोत हे कळूनही ती एकटी आहे असं पाहून पुन्हा तो तिच्यामागे झोपडीत शिरला.

"काय पाहिजे?" आलेला राग लपवण्याचा प्रयत्न न करता तिने विचारलं.

"तू," त्याने उत्तर दिलं. त्याबरोबर तिच्या नजरेत विखार पेटला. रागानं तिचा चेहरा लाल झाला. तिच्या प्रतिक्रियेमुळे तो तिच्याकडे अधिक आवेगाने ओढला गेला.

"कृपा करून बाहेर हो!" तिने दाराकडे बोटं दाखवत म्हटलं.

मानेनेच 'हो' म्हणून तो बाहेर आला. पुन्हा त्याच जागेवर जाऊन बसला. तिचा नवरा संभ्रमित होऊन त्याच्याकडे पाहात होता हे त्याच्या लक्षात आलं. छे! हे असं किती दिवस चालणार? काहीतरी केलं पाहिजे.

त्या रात्री तिथून निघताना तो देवजीला म्हणाला,"उद्या सकाळी अकरा वाजता मला येऊन भेट." केवडिया कॉलनीमध्ये असलेल्या असंख्य ऑफिसमधून त्याचं ऑफिस कसं शोधायचं हे त्याने देवजीला समजावून सांगितलं.

दुसऱ्या दिवशी सकाळी देवजीनं आपला ठेवणीतला शर्ट चढवला. घराच्या छपरामध्ये लपवून ठेवलेली जमिनीची कागदपत्रं घेतली.

"नको जाऊस," कुहेली म्हणाली. "या कंत्राटदाराबद्दल माझं मत चांगलं नाही."

"अगं, तो फार मोठा माणूस आहे. कुणी सांगावं? त्याची काहीतरी मदत होईल. त्याला आपल्यामध्ये रस आहे असं दिसतंय. त्याने मला आजवर अनेकदा आपल्या गावाबद्दल विचारलं आहे. शिवाय, कित्येकदा तो मुलांसाठी शेंगासुद्धा आणतो."

ती शहारली. तो बाहेर पडत असताना निमूटपणे उभी राहिली.

तासा-दोन तासांत देवजी परत येईल असा तिचा अंदाज होता. आपल्या मित्रांना भेटायला, टपरीवर चहा प्यायला, बाजारात फेरफटका मारायला, गाववाल्यांची खबरबात जाणून घ्यायला तो असा अधूनमधून चक्कर टाकत असे. परंतु तो दुपारपर्यंत आला नाही तशी तिला चिंता भेडसावू लागली. ग्राहक यायच्या आधी बाहेर बाकडी मांडायला हवी होती. अंडी उकडत ठेवायला हवी होती. पोटात प्रचंड खड्डा पडल्याचं तिला जाणवलं. अगदी पहिल्यांदा जेव्हा तो कंत्राटदार तिच्या मागे

झोपडीमध्ये शिरला होता तेव्हापासून तिला अशुभाचे संकेत मिळाले होते.

त्या रात्री देवजी खूप उशिरा परतला. सगळे ग्राहक तोवर गेले होते. अतिशय पिऊन आला होता तरी त्याचा संताप उफाळून आला होता. झोकांड्या खात त्याने त्याचा शिकारीचा सुरा शोधून काढला.

दारूच्या नशेत तो स्वत:ला किंवा मुलांना किंवा तिला इजा करेल अशी भीती कुहेलीला वाटली. मोठ्या धीराने पुढे होत तिने त्याला चुचकारून चटईवर बसवलं. हलकेच त्याचं डोकं आपल्या मांडीवर घेतलं आणि प्रेमानं विचारलं, "काय झालं?"

देवजीनं तिला सांगितलं की, त्या कंत्राटदाराने जमिनीचे कागद हातात घेऊन त्यांच्यावर एक नजर टाकल्यासारखं केलं. त्यानंतर तो सरळ मुद्द्यावर आला. त्याने देवजीला साठ हजार रुपये देऊ केले होते. त्याबद्दल त्याला सहा महिने कुहेली हवी होती.

उचक्या देता-देता देवजी म्हणाला, "बायडे, तुझ्या वजनाएवढ्या सोन्याइतकं तुझं मोल आहे बघ."

हे ऐकून कुहेलीच्या शरीरातून विचित्र शिरशिरी दौडत गेली. संतापाने तिचा थयथयाट झाला; पण वरकरणी ती शांत होती. देवजीचं मंद आवाजात घोरणं ऐकू येईपर्यंत ती त्याच्या केसातून, चेहऱ्यावरून हात फिरवत त्याला शांत करत राहिली.

'त्या' माणसाने त्याचं खरं रूप दाखवलं होतं, आता प्रश्न होता तो त्याच्याशी सामना कसा करावा याचा.

देवजी जागा झाला. "माझा सुरा दे. भोसकूनच काढतो साल्याला!"

"आणि मग...?' तिने विचारलं.

"आणि मग? म्हणजे?" त्याने विचारलं.

"मग पोलिसांनी तुला पकडून जेलमध्ये टाकण्याची वाट बघणार की त्याच्यापासून वाचण्यासाठी आयुष्यभर लपूनछपून राहाणार आहेस?

तिच्या मांडीवर डोकं ठेवून, एखाद्या लहान मुलासारखे हुंदके देऊन त्याने रडायला सुरुवात केली. तो सहसा दारू पीत नसे. फक्त लग्नकार्यात आणि मेजवानीच्या वेळी पीत असे; जोडीला नाच, गाणी, मित्र असताना; परंतु आज त्याला असाहाय्यतेची नव्याने जाणीव झाली होती.

केवडिया कॉलनीच्या बाहेर एक बाई भटकताना त्याला नेहमी दिसायची. तिच्या अंगावर फक्त लक्तरं लोंबत होती. तिची रया पार गेली होती. केसांच्या जटा झालेल्या होत्या. ती सतत शिव्यांची लाखोली वाहात असे. तारेच्या कुंपणातून कॉलनीतल्या देवळावर दगडांचा मारा करत असे. ती कॉलनी जिथे वसली ते मुळात एक लहानसं गाव होतं; जिथे तिच्या कुटुंबाची चाळीस एकर जमीन होती. तीस

वर्षांपूर्वी जेव्हा तिथला प्रकल्प सुरू झाला तेव्हा त्यांच्याकडून जबरदस्तीने जमीन काढून घेण्यात आली होती. त्यांच्या स्वत:च्या मालकीच्या एवढ्या मोठ्या जमिनीचा एक छोटासा कोपरा मोठ्या उदारपणे त्यांना राहायला देण्यात आला होता. तिचा नवरा गेल्यावर तर ती बाई असल्यामुळे तिला कुठलाही अधिकार नाही असं सांगून तिला तिथून हाकलवून देण्यात आलं होतं. संतापाने ती बाई वेडी झाली होती. ज्या कॉलनीने तिला बरबाद केलं त्या कॉलनीला बरबाद करण्यासाठी ती हातात आलेली प्रत्येक वस्तू कॉलनीवर भिरकावत असे; पण तिच्या म्हाताऱ्या अशक्त कुडीमध्ये अजिबात शक्ती नसल्यामुळे तिने कितीही जोरात भिरकावलेली वस्तू फारशी दूर जात नसे. तिने फेकलेले दगड तिच्या इतक्याच अगतिकतेने आसपासच्या झुडपांमध्ये जाऊन पडत.

भूसंपादनाचा अन्याय सोसणारं ताडवी कुटुंब एकटंच नव्हतं. अनेकजणांच्या अनेक कहाण्या उघड होत होत्या. जमिनीवरचा मालकी हक्क नष्ट होण्याची अनेक कारणे होती; पण सरकारदरबारी कशाचीही नोंद घेतली जात नव्हती. ना भरपाई, ना सवलती, ना त्यांच्या भविष्याची, उदरनिर्वाहाची हमी. जिथे-जिथे देवजी जात होता तिथे-तिथे त्याला त्याच्यासारखे परिस्थितीचे शिकार झालेले अनेक लोक दिसत होते. या ना त्या कारणाने लोकांची जमीन बळकावल्यावर त्यांना अक्षरश: वाऱ्यावर सोडण्यात आले होते. कधी धरणासाठी तर कधी कालव्यांसाठी किंवा रस्त्यांसाठी जमिनी ओरबाडून घेण्यात आल्या होत्या. जमिनीच्या मूळ मालकांचं अस्तित्व पुसून टाकलं होतं किंवा दुर्लक्षित केलं होतं. जमीन संपादन केल्यावर ते कुणाच्या खिसगणतीमध्ये उरले नव्हते. त्यांना नशिबावर सोपवलं होतं. एकीकडे जंगलं अगदी साफ करून टाकणारं सरकार दुसरीकडे या लोकांच्या जमिनी बळकावून तिथे जंगलं निर्माण करत होतं. भूमिहीन झालेल्यांना ना कुणाची सहानुभूती होती ना कुणी त्यांच्यासाठी काही ठोस प्रयत्न करत होते. शिवाय, आपले सर्वस्व लुबाडून घेऊन नंतर आपल्या अस्तित्वाची दखलही न घेणाऱ्यांशी हे सगळे कसे भांडणार होते?

त्या दुर्दैवी रात्रीनंतर रोज संध्याकाळी, ग्राहक यायला सुरुवात होण्याआधी देवजी बाहेर पडू लागला. सगळे ग्राहक गेल्यावर तो रात्री उशिरा तर्र होऊन येत असे. त्याच्या बायकोनं गाळलेली मोहाची दारू तो पीत नसे कारण ती पवित्र मानली जाई. नवीन जीव जगात आणताना बाळंतपणाच्या वेदना सुसह्य होण्याकरता त्यांच्या जमातीतील आया ती पीत असत, चांगला हंगाम झाल्यावर गलेलठ्ठ कोंबडीच्या बरोबर ते देवांना ती अर्पण करत असत. देवांच्या देवांनी साक्षात भगवंतांनी पृथ्वीवर येऊन भिल्लांच्या आद्यपुरुषाला ती कशी बनवायची ते शिकवले होते. जीवनाचा मृत्यूच्या दिशेने होणारा प्रवास सुखकर व्हावा म्हणून अशी वंदनीय दारू देवजी

कशी पिणार होता? त्याऐवजी तो रोज रिकाम्या पोटी उग्र वासाची देशी दारू रिचवायचा. दुष्ट देशी माणसं आणि दुष्ट देशी दारू दोन्ही सारखे. लडखडत्या पायानं घराकडे परत येताना त्याच्या मनातून हा विचार जात नसे.

घरी येताना तो मोठ्यांदा गाणं म्हणत येई. धरणानं त्याचं सारं काही लुबाडलं होतं; पण वसावा जमातीच्या या मुलाचं गाणं तयार करण्याचं आणि गाण्याचं कौशल्य काही काढून घेता आलं नव्हतं.

देवजी पोरा, तितकं सारं बिनसलेलं नाही
देवजी बाळा, आयुष्याची रंगत वाढत जाई

भीती कशाची सांग आता? मोकळा आणि खुला रस्ता... जीभ जड झाली तरी शब्दांना उचित प्रसंगांमध्ये गुंफण्याची त्याची उपजत देणगी तितकीच प्रभावी होती.

देवजी पोरा, तितकं सारं बिनसलेलं नाही
बायकोला विकता जगणं तुझं सहज होई.

त्याचं हे गाणं ऐकून कुहेलीचा संताप शिगेला पोहोचला. तिच्या रागीट नजरेकडे बघण्याचा, ती जिथे उभी होती तिथे लक्ष केंद्रित करण्याचा निष्फळ प्रयत्न त्याने करून बघितला. शी! हल्ली ही कसली वैतागवाडी झाली आहे! मी इतकं चांगलं गाणं जुळवलं आहे तरी तिला त्याचं जराही कौतुक नाही आणि का? तर मी हल्ली थोडीशी पिऊन येतो ना! हिच्या कपाळावर नापसंतीच्या छपन्न आठ्या उमटलेल्या असतात. तिच्या लक्षात कसं येत नाही की, त्यांच्या वाडवडिलांनी त्यांच्यासाठी दारूचा भक्कम वारसा ठेवला आहे? दोन घोट पोटात गेले की मग तिच्या चेहऱ्यावरचे कठोर भाव गायब होतात. मग ती पुन्हा सुंदर दिसू लागते. त्याच्या डोळ्यांसमोर हळूहळू हेलकावे घेत ती वितळू लागते, अदृश्य होऊ लागते. दारूच्या धुंदीतच त्याने तिला पकडायचा प्रयत्न केला, तिच्याबरोबर नाचण्यासाठी.

कुहेली सुंदरी, घे जरा गिरकी.
कंबर हेलकावू दे, नजर कर तिरकी.

थंड पाण्याने भरलेले दोन-चार तांबे तिने त्याच्या डोक्यावर उपडे केले. तो तिथे तसाच उभा राहिला. गच्च भिजलेला; पण भानावर आलेला.

"काय झा...?"

"जा, सगळ्या जगाला सांग की, मी तुझी मालमत्ता नाही; त्यामुळे तुझ्या मनात येईल त्याप्रमाणे तू मला विकत घेऊ किंवा देऊ शकत नाहीस. माझे स्वत:चे निर्णय मीच घेते. तू माझ्याशी लग्न केलंस की मी तुझ्याशी?" तिचा आवाज चढला होता.

तिचं म्हणणं खरं होतं. तिच्याशी लग्न करताना त्याने हुंडा दिला नव्हता. ती स्वेच्छेने त्याच्याबरोबर पळून गेली होती.

"देवजी, तुला कळत नाही का की, तू असं रोज दारू पिऊन घरी येण्यामुळे

कुठलीही समस्या सुटणार नाही? यातून बाहेर पडण्याचा दुसरा कुठलाही मार्ग नाही. या ना त्या प्रकारे श्रीमंत लोक त्यांना हवं ते मिळवतातच. जाऊ दे मला त्याच्याबरोबर. शिवाय सहा महिने बघता-बघता निघून जातील,'' कुहेली म्हणाली. साठ हजार ही खूप मोठी रक्कम होती.

थंड पाणी ओतल्यामुळे तो शुद्धीवर आला होता, तरी त्याचं डोकं ताळ्यावर आलेलं नव्हतं. तिच्या म्हणण्याचा अर्थ जाणून घेण्याची त्याची अजिबात इच्छा नव्हती.

''का पितोस रे तू?'' एका हाताने ओढून त्याला स्वत:जवळ बसवून त्याचं डोकं पुन्हा आपल्या मांडीवर घेऊन ती म्हणाली, ''याआधी तर कधीच पीत नव्हतास!''

याआधी त्याने बऱ्याच गोष्टी केल्या नव्हत्या. भाड्याच्या जनावरासारखं तो बाजारात बसत नव्हता. काही रुपयांच्या मोबदल्यात पाठ मोडेपर्यंत माती खणत नव्हता, त्याची उपाशी मुलं अधाशी नजरेनं बघत असताना परक्यांना उकडलेली अंडी खाऊ घालत नव्हता, कुठेतरी आशेचा किरण दिसेल म्हणून एकामागून एक बहिरी दारं ठोठावत नव्हता, चारी बाजूंनी गिळंकृत करायला आलेल्या चक्रव्यूहात शिरून न्याय मिळण्याकरता लढत नव्हता. यापैकी काहीही त्याने आधी केलं नव्हतं. बायको विकायचा तर साधा विचारसुद्धा त्याच्या मनास शिवला नव्हता.

''आपण तसं करू शकत नाही. जग काय म्हणेल!'' उठून बसत तो म्हणाला.

''कोणतं जग देवजी? आपली पर्वा वाटणारं, आपला विचार करणारं हे जग आहे तरी कुठे? काहीही उरलेलं नाही हे तुला दिसत नाही का? आपण म्हणजे निव्वळ उद्याचे भिकारी आणि परवाची प्रेतं आहोत,'' ती म्हणाली.

''मला त्याचे ते पापी पैसे नको आहेत. त्यापेक्षा त्याचा खून करून स्वत: मरणं पत्करेन मी!''

''हो का? आणि मग मला दे वाऱ्यावर सोडून, प्रत्येक पोलिसाकडून बलात्कार करून घ्यायला! तुला कळतंय का तू काय बोलतोस ते? तू मेलास की इथून आम्हाला कोणी हुसकावून लावू नये म्हणून मला प्रत्येकाबरोबर झोपावं लागेल. तेव्हा मुलांचं काय होईल याचा विचार केला आहेस का? तो मूर्ख कंत्राटदार निदान त्याच्या वासनेकरता पैसे मोजायला तर तयार आहे ना! चल, जाऊन त्याच्याशी बोलू या. आपण त्याला सांगू की आपल्याला पैसे नकोत, आपल्या नावाने जमीन हवी आहे.'' पार भकास नजरेनं तो तिच्याकडे पाहात राहिला.

''देवजी,'' मघाच्या रागाचा मागमूसही तिच्या गोड आवाजात आता नव्हता. ''तू एकदा माझ्यावर विश्वास ठेवला होतास. पुन्हा एकदा नाही का ठेवणार?''

डोळे मिटून घेऊन त्याने तिच्या मांडीवर डोकं टेकवलं. मग भकासपणे छताकडे पाहात तसाच पडून राहिला.

''जागा हो देवजी, शुद्धीवर ये. नाहीतर पुन्हा एकदा आपण सारं काही गमावून

बसू.'' बोलता-बोलता तिने तिच्या मांडीवर डोकं टेकवून पहुडलेल्या देवजीला तिच्यासमोर बसतं केलं. त्याच्या डोळ्यांत पाहिलं. त्यांना त्रास देण्याकरिता त्या कंत्राटदारानं दुसरा काही मार्ग अवलंबायच्या आधी त्यांनी त्याला जाऊन भेटणं गरजेचं होतं.

देवजीसमोर आपली पानं उघडी केल्यानंतर त्याच्याकडून येणाऱ्या प्रतिसादाची वाट बघण्याशिवाय धनसुखभाईच्या हातामध्ये काहीच नव्हतं. आता पूर्वीसारखं तिथे जाऊन कुहेलीला न्याहाळत बसणं शक्य नव्हतं. या आदिवासींचा काय भरवसा! त्यांची डोकी गरम असतात. नशेमध्ये काय करून बसतील कोणी सांगावं? कुठल्याही प्रकारचा तमाशा करून आपलं नाव बदनाम करायची धनसुखभाईची इच्छा नव्हती. शिवाय, जेव्हा पहिल्यांदा त्याने आपला इरादा त्या बाईच्या कानावर घातला होता तेव्हाच तिने धमकी दिली होती; त्यामुळे बिचकून त्याने तिच्या दुकानापासून दोन पावलं दूर राहाणंच पसंत केलं होतं. तो दारू पीत नव्हता, मांसाहार करत नव्हता. जोडीला तो शांतताप्रेमी होता. त्याच्या जागी इतर कोणी असतं तर कोणाकरवी एखादा संदेश पाठवून मोकळा झाला असता; पण या अशा इतक्या वैयक्तिक बाबींमध्ये धनसुख अतिशय गुप्तता पाळून स्वत:चे व्यवहार स्वत:च करत असे.

तिच्या त्या छोट्याशा दुकानात २५ व्हॅटच्या उघड्या बल्बच्या मिणमिणत्या उजेडात, हातातल्या मोहाच्या दारूच्या पेल्याला कुरवाळत, झुकलेल्या डोळ्यांनी तिला न्याहाळताना त्याने घालवलेल्या अनेक संध्याकाळींनी त्याच्या तिच्याबद्दलच्या कामेच्छेला वेगळाच आयाम दिला होता, त्याने आजवर कधीही अनुभवला नव्हता असा. तिला तो स्पर्शदेखील करू शकत नव्हता या वास्तवामुळे त्याच्या तिच्याबद्दलच्या इतर जाणिवा अधिक प्रखर झाल्या होत्या. डोळे मिटून स्तब्ध बसला की, त्याला तिच्या त्वचेचा रंग अगदी नेमका कळत असे. तिच्या हालचालींबरोबर हेलकावे घेणाऱ्या तिच्या गळ्यातल्या चांदीच्या नाण्यांचा आणि कवड्यांचा नाद ऐकू येत असे. तिला येणारा मोहमिश्रित घामाचा गंध अचूक जाणवत असे. आपली तीव्र इच्छा पूर्ण करायला जर जमलं नाही तर ती इच्छाच शेकडो वाटांनी त्या माणसाला खाऊन टाकू लागते. तिच्या डोक्यावरून घेतलेल्या ज्या ओढणीनं त्याला मोहात टाकलं होतं त्याच ओढणीचा त्याला आता वैताग येत होता. तिचे केस कसे असतील हे जाणून घेण्याची तीव्र ओढ त्याला असह्य होत होती. त्या केसांचा रंग, पोत, लांबी आणि घनदाटपणा कळून घेता येत नसल्यामुळे आपण प्रचंड सुखाला मुकलो आहोत अशी जाणीव त्याला पछाडत होती.

असेच काही दिवस गेल्यावर त्याला हळूहळू राग येऊ लागला. अगदी आतून

जाणवणारा हा राग त्याच्या बेंबीपाशी जणू एकवटत होता. त्याने त्या माणसाला बोलावून चांगली किंमत देऊ केली होती. आता ते दोघं नाटकं करत होते. खरं तर त्याने त्या दोघांची हकालपट्टी करायला हवी होती. आता मात्र त्याचं कशानेच समाधान होणार नव्हतं. त्यांची झोपडी नेस्तनाबूत करून त्या दोघांना आश्रय शोधण्यासाठी उंदरासारखं सैरावैरा धावताना बघण्यातसुद्धा काहीच गंमत नव्हती.

तो त्याच्या या विचारांमध्ये धुमसत असताना ती बाई आणि तिचा नवरा त्याच्या ऑफिसमध्ये शिरल्यामुळे त्याच्या विचारांमध्ये खंड पडला. आधी नवरा आत आला आणि पाठोपाठ ती. आत येताना तिचे निडर डोळे त्याच्यावर खिळले होते.

त्या दोघांना तसं अचानक आलेलं पाहून धनसुखभाई ताडकन उठला. दाराला आतून कडी लावताना त्याने बाहेरच्या व्हरांड्यात एक नजर टाकून या दोघांना येताना कुणी पाहिलं तर नाही ना याची खात्री करून घेतली. आपल्या चेहऱ्यावर घामाचे थेंब जमा झाले आहेत हे त्याला जाणवलं. ती बाई स्वत: चालत त्याच्या ऑफिसमध्ये येण्याची धिटाई दाखवेल अशी त्याने कल्पनादेखील केली नव्हती. बोलून न दाखवण्याजोग्या अनेक भावनांनी तिच्या डोळ्यांत जणू डोंब उसळला होता. छातीशी काही कागद घट्ट धरून ठेवलेला तो इसम मात्र एखाद्या सामान्य याचकाप्रमाणे भासत होता.

किंचितसं खाकरून धनसुखभाईंनी विचारलं, "काय आहे हे?"

देवजीच्या हातातून ते कागद काढून घेत कुहेलीनं ते धनसुखभाईच्या पुढ्यात धरले.

"हे आमच्या जमिनीचे कागद आहेत. याच्या नावाने काही ना काही जमीन मिळवून दे. मग मी तुझ्याकडे सहा महिने राहीन. आम्हाला पैसे नको आहेत."

हुशार आहे बाई. तिची बोलीसुद्धा जास्त आहे. त्याच्याकडे निरखून पाहाताना तिच्या चेहऱ्यावर गंभीर भाव होते. ओठांची मुरड घालून ती त्याच्या उत्तराची वाट पाहात राहिली.

मोठ्या मुश्किलीने तिच्या चेहऱ्यावरची आपली नजर काढून घेत तिने त्याच्या हातात खुपसलेल्या कागदांकडे वळवली. ते चांगल्या कुटुंबातून आलेले दिसत होते. नाहीतर त्यांच्यासारख्या लोकांकडे ते कसत असलेल्या जमिनीची कोणतीही कागदपत्रं नसायची.

"दामजी भाई, वसावा भाई – आठ एकर हे तुझं नाव आहे का?"

"नाही, माझ्या वडलांचं." देवजीने उत्तर दिलं. या कंत्राटदाराला त्याने खरं तर आपली कथा ऐकवली होती; पण तो ती विसरला तरी होता किंवा त्याने लक्ष दिलं नव्हतं.

"तुझे वडील कुठे आहेत? त्यांना स्वत:ला येऊन अधिकाऱ्यांना भेटावं लागेल."

"ते काही वर्षांपूर्वी वारले?"

"तुला बहीण-भाऊ?"

"तीन बहिणी आहेत. तिघींची लग्नं होऊन तिघी वेगवेगळ्या ठिकाणी नांदत आहेत. त्यांना या जमिनीशी काहीही देणं-घेणं नाही."

"हं! वडिलांचा मृत्यूचा दाखला आहे का?"

"एखादी व्यक्ती मृत्यू पावली आहे हे सांगणारा सरकारी कागद."

"ते खरंच गेले आहेत. या दिवाळीत त्यांना चार वर्षं होतील." कुहेलीनं मध्यस्थी केली.

"ते खरंच गेले आहेत असं सांगून चालणार नाही. आपल्याला कागदोपत्री दाखवावं लागेल की, त्यांचा मृत्यू झाला आहे," हातामधले कागद त्यांच्यासमोर फडकवत तो म्हणाला. "तुमच्या गावच्या तलाठ्याकडून मृत्यू दाखला आणल्याशिवाय या कागदांचा काहीही उपयोग नाही."

"पण त्या धरणामुळे आमचं गाव तर पाण्याखाली गेलं आहे. ना तिथे तलाठी आहे ना महसूल कार्यालय. मग आम्ही कोणाकडून दाखला आणणार?"

मृत्यूचा दाखला मिळवणं ही अशक्यप्राय बाब होती. त्याव्यतिरिक्त त्याच्या तिन्ही बहिणींकडून 'ना हरकत' प्रमाणपत्र आणावं लागणार होतं. त्या आठ एकरांवर त्याच्याशिवाय इतर कुणाचा हक्क नाही हे सरकारपुढे सिद्ध करावं लागणार होतं. एकंदरीत कठीण होतं.

"मृत्यूचा दाखला नाही, तर जमीन नाही. हे कागद फ्रेम करून भिंतीवर लावून ठेवा. आता त्यांचा काहीही उपयोग नाही." धनसुख म्हणाला. मनातून त्याला खात्री होती की, त्याने देऊ केलेली घसघशीत रक्कम ते डावलणार नाहीत.

कुहेली आणि देवजीनं एकमेकांकडे पाहिलं. मग देवजीनं ते कागद त्याच्याकडून घेतले. त्यांची नीट घडी घातली. ते जायला निघाले. आधी कुहेली वळली दरवाज्याकडे, तिच्या नवऱ्यानं मान डोलवली आणि तोही तिच्या मागे चालू लागला.

"थांबा!" त्याने आवाज दिला. त्याला वाटलं होतं त्यापेक्षा अधिक खोलात त्याचा पाय गुंतला होता; पण आता जर-तर करत बसायला वेळ नव्हता. ते दोघं तर जायला निघाले होते.

ती गर्रकन वळली, "तुझ्या पैशांची आम्हाला गरज नाही." तिच्या शब्दांनी त्याला फटकारलं. डोळे बारीक करून तिने त्याला आव्हान देत डिवचलं होतं. "तू जर आमच्यासाठी जमिनीची व्यवस्था करू शकत नसलास तर आम्हाला या बाबतीत यापुढे एक अक्षरदेखील बोलायचं नाही."

"माझी जमीन आहे स्वत:ची. तुम्ही ती पिकवू शकता." देवजीकडे पाहात तो म्हणाला. "नाडियाद जिल्ह्यातच आहे ती. इथून काही फारसं दूर नाही. त्या जमिनीत

कापूस आणि भुईमूग छान पिकतो.'' त्याच्याकडे कितीतरी एकर जागा होती. त्यातली बहुतांश जमीन रिकामीच पडली होती. काही भागांत निलगिरीची झाडं होती. काही जमीन त्याने कसायला दुसऱ्यांना दिली होती. त्यातलीच पाच एकर जमीन या माणसाला कसायला देणं कठीण नव्हतं.

कुहेलीनं देवजीला त्यांच्या भाषेत भर्रकन काहीतरी सांगितलं. देवजीनं धनसुखभाईच्या प्रस्तावाला मानेनंच नकार दिला.

''आम्हाला जमीन माझ्या नावावर करून हवी. शिवाय, निर्णय घेण्याआधी ती जमीन आमच्या डोळ्यांनी बघावी लागेल आम्हाला.''

''या इकडे. खाली बसा. आपण नीट बोलून ठरवू या.'

नवरा-बायको एकमेकांकडे पाहात तसेच उभे राहिले. मग जड पावलांनी त्याच्यासमोर येऊन थांबले. त्याने दोघांना खाली बसण्याची खूण केली.

धनसुखभाईबरोबरचा सौदा पक्का झाला. मात्र, देवजीला अचानक कुहेलीचा तिरस्कार वाटू लागला.

जी जमीन त्यांची होणार होती ती पाहायला कुहेलीसुद्धा त्यांच्याबरोबर गेली होती. खरोखरच उत्तम आणि कसदार जमीन होती ती; पण दुर्लक्ष केल्यामुळे कशीतरी दिसत होती. धनसुखभाई आपल्या बांधकामाच्या व्यवसायामध्ये इतका व्यग्र होता की, ती जमीन लागवडीखाली आणायला किंवा इतरांना कसायला द्यायलासुद्धा त्याच्याकडे वेळ नव्हता.

''देवजी, अरे ही जमीन खूप छान आहे. तू बघ आपलं जगणं कसं पुन्हा मूळ पदावर येतं ते.'' जमिनीच्या हस्तांतरणाचे कागद जसे तयार होत होते तसतसं ती वारंवार देवजीला पटवून देण्याचा प्रयत्न करत होती.

त्यांच्या जमातीमध्ये असा समज होता की, वसावा स्त्रीला एक फासळी जास्तीची असते. कारण ती धरतीचं पहिलं अपत्य आहे. पुढे तिच्यापासून इतरांची उत्पत्ती झाली. आजकाल कुहेली दिसली की, देवजीला ती जास्तीची फासळीच तेवढी दिसायची आणि प्रकर्षाने जाणवायची जगण्याची तिची दुर्दम्य आशा. त्याने जेव्हा तिला मिठीत घेतलं तेव्हा ती थंडगार, कडक फासळी त्याला टोचली, तीच त्यांच्या दुराव्याला कारणीभूत झाली; त्यामुळे त्याने पुन्हा प्यायला आणि उशिरा घरी यायला सुरुवात केली.

रोज रात्री घरी येणाऱ्या देवजीच्या डोळ्यातला वाढता तिरस्कार आणि संताप पाहून तिला काही कळेनासं झालं होतं. इतक्या प्रतिकूल परिस्थितीमध्ये हा इतका हळवा कसा राहू शकतो हे ती समजून घेऊ शकत नव्हती. स्वत:ची अशी कीव करत राहून तो नक्की काय साधणार होता? त्या साऱ्यांना कुठे घेऊन जाणार होता?

त्या रात्री तिला हे सगळे विचार असह्य झाले. त्याचा दुर्मुखलेला चेहरा बघताच ती उसळली.

"आज शेवटचं सांगते आहे देवजी वसावा! जर कोणी म्हटलं की, तू जमिनीच्या एका तुकड्याकरता आपल्या बायकोला विकलंस तर निदान माझ्याकरता म्हणून तरी पुरुषार्थ दाखव आणि बोलणाऱ्याला खडसावून सांग की, तू नाही तर त्या लाळघोट्या हरामखोराने थोड्याशा शरीरसुखाकरता वडिलोपार्जित जमीन विकली आहे."

"श्श! शांत राहा." त्याने पटकन तिच्या तोंडावर हात ठेवला. "मुलं ऐकतील तर काय..."

आपल्या तोंडावरचा त्याचा हात काढून त्याला काहीतरी सणसणीत उत्तर देण्याच्या प्रयत्नात तिने थोडा जोर लावून त्याला बाजूला करायचा प्रयत्न केला. त्या नादात ती त्याच्यावर पूर्णपणे कलली आणि क्षणार्धात त्या खोलीचा नूर बदलला. त्या कंत्राटदाराने त्याची मागणी देवजीकडे व्यक्त केल्या दिवसापासून त्या नवरा-बायकोमध्ये एक विचित्र तिढा पडला होता. असह्य ताण जाणवू लागला होता. दोघांनाही एकमेकांच्या शरीराची नव्याने जाणीव होऊ लागली होती. एकमेकांना स्पर्श करण्यासाठी आसुसलेले ते दोघं प्रयत्नपूर्वक एकमेकांचा स्पर्श टाळू लागले होते. तो ना प्रेमाचा आविष्कार होता ना रागाचा. काहीतरी वेगळीच, उन्मादक आजवर न जाणवलेली चेतना होती. अचानक दोघांना दुरावा असह्य झाला. मुलं उठतील याची तमा न बाळगता देवजीनं तिला चटईवर ढकललं आणि घाईघाईने स्वत:चे कपडे काढून फेकले. शब्द जरी अर्थाचा अनर्थ करू लागले होते तरी त्यांची शरीरं अजूनही एकरूप व्हायला तितकीच आसुसलेली होती. एकमेकांना समजून घेण्यात ती कुठेही उणी पडत नव्हती.

४

एका सरत्या संध्याकाळी धनसुखभाई कुहेलीला घेऊन घरी आला. तो स्वत: त्याची व्होल्वो चालवत होता. एरवी अशा बायकांना आणण्यासाठी तो आपल्या हाताखालच्या माणसांना पाठवत असे. आलेल्या बाईला आउट हाउसमध्ये पोहोचवायचे काम नोकराचे असे. दुसऱ्या दिवशी सकाळी त्याच्या मर्जीतल्या लेडी डॉक्टरकडून आलेल्या स्त्रीची संपूर्ण तपासणी होत असे. एकदा डॉक्टरने निर्वाळा दिला की, मग त्या दुपारी तो तिथे जात असे; पण कुहेलीची गोष्ट वेगळी होती. धनसुखभाईला कुठलीही जोखीम पत्करायची नव्हती. उगाच शेवटच्या क्षणी काही गोंधळ व्हायला नको होता.

आपण नवरा आणि मुलांबरोबर नाडियादला जाऊन त्यांचं सामानसुमान लावून देऊ मग परत केवडिया कॉलनीत येऊ असा कुहेलीनं हट्टच केला होता. त्यानंतर

ठरल्याप्रमाणे ती एकटीच तिच्या जुन्या झोपडीच्या बाहेरच्या कोपऱ्यात आपली वळकटी घेऊन त्याची वाट पाहात उभी होती. तिच्या खांद्यावर बसलेली खार पाहून त्याला आश्चर्य वाटलं.

"ये," त्याने जरा उर्मटपणानं म्हटलं आणि तिची वळकटी ठेवायला गाडीचं मागचं दार उघडलं. त्याबरोबर ती खांद्यावरच्या खारीसह त्या प्रशस्त सीटवर बसली. ती अशी मागे बसलेली पाहून क्षणभर त्याची चलबिचल झाली. तिच्या खांद्यावरची खार आता तिच्या मांडीवर विसावली होती. त्या खारीच्या भीतीपायी तो पुढे काही बोलला बाही. तिने पुढे त्याच्या बाजूला बसावं असा आग्रहदेखील त्याने केला नाही.

केवडिया कॉलनीपासून त्याचं घर साधारण पंधरा किलोमीटरवर होतं. तिथे जाणारा वळणा-वळणाचा रस्ता टेकडीवरून काढलेला होता. दुतर्फा असलेल्या सागाच्या गर्द दाट रांगातून जाताना त्या उंचसखल टेकड्या पार करणं हा अवर्णनीय आनंद होता. हा प्रवास त्याला नेहमीच आवडे; पण आजची गोष्ट वेगळी होती. मागच्या सीटवर दगडासारखी निश्चल बसलेली ती त्याला समोरच्या आरशात दिसत होती आणि तिचा निर्विकार चेहरा पाहून त्याचा संताप वाढत होता.

कुहेलीचं मन पूर्णपणे निर्विकार झालं होतं. त्या नवीन खेड्यातून बसनं तिच्या जुन्या खोपटाकडे परतताना रस्ताभर तिच्या मनात राहून-राहून एकच विचार पिंगा घालत होता. तिने केलेली कृती योग्य होती का? सगळं नीट झालं तर ठीक; पण जर तसं नाही झालं तर काय-काय बिनसू शकतं या विचारानं ती त्रस्त झाली. ती फक्त काही महिन्यांसाठी दुसऱ्या माणसाबरोबर जाणार आहे या गोष्टीचा स्वीकार करून देवजीनं त्याच्या नवीन शेतात मनापासून लक्ष घालावं हे समजावताना तिच्या दाताच्या कण्या झाल्या होत्या; पण देवजीच्या कानामध्ये त्यातलं काही शिरत नव्हतं. तो अधिकाधिक कोलमडत होता. तरी ती संयमाने त्याला समजावत राहिली की, तिथे नसताना मुलांची काळजी घेण्यासाठी तरी त्याला भानावर राहावं लागेल. शिवाय, आता जमिनीकडेही लक्ष द्यायचं होतं. एक-दोन दिवस तो बरा वागायचा आणि पुन्हा तो त्याच कोशात जायचा. दारू पिऊन तर्र व्हायचा. एक प्रकारे त्याच्यावर लादला गेलेला नाकर्तेपणा झटकून टाकण्याचा सोपा उपाय म्हणजे स्वत:ला दारूमध्ये बुडवून घेणं हे त्याने पक्कं ठरवून टाकलं होतं. त्यानंतर रात्रभर तो अखंडपणे काहीबाही बरळत राहायचा. त्याला स्वत:ला सांभाळणंच कठीण झालं होतं. तो मुलांची काळजी काय घेणार होता?

म्हणूनच ती नानलोकडे वळून म्हणाली, "नानलो, तू आमचा मोठा मुलगा आहेस. मी गेल्यावर बाप्पा आणि बाबलाकडे लक्ष देशील ना?"

चेहऱ्यावर कुठलाही भाव न दर्शवता तो म्हणाला, "जाऊ नकोस."

"तुलाही माहिती आहे की, मला जावं लागणार आहे. तुझ्या बाप्पानं तुला

समजावून सांगितलं आहे त्याप्रमाणे खूप श्रीमंतांच्या घरचं काम मला मिळालं आहे. मी परत येईपर्यंत तू बाप्पाला छानसं घर बांधायला मदत कर. आपण आपल्या शेतात कसा मका पेरायचो ना तसाच इथेही पेरा. भाज्या लावा.''

''तो दारू पिऊन तर्र होणारा मूर्ख आहे आणि तू स्वत:ला विकणारी एक निर्लज्ज वेश्या आहेस.'' त्याचे डोळे जणू तिला आव्हान देत होते की, दाखव माझं म्हणणं खोडून!

मागचा-पुढचा विचार न करता तिने खाडकन त्याच्या मुस्काटात दिली. ते पाहून बाबलानं मोठ्ठा गळा काढला. त्याबरोबर त्याला उचलून काखोटीला घेत नानलो तिथून निघून गेला.

झिणझिण्या आलेल्या आपल्या हाताकडे ती शरमेने बघत राहिली. त्या बाळाला किती जोरात बसली असेल आपली चपराक. तो जे बोलला त्यात त्याची काय चूक होती बरं? गेले कित्येक दिवस त्याचे आई-बाप एकमेकांवर जी चिखलफेक करत होते तीच त्यानेही केली. त्याचे स्वत:चे शब्द थोडेच होते ते!

रात्री जेवण झाल्यावर तिने आणि देवजीने मुलांना जवळ बोलावलं. मोठ्या माणसांशी बोलावं तसा त्यांच्याशी संवाद साधला.

देवजी मुलांना म्हणाला, ''नानलो आणि बाबला, ही तुमची आई आहे आणि मी तुमचा बाप्पा, हो की नाही! जगातल्या सगळ्या गोष्टी एका पारड्यात टाकल्या आणि आम्ही तुमचे आई-बाप आहोत हे सत्य दुसऱ्या पारड्यात टाकलं तरी दुसरं पारडंच जड असेल हे लक्षात ठेवा.''

छोटासा बाबलासुद्धा कान देऊन ऐकत होता. नानलोनं मान डोलवली.

देवजीकडे वळत कुहेली म्हणाली, ''देवजी, मी जाऊन चंदाला घेऊन येते. एवढं ऐक माझं. तुला एकट्याला हे सारं झेपणार नाही.'' पण देवजीवर त्याचा शून्य परिणाम झाला. आपली ही बिकट अवस्था कोणालाही कळू नये असं त्याला वाटत होतं.

शेवटी त्याने हार मानली आणि कुहेली तिच्या चुलत बहिणीला, चंदाला आणायला रवाना झाली. त्याच्या आदल्या वर्षी चंदाचा नवरा आणि मोठा मुलगा नदीपात्रात वाहून गेले होते. कोरड्या नदीपात्रामध्ये चंदाच्या कुटुंबाने तात्पुरती झोपडी उभारली होती आणि तिथे कलिंगडाचं पीक घेतलं होतं. नदीच्या वरच्या अंगाला अचानक पडलेल्या पावसाने नदीला पूर आला आणि पाण्याच्या लोंढ्याने त्या दोघांचे प्राणही वाहून नेले. त्या पाण्यावर तरंगणारी त्यांची भांडी वाचवायला त्यांचा मोठा मुलगा धावला; पण पाण्याच्या जोरदार प्रवाहापुढे त्याचं काहीच चाललं नाही. पोराला वाचवायला बापानं जिवावर उदार होऊन उडी मारली आणि तोही देवाचा पाहुणा झाला.

त्या दोघांच्या मरणाची बातमी समजल्यावर देवजी हतबुद्ध झाला होता. आपण शेवटचं भेटलो होतो तेव्हाचं आपलं बोलणं चंदाच्या नवऱ्याच्या मृत्यूला कारणीभूत झालं. आपण काळ्या जिभेचे आहोत असंच त्याच्या मनानं घेतलं. आपण त्याला म्हटलं होतं की, निदान बुडण्याकरता अचूक नदी तर गवसली तुला! आपल्या बोलण्यामुळेच तो गेला. या जाणिवेने देवजीची कित्येक रात्रीची झोप उडवली होती; पण देवजी काय बोलत होता ते कुणालाच कळले नाही.

चंदाला आणि तिच्या हयात असलेल्या मुलींना नवीन गावी यायला राजी करण्यासाठी कुहेलीला फारसा प्रयत्न करावा लागला नाही. चंदा तर ओळखू येईनाशी झाली होती. उत्साहाने सळसळणारी, सुबक ठेंगणी, गाणारी, कंबरेला हेलकावे देत सुरेख नाच करणारी चंदा, लग्न आणि मेजवान्यांच्या वेळी सृजनाची सौंदर्यदेवता भासणारी चंदा... तिची रया पार गेली होती. समोर उभी होती ती कोणी वेगळीच होती. तिला इतका जबरदस्त धक्का बसला होता की, ती त्यातून बाहेर निघू शकत नव्हती. दिवसभर ती कामं उरकत वावरायची तेव्हा वाटायचं की, आत्मा नसलेलं एखादं शरीर इकडून तिकडे फिरतं आहे. तिची भकास नजर जिवंतपणाची कोणतीही खूण दाखवत नव्हती. बरेचदा तिला हसवण्याच्या प्रयत्नात कुहेली त्यांच्या लहानपणीच्या खोड्यांची आठवण करून देई, तेव्हा चंदाच्या ओठांवर कसनुसं हसू येई, तेही निष्प्राण. त्याव्यतिरिक्त चंदाकडून कुठलाही प्रतिसाद अथवा प्रतिक्रिया दिली जात नव्हती.

"चंदा, हे बघ!" असं म्हणत कुहेलीनं तिच्या हातामध्ये मूठभर ओली माती ठेवली. "बघ तर किती भुसभुशीत माती आहे आपल्या शेतात!" ती माती चंदाच्या बोटांच्या फटीतून तशीच जमिनीवर गळून गेली तरी चंदा काही बोलली नाही.

आता फक्त देवावर भरवसा होता.

कुहेलीनं शेताच्या एका कोपऱ्यात दोन दगडांच्या मध्ये नांदेरवोची मातीची प्रतिमा स्थापन केली. झऱ्याला लागून असलेल्या वडाच्या खाली तिने लाकडातून घडवलेली मोगरादेवाची उग्र मूर्ती वसवली. मगरीच्या रूपात असलेला हा देव आपल्या दोन्ही बाजूंच्या अणकुचीदार दातांनी चारही दिशांचं संरक्षण करे. सर्व दुष्ट शक्तींचा नाश करे. लग्नाच्या वेळी ते जेव्हा पळून जंगलात राहायला गेले होते तेव्हा देवजीनं स्वत:च एका लाकडातून ती मूर्ती तासली होती. त्यांच्या झोपडीच्या भिंतींवर तिने सूर्य, चंद्र काढले होते. अमरत्व घेऊन आलेले हे दोन साक्षीदार युगानुयुगे माणसावर लक्ष ठेवत आहेत असा समज होता. सगळ्यात शेवटी तिच्या कंबरेला असलेल्या चंचीमध्ये तिने तिच्या संरक्षणासाठी वाघदेवाची लहानशी प्रतिकृती ठेवली. तिच्याजवळचे पैसे ती त्यात ठेवत असे.

समोरच्या आरशामध्ये तिला निरखून पाहाताना धनसुखभाई विचार करत होता की, ही मुद्दाम अशी वागते आहे का? पण मग त्याला वाटलं की, तिने समोर त्याच्या बाजूला बसायला हवं हे तिला माहिती नसेल कदाचित. ड्रायव्हर गाडी चालवताना मालक मागे बसतो हा संकेत तिला ठाऊक असण्याची शक्यता नव्हती. त्याने मुद्दाम मोठी गाडी घेतली होती आणि ड्रायव्हरला सुट्टी दिली होती. घरी येताना तिच्याशी बोलू, तिला खुलवू म्हणजे मग आपल्या दोघांमधला ताण कमी होईल असं त्याला वाटलं होतं, पण आरशातून दिसणारा तिचा निर्विकार चेहरा पाहून त्याची निराशा झाली. त्यातून समजा, गाडी मध्येच एखाद्या आडोशाला थांबवून, मागच्या सीटवर तिच्या बाजूला बसून थोडंसं प्रणयाराधन करावं म्हटलं तर त्या खारीचं काय? त्यामुळे दात-ओठ खात मुकाट्याने गाडी चालवण्याशिवाय त्याच्या हातात काहीच नव्हतं. तसा त्याला ही बाई किती खमकी आहे याचा अंदाज आला होता.

घरी पोहोचल्यावर आपल्या मर्जीतल्या कुणीतरी फाटक उघडावं म्हणून एरवी तो जोरजोरात हॉर्न वाजवत असे; पण आता त्याने तसं केलं असतं तर तिने नक्कीच त्याची थट्टा केली असती. त्यापेक्षा घराबाहेर गाडी लावून छोट्या फाटकातून आत जावं असा विचार त्याने केला.

"तुला तुझी जागा दाखवतो." तुसड्या स्वरात तो बोलला. त्याबरोबर तिने आपली वळकटी हातात घेतली. एका लहानशा टोपलीत झोपलेल्या खारीला उचलून घेतलं आणि ती त्याच्या मागोमाग जाऊ लागली.

आपल्या बेडरूमच्या खिडकीतून ऊर्मीबेनला आपला नवरा आणि त्याच्या मागोमाग येणारं त्याचं नवीन प्रेमपाखरू दिसलं. या बाईमध्ये त्याने काय पाहिलं असेल असा विचार करत ती संध्याकाळचा दिवा लावायला तिच्या लहानशा देवघरात शिरली.

मुख्य घरापासून आउट हाउस जरा अंतरावर होतं. मधल्या वाटेवर दोन्ही बाजूंनी विटांची मांडणी होती. त्या आउट हाउसमध्ये दोन खोल्या होत्या. एक स्वयंपाकाची आणि दुसरी झोपायची. तीन-चार ट्रंका, काही भांडी, मोठं मडकं याव्यतिरिक्त त्या स्वयंपाकघरवजा साठवणीच्या खोलीत काहीही सामान नव्हतं. मुख्य खोलीमध्ये छताला लटकलेला पंखा, एक पलंग, लाकडी चौकट असलेला लांबलचक आरसा, बसण्यासाठी जुनाट दिवाण आणि एक कुलर एवढं सामान होतं.

त्या खोलीत पहिल्यांदाच धनसुखभाईला कुहेलीबरोबर एकांत मिळाला होता. त्याने तिच्याकडे वळून पाहिलं. त्याच्या मनातल्या तिच्याबद्दलच्या विषयभावनांमुळे त्याने इतका आटापिटा केला होता. त्याव्यतिरिक्त त्या दोघांमध्ये कुठलेही नातेसंबंध नव्हते. त्याने तिच्या नजरेत नजर मिळवली. एका झटक्यात त्याने जाऊन दाराची कडी लावली. आता पटकन कृती करून तिला त्याच्या तालावर नाचवणं, तिथे

कुणाचा शब्द चालतो हे तिला दाखवून देणं गरजेचं होतं. आपलं काम काय आहे हे तिला समजायलाच हवं होतं.

कुहेलीला वाटलं की, तिचं हृदय गोळा होऊन घशात दाटलंय. तिला गुंईईईऽऽऽ असा आवाज जाणवू लागला. त्याच्या हेतूनं आणि तिला वाटणाऱ्या भीतीनं ती विचित्र खोली भरून जाते आहे असं तिला जाणवलं.

शत्रूची भीती वाटण्याइतका मोठा शत्रू दुसरा नाही, तिच्या कानात एक स्वर कुजबुजला.

तरीही ती तशीच नि:शब्द उभी राहिली, भीतीने ताठरलेली, हालचाल करण्यास असमर्थ.

जे दुबळे असतात ना ते शत्रूने त्यांना मारण्याआधी शत्रूच्या भीतीनेच मरतात. तिच्या कानात पुन्हा आवाज कुजबुजला. मात्र, या वेळी तिला तो स्पष्टपणे जाणवला.

क्षणार्धात तिचा निर्णय झाला. एका झटक्यात तिने डोक्यावर असलेली ओढणी काढून जमिनीवर टाकली. दुसऱ्याच क्षणी अत्यंत मोजूनमापून हालचाली करत – ना खूप हळू – ना खूप घाईने – तिने आपल्या ब्लाउजची बटणं उघडायला सुरुवात केली. तिच्या उभार वक्षांचा तरतरीतपणा त्याच्या चकित नजरेसमोर अचानक उघडा झाला. आता तिच्या त्या साडीवजा स्कर्टला बांधणाऱ्या बंदावर तिचा हात होता. कोणत्याही क्षणी ती तो सोडणार होती. त्याच क्षणी तिने त्याच्याकडे जळजळीत नजरेनं पाहिलं.

"चल ये! हेच हवं होतं ना! दाखव आता तुझं कसब!"

युद्धाप्रमाणेच संभोगातही काही ठोकताळे असतात. एक आक्रमक झाला की दुसऱ्याने थोडीशी माघार घ्यायची. एकानं लुटायचं, दुसऱ्यानं द्यायचं. आपण नक्की काय करावं याचा अंदाज घेत धनसुखभाई तसाच उभा राहिला. त्याचा नेहमीचा आक्रमकपणा आज तिने जणू हिसकावून घेतला होता.

"साली हलकट रांड!" संतापून त्याने म्हटलं.

"अरेच्या! तुझ्या डोक्यात काही वेगळं करायचं होतं का?" असं विचारत ती खाली पडलेली ओढणी उचलायला वाकली; त्याबरोबर तिचे काळेभोर, लाटांसारखे केस सुटून तिच्या कंबरेपर्यंत आले. असंच पुढे होऊन तिचे केस मुठीत धरून तिचा चेहरा आपल्याकडे वळवावा असं त्याला वाटलं; पण तिच्या ओठांच्या मुरडीने त्याला थोपवलं. 'उद्या दुपारी पाहीन' असा विचार त्याने केला.

"तुझ्यासाठी कोणाबरोबर तरी जेवण पाठवतो. खाऊन घे आणि झोप. मी उद्या दुपारी येईन तेव्हा पाहू कोणात किती कसब आहे ते."

तो दारातून बाहेर पडताच तिने आतून दाराची कडी लावून घेतली. तिच्या

नकळत तिच्या चेहऱ्यावर विजयाचं हसू पसरलं; पण ते तिने दाबून टाकलं.

तिने त्या खोलीत सगळीकडे नजर टाकली. पुढचे सहा महिने तिला या तुरुंगात काढायचे होते. स्वयंपाकघरातून मागच्या अंगणाकडे जाणाऱ्या रस्त्याच्या एका कोपऱ्यात बाथरूम आणि संडास होते.

उद्या धनसुखभाई तिला भोगल्याशिवाय राहाणार नव्हता; पण म्हणून त्याची जीत होणार होती असंही नाही. त्याचं उत्तर उद्याच मिळणार होतं.

मुख्य घरामध्ये ऊर्मीबेननं बाथरूममध्ये त्याचा टॉवेल आणि पलंगावर धुतलेला कुडता-पायजमा काढून ठेवला होता. आउट हाउसमधून आल्यावर त्याला अंघोळ करायला आवडत असे; पण तो घरात आल्याचा आणि त्याच्यामागे दरवाजा बंद झाल्याचा आवाज न आल्यामुळे तिला नवल वाटलं. तिने खिडकीशी जाऊन पाहिलं तर तो गाडीत बसून होता.

ड्रायव्हरला बोलावून धनसुखभाई सरळ बांधकामाच्या साइटवर पोहोचला. तो तिथे पोचेस्तोवर संध्याकाळ सरत आली होती. मजुरांच्या रोजंदारीचं वाटप सुरू होतं. त्यातल्या काही अशक्त माणसांच्या अंगावर तो जोरात खेकसला आणि ते इतके अशक्त, दुबळे असल्याने त्यांना कामावरून काढून टाकण्याची धमकी दिली. त्यानंतर रात्री उशिरापर्यंत तो सुपरवायझरबरोबर मस्टर तपासत बसला होता. झाडाखाली एक डेस्क आणि दोन खुर्च्या टाकलेल्या होत्या. डोक्यावर मिणमिणता दिवा आणि बाजूला जळत असणारी मच्छर अगरबत्ती, बस्स! काहीतरी करून त्याला हिशोबात खोड काढायची होती; पण सगळे हिशोब अगदी चोख होते; त्यामुळे वैतागून त्याने सुपरवायझरला सांगितलं की, त्याचं अक्षर खूप खराब होत चाललं आहे; त्यामुळे पुढच्या वेळी तो येईल तोपर्यंत पुन्हा चांगल्या अक्षरात सगळे हिशोब नव्याने लिहिलेले हवेत.

रात्री जेवायच्या वेळेला तो घरी परतला. आल्यावर कौस्तुभच्या पँटच्या खिशातून डोकावणारा कंगवा खसकन काढून त्याने भिरकावून दिला. कौस्तुभने आपल्या अभ्यासाकडे गांभीर्याने बघितलं नाही, तर त्याला रस्त्यावर भीक मागावी लागेल यावर मोठं लेक्चर दिलं. त्यानंतर त्याचा मोर्चा ऊर्मीबेनकडे वळला. या देवळातून त्या देवळात जाण्यापेक्षा तिने जर मुलांकडे लक्ष दिलं तर निदान त्यांना काही ना काही शिस्त लागेल अशी तिची कानउघाडणी केली. अशा प्रकारे सर्वांवर राग काढून तो जेव्हा झोपायला पलंगावर पडला तेव्हा त्याला जाणवलं की, तो अजूनही संतापाने धुमसत होता. उद्या तो त्या बाईला दाखवून देणार होता की, तिने केव्हा आणि कोणत्या कारणाकरता तोंड उघडायला हवं ते.

तो अशा मूडमध्ये असला की, त्याच्याशी काहीही बोलायचं नसतं हे एव्हाना

ऊर्मीबेनला चांगलं ठाऊक झालं होतं; त्यामुळे स्वयंपाकघरामधली आवराआवर झाल्यावर ती दबक्या पावलांनी आवाज न करता त्यांच्या ऐसपैस पलंगावर तिच्या रोजच्या जागेवर येऊन झोपली. रात्री कधीतरी त्याच्या स्पर्शानं तिला जाग आली. तो अधाशासारखा एका हाताने तिचे स्तन कुरवाळत चोखत होता. तिला पूर्ण जाग यायच्या आधी त्याने तिचे सगळे कपडे ओरबाडून काढायला सुरुवात केली. तिला काही समजायच्या आधी अतिशय आवेगाने तो तिच्यावर चढला आणि जणू फुत्कार टाकत म्हणू लागला, "घे! घे! अजून घे!"

त्याच्या प्रत्येक आवेगाबरोबर ती कित्येक वर्षं मागे जात होती. याच पलंगावर तिची पहिली रात्र साजरी झाली होती. तिचं कौमार्य संपलं होतं. त्या रात्री तिला अगदी स्वर्गसुखाचा अनुभव जरी आला नसला तरी एकंदरीत छान वाटलं होतं. आज कितीतरी वर्षांनी तो तिला इतक्या आवेगानं भेटतो आहे! मोकळं झाल्यावर तो तिच्यावरून उतरून बाजूला झाला. कुशीवर वळला. त्याच्या स्पर्शाला जणू धरून ठेवण्यासाठी तिने आपल्या पायांची घट्ट अढी घातली. हल्ली ती झोपताना जे सुती गाउन घालत होती त्याऐवजी छानसे गाउन आणायला पाहिजेत का, असा विचार तिच्या मनात आला.

दुसऱ्या दिवशी सकाळी खूप वेळ ऊर्मी आपल्या लग्नाच्या आणि हनीमूनच्या फोटोचे अल्बम पाहात बसली होती. धनसुखची आणि तिची जोडी फार शोभून दिसत होती. त्यांचा साखरपुडा नक्की झाल्यावर तो रोज रात्री तिला ट्रंक कॉल करायचा.

"ऊर्मी गं! ऐक ना! तो फोनवर हलकेच कुजबुजायचा. "नाही राहावत गं आता तुझ्याशिवाय. चल, आपण पळून जाऊ या. आपल्या आई-बाबांनीच आपलं लग्न ठरवल्यामुळे ते फार दिवस आपल्यावर राग धरू शकणार नाहीत. मी नाही थांबू शकत इतके महिने."

त्याच्या अशा बोलण्यानं तिला खुदुखुदु हसू येत असे. मग ती लग्नाची तयारी कुठवर झाली ते सांगत असे. हॉल ठरला होता, गुरुजींना सांगितलं होतं, आमंत्रण पत्रिका छापायला गेल्या होत्या, गाडी बुक झाली होती, कपडे आणि दागदागिन्यांच्या खरेदीची एकच घाई उडाली होती.

"मला यातलं काहीच नको. फक्त दोन साड्या घेऊन माझ्याकडे ये." त्यावर ती अजून हसत असे.

"मला वचन दे की, फक्त दोन साड्या आणशील. त्याव्यतिरिक्त काहीही आणणार नाही." तिने तसं वचन देईपर्यंत त्याने तिला फोन ठेवू दिला नव्हता. आणि मग दुसऱ्याच क्षणी परत त्याचा फोन आला होता.

"ए ऊर्मी!"

"काय?"

"लक्षात ठेव, फक्त दोन साड्या हं! ब्लाउज नाही आणायचे."

त्यावर तिला इतकं हसू आलं की, तिच्या हसण्याचा आवाज ऐकून बाजूच्या खोलीत डायनिंग टेबलावर अभ्यास करणारा बारावीत शिकणारा तिचा भाऊ तिथे आला होता. ती इतकी का हसते आहे हे जाणून घ्यायच्या तो मागेच लागला. काही केल्या तिने ते सांगितलं नाही. म्हणून चिडून दुसऱ्या दिवशी त्याने आपल्या आईकडे तक्रार केली की, रात्री त्याची बहीण तिच्या होणाऱ्या नवऱ्याबरोबर काहीतरी वात्रट विनोद करत होती. त्यावर ऊर्मीला रागावण्याऐवजी तिची आई सुखावली होती. आपल्या लेकीला छानसा जोडीदार मिळाल्यामुळे ती खूप खूश होती. ती मुलाला म्हणाली की, तुझं लग्न ठरलं ना की, तू तुझ्या होणाऱ्या बायकोला फोनवर 'रघुपती राघव राजाराम' हे भजन ऐकव.

पण फोनचं प्रचंड बिल पाहून धनसुखच्या पालकांनी लग्न दोन महिने आधी करण्याची विनंती केली होती.

सगळे अल्बम बाजूला ठेवून ऊर्मीने एक सुस्कारा सोडला. अकरा वाजताच्या पूजेकरता तिला आटवलेल्या दुधाची, तांदळाची खीर करायची होती. तिच्या मनात विचार आला की, इतक्या सुग्रास भोजनावर वाढलेल्या माणसाला अशा भरड भाकऱ्यांची ओढ का वाटावी? आपसूक तिची नजर खिडकीच्या बाहेर आउट हाउसच्या दिशेला वळली. ज्या बायकांना तो आणत होता त्यांच्या भावना नक्की काय असतील या संभ्रमात ती पडली.

आपल्या कुटुंबापासून आणि रोजच्या आयुष्यापासून दूर, इथे आल्याने कुहेलीला खूप उद्विग्नता वाटत होती. सारं काही भकास, निरर्थक जाणवत होतं. कुणीतरी आपल्याला मुळापासून उपटून टाकलं आहे असं तिला वाटत होतं. साऱ्या दिशांनी चालून येणाऱ्या रितेपणानं तिच्या मनात ठाण मांडलं होतं. यातून बाहेर पडण्यासाठी म्हणून तिने मनातल्या मनात आपल्या नवऱ्याची, मुलांची आणि नवीन घराची कल्पना करून पाहिली; पण त्या नवीन वातावरणाशी त्यांनी कसं जुळवून घेतलं असेल हे तिला समजून घेता येईना. तिला तरी तिथल्या जीवनाची सुस्पष्ट कल्पना कुठे होती. तिच्या मुलांच्या प्रतिमा जेव्हा अंधकुशा होऊ लागल्या तेव्हा तर तिचा श्वास थांबला. देवजीचा चेहरा मात्र तिला व्यवस्थित आठवत होता. जेव्हा तिने त्याला पहिल्यांदा पाहिलं होतं तेव्हाचा देवजी; किडकिडीत काळा, उंच, हसतमुख देवजी. तिच्या काकांच्या झोपडीबाहेर उभं राहून गोकुशी, तिच्या चुलत भावाशी गप्पा मारणारा देवजी. पूर्वीचं सारं काही तिला अगदी लख्ख आठवत होतं; पण अलीकडच्या काळामधल्या आठवणींनी मात्र संपूर्ण असहकार पुकारला होता. तिच्या

आजोबांबरोबर जंगलात राहात असतानाच्या एक-एक दिवसाबद्दल बारकाव्यांसह ती सांगू शकली असती.

कदाचित याच आठवणींची तिला आता नितांत गरज असेल. आज ती पुन्हा जंगलात शिरली होती. जगण्याचे मूलभूत नियम शिकणं तिच्याकरता गरजेचं झालं होतं. अगदी बाळ असताना तिला आजोबांनी पंखाखाली घेतलं होतं. ते दोघं एकमेकांपासून दूर गेले तर तिचं काय होईल ही काळजी त्यांना वाटत होती. जंगल ही काही लहानशा मुलीला राहाण्यायोग्य जागा नव्हती. म्हणून अनेक आठवडे त्यांनी एकच काम केलं, ते तिला मांडीवर घेऊन बसायचे आणि ती जर एकटी पडली तर तिने जगण्यासाठी काय-काय करायला हवं याचे धडे तिच्याकडून घोटून घ्यायचे. त्या दिवशी जंगल साफ करण्याकरता मशीन आलेलं असताना, मोहाच्या झाडाखाली उभ्या असलेल्या तिच्या कानात कुणीतरी कुजबुजलं होतं आणि मग काल धनसुखभाईनं तिला या आउट हाउसमध्ये आणलं तेव्हाही ती कुजबुज सातत्याने तिच्या कानांवर आदळत होती. लहानपणी गिरवलेल्या धड्यांची आठवण करून देत होती.

तुला भीती वाटणार आहे हे लक्षात घे. तयार राहा.

लढण्यासाठी मन खंबीर कर, शरीराला इजा होणार नाही याची काळजी घे.

शरीराला वेदना झाल्या किंवा शरीर थकून गेलं की मन निर्बल होतं. हतबलता आली की घरी परत यायच्या वाटा सापडणं कठीण.

जेव्हा धनसुखभाई तिच्यासाठी आला तेव्हा कुहेली तिथे नव्हती. त्या आवाजानं तिला बाहेर पडण्याची वाट दाखवली होती.

तू जर मऊ वाळूत अडकलीस तर उगाच हाता-पायांची झटापट करू नकोस; त्यामुळे तू वाळूत अजून खोलवर रुतत जाशील. त्याऐवजी तरंगायचा प्रयत्न कर. एक लक्षात ठेव, ज्या खड्ड्यात शरीर पडलं आहे त्या खड्ड्यापेक्षा ते हलकं आहे.

तरंगत राहाण्याचा मार्ग तिने शोधून काढला होता. त्याने तिच्या खोलीत प्रवेश केला की शक्य तितक्या त्वरेने ती मनानं तिथून बाहेर पडणार होती. दूर कुठेतरी, दुसरीकडे, वन्सदाच्या जंगलामध्ये, बालपणी शिकलेल्या अनेक गोष्टींकडे जाणार होती. मनातल्या मनात; पुन्हा एकदा लहानशी मुलगी बनून, आजोबांच्या मांडीवर बसून जंगलामध्ये जगण्याचे धडे गिरवणार होती. कोणती कंदमुळं खाण्यायोग्य आहेत, कोणती विषारी आहेत... ती सोळा झाडं ज्यांच्यापासून दोर वळता येऊ शकतो, जुलाब झाले तर त्यावरचे उपाय, राजकोटला जाताना ती आणि आजोबा थांबले होते त्या शहरांची नावं...

त्या खारीला तर जणू देवानंच पाठवलं होतं. तिच्या आजूबाजूला वावरण्यामुळे कुहेलीला खूप दिलासा मिळत होता. नाडियादहून केवडियाला येताना काही मुलं

काठ्या घेऊन त्या खारीच्या मागे लागली होती. तिच्यावर दगड टाकून तिला घायाळ करत होती. खारीचं ते पिल्लू अगदी लहानसं होतं, शिवाय जखमीदेखील झालं होतं; त्यामुळे मुलांच्या तावडीतून स्वत:ची सुटका करून घेणं त्याला शक्य होत नव्हतं. चहा घेण्यासाठी म्हणून ड्रायव्हरने थोडा वेळ बस थांबवली असताना कुहेलीनं खिडकीतून हे दृश्य पाहिलं. मात्र, एका झटक्यात ती बसमधून उतरून त्या मुलांपर्यंत गेली आणि त्यांच्या तावडीतून ते पिल्लू सोडवून स्वत:जवळ ठेवलं.

आता ते पिल्लू अगदी बरं झालं होतं. अंगणातल्या झाडावर त्याने आपलं घर केलं होतं. तिच्या शुश्रूषेची त्याला आता तशी गरज उरली नव्हती; पण तिने हात पसरून बोलावलं की, ते झाडावरून सरसर उतरून खाली येत, तिच्या खांद्यावर अलगद येऊन बसायचं.

"चल गिलडी, तुझ्यासाठी खाऊ शोधू या." असं म्हणून त्या दोघी खारीसाठी अंगणभर खाऊ शोधायच्या.

ती एकटी असताना तिला वाटणारी भीती खार तिच्या खांद्यावर बसली की, आपसूक कमी व्हायची. तिच्यासोबत रोज ती अंगणात फिरत राहायची. कुंपणापर्यंत जाऊन परत यायची. येताना दगड, फुलं, पानं असं काहीबाही घेऊन यायची आणि त्यांचा वापर करून नक्षी रेखायची. तसंही दिवसभर तिला काहीही काम नसे. तिचं जेवण मुख्य घरातून येत असे.

हळूहळू काही दिवसांनी ऊर्मीबेन आसपास नाही असं पाहून त्या दोघी पार स्वयंपाकघरापर्यंत चक्कर टाकू लागल्या होत्या. मग त्यांना कधी ओंजळभर धान्य मिळायचं तर कधी शिळ्या पोळ्या. तेवढ्यावर अनेक पक्षी जमा होऊ लागले होते. कुहेलीने वाट्यांमधून पाणी भरून खिडक्यांवर ठेवलं होतं, प्राण्यांसाठी, पक्ष्यांसाठी... त्या आउट हाउसच्या मागच्या अंगणात आता विविध पक्ष्यांचा किलबिलाट ऐकू येऊ लागला होता; जोडीला होती एक मांजर आणि दोन भटके कुत्रे.

नाडियादची जमीन अगदी समतल होती. तिच्या सपाटीचाच देवजीला संताप येत होता. मैलोन्‌मैल पसरलेली एकसंध तंबाखूची आणि कापसाची शेतं; ती कुरूप झाडं पाहाणं त्याला नको वाटे. शिवाय, ती झाडं जमिनीच्या लगत वाढत असल्यामुळे वाऱ्यावर डुलताना दिसत नसत. आजूबाजूच्या शेतांचे मालक इतके सधन होते की, त्यांच्या गावाच्या एका टोकाला असणाऱ्या आणि जगण्याचा निर्वाणीचा प्रयत्न करणाऱ्या या आदिवासी कुटुंबाचं अस्तित्वदेखील त्यांच्या खिसगणतीमध्ये नव्हतं. त्या दुसऱ्या पुरुषाबरोबर राहायला जाताना कुहेलीनं त्याच्या तोंडावर भिरकावलेल्या या प्रत्येक बाबीतून त्याच्यावर पुन:पुन्हा अपमान झेलायची पाळी येत होती.

भाड्यानं आणलेल्या बैलजोडीच्या मदतीने तो त्याच्या वाट्याची जमीन दिवसभर

सरळ एका रांगेत नांगरत असे, एकदा पुढे एकदा मागे. त्याचे पाय ती वाट चालत असताना मन मात्र गोल-गोल फिरत राही; त्यानंच निर्माण केलेल्या प्रश्नांच्या व्यूहामध्ये खोलवर रुतत जाई. आपलं काय चुकलं? कुठे हुकलं? नक्की काय बिनसलं? सुरुवातीपासून तिला तो कंत्राटदार आपल्यापेक्षा अधिक देखणा वाटला होता का? त्याच्यापुढे मोहाची दारू ठेवताना तिने त्याला नजरेनं उत्तेजित केलं होतं का?

कदाचित तिनेच त्या माणसाला सांगितलं असेल की, तिला त्याच्याबरोबर यायची इच्छा आहे. मग त्या दोघांनी संगनमतानं सगळा कट केला होता का? कुहेली त्याच्याबरोबर असताना हे विचार कधीही त्याच्या मनामध्ये आले नव्हते; पण तिच्या अनुपस्थितीमध्ये मात्र या विचारांनी त्याच्या मनामध्ये ठाण मांडलं होतं. तो जरा हळवा झाला तरी चारही बाजूंनी हल्ला करून हे वाईट विचार त्याला अंकित करून टाकत. त्याचं थकलेलं शरीर त्या विचारांना शरण जात असे. तिने आपल्याला फसवलं आहे या विचारांपुढे त्याची सारासार विचारबुद्धी, त्याची इच्छाशक्ती मान तुकवत असे आणि मग तो ताडीच्या दुकानाकडे वळत असे. तिच्या माघारी आपण ताडीच्या थेंबालाही शिवणार नाही या तिला दिलेल्या वचनाला काहीही अर्थ उरत नसे.

प्रत्येक रात्री, लडखडत्या पावलांनी देवजी आपल्याच मृत्यूच्या वाटेवर चालत असे. ना त्याची मान ताठ राहायला तयार होती ना त्याचे गुडघे!

प्रत्येक सकाळी चंदा डोळ्यांत प्रचंड गुंता घेऊन उठत असे. तिचा ऊर सदैव भरून आलेला असे. आपल्या गेलेल्या नवऱ्याच्या आणि मुलाच्या आठवणी घेऊन ती या जिवंत गोतावळ्यात निर्विकारपणे वावरत असे. तिच्या डोक्यात जणू दाट धुकं पसरलं होतं. आपलं डोकं गदागदा हलवून तिने कितीही आटोकाट प्रयत्न केला तरी ना ते धुकं डोक्यातून बाहेर पडत असे, ना ती त्या आठवणीतून. अनेक वेळा, उद्वेग असह्य होऊन ती आपलंच डोकं भिंतीवर थाडथाड आपटून घेत असे, पण तरीही काही फरक पडत नसे. तिची आठ वर्षांची मुलगी तिला काय सांगू पाहाते आहे याचाही तिला थांग लागत नसे. जेव्हा ती लहान मुलगी तिचा हात धरून तिला चुलीपाशी नेऊन म्हणे, "आई आम्हाला भूक लागली आहे गं!" त्यानंतर मग चंदा यंत्रवत स्वयंपाक करून त्यांना वाढत असे.

मुलांचं जेवण झालं की, ती त्यांना सांगे, "माझं डोकं खूप कलकलतं आहे. जा सगळे जरा बाहेर. डोळे मिटून शांतपणे पडून राहू द्या मला." दुपारपासून ते पार अंधार पडेपर्यंत ती तशीच शिणलेल्या, हरवलेल्या अवस्थेमध्ये पडून राही, जगापासून, स्वत:पासून दूर, स्वत:लाच अनोळखी होऊन. संध्याकाळी मुलांच्या पोटात कावळे ओरडू लागले की, पुन्हा एकदा सकाळची पुनरावृत्ती होई. तिला असं वाटायचं की, आपण काल चालायला सुरुवात करून उद्यावर पोहोचलो आहोत. मधल्यामध्ये

'आज' कुठे हरवत होता हे तिला कळत नव्हतं आणि ते कळून घ्यायची तिची मानसिकताही नव्हती. जणू काही सकाळची कामं करून झाल्यावर संध्याकाळची कामं करेपर्यंत ती अस्तित्वातच नसायची. त्या दरम्यान तिच्या जागी असायचं जिवंत मढं, जमिनीवर अस्ताव्यस्त पसरलेलं, अचेतन शरीर!

पुन्हा एकदा नानलोच्या बालपणामध्ये अडथळा आला होता. त्या नवीन जागेमध्ये त्यांचं आयुष्य प्रत्यक्ष विरणीला लागायच्या आधी त्याला त्याची जाणीव झाली होती.

चंदाची मोठी मुलगी बिचारी लाकूडफाटा गोळा करायची, पाणी भरून आणायची. त्या वेळी देवजीची ही दोन मुलं आपापसांत कडाकडा भांडत राहायची. त्यांच्याशी ना कोणी प्रेमानं बोलणारं होतं, ना त्यांना मायेनं जवळ घेऊन दोन घास भरवणारं! अर्धवट बांधलेली त्यांची झोपडीदेखील तशीच होती, पोरकी, दुर्लक्षित. ती सपाट शेतजमीन देवजीच्या अर्धवट प्रयत्नांना काहीही प्रतिसाद देत नव्हती. आजूबाजूच्या श्रीमंत शेतकऱ्यांच्या शेतात जाऊन नानलो काहीबाही कामं करत राहायचा. खताच्या गोण्या शेतामध्ये नेणे, गुरांची वैरण शेतातून घरी नेणे अशा कामांमधून मिळणाऱ्या पैशातून तो गूळ, भाजलेलं डाळं-फुटाणे आणि बिस्किटांचे पुडे आणायचा. कधीकधी कितीही विनवलं तरी चंदा स्वयंपाक करायला उठायची नाही. कधी तव्यावरच्या भाकरी आणि चुलीवरची भाजी करपून गेली तरी तिला शुद्ध नसायची. अशा वेळी नानलोने आणलेल्या तुटपुंज्या खाऊवर ती मुलं गुजराण करायची.

चंदाची लेक आणि नानलो एकमेकांचे सवंगडी बनले. कितीदा संध्याकाळी तो सगळ्या मुलांना बरोबर घेऊन शेजारच्या पटेल खेड्यातून चक्कर मारत असे. खेड्यातील इतर मुलं अशा वेळी त्यांच्याकडे टक लावून पाहात, पण नानलो सगळ्यांकडे दुर्लक्ष करी. त्या गावाच्या मध्यभागी असलेल्या किराणा दुकानात सगळ्यांना घेऊन जाऊन तो लिमलेटच्या गोळ्या घेत असे. इतरांच्या घराच्या दारा-खिडक्यांतून डोकावून लाकडी शेल्फवर हारीने मांडलेली चकचकणारी स्टीलची, पितळ्याची भांडी पाहात-पाहात परत येणं हा त्यांचा आवडता छंद होता. बारीक केलेल्या ताज्या कुट्टीचा, धारोष्ण दुधाचा आणि शेणाचा संमिश्र वास गावभर पसरलेला असे; त्यामुळे ते नाक बंद करून हसत-खिदळत घराकडे परतत.

कधीकधी देवजी परतण्याची वाट पाहात नानलो जागा राही. दारू पिणं बंद कर, शेताकडे लक्ष दे असं आपल्या बाप्पाला समजावण्याचा प्रयत्न करी. अति प्यायलेला देवजी मग त्याच्या केसात हात फिरवत, अतिप्रेमाचं प्रदर्शन करत त्याला ग्वाही देई की, पाऊस आला की सारं काही ठीक होईल. तू झोप बाळा असं म्हणून स्वत: दुसऱ्या सेकंदाला घोरू लागे. अशा रात्री नानलो झोपडीच्या बाहेर येऊन आकाशातल्या चंद्र-ताऱ्यांचं निरीक्षण करत विचार करत राही की, घराकडे लक्ष देणं

ही कोणाची जबाबदारी आहे! झोपलेला तारा हा जागा असलेल्या ताऱ्यापेक्षा काही वेगळा असतो का?

त्या खारीनेच कुहेलीची कीर्तीशी ओळख करून दिली.

धनसुखभाई घरी असताना त्याची मुलं त्याच्या आसपासही फिरकत नसत. त्याचं वागणं त्याला कारणीभूत होतं. त्याची मोठी मुलगी आरती अतिशय आज्ञाधारक आणि नम्र होती. मधला मुलगा कार्तिक थोडासा धाडसी होता; पण लहानपणी खाव्या लागलेल्या मारामुळे आपण कोणत्या हद्दीपर्यंत धाडस दाखवू शकतो याची स्पष्ट कल्पना त्याला आली होती; त्यामुळे तो कुठल्याही प्रकारे कोणत्याही अलिखित नियमांचं उल्लंघन करत नसे. धाकटी कीर्ती मात्र नऊ वर्षांची अल्लड मुलगी होती. आपल्या वडिलांच्या आसपास असताना तिचं अवखळ बालपण आपोआप फुलून येई. वडील आपले लाड करतात हे पठ्ठीला माहीत होतं.

आउट हाउसमध्ये येणाऱ्या वेगवेगळ्या स्त्रियांपासून आपण दूर राहायचं असतं हे कीर्तीलाही तिच्या इतर भावंडांप्रमाणे शिकवलेलं होतं, परंतु या वेळी तिथे राहायला आलेली ती काळीसावळी, उंच तरुणी आणि तिच्या खांद्यावरची खार यांनी कीर्तीवर मोहिनी घातली होती. ती तरुणी खारीसह अंगणात फेऱ्या मारत असताना कीर्ती तिचा पाठलाग करत असे आणि तिने वळून पाहिलं की लाजून लपून बसत असे.

एक दिवस कुहेली आणि तिची खार स्वयंपाकघरात आल्याचं कीर्तीनं पाहिलं. शिळ्या अन्नाच्या शोधात दोघी आल्या होत्या. ती लहानशी मुलगी आपल्याकडे पाहाते आहे हे लक्षात आल्यावर कुहेलीने तिला हवं ते घेतलं आणि पटकन तिथून काढता पाय घेतला. आउट हाउसच्या मागच्या अंगणात बसून त्या शिळ्या पोळीचे तुकडे करून पक्ष्यांना आणि प्राण्यांना ती खाऊ घालत होती, तेव्हा कीर्ती तिथे येऊन धडकली. तिच्या फ्रॉकचे खिसे भाजलेल्या दाण्यांनी आणि मिठाईनं गच्च भरले होते. कुहेलीसमोर आपले खिसे रिकामे करत ती विजयी मुद्रेनं म्हणाली, "घे हे! तुला लागेल ते सारं मी आणून देऊ शकते."

तुझ्या आजूबाजूला असणाऱ्या सजीवांशी मैत्री कर. हिंस्त्र श्वापदाप्रमाणेच एकटेपणा हादेखील शत्रू आहे. त्याच्यापासून स्वत:ला वाचवलं पाहिजे.

"तुला ही खार आवडली आहे ना?" कुहेलीनं विचारलं.

तिने लाजून मान डोलवली.

"ये जवळ, गिलडी तुझ्याशी मैत्री करेल."

त्या छोट्याशा मुलीनं अगदी भीत-भीत आपला हात पुढे केला. राखाडी आणि करड्या रंगांचे पट्टे असलेली ती मऊशार खार जेव्हा हलली तेव्हा तर कीर्ती ओरडलीच. ती खार आता मजेत इकडेतिकडे फिरू लागली तशी कीर्तीनं कुहेलीच्या

पायाला मिठी मारली. एकीकडे तिला खारीचा स्पर्श आवडला होता; पण त्याचबरोबर तिला भीतीसुद्धा वाटत होती. मग कुहेली खाली बसली, कीर्तीला तिने आपल्या मांडीवर बसवून घेतलं आणि अलगद ती खार तिच्या हातात दिली.

"तू कुठून आली आहेस?" थोड्या वेळानं कीर्तीनं विचारलं.

"दूरच्या डोंगरातून, जिथली नदी जगात सर्वांत सुंदर आहे." तिला उत्तर देता-देताच कुहेलीचे डोळे भरून आले. अंबिका नदीच्या काठावरच्या दाट जंगलांची तिला आठवण झाली. तिचं बालपण ज्या जागेवर गेलं होतं ती जागा आता तिला कधीही पाहायला मिळणार नव्हती. मग तिला देवजीचं गाव आणि तिथली चढउताराची शेतं, बाजूनं झोकात वाहणारी कर्जन नदी, सारं काही आठवलं. आता त्यातलं काहीच उरलं नव्हतं.

"इथे येऊन माझ्या पपांना मालीश करावं लागतं म्हणून तुला वाईट वाटतंय का?" असं विचारत कीर्तीनं तिला मिठी मारली. मग दोघीही तशाच बसून राहिल्या.

काही वेळाने एक कावळा उडत आला आणि खिडकीत जाऊन बसला. तिथे ठेवलेल्या वाटीमधलं पाणी पिऊ लागला. त्याबरोबर उत्सुकता वाटून कीर्ती पुढे सरसावली. मग कुहेलाही उठून उभी राहिली आणि बोट धरून कीर्तीला मागच्या अंगणात घेऊन आली. तिथे असलेल्या इतर प्राण्यांशी ओळख करून द्यायला.

त्यानंतर रोज त्या एकमेकींबरोबर वेळ घालवू लागल्या. गेल्या कित्येक वर्षांत धनसुखभाईची दिनचर्या ठरून गेली होती. रोज दुपारी तो जेवायला घरी यायचा. त्यानंतर वामकुक्षी घ्यायचा. अधूनमधून त्या आउट हाउसमध्ये सोबतीण नसली तरी तो तिथे आराम करायचा आणि मग साइटवर जायचा. दिवसाच्या मध्यंतरातही अशी 'पॉवर नॅप' घेतली पाहिजे ही त्याची ठाम समजूत होती. अशा डुलकीच्या आधी जर अंथरुणात पुरुषार्थ गाजवता आला तर तो अधिक ताजातवाना होत असे. त्याचा कार्यक्रम आटोपून तो बाहेर पडला की, ऊर्मीबेन सायंप्रार्थनेकरता तास-दीड तास जवळच्या मंदिरात जात असे. ती तयार होऊन बाहेर पडली की, मग मुलांना रान मोकळं असे. त्यानंतर चोरपावलांनी कीर्ती कुहेलीकडे येत असे.

"मालीश करून झालं का?" ती कुहेलीच्या कानात विचारे. तिची निरागसता पाहून कुहेली क्षणभर आपली परिस्थिती विसरून जात असे. हातात कधी नुकतंच काढलेलं चित्रं तर कधी एखादी बाहुली किंवा खेळणं घेऊन दाराशी उभ्या असलेल्या या मुलीला पाहून आपल्या परिस्थितीवर रागवणंदेखील तिला शक्य नसे. किती अधीरतेने कीर्ती तिच्या खोलीत शिरायची वाट पाहात असे!

धनसुखभाईबरोबरचं कुहेलीचं शीतयुद्ध जरी चालू होतं तरी साधारण दोन महिन्यांनी आपल्या या नवीन परिस्थितीशी जुळवून घ्यायला ती शिकली होती. तिथलं वास्तव्य तिला आता पूर्वीइतकं असह्य होत नव्हतं. मागच्या अंगणात तिने

विटांची एक चूल तयार केली होती आणि जास्तीच्या डाळी आणि धान्य आउट हाउसच्या स्टोअररूममध्ये ठेवलं होतं. बंगल्याच्या आवारात भाजीपाला लावलेला होता. तिने जर कधी स्वत:साठी थोडीशी भाजी किंवा मिरच्या तोडून घेतल्या तर तिला कोणी काही म्हणत नसे.

कीर्तीच्या बरोबरच धनसुखभाईच्या मोठ्या मुलांशी – आरती आणि कार्तिकशीदेखील एव्हाना तिची ओळख झाली होती.

धनसुखभाईचा पंधरा वर्षांचा कार्तिक जरा गुबगुबीत होता. त्याला उकडलेली अंडी खायला खूप आवडायचं. त्याला मिळणारा पॉकेटमनी तो बहुधा वेगवेगळ्या ठेल्यांवर मिळणाऱ्या उकडलेल्या अंड्यांवर खर्च करायचा. त्याला मनातून आपल्या या आवडीबद्दल अपराधी वाटायचं. त्या गावात जरी अनेक लोक अजिबात दारू पीत नसत आणि मांसाहार करत नसत तरी चोरून दारू प्यायची आणि सोबतीला उकडलेली अंडी खायची आवड मात्र सगळ्यांना होती; त्यामुळे अनेक टपरीवाले हा व्यवसाय करत असत. कार्तिकच्या वयानुसार त्याला मांसाची, तंबाखूची आणि त्याला निषिद्ध म्हणून सांगितलेल्या इतर गोष्टींची चव जाणून घेण्याची खूप उत्सुकता होती.

एके दिवशी संध्याकाळी आउट हाउसच्या दिशेने येणाऱ्या खमंग वासाने त्याला कुहेलीच्या चुलीकडे ओढून आणले. ती जे काही भाजत होती त्याचाच दरवळ होता तो. आजवर कार्तिक त्या आउट हाउसच्या इतक्या जवळ कधी आला नव्हता. तेवढ्यात त्याच्या कानावर त्याच्या धाकट्या बहिणीची चिवचिव पडली. ती आउट हाउसच्या अंगणात होती; त्यामुळे त्यालाही धीर आला आणि तो तिथे पोहोचला.

कुहेलीने एक पाखरू पकडलं होतं. तेच ती निखाऱ्यांवर भाजत होती. कीर्तीच्या दिशेनं येणारा धूर ती वारं घालून दुसऱ्या दिशेला वळवत होती. कीर्ती चक्क जमिनीवर उताणी झोपली होती. आपले दोन्ही कोपर जमिनीवर टेकवून दोन्ही हातांच्या ओंजळीमध्ये तिने आपली हनुवटी टेकली होती. एकीकडे तिची बडबड सुरू होती. कार्तिकला पाहिल्याबरोबर ती एकदम वरमली.

"मी माझा गृहपाठ संपवून मग इकडे आले आहे रे. देवा शपथ! प्लीज, आईला सांगू नकोस हं!"

तिच्याकडे संपूर्ण दुर्लक्ष करून कार्तिकने कुहेलीला विचारलं, "तू हे काय भाजते आहेस?"

"तुला चव घ्यायची आहे का? तो एक छोटासा पक्षी आहे. तो मस्त चविष्ट आणि रसदार लागेल."

मान डोलवून तो खाली बसला आणि उत्सुकतेने सभोवर पाहू लागला. कुहेलीने ती जागा अगदी स्वच्छ ठेवली होती. शिवाय खूप हवेशीर होतं ते अंगण.

ही बाई चांगली आहे असं त्यानं मनोमन ठरवलं.

"तू जर मांस खाल्लंस ना तर तू राक्षस होशील!" कीर्ती त्याला म्हणाली.

"कोणी सांगितलं गं शहाणे तुला?"

"आई-पप्पांनीच सांगितलं आहे. आजी पण तेच म्हणते. सगळेच जण तसं म्हणतात. कुठल्याही जिवंत प्राण्याला आपण नाही खाल्लं पाहिजे. त्यांची अंडीसुद्धा नाही."

"काहीतरीच काय?" तिचा भाऊ ताडकन म्हणाला. "ते फक्त आपल्याला घाबरवायला तसं सांगतात. मी तर रोज अंडी खातो. दिसता आहेत का माझ्या डोक्यावर शिंगं?" आपण काय बोललो हे लक्षात येताच तो एकदम गप्प बसला. आपल्या या आगाऊ लहान बहिणीला आपण असं मूर्खासारखं आपलं गुपित कसं काय सांगून बसलो असं त्याला वाटलं. काहीही विचार न करता तो बोलून बसला होता. खरं म्हणजे मांस खाल्लं की माणूस राक्षस होतो असं कीर्तीनं म्हटलं होतं. ते ऐकून या बाईला अपराधी वाटायला नको म्हणून तो तसं बोलला होता.

"हे बघ कीर्ती, तू आईला माझं गुपित सांगू नकोस आणि मी तुझं गुपित सांगणार नाही, कळलं?" त्याने असं म्हटल्यावर बहीण-भावानी एकमेकांशी हात मिळवले. तोपर्यंत तो छोटासा पक्षीसुद्धा छान भाजला गेला होता. कुहेलीने शिजवलेल्या जाड्याभरड्या भाताबरोबर कार्तिकनं मिटक्या मारत भाजलेल्या पक्ष्याचा आस्वाद घेतला, पहिल्यांदाच!

त्यानंतर कार्तिकसुद्धा वरचेवर कुहेलीला भेटायला जाऊ लागला. कधी तो हळूच अंडी आणून तिला ती उकडून द्यायला सांगायचा. बाहेर हातगाडीवर खाताना तितकीशी मजा येत नसे. आपल्याला कोणी बघेल का? पपांना सांगेल का? अशी सारखी धास्ती वाटत राहायची; त्यामुळे सारखं इकडेतिकडे बघत-बघत अंड्यांचा आस्वाद घ्यावा लागे. त्यातली गंमत कमी होऊन जाई. बाहेरच्या जगाकडून विनाकारण निंदा करून घेण्याऐवजी आपण आपल्या घराच्या चार भिंतींच्या आड आपल्याला हव्या असलेल्या गोष्टीचा रोज-रोज आस्वाद घेऊ शकतो हे त्यालाही त्याच्या वडिलांप्रमाणे अवगत होऊ लागलं होतं. कधीकधी जेवणानंतर ती तिची हातानं गुंडाळून तयार केलेली बिडी ओढे तेव्हा तोसुद्धा त्याच्याजवळची सिगारेट ओढून पाही.

एकदा त्याने तिला मित्र असल्यासारखं सांगितलं होतं, "खरं तर मला नाही आवडत सिगारेट ओढायला." हे सांगताना धूर घशात जाऊन त्याचा श्वास कोंडल्यागत झाला होता. "मी इथे येतो ते फक्त सराव करायला. कसं आहे ना, पुरुषांना सगळ्या गोष्टी आल्या पाहिजेत नाहीतर लोक त्याला डरपोक समजतात."

हे ऐकून कुहेलीला हसूच आलं. मग तिने त्याला धुराची छान गोल वलयं कशी

काढायची ते शिकवलं.

त्या भावंडांत सर्वात मोठी असलेली आरती अतिशय अबोल होती. आउट हाउसमध्ये येऊन कुहेलीशी दोस्ती करण्यात तिचा शेवटचा नंबर होता; पण जे तिच्या दोन भावंडांनी केलं नाही ते तिनं कुहेलीसाठी केलं. कुहेलीच्या आधीच्या आयुष्याबद्दल तिच्या मनात प्रचंड कुतूहल होतं, विशेषत: देवजीच्या आणि कुहेलीच्या प्रेमाच्या कथा, त्यांचे नाच, त्यांचे सण आणि एकूणच आदिवासी खेड्यांमधल्या मुला-मुलींच्या भेटीगाठी, एकत्र वावरणं या सगळ्याबद्दल तिला उत्सुकता होती.

"आमच्यासारखं नाही की तुमच्याकडे! नवरात्रीचे नऊ दिवस तेवढे आम्ही एकत्र नाचतो; पण त्यानंतर वर्षभर काहीच नाही. मुलांशी बोलायचं तर नाहीच; पण त्यांच्याकडे पाहायचंसुद्धा नाही." ती हळूच तक्रार करायची. तिने नवरात्रीत ज्या मुलाबरोबर नाच केला होता तो तिला खूप आवडला होता; पण काय करणार? तो शहराच्या दुसऱ्या टोकाला. आता त्याला पुन्हा भेटायचं म्हणजे वर्षभर थांबणं भाग होतं.

आदिवासींबद्दल असलेल्या तिच्या कुतूहलाचा कुहेलीला सुरुवातीला संताप आला होता. या सहा महिन्यांकरता तिने देवजीला आणि त्यांच्या मुलांना मनातून पार हद्दपार केलं होतं. तिचं तिथे राहाणं त्यामुळे थोडंसं सुसह्य होईल अशी तिची कल्पना होती. त्यांचा विचार मनात आला की, तिला शेकडो डागण्या दिल्यागत वाटे.

पण मग तो आवाज कानाशी कुजबुजला, *आठवण ठेवायला विसरू नकोस.* जंगलामध्ये जिवंत राहाण्यासाठी आजोबांनी शिकवलेल्या नियमांपैकी हा शेवटचा नियम होता. औदासिन्याला तुम्हाला घेरू देऊ नये. घराची आठवण काढा. तुमच्या प्रियजनांचं स्मरण करा. जगण्यासाठी तुमच्याकडे सशक्त कारण आहे याची स्वत:ला आठवण देत राहा.

त्यानंतर मग आरतीशी गप्पा मारायला, तिच्या पूर्वायुष्याबद्दल बोलायला तिला आवडू लागलं. अतिशय मनापासून ती आरतीला सगळं सांगायची. त्यांचे नाच, होळी साजरी करायची पद्धत, बाहुल्यांच्या लग्नाचा दिवासो हा प्रकार... तिने आणि तिच्या मैत्रिणींनी त्या जुन्या खेड्यामध्ये किती उत्साहाने बाहुल्यांच्या लग्नाचा हा सण साजरा केला होता. एकदा असंच रंगून जाऊन ती आरतीला तिच्या सोनगडच्या भेटीबद्दल सांगत होती. ती अगदी लहान होती तेव्हा. आपल्या आजोबांबरोबर ती मोगरादेवाच्या सणाकरता गेली होती. त्यामध्ये, टेकडीवर जाऊन मोराचा बळी द्यायची पद्धत होती. तिचं वाक्य संपलं मात्र, इतका वेळ तिची गोष्ट ऐकणारी कीर्ती ताडकन उभी राहिली.

"तू एका सुंदर मोराला मारून टाकलंस?"

"हो, तो आमच्या पूजेचा एक विधी होता, देवांना खूश करण्याकरता केलेलं

बलिदान होतं ते!''

आता तर कीर्तीनं पाय आपटत रडायलाच सुरुवात केली. ''किती घाण आहे हे सगळं! घाण, एकदम घाण! तुमचे देवपण घाण आहेत. त्यांना जिवंत प्राण्यांचं रक्त हवं असतं.''

''श्श! त्यात एवढं रडण्यासारखं काय आहे?'' आरतीने आपल्या धाकट्या बहिणीला समजवायचा प्रयत्न केला.

त्यांची प्रतिक्रिया पाहून कुहेलीला रागच आला. तिने मग दोघी बहिणींना आपल्या खोलीतून बाहेर पिटाळलं. आपल्या रीतिरिवाजांना त्यांनी अशी प्रतिक्रिया दिली हे तिला आवडलं नाही. त्यानंतरचे काही दिवस कीर्तीनं आणि तिने एकमेकींना टाळलं.

थोड्या दिवसांनी कीर्ती येऊन तिला म्हणाली की, ''प्लीज, आपण पुन्हा मैत्रिणी होऊ या ना!''

कुहेलीनं पुष्कळ विचार करून ठरवलं की, तिला नीट समजावून सांगायचं.

''हे बघ, तुझी आई देवळात जाते. देवाला दागदागिने आणि छानसा पोशाख चढवते. तुझे बाबा संगमरवरी देवळं बांधण्यासाठी पैसे देतात, हो की नाही? सांग बरं, का करतात ते हे सगळं?''

''मला नाही माहीत. तूच सांग.''

''तुम्ही तुमच्या देवाला हे सगळं देता कारण तुमचं त्या देवावर खूप प्रेम असतं. म्हणूनच तुम्हाला जे सर्वात जास्त आवडतं तेच तुम्ही त्याला अर्पण करता, बरोबर आहे ना? तशाच प्रकारे आम्ही मोर किंवा बकरी अर्पण करतो. आम्हाला सर्वाधिक आवडणाऱ्या गोष्टी आम्ही आमच्या देवांना देतो. प्रेम व्यक्त करायची ही आमची पद्धत आहे बघ.''

''आम्ही निदान निर्जीवांवर तरी प्रेम...'' एवढं बोलून अचानक कीर्ती मध्येच थांबली. हे सगळं समजायला, बोलायला आपण अजून खूप लहान आहोत हे तिला जाणवलं बहुधा.

''ते जाऊ दे, प्लीज! चल ना कुहेली, आपण खेळू या,'' ती म्हणाली.

कधीकधी कुहेलीला सारं काही व्यर्थ वाटायचं. निराशेच्या खोल गर्तेमध्ये ती बुडायची. कीर्तीच्या गोड किलबिलाटानंसुद्धा तिची उदासीनता कमी व्हायची नाही. जगाचा अंत आता जवळ आहे या भावनेनं ती सैरभैर व्हायची. तिला आणि त्यांच्या संपूर्ण वस्तीला त्यांच्या गावातून काढून लावण्याआधी तिने कधी बाहेरच्या जगाचा विचार केला नव्हता. हे जग आपल्या आदिवासी जीवनापेक्षा किती वेगळं असेल याची तिला जरादेखील कल्पना नव्हती. त्यानंतरचा काळ तिच्या नजरेसमोरून

गेला. त्या चौघांच्या पोटात दोन घास पडावेत म्हणून नवरा-बायकोला किती आटापिटा करावा लागत होता. दोन घास जाऊ द्या, पण प्रत्येक श्वासाचीसुद्धा किंमत मोजावी लागत होती त्या दोघांना. जिवंत राहाणं एवढं एकच ध्येय उरलं होतं. त्याव्यतिरिक्त कोणत्याही गोष्टीकरता वेळ नव्हता त्यांच्याकडे. आता मात्र या सुधारित जगामधल्या या सुधारित लोकांच्या तुरुंगात येऊन पडल्यावर तिला वेळच वेळ मिळू लागला होता. तिथे करण्यासारखंदेखील काही नव्हतं. म्हणून ती विचार करायला प्रवृत्त झाली होती. त्यातूनच तिला आपल्या जमातीचं भवितव्य लख्खपणे जाणवत गेलं.

त्या धरणाच्या रूपाने या लोकांनी नदीत केवळ एक भिंत नव्हती बांधली, त्यांच्या पूर्ण संस्कृती रचनेचं तत्त्वच होतं ते. कधी उमगलं होतं तिला ते तत्त्व? धनसुखभाई जेव्हा तिच्यासाठी हपापलेला होता, तिला अंकित करू पाहात होता तेव्हा त्याच्याप्रति तिच्या मनात जागलेल्या तीव्र प्रतिक्रियांचा बांध तिने प्रयत्नपूर्वक थोपवला होता. तिच्या थंडपणामुळे आणि निर्विकार तटस्थतेमुळे अभावितपणे तो अज्ञाताच्या खोल गर्तेत रुतत चालत होता. त्याच वेळी तिला मात्र प्रत्यही अधिकाधिक शक्ती, सत्ता मिळत असल्यासारखं भासत होतं. रोखून, थोपवून धरा आणि ताकद वाढवा हे तत्त्व तिला नकळत जाणवलं होतं. तिच्या आजूबाजूला दूरवर तेच दिसून येत होतं. नद्या अडवून धरा आणि त्यातून विजेची निर्मिती करा, पाणीपुरवठा वाढवा. गोदामातून अन्नधान्याचे साठे करून ठेवा आणि भरमसाट किमती वाढून नफ्यात वाढ करा. बँकेमध्ये पैसे साठवून त्यांचा वापर थोपवून धरा आणि त्यातून इतर लोकांचे श्रम विकत घ्या. याला अंतच नाही. आपलं तारुण्य थोपवून ठेवून तरुण आपलं भविष्य सुखकारक करू पाहातात. मुली आपलं प्रेम थोपवून ठेवून आपल्या कौमार्याच्या सामर्थ्याने चांगला नवरा पटकावू पाहातात. मुलांना पसंती दर्शवण्याऐवजी पालक त्यांना धाकात ठेवून स्वत:च्या इच्छांपुढे मान तुकवायला लावतात. परिणामत: मुलंही पालकांप्रतीचा जिव्हाळा रोखून धरतात आणि नंतर पालकांशी लबाडीने वागतात.

शोषण करा आणि कायमचं सोडून द्या. हे जगाचं दुसरं तत्त्व होतं. हाव! हाव! हाव! ओरबाडा, ओरबाडा, ओरबाडा! आपल्या ताटात आधीपासून असलेल्या पदार्थांचा स्वाद घेण्याऐवजी अजून-अजून वाढून घ्यायचं, क्षणभरही उसंत न घेता! आपल्या सहकाऱ्यांकडून जो जितकं अधिक हडप करेल तो तितका श्रेष्ठ हीच साऱ्यांची मनोधारणा होती. बेफिकिरीने ओरबाडायचं आणि निष्काळजीपणानं फेकून द्यायचं. आपलं काम झालं की, नामानिराळं व्हायचं हीच त्यांची रीत होती. वर्षानुवर्ष त्यांची सुपीक शेतजमीन पडीक राहात होती. तरीही अधिक उत्पन्नाच्या लालसेनं लोकांच्या अनाघ्रात जमिनी ओरबाडून घ्यायच्या, त्यांना देशोधडीला लावायचं.

स्वत:च्या लग्नाच्या बायकोला पूर्णपणे दुर्लक्षित करायचं आणि दुसऱ्याच्या बायकोशी विषयासक्त होऊन तिला नासवायचं. स्वत:च्या परिसरामधल्या नद्यांमध्ये सांडपाणी रिचवून त्यांची महागटारं करायची आणि मग यायचं दऱ्या-डोंगरांमधून उगम पावणाऱ्या निर्मळ झऱ्यांच्या शोधात. धरणीमातेवर तर ते अनंत अत्याचार करत होते. स्वत:ची भूक भागवण्यासाठी तिला उद्ध्वस्त करत होते. तिच्या पोटात खोल जाऊन खनिजसंपत्ती लुटणं, जंगलच्या जंगल कापून तिला बोडकी करणं, समुद्र मागे हटवून तिच्या निसर्गचक्राला खीळ घालणं, सिमेंट-काँक्रीटच्या जंगलात तिचा श्वास गुदमरवून टाकणं, प्रचंड हव्यास अन् न मिटणारी भूक यांना अंत असू शकतो हे त्यांच्या गावीही नव्हतं. त्यांनी एकदा जरी स्वत:ला धरणीच्या कुशीत हलकेच विसावू दिलं तर...? आईचं स्तन्य पिणाऱ्या नवजात बालकाचं समाधान आणि तृप्ती त्यांच्याही वाट्याला आली असती. त्यांची क्षुधा कधीच संपणार नाही का? तिच्या मनात आलं.

लोकांमध्ये जणू अनेक अंतर्गत प्रवाह होते आणि त्यातून तयार होत होते अनेक गरगरणारे आवर्त. प्रचंड वेगाने सारं पोटात घेऊन, गडप करणारे. हे लोक मोठमोठाली धरणं बांधत होते, उंचच उंच इमारती उभारत होते. त्यांच्या या हावरट कृतींचे दुष्परिणाम अत्यंत निर्दयतेने त्यांनाच गिळंकृत करणार होते. ती विचारात पडली की, तिची ती साधी माणसं, पीत असलेल्या मोहाच्या दारूसारखीच तरल असणारी, पूजा करत असलेल्या डोंगर-झऱ्यांसारखीच निर्मळ आणि निर्बंधपणे वावरणारी, ज्या संगीताच्या तालावर नृत्य करत त्यासारखीच मुक्त असणारी ती माणसं, त्यांना त्यांच्या नैसर्गिक वातावरणातून अक्षरश: उपटून इथे सपाट पठारांवर फेकल्यानंतर, कशी बरं जगतील?

जगायचं असेल तर त्यांना संपूर्णत: बदलावं लागेल; परंतु जर त्यांनी असा बदल केला तर जिवंत तरी काय राहाणार होतं?

५

देवजीने वर्तवलेल्या अंदाजानुसार मॉन्सूनच्या आगमनाबरोबरच जमिनीच्या पोटात इथे-तिथे दडून बसलेलं बी अंकुरायला सुरुवात झाली. पावसानं तृषार्त जमिनीला शांत केलं आणि त्या बदल्यात तिनेही मुक्तहस्ते सृजनाचे सोहळे लुटले. ठायीठायी हिरवे कोंब तरारून आले. एका रात्री त्यांच्या छपरावर धुवाधार पाऊस तांडव करत असताना ते ऐकणं देवजीला असह्य झालं. चंदाची निर्जीव निष्क्रियतादेखील त्याला अशीच असह्य झाली. पुढे होऊन त्याने तिला अलगद आपल्या कुशीत घेतलं. तिच्यामध्ये जिवंतपणाची खूण दिसेपर्यंत तो तिला हळुवारपणे कुरवाळत राहिला. त्याच्या स्पर्शाने तिच्या डोळ्यांत भाव उमटले. मन सजग होताच तिने पहिला शब्द

उच्चारला – ''पण कुहेली...'' तिच्या ओठांवर बोट टेकवून त्याने तिला गप्प केलं.

''चंदा,'' देवजी कुजबुजला, ''तू किती सुंदर होतीस! गावातली सर्वात सुंदर मुलगी होतीस.''

नंतर कितीतरी वेळ दोघंही कुशीवर वळून एकमेकांकडे पाहात होते. उन्हातान्हात रापलेला त्याचा हात हलकेच तिच्या सर्वांगावरून फिरू लागला. त्याच्या त्या अलवार स्पर्शासरशी तीसुद्धा त्याच्याकडे आकर्षित झाली. तिच्या कमनीय देहावरून फिरणारा हात मूक संवाद साधत होता. काहीही न ठरवता, कुठलीही प्रस्तावना न करता, दुखावलेले ते दोन जीव, परस्परांकडे आकृष्ट झाले, दुभंगलेल्या मनांना एकसंध करण्यासाठी.

त्या रात्री उशिरा देवजी उठला, घराबाहेर पडला. गावच्या ओढ्याकडे जाणारा वळणावळणाचा रस्ता त्याने पकडला. त्याच्या हातात दारूची रिकामी बाटली होती. आजवरच्या एकटेपणात तिने साथ दिली होती; पण देवजीला आता जगण्याचा अर्थ गवसला होता. गेले कित्येक महिने दारूच्या अमलाखालचं आभासी जगणं जगून तो थकला होता. चंदाच्या स्पर्शामुळे ते जग विरलं आणि मागे उरलं स्वच्छ, नितळ जगणं. देवजी आता संपूर्णपणे भानावर आला होता. त्याने नि:शंक मनानं ताडीची ती बाटली त्या वाहत्या प्रवाहाला समर्पित केली. त्यानंतर त्याने आकाशातल्या चंद्राकडे एक दगड भिरकावला. तो दगड उंच जाऊन झऱ्यामध्ये पडलेल्या चंद्राच्या प्रतिबिंबावर आदळला; त्यामुळे काही क्षणांसाठी चंद्राची दोन शकलं झाली ते पाहून देवजीला मनापासून समाधान वाटलं.

महान लोकांची कर्तृत्वदेखील महान असतात; पण जी माणसे नगण्य असतात ती केवळ जगण्यासाठी जगतात. त्यांच्या या प्रयत्नांमध्येसुद्धा चांगुलपणा असतोच की! स्वत:च्या मनात उमटणाऱ्या प्रश्नांना उत्तर देत देवजीनं स्वत:ची समजूत काढली. त्याच्या भग्न नजरेच्या आरशात बघताना चंदाला तिच्या पूर्वाश्रमीचे काही क्षण मिळून ती थोडीशी हसली तरी देवजीकरता ते पुरेसं होतं. तिथल्या सपाट जमिनीवर राबण्यासाठी त्याला तिच्या कमनीय देहाच्या स्पर्शातून थोडीशी ताकद मिळाली तरी पुरेसं होतं. मग दोघं मिळून त्या अनोळखी जागेमध्ये लागवड करू शकले असते. मोठेपणाचं जग मागे पडून समोर अर्धसत्याचं जग उभं होतं.

कुहेली आल्यावर काय करायचं ते नंतर पाहाता येणार होतं.

गेली बारा वर्षं, धनसुखभाई, कमी-अधिक प्रमाणात बायकांना भुलवत होता, भोगत होता; पण नव्याने आलेल्या या बाईपायी तो अतिशय अस्वस्थ झाला होता. आजवरच्या आयुष्यात त्याने अशी अवस्था कधीच अनुभवली नव्हती. त्याच्या वयाच्या तमाम पुरुषांना भेडसावणाऱ्या महत्त्वाच्या प्रश्नांची त्याने लीलया उकल

केली होती. लग्न झालेलं असतानाही त्याचं समांतर सेक्स लाइफ उत्तम होतं. त्याच्या बरोबरीच्या लोकांचा विचार केला, तर पाळीव प्राण्यांसारखं जगणाऱ्या पुरुषांचा त्याला संताप येत असे. असे पुरुष घाण्याला जुंपलेल्या बैलासारखे असतात. त्यांचं दरिद्री आयुष्य ते मालकाची शेती नांगरण्यात घालवतात. त्यांच्या अंगावर भिरकावलेल्या तुकड्यावर ते संतुष्ट असतात. एवढंच नाही, तर तो तुकडा ते मोठ्या चविष्टपणे चघळत राहातात. मोकळ्या कुरणात चरण्याचं स्वातंत्र्य त्यांना असतंच कुठे? त्यांच्यातील चेतना आणि संवेदना पूर्णत: विझली आहे, लोपली आहे. समाजाच्या नियमांच्या चौकटींमध्ये ते पूर्णपणे बांधले गेले आहेत असं त्याचं त्या समस्त पुरुषांबद्दल मत होतं.

दुसऱ्या प्रकारचे पुरुष वारंवार वेश्यागमन करणारे होते. एक-दोन वेळा त्यानेही तो प्रयत्न केला होता, नाही असं नाही; पण मग त्याच्या लक्षात आलं की, हा प्रकार त्याला कधीच आवडणार नाही. चेहऱ्यावर छद्मी हसू खेळवत तो म्हणायचा की, काही लोकांना सार्वजनिक वाहतूक व्यवस्था, वास येणाऱ्या बस आणि वापरून संपत आलेल्या पॅसेंजर गाड्याच आवडतात. काही महाभाग असेही असतात ज्यांना फक्त त्यांची स्वत:ची गाडीच लागते.

तिसऱ्या प्रकारच्या पुरुषांचं वागणं त्याला अजिबात पटत नसे. काही पुरुष उघडपणे एखादी रखेल ठेवायचे. म्हणजे त्यांचं स्वत:चं घर आणि ही ठेवलेली बाई असे दोन संसार ते चालवायचे. त्यामुळे व्हायचं असं की, त्यांच्या बायको-मुलांची समाजात वावरताना फार कुचंबणा व्हायची. इतकंच नाही, तर ठेवलेली बाई आणि तिची मुलं मग इस्टेटीमध्ये हिस्सा मागायची, वारसा हक्काकरता लढायची. त्यापायी प्रियजनांना जगणं नको व्हायचं. धनसुखभाईपुरतं बोलायचं तर तो स्वत:ला जबाबदार पती आणि पिता समजायचा. सगळ्यांना आरामशीर राहाता येईल इतकं तो स्वकष्टातून कमवायचा. त्याच्या मुलांना उत्तम शिक्षण मिळत होतं. त्याच्या घराची आणि हृदयाची अनभिषिक्त सम्राज्ञी फक्त आणि फक्त ऊर्मी होती. मात्र, एका ठरावीक टप्प्यापलीकडे स्त्रीच्या आणि पुरुषाच्या गरजा वेगळ्या असतात एवढंच!

आताशा मात्र त्याचं प्रेमाचं आणि जगण्याचं साधं सोपं सूत्र काम करेनासं झालं होतं. कोणत्या कुमुहूर्तावर आपण कुहेलीचं तोंड पाहिलं आणि तिच्या जाळ्यात अडकलो असा प्रश्न त्याला पडला होता. त्याला खालच्या वर्गातल्या बायका विशेष आवडत असत. त्यांचे रापलेले देह, त्यांच्या शरीराचा भिनणारा गंध, त्यांच्या हालचालींमधली लय, सारंच कसं आव्हानात्मक असे. शिवाय, आतल्या कपड्यांचा अडसरही नसे. त्यांच्यामधल्या क्षणैक नात्याबद्दल त्यांची कुठली तक्रार किंवा अपेक्षा नसे. त्याच्याशी असे लैंगिक संबंध ठेवण्यात त्यांना कुठली आडकाठी नसे.

त्याच्या माहितीमधल्या मध्यमवर्गीय स्त्रियांचा विचार केला, तर शरीरसंबंध हा स्त्री-पुरुषांच्या लग्नाचा परिपाक किंवा सुवर्णबिंदू असतो हा प्रत्येकीचा ठाम समज होता; त्यामुळे विवाहबाह्य संबंधांबद्दल कृती तर सोडाच साधं बोलतानादेखील त्या स्त्रिया अस्वस्थ होत. शिवाय, या मजूरवर्गाच्या स्त्रियांची आणखी एक गोष्ट त्याला आवडायची. त्यांना ना प्रणयाराधन लागायचं ना नंतरचे संवाद ना भेटवस्तूंची अपेक्षा. त्यांच्या दृष्टीने शरीराचा शरीराशी संबंध येऊन गेला की संपलं.

त्याच्या या 'झोपायच्या' व्यवस्थेबद्दल तो स्वतःचीच पाठ थोपटून घ्यायचा. त्याच्या मते असमानतेमुळे त्याच्यामधला पुरुष अधिक चेतवला जात असे. स्वतःच्या मालकीच्या आउट हाउसमध्ये त्याला अधिक आरामदायक वाटे. तिथला साधेपणा त्याला आवडे. मुख्य घरामध्ये नकोसं झालेलं फर्निचर इथे ठेवलेलं होतं. इथे आलं की, स्वतःचं कोडकौतुक करून घेणं त्याला आवडत असे. पावलं चेपून घे, पायांना मालीश करून घे, पाठ आणि खांदे रगडून घे आणि हे करत असतानाच ज्या क्षणी त्याला कामेच्छा होईल त्या क्षणी कामनापूर्ती करण्यासाठी बाईला जवळ ओढून घे हे सारं त्याला मनापासून आवडे.

कुहेलीची गोष्ट वेगळी होती. त्यांच्यामधली ती पहिली चकमक झाली होती तेव्हापासून तिने त्याला प्रिय असणाऱ्या या सर्व हरकती त्याच्याकडून हिरावून घेतल्या होत्या. तिला तिथे आणल्यानंतर शिरस्त्याप्रमाणे दुसऱ्या दिवशी दुपारी तो आउट हाउसमध्ये येऊन धडकला होता. तिच्याबरोबर जबरदस्ती करावी लागेल, मग ती प्रतिकार करेल, तिच्या त्या एकसारख्या लहानखुऱ्या दातांनी ती आपल्याला चावेल, नखांनी ओरबाडेल, तिचे ते लांबलचक पाय आपल्याला ढकलून द्यायचा प्रयत्न करतील, त्याच्या झोंबण्यानं आणि चुंबनानं तिचे ओठ सुजतील आणि मग त्याच्या प्रपातासारख्या प्रणय आवेगापुढे ती संपूर्ण शरणागती पत्करेल अशा कल्पनांनी तो खरं तर प्रचंड उत्तेजित झाला होता; पण तिने मात्र त्याच्या आवेगाला ना प्रतिसाद दिला ना प्रतिकार केला. एका थंड निर्जीव गोळ्यासारखी ती बसून राहिली, ताठ मानेने, रित्या मनाने. ना तिच्या डोळ्यांत जिवंतपणाची खूण होती ना चेहऱ्यावर भावनांचा लवलेश! तो तिच्या अंगावरचे कपडे उतरवत होता तेव्हाही ती पलंगाच्या एका कडेवर निर्विकारपणे बसलेली होती, जणू ती तिथे नव्हतीच. आणि तरीसुद्धा तिचा तो रापलेला लवचीक कमनीय देह पाहून तो पेटून उठला होता. एखाद्या लाळघोट्या प्राण्यासारखा तिच्या सर्वांगाला हाताळत, चाखत होता. तिचे रेखीव नितंब, घाटदार मांड्या, लांब पाय हे सगळं पाहून, त्याला स्पर्श करून अधिकाधिक उत्तेजित होत होता. तिच्याकडून अल्पसा तरी प्रतिसाद मिळेल अशी आशा बाळगून होता.

नंतर याच प्रसंगाची पुनरावृत्ती होत गेली. तरीही एका अनामिक ओढीने तो

तिच्याकडे जात होता, स्वत:ला पणाला लावत होता. प्रत्येक वेळी त्याच्यात कोतेपणाची, क्षुद्रपणाची भावना वाढत होती. ती तशीच होती अबोल, त्याच्याप्रति निर्विकार, कुठल्याही प्रकारे त्याची दखल न घेणारी. त्या दोघांमधलं जमीन-अस्मानाचं अंतर तिच्या या वागण्यानं ठळकपणे अधोरेखित होत असे. प्रौढ वयाची सावली पडलेलं त्याचं शरीर आणि तिची तरतरीत, सुबक, लवचीक, तरुण काया; त्यांच्या आत्मसंयमनाच्या भिन्न पातळ्या आणि सर्वांत मुख्य एकमेकांबद्दलच्या तीव्र भावनांमधला फरक – तिच्यापायी तो रौद्र प्रपात झाला होता आणि तिच्या तो खिजगणतीतही नव्हता.

त्याने तिच्या ओढणीची गाठ सोडून ती बाजूला टाकली की, तिच्या रेशमी काळ्याभोर दाट केसांच्या वळणदार लडी पार कमरेपर्यंत रुळायच्या. ते पाहून त्याला सळसळणाऱ्या नागिणीची आठवण व्हायची. तिच्या ब्लाउजची बटणं काढताना प्रत्येक वेळी त्याचा हात अडखळायचा. तिच्या टंच भरलेल्या गोल उरोजांचं दर्शन झालं की, तो बेभान व्हायचा. त्याच्या अधाशी नजरेला ते साखरपेटी खरबुजासारखे वाटायचे. मग स्वत:च्या आवेगाबद्दल मनात शंका येऊन स्वत:च्या नजरेत ठार वेडा ठरण्याआधीच तो तिला पलंगावर आडवं पाडून तिच्यावर स्वत:ला झोकून द्यायचा. प्रत्येक वेळी आतून रिता झाला की त्याला हलकं वाटायचं.

खरं तर अशा कामक्रीडेनंतर अर्धमिटल्या नजरेनं तिचं निरीक्षण करायला त्याला खूप आवडायचं. ती तशीच पडून राहायची, उताणी, डोळे सताड उघडे, नजर गोठलेली आणि तरीही त्याच्यावर रोखलेली. तिने डोळे मिटून घ्यावेत म्हणून त्याच्या मनाची तडफड व्हायची. तिला गाढ झोप कधी लागेल याची तो वाट पाहायचा. ती झोपली तरच तो तिला हळुवार स्पर्श करू शकणार होता. कधीचं त्याच्या मनात होतं; तिच्या मांडीवर अलवारपणे बोटं फिरवावीत, तिच्या स्तनद्वयांना हलकेच ओंजळीत घेत कुरवाळावं, जिभेने तिच्या नाभीची चव चाखत तसंच खाली सरकत जावं; पण ती तशीच डोळे टक्क उघडे ठेवून, त्याच्या चेहऱ्यावरची नजर जराही न हलवता त्याला सर्द करणाऱ्या पद्धतीनं पाहात राहायची.

कधीकधी मात्र तिच्या जवळून उठून बाहेर पडणं त्याच्या जिवावर यायचं. तिच्या तुकतुकीत सावळ्या कांतीचा, रसरशीत कमनीय देहाचा, रेशमी केसांच्या लडींचा आणि मलमली तारुण्याचा आस्वाद घेत तिथेच पडून राहावं असं त्याला वाटे. तो असा रेंगाळला की, ती एका झटक्यात तिथून उठे आणि आपल्यासाठी बिडी तयार करून शिलगावत असे. बिडीचा तो तिखट वास आता त्याने निघावं याचा संकेत असे.

आउट हाउसमधल्या दुपारच्या त्या निष्फळ भेटींमुळे धनसुखभाईच्या आखीवरेखीव 'सेक्स डोस'चा धुव्वा उडवला होता. तिला भोगूनही तो अतृप्तच राहात होता.

प्रतिकारही नाही आणि प्रतिसादही नाही अशा तिच्या विचित्र थंडपणामुळे तो अधिक चिडखोर होत चालला होता, रोजची पॉवर नॅपसुद्धा त्याला त्रासदायक झाली होती. अर्धवट झापड, अर्धवट जाग, अतृप्ती, चिडचिड, त्रागा अशा संमिश्र भावना घेऊन तो तिथून बाहेर पडायचा. साइटवर पोहोचून दिसेल त्याच्यावर आग पाखडायचा. आपण एक लूत भरलेलं कोडगं, भटकं कुत्रं आहोत असं त्याला वाटायचं, असाहाय्यतेची जाणीव उवा-लिखांसारखीच त्याच्या रोमा-रोमांतून वळवळत त्याला छेडत राहायची. परिणामत: तो आपल्या हाताखालच्या लोकांवर वसावसा ओरडायचा. अनवधानाने जर कुणी त्याच्या वाटेत आलाच तर मग त्या माणसाची खैर नसायची.

त्याच्याही नकळत तो ऊर्मीकडे ओढला जात होता. शरीराची भूक भागवण्यासाठी कित्येक रात्री तो गाढ झोपेत असलेल्या ऊर्मीला कवटाळत, कुरवाळू लागे. कधीकधी तर प्रणयाराधन करून तिला खुलवताना स्वत:ही खुले. त्यानंतर मग त्याच्या आवेगाचे बांध तटातट तुटत असत. प्रसन्न प्रणयामध्ये मनसोक्त विहार करून उत्कट समागमाची तृप्तता त्याला शांत करत असे. तिचं शरीरही त्याला नव्या नवलाईनं स्वीकारत असे, गोंजारत असे.

तृप्तीच्या आवेगानंतर तिला कुशीत घेऊन तो तिच्या खळ्या पडणाऱ्या गालांवर हळुवारपणे बोटं फिरवत, तिला सुखावत विचारे, "ऊर्मी, कसं वाटलं? आवडलं ना तुला?"

अंथरुणात नवऱ्याकडून असे प्रश्न ऐकण्याची सवय नसलेली ऊर्मी त्याच्या विचारण्याने बावरत असे, नववधूसारखी लाजत, गालातल्या गालात हसे. तिच्या चेहऱ्यावरची लाली त्याला अतीव संतोष देत असे.

तो तिला आणखी जवळ घेई, तिचं डोकं त्याच्या छातीवर विसावे. "तू माझी 'चाँदनी' आहेस." तिच्या कानात हलकेच त्याचे बोल उमटले की, तिचं मन भूतकाळात जाई. नुकतंच त्यांचं लग्न झालं होतं. त्या वेळी लोकप्रिय असणाऱ्या प्रत्येक सिनेमातल्या हिरोइनच्या नावाने तो तिला हाक मारत असे. राजपिपलाच्या आसपासच्या २०० किलोमीटर परिसरातला एकही धबधबा त्याने सोडला नव्हता जिथे त्याने तिचे पांढऱ्या साडीतले ओलेतीचे फोटो काढले नव्हते. थंडीने कापत असतानाही ऊर्मीला हसू येत असे, त्याच्या प्रेमाचं, त्याच्या रंगलेपणाचं. ती ओली साडी तिच्या सर्वांगाला बिलगून तिच्या शरीराची वळणं ठळकपणे अधोरेखित करत असे.

आपल्याला दिवस गेले आहेत हे तिने जेव्हा पहिल्यांदा तिच्या आईला सांगितलं तेव्हा आई म्हणाली होती की, "तुझ्या त्या राजकपूरला म्हणावं की, आता त्याचा कॅमेरा उचलून ठेव. नाहीतर तुमचं बाळ जगात आल्यावर रडण्याऐवजी शिंकत राहील."

ऊर्मीबरोबरची उत्कट सलगी पुन्हा एकदा वाढत होती, तरी दुपार झाली की, धनसुखभाईची पावलं आपोआप आउट हाउसकडे वळत. कुहेलीचं त्याच्या वरचं गारूड आणि तिची तटस्थता काहीही कमी होत नव्हतं. एखादं कुत्रं कसं, किती हाकललं तरी कोरभर भाकरी-पोळीच्या आशेने पुन:पुन्हा परतून येतं, दाराशी लाळ गाळत आशाळभूतपणे, काहीशा मिंधेपणाने शेपटी हलवत, याचकाप्रमाणे उभं राहातं तसंच काहीसं धनसुखभाईचं झालं होतं आताशा – अगदी तिच्याकडून वाट्याला येणाऱ्या वागणुकीमुळे त्याला स्वत:चा तिरस्कार वाटत असला तरी, तिच्यापुढे आपण हीन आहोत ही भावना प्रबळ झाली तरी.

तसं पाहिलं गेलं तर सत्य परिस्थिती काही वेगळीच होती. वर्षानुवर्षं बायकांना वश करून त्यांचा उपभोग घेणाऱ्या धनसुखभाईला बायकांच्या संदर्भात अजून काहीच माहीत नव्हतं. तो ज्या जगामध्ये लहानाचा मोठा झाला होता त्या जगात स्त्रीला मन असतं याची जाणीव नव्हती. संभोग म्हणजे फक्त आपण घेतलेला भोग इतकाच सीमित अर्थ तो शिकला होता. मग, 'सम-भोग' हा विचार त्याच्या मनाला कसा शिवणार? ज्याची चर्चा करायची नसते त्या कामसुखाचा स्त्रिया हा अविभाज्य भाग होता हे त्याला जरी माहीत असलं तरी आजवर तरी त्याने कुठल्याही स्त्रीला किंमत दिली नव्हती. ज्या पलंगावर तो स्त्रीबरोबर रत होत असे तिचं अस्तित्व त्याच्या लेखी तो पलंग, त्यावरची गादी आणि अंथरलेली चादर यांच्या इतकंच असे. आता मात्र विकारशून्य कुहेली आणि तरल ऊर्मी यांच्या टोकाच्या प्रकटीकरणातून तो अस्वस्थ झाला होता. जणू त्याला स्त्रीत्वाच्या नव्या जाणिवेची चाहूल लागली होती, परंतु अजूनही तो स्त्रीला खऱ्या अर्थाने जाणून घेण्याइतपत प्रगल्भ झाला नव्हता. नुकत्याच चालायला शिकणाऱ्या मुलासारखा तोही या नवख्या प्रांतात अडखळत होता.

आत्मवंचना आणि अतृप्तीच्या भावनेने घेरलेल्या आयुष्यात धनसुखभाई असाच जगत राहिला असता, पण एका लग्नाकरता म्हणून अहमदाबादला गेलेली ऊर्मीबेन परतली ती आमूलाग्र बदल होऊन. लग्नानंतरची सुरुवातीची काही वर्षं वगळता ऊर्मीच्या वाट्याला दुर्लक्षित पत्नीची भूमिका आली होती. काहीही पर्याय नसल्याने म्हणा किंवा अगतिकता म्हणा, तिने ती विनातक्रार स्वीकारली होती. स्वत:च्या जगण्याचा अर्थ तिने सुरुवातीला मुलांच्या संगोपनात आणि कालांतराने पूजा, भजन, कीर्तन, जागर अशा धार्मिक विधींमध्ये शोधला होता; पण पुन्हा एकदा रतीसुखानं तिच्या आयुष्यामध्ये प्रवेश केल्याने ती सैरभैर झाली होती. आपलं नैतिक अध:पतन होतं की काय या विचाराने कासावीस झाली होती. लग्नघरी चाललेल्या काहीशा मिस्कील आणि बऱ्याचशा वाह्यात थट्टामस्करीमुळे थोडासा धीर येऊन तिने आपल्या

चुलतबहिणीसमोर, भावनासमोर, मनातली अस्वस्थता उघड केली. ऊर्मी आणि भावना लहानपणापासून एकत्र वाढल्या, शिकल्या होत्या. बहिणींच्या नात्याव्यतिरिक्त त्यांच्यामध्ये मैत्रीचं दृढ नातं होतं. भावना भलतीच रसिक होती. शाळा-कॉलेजमध्ये असतानाही इतर मुली तिला लीडर मानत. तिच्या स्वभावात खोडकरपणा असला तरी जीवन भरभरून जगण्याची आसदेखील होती. आजसुद्धा तिच्यात किंचितही बदल झाला नव्हता. उलट, इतक्या वर्षांच्या संपन्न अनुभवाची जोड मिळाल्यामुळे ती अजून खुलली होती; त्यामुळे ऊर्मीने धनसुखभाई तिच्यामध्ये नव्याने रस दाखवत असल्याचं सुतोवाच करताच ती ऊर्मीला हात धरून ओढत बेडरूममध्ये घेऊन गेली. त्या प्रशस्त पलंगावर तिने ऊर्मीला उशांच्या ढिगाऱ्याखाली जणू झाकून टाकलं होतं. नाना प्रश्न विचारून तिने ऊर्मीकडून सर्व माहिती खोदून काढली होती.

"ऊर्मी, तुला 'ते' आवडतंय का?"

पुन्हा कोड्यात टाकणारा प्रश्न! ऊर्मीला स्वत:ला कळतच नव्हतं तिला नक्की काय वाटतं आहे ते!

"हं! रात्री आवडतं गं, पण दिवसा तो करतो ना तेव्हा नाही आवडत, म्हणजे असं वाटतं की... कसं सांगू? इतक्या वर्षात मला त्याच्या अशा सहवासाची सवय राहिली नाही बघ! आणि आता तो मला इतकं व्यापून टाकतो की... गेल्या कित्येक आठवड्यांत मी परित्यक्ता स्त्रियांच्या ट्रस्टमध्ये फिरकलेसुद्धा नाही. काम करणं तर दूरच! संध्याकाळी देवळात जाते तर तिथेही माझं लक्ष लागत नाही. हा घरी यायच्या आधी परतण्याची ओढ लागून राहाते. परवा स्वामींनी मदुराई आणि रामेश्वरची मंदिरं पाहाण्यासाठी ट्रीप आयोजित करायला मला सांगितलं, परंतु मला तर त्याबद्दल विचार करायलादेखील सवड मिळेनाशी झाली आहे."

"तू सकाळचं जे म्हणतेस ते मी मान्य करीन, पण मला रात्रीचं सांग. तुला छान वाटतं का? म्हणजे पूर्वीसारखंच वाटतं का?"

"भावना, अगदी खरं सांगायचं तर पूर्वीहून अधिक छान आहे आताचा अनुभव." बोलता-बोलता ऊर्मीचा चेहरा लाजेनं लाल झाला. लग्नानंतरचा धनसुख आणि आताचा धनसुख यात खूप फरक पडला होता. इतकी वर्षं त्याच्या आयुष्यात येऊन गेलेल्या स्त्रियांनी त्याला बरंच काही शिकवलेलं दिसत होतं.

ऊर्मीचं बोलणं ऐकताना भावना मुद्दामच त्या पलंगावर लोळत, धापा टाकत प्रणयाच्या उत्कटतेचा अभिनय करत होती. "ऊर्मी, तुला सांगू का? सुरुवातीला किंवा अगदी तरुण असताना मला सेक्सची कल्पनासुद्धा आवडत नव्हती; पण जेव्हा आपलं तारुण्य ओसरायला लागतं तेव्हा कुठे आपल्याला त्यातली खुमारी कळायला लागते." असं म्हणत परत भावनानं एक खोलवर खोटा उसासा टाकून स्वत:ला पलंगावर झोकून दिलं.

"भावना, तुला मस्करी सुचते आहे, पण मला भीती वाटते आहे. काहीतरी भयानक घडणार आहे असं वाटतंय. या वयात मी अशी कामक्रीडेत मग्न होऊन इतर कर्तव्यांकडे दुर्लक्ष करते आहे म्हणून देव मला शिक्षा करेल असंच मला वाटतं आहे."

"देव? कर्तव्य?" भावना कोड्यात पडली. "ऊर्मी, अगं म्हणायचंय काय तुला? तू फक्त चाळीस वर्षांची तर आहेस. अंथरुणावर खिळलेल्या म्हाताऱ्या बाईसारखी काय बोलते आहेस! समजा, अजून काही वर्ष तू स्वत:ला देवपूजेत इतकं झोकून दिलं नाहीस तर देव काय कुठे पळून जाणार आहे का?"

ही भावना म्हणजे ना! प्रत्येक गोष्टीत हिला थट्टामस्करी सुचते. देवालासुद्धा सोडत नाही ती. काय म्हणावं हिला? शिवाय, सौख्याची थोडी काळजी घेतलेली बरी नाही का? प्रत्येकाच्या पदरात सुख-दु:खाचं तंतोतंत माप पडत असतं. आता जर खूप सौख्य भोगलं तर पुढे दुप्पट दु:ख नाही का भोगावं लागणार?

भावनाच्या मनात वेगळेच विचार चालू होते.

"ऊर्मी, आठवतात का कॉलेजचे दिवस? पहिल्या वर्षात शिकत असताना हजेरी घेऊन झाल्यावर पंड्या मॅडमच्या वर्गातून आपण मागच्या दरवाज्याने बाहेर पडलो होतो. कुणाला कळू नये म्हणून गुडघ्यावर रांगत आपण सरकलो खऱ्या, पण जाऊन गोविल मॅडमना धडकलो होतो.

त्या आठवणीनं ऊर्मीला हसू आलं. मात्र, त्याचा आत्ताच्या चर्चेशी काय संबंध हे तिला कळेना. रांगत बाहेर आल्यावर आपले चेहरे झाकून घेऊन त्यांनी तिथून व्हरांड्यात धूम ठोकली होती. मग एका रिकाम्या वर्गात जाऊन त्या लपल्या होत्या. त्यांच्या कॉलेजच्या उपप्राचार्या, गोविल मॅडम कडव्या शिस्तीच्या होत्या. पुढचे काही दिवस मुलींनी जाणीवपूर्वक मॅडमना टाळलं होतं. त्यांनी जर आपल्याला ओळखलं तर त्या ताबडतोब आपल्याला कॉलेजमधून काढून टाकतील अशी त्यांना खात्री होती. एक दिवस मात्र त्या व्हरांड्यात असताना नेमक्या गोविल मॅडम समोरून आल्या. कुठे लपणंदेखील शक्य नव्हतं. 'संपलं आपलं कॉलेजजीवन' असा विचार त्यांच्या मनात आला; पण तरीही त्या व्हरांड्यातून चालत राहिल्या.

आणि काय आश्चर्य! त्यांच्या बाजूनं जाता-जाता गोविल मॅडमनी त्यांना चक्क डोळा मारला!

"ऊर्मी, देवसुद्धा गोविल मॅडमसारखा आहे. तू अधूनमधून पूजापाठ टाळलेस, तरी तोही फक्त डोळा मारणार आहे. आपण मजा अनुभवावी अशीच त्याची अपेक्षा आहे. मुळात देवानं अगदी विचारपूर्वक कामभावना आणि त्याला पूरक अशी शरीररचना घडवली आहे. मला तर खात्री आहे की, आकाशातून तो जेव्हा पृथ्वीवर नजर टाकत असेल तेव्हा पुरुषांना पैशांमध्ये आणि स्त्रियांना पूजेमध्ये मग्न झालेलं

पाहून त्याला आपल्या निर्मितीचं प्रयोजन हुकल्यामुळे स्वत:ची फसवणूक झाल्यासारखं वाटत असेल. जिथे दोन शरीरांनी एकरूप होऊन अंतर्नाद ऐकायचा तिथे पैशांचा खणखणाट आणि पूजेतला शंख-घंटानाद ऐकून त्याला काय वाटत असेल? अखिल मानवजातीच्या या मूर्खपणाबद्दल रडावं की हसावं हेच कळत नसेल त्याला.''

"भावना, तुझ्याशी बोलणं म्हणजे ना...!'' ऊर्मीला नवल वाटलं की, ही देवाचाही इतका अनादर कसा करू शकते.

"ऊर्मी, ऐक माझं. देव म्हणतोय की, मी कंटाळलो आहे, सोडव मला आता.''

भावनाच्या या निर्लज्जपणामुळे एकीकडे ऊर्मीला धक्का बसला तरी तिला या संवादाची मजासुद्धा वाटत होती. म्हणूनच अहमदाबादच्या त्या तीन दिवसांच्या मुक्कामात ती आणि भावना जमेल तसा वेळ काढून, सगळ्यांची नजर चुकवून एखादा कोपरा गाठत आणि आरंभापासून मानवाला भुरळ घालणाऱ्या शृंगाराबद्दल मनसोक्त गप्पा मारत, चावट जोक्स सांगत धमाल करत राहिल्या. भावनानं सुचवलेल्या अनेक बेतांवर ऊर्मी, "तू म्हणजे काहीच्या काही आहेस,'' असं जरी म्हणत असली तरी मनातल्या मनात ती त्या सर्व गोष्टींची शक्यता पडताळून पाहात होती. म्हणून जरा अधिक शिक्षणाचे योग्य धडे देण्यासाठी भावना तिला स्वत:च्या घरी ओढत घेऊन गेली, तेव्हा ऊर्मीने विरोध केला नाही.

"शप्पथ सांगते ऊर्मी! देव-देवींचे अशी चित्रं दाखवते ना तुला, बघच. तू पाहिलंच नसशील असं काही.'' ऊर्मीच्या लक्षात आलं की, जुन्या शिल्पांच्या आणि मंदिरातील कोरीवकामांच्या फोटोव्यतिरिक्त भावनाच्या घरात 'कामविश्व' उलगडून दाखवणारं वेगळं जग होतं; मोठ्या काळजीपूर्वक कोणाच्याही हाताला लागणार नाही अशा पद्धतीनं ठेवलेलं!

म्हणूनच अहमदाबादहून परतलेल्या ऊर्मीच्या नजरेत वेगळं विश्व उमटलं होतं. ती अधिक धीट, आक्रमक झाली होती. तिला वाटत होतं की, सारं जग म्हणजे अव्याहत चालणारी रासलीला आहे. आजवर जरी तिला कोणी सहभागी होण्याकरता आमंत्रण दिलं नव्हतं तरी ती आता आपणहून त्यात भाग घेणार होती.

गाढ झोपेत असलेला धनसुख मध्यरात्री कसला तरी मादक गंध जाणवल्यामुळे जागा झाला होता. हा अनोळखी, मदमस्त करणारा गंध कुठून आला असावा हा विचार त्याच्या मनात आला.

"भावना, अगं मी झोपताना काय घालू?'' थोड्याशा संकोचानंच तिने विचारलं होतं.

अधीर भावनाने क्षणाचाही विचार न करता ठामपणे सांगितलं होतं, "फक्त पर्फ्युम.''

बेडरूममधल्या त्यांच्यातल्या एकरूपतेचं फळ तीन मुलांच्या रूपात मिळाल्यावरदेखील ऊर्मीच्या स्वत:च्या काही वेगळ्या जाणिवा असू शकतात हे आत्ताशी कुठे धनसुखला जाणवायला सुरुवात झाली होती. या सुवासाने तो पुन्हा एकवार चकित झाला होता.

हा गंध कुठून येतो आहे हे जाणून घेण्याचा प्रयत्न करत असताना त्याला जाणवलं की, त्याचे हात मागे बांधलेले आहेत. शिवाय त्याच्या डोळ्यांवर पट्टी बांधलेली आहे; पण त्याला विचार करायला अवधी होताच कुठे? गंधोन्मुक्त ऊर्मी त्याच्या अंगभर स्पर्श करत त्याला चेतवत, लडिवाळपणा करत होती. वात्सायनाने कामसूत्राच्या दुसऱ्या भागातील अकराव्या प्रकरणामध्ये सांगितल्याप्रमाणे सुरुवात करून (जरी लेखकाने धोक्याचा इशारा दिला होता की, अशा प्रकारच्या कामक्रीडा या उच्चकुलातील स्त्रियांसाठी नसून वारांगनांसाठी आहेत तरी) मग त्याच भागाच्या आठव्या प्रकरणात सांगितल्याप्रमाणे शेवट करायचा हे ऊर्मीने ठरवलं होतं. परिणामत: आजवर कधी न अनुभवलेल्या संवेदना धनसुख अनुभवत होता. सुखद वेदनांच्या समवेत स्पर्शाच्या अनुभूतीचा परमोच्च आनंद घेत होता. प्राचीन शास्त्राचा प्रयोग आपल्यावर होतो आहे हे त्याला कसं कळणार?

त्या रात्री झोपायच्या आधी ऊर्मीला भरून आलं; पण तिच्या डोळ्यांतून ओघळणारे अश्रू हे ना सुखाचे होते, ना दु:खाचे; निव्वळ तृप्तीचे होते! वात्सायनाने सांगितल्याप्रमाणे खरोखरच वासना ही एखाद्या बेलगाम अश्वासारखी होती. एकदा तिला चेतवलं की, मग स्वत:च्याच बेधुंद लाटेवर आरूढ होणारी.

६

ठरल्याप्रमाणे सहा महिने संपण्याआधीच एक महिना कुहेली राजपिपल्याहून परतली. धनसुखभाईच्या ड्रायव्हरनं छोट्या गाडीतून तिला आणून सोडलं. कुहेलीनं सोबत आणलेल्या कितीतरी वस्तूंनी गाडीची डिकी आणि मागची सीट भरून गेली होती. तिच्या घराकडे जाणाऱ्या त्या मातीच्या रस्त्यावरून ती गाडी वळली, तेव्हा तर कुहेलीला वाटलं की, भविष्यकाळाबद्दल तिच्या मनामध्ये असलेल्या स्वप्नाकडे ती निघाली आहे. नितळ पाण्याचा झरा बाजूनं वाहात होता. ती इथून गेली तेव्हा वैराण दिसणारी ती सपाट शेतजमीन आता हिरव्यागार भाताच्या आणि ज्वारीच्या पिकांनी डवरली होती. तिच्या झोपडीच्या मागच्या अंगणात लाल भोपळ्याचे आणि दुधी भोपळ्याचे वेल फळाला आले होते. त्या हंगामातलं मक्याचं पीक चांगलंच तरतरलं होतं. आतमध्ये देवजी लाकडं फोडत होता आणि पुन्हा एकदा भरलेली आणि सुंदर दिसणारी चंदा त्याच्या बोलण्यावर खळखळून हसत होती.

धावत आत शिरून कुहेलीने त्या दोघांना पुन:पुन्हा मिठीत घेतलं.

झोपडीच्या बाहेर, शेतावर नव्याने बांधलेल्या बांधावर, हातात काड्या घेऊन मुलं एका रांगेत पळत होती. त्यांना हाक मारण्यासाठी ती दाराकडे वळणार तशी चंदा पुढे आली. क्षणभर चंदाच्या डोळ्यांत उदासपणाची झाक दिसली. "कुहेली, तू देवजीशी बोल तोवर मी मुलांना बोलावून आणते," असं म्हणून चंदा बाहेर पडली.

देवजीनं काहीशा संकोचानंच विचारलं, "तू तिथे बरी होतीस ना?"

तिने मान डोलवली, "आणि तू?" क्षणभर थांबून तिने विचारलं.

त्याने घराकडे आणि शेताकडे हात करून अबोल उत्तर दिलं.

पुन्हा तिने मान डोलवली. सगळं छान केलेलं दिसत होतं.

चंदाच्या मागोमाग मुलं बडबड करत आत आली. कुहेली दिसताक्षणी मात्र सगळेजण गप्प झाले. कुणीच काही बोलेना. चंदाच्या मुली तिच्यामागे लपून कुहेलीकडे पाहू लागल्या. नानलो आणि बाबलाला आधी काही कळलंच नाही; पण मग कुहेलीच्या पसरलेल्या हाताकडे पाहात नानलो हळूहळू चालत तिच्याकडे गेला. तिने त्याला जवळ घेतलं, कुशीत घेतलं तरी तो काही बोलला नाही. बाबलाला जवळ घ्यायला ती पुढे झाली तसा बाबला घाईनं पळाला आणि चंदाला बिलगला. तिच्या गुडघ्यात त्याने आपलं डोकं लपवलं. ते पाहून कुहेलीला वाटलं की, कुणीतरी तिच्या छातीत सुरा खुपसला आहे.

हसायचा प्रयत्न करत ती म्हणाली, "बाबला, तू मला विसरला आहेस!"

"तो एकटाच नाही विसरला," नानलो भसकन म्हणाला.

चंदाचा चेहरा लाजेनं लाल झाला.

"नानलो!" देवजीचा आवाज जरा चढला.

उत्तरादाखल नानलोनं खांदे उडवले.

"चल, तुझ्या आईचं सामान आणायला मला मदत कर," देवजी पुढे होत म्हणाला.

तेवढ्यात धनसुखभाईच्या ड्रायव्हरने गाडीचा हॉर्न वाजवून सामान आत न्यायची आठवण करून दिली. ती लालचुटूक, चमकणारी गाडी पाहून बाबला एकदम हरखला. त्याने गाडीच्या दिशेने धूम ठोकली. सगळीच मुलं त्याच्यामागोमाग पळाली. ड्रायव्हरनं त्या प्रत्येकाला दोन-दोन वेळा हॉर्न वाजवू दिला. गाडीमधला डेक चालू करून गाणी ऐकवली. वायपर फिरवून दाखवले.

इकडे घरात कुहेलीनं हातातल्या पिशवीतून साडी आणि मण्यांची माळ काढून चंदाच्या हातात ठेवली. देवजीसाठी एक शर्ट आणि मिठाईचा डबा होता. मुलांकरतादेखील वेगवेगळ्या मिठाया होत्या.

"आता सगळ्यांना खेळणी मिळणार आहेत," असं म्हणत तिने मोठ्या

आनंदाने मुलांकडे नजर टाकली. "त्या मोठ्या घरामध्ये तीन मुलं होती, ते माझे मित्र झाले होते. त्यांनी तुमच्याकरता खूप काही पाठवलं आहे."

कीर्तीनं तिला स्वत:च्या बाहुल्या, भातुकली आणि क्रेयॉन्स दिले होते. त्या वेळी मुद्दामच लुडबुड करत कार्तिक म्हणाला, "तिला दोन्ही मुलं आहेत." मग तो एक क्रिकेट बॅट, दोन फुटबॉल आणि अनेक छोट्या सुबक गाड्या घेऊन आला. ते सारं सामान तिच्या हातामध्ये देत म्हणाला, "आता मी मोठा झालो आहे; त्यामुळे हे सगळं मला नको आहे." आरती तिला खरेदी करायला बाहेर घेऊन गेली होती. तिथे त्यांनी देवजीकरता शर्ट आणि चंदाकरता साडी आणि मण्यांचं गळ्यातलं विकत घेतलं होतं.

सगळी मुलं त्यांना मिळालेल्या खेळांमध्ये गुंग झालेली पाहून कुहेली घराच्या आतल्या भागाकडे वळली. आपल्या अनुपस्थितीमध्ये गेल्या ४-५ महिन्यांमध्ये काय बदल झाले आहेत ते बघण्याची उत्सुकता तिला स्वाभाविकपणेच वाटली. इतका वेळ ते उभे होते ती खोली सर्वात मोठी होती. बैठक, स्वयंपाकघर आणि धान्याचं कोठार सारं काही त्याच खोलीमध्ये होते. त्याच्या मागच्या भागात आकाराने लहान असलेल्या दोन खोल्या होत्या. पहिल्या खोलीच्या एका बाजूला ओळीनं चार चटया घातलेल्या होत्या. ती दुसऱ्या खोलीत शिरली तेव्हा चंदा आपल्या कपड्यांचं गाठोडं घेऊन तिथून बाहेर पडत होती. त्या खोलीत कोपऱ्यात दोन मोठ्या चटया टाकलेल्या होत्या.

कुहेलीनं आश्चर्याने आणि अविश्वासाने चंदाकडे पाहिलं. गाढ झोपलेल्या एखाद्या माणसाच्या तोंडावर बर्फाचं थंडगार पाणी मारलं तर त्याची जशी अवस्था होईल तशीच तिची अवस्था झाली. तिच्यासमोर उलगडलेल्या कोड्यानं तिला जबरदस्त धक्का बसला. आता तिला सगळ्याचा अर्थ लागला. नानलोचं बोलणं, बाबलाचं चंदाला बिलगणं, देवजीची चमत्कारिक अवस्था...

दुसऱ्याच क्षणी ती सुसाट धावत घराच्या बाहेर पडली; चंदाच्या कळवळून हाका मारण्याकडे लक्ष न देता, "कुहेली, अगं ते आपोआप घडून गेलं," हे न ऐकून घेता.

घराच्या बाहेर आल्यावर कुठे जावं हे तिला कळेना. भकास नजरेनं तिने तो अनोळखी परिसर न्याहाळला. तशाच अवस्थेत उभं राहून शेवटी घराच्या एका बाजूच्या भिंतीच्या आधाराने तशीच घसरत जमिनीवर बसली. भिंतीला पाठ टेकवून, डोकं गुडघ्यावर ठेवून रडू लागली. गेल्या सहा महिन्यांचं साठलेलं दु:ख अश्रूंबरोबर बाहेर पडू लागलं.

संध्याकाळी चंदानं स्वयंपाक केला आणि मुलांना खाऊ घातलं. मग एका ताटात जेवण वाढून ते तिच्या मोठ्या मुलीकरवी कुहेलीकडे पाठवलं; पण कुहेलीनं

त्याला स्पर्शसुद्धा केला नाही.

दरवाजा उघडण्याचा आवाज पुन्हा तिच्या कानावर पडला, तेव्हा पहाट झाली होती. कुणीतरी तिला हलवून उठवत होतं. रडून-रडून सुजलेले डोळे पूर्ण उघडणंही तिला कठीण झालं होतं. झोपेतही ते अर्धे उघडेच होते. नानलो तिच्यासमोर उभा होता.

"माँ, रडू नकोस! चल माझ्याबरोबर, तुला काहीतरी दाखवायचं आहे."

त्याने जबरदस्तीनं तिला उभं केलं. मग तिचा हात हातात घेऊन, तिला चालवायला सुरुवात केली. ती जरादेखील अडखळली तरी तो तिचा हात घट्ट धरून ठेवी.

आता इतकं सगळं झाल्यावर या जगात बघण्यासारखं उरलंच काय आहे? असं तिला नानलोला विचारावंसं वाटलं. ज्यांच्यासाठी तुम्ही अगदी स्वत:चासुद्धा त्याग केला आहे अशी तुमची सर्वात जिवाभावाची माणसं तुमच्या माघारी एकत्र येऊन नांदू लागतात. तुमच्या तोंडावर दार बंद करून घेतात. इतकी घोर फसवणूक झाल्यावर तुम्ही नेमकं कुठे जायचं?

त्या खेड्यातल्या झऱ्याच्या बाजूला नानलो थांबला. "तोंड धू, मग तुला दाखवतो."

पाण्याच्या थंड-सुखद स्पर्शानं तिला जरा तरतरी आली. मग तिने त्या गार पाण्यानं हात-पाय धुतले. पुन्हा चेहऱ्यावर सपासप पाणी मारून घेतलं. तिचं तोंड धुणं आटोपल्यावर तो तिला त्या झऱ्याच्या काठावरील वडाच्या झाडापाशी घेऊन गेला. वडाच्या पारंब्यांच्या दाट जाळीतून रस्ता काढून आतल्या भागात गेला.

राजपिपलाला जाण्याआधी तिने इथे आणून स्थापन केलेली मोगरादेवाची लहानशी लाकडी मूर्ती पाहिल्याबरोबर तिला ते झाड आठवलं.

"ये इथे," नानलो म्हणाला. "मोगरादेवाची प्रार्थना कर. तो तुझं सगळं ऐकून घेईल. तो खूप शक्तिवान आहे. तू निघून गेल्यावर मी रोज इथे येऊन तासन्‌तास बसायचो. आम्ही खूप दु:खी होतो. चंदा आजारी होती. बाप्पा रोज रात्री खूप दारू पिऊन घरी यायचा हे सारं मी देवाला सांगायचो. मग त्यानंच सगळं नीट केलं."

"नानलो, ये माझ्याजवळ. इथे बस आणि सांग मला सारं."

त्याने मान डोलवली. तिला चिकटून बसत त्याने सांगायला सुरुवात केली. हळूहळू झाडावरचे पक्षीसुद्धा जागे होऊ लागले. दुरून कोंबड्यांची बांग ऐकू येऊ लागली. ती इथे नसताना काय, कसं आणि का घडलं याचं चित्रं उगवतीच्या पहिल्या किरणांमधून तिच्यासमोर हलकेच उलगडलं.

शेवटी ती म्हणाली, "नानलो, तू आता घरी जा. मला काही वेळ एकटीला इथं बसू दे."

चालत ती त्या झऱ्याकडे गेली. आपली साडी स्वत:भोवती घट्ट लपेटून ती झऱ्यात उतरली. खेड्यातून वाहाणारा तो झरा अरुंद होता. पोहत-पोहत ती झऱ्याच्या दुसऱ्या काठाशी गेली. थोडा वेळ तिथे थबकून राहिली. मुख्य गावातल्या बायका थोड्या वेळात धुणं-भांडी करायला ओढ्यावर आल्या असत्या. म्हणून ती त्या झऱ्याच्या दुसऱ्या काठानं चांगली मैलभर पोहत वरच्या अंगाला गेली आणि पोहत-पोहत पुन्हा झऱ्याच्या अलीकडच्या काठावर आली. मग झऱ्यातून बाहेर पडून, कपडे झटकून तिने वडाच्या दिशेने चालायला सुरुवात केली. तिथे पोचेस्तोवर सकाळच्या मंद वाऱ्यानं तिचे कपडे अंगावरच वाळले. ती पुन्हा एकदा त्या पारंब्यांच्या आत असलेल्या आडोशाला, मोगरादेवाच्या समोर जाऊन उभी राहिली.

"देवा, लहान मुलाच्या प्रार्थनेला उत्तर द्यायची ही कोणती रीत तुझी?" देवाच्या त्या भावनाविरहीत मगरमुखाकडे पाहात ती म्हणाली.

तशीच चालत ती घरी आली. घराजवळ येताच घरातले सगळे तिची वाट पाहात बाहेरच बसल्याचं तिला दिसलं. चंदा आणि तिच्या मुली अंघोळ करून, आवरून, सामान बांधून तयार होत्या. देवजीनंही शहरामध्ये जाण्यासाठी कपडे बदलले होते.

नानलो बाबलाला गप्प करायचा प्रयत्न करत होता, तरी त्याला न जुमानता बाबला त्या मुलींना म्हणत होता की, "तुम्ही दूर का चालला आहात?"

"मी त्यांना पुन्हा नंदुरबारला सोडून येतो." देवजी पुढे होत म्हणाला.

नंदुरबारला परतण्यासारखं चंदाच्या आयुष्यात काहीच उरलं नव्हतं. तिचा नवरा गेला होता. पाण्याखाली जाणाऱ्या गावांच्या यादीत तिचंही गांव होतं. तिच्या सासू-सासऱ्यांना ती घरात हवी होती असंही नव्हतं.

कुहेली तिथेच उभी राहिली; देवजी आणि चंदाकडे आळीपाळीने पाहाता-पाहाता ती पार भूतकाळात शिरली. तेव्हा ती जेमतेम कपड्यांच्या एका जोडीनिशी चंदाकडे आली होती. चंदाच्या घरच्यांनी तिला सामावून घेतलं होतं. मग त्याच आश्रयदात्या चंदाला तिच्या दोन मुलींसह घराबाहेर काढून, अक्षरश: वाऱ्यावर सोडून देऊन कुहेली स्वत: सुखी होऊ शकली असती का?

कुहेलीच्या तोंडून हलकेच शब्द बाहेर पडले, "चंदा, जाऊ नकोस गं, तू इथेच राहा..." बोलता-बोलता तिचा घसा दाटून आला. चंदाकडे पाहात असताना तिला अनपेक्षितपणे वेदनांचा आणि एकूणच आयुष्याच्या अनिश्चिततेचा साक्षात्कार झाला. चंदा किती सुंदर होती! तिच्यापुढे कुहेली म्हणजे काहीच नव्हती. ती देवजीला चंदाकडून परत मिळवू शकेल का?

तरीही डगमगत एक-एक पाऊल पुढे टाकल्याशिवाय हा तिढा सुटणार नव्हता. मनातल्या भीतीचा निचरा होणार नव्हता.

या वेळी ती थोडी खात्रीपूर्वक म्हणाली, ''चंदा, थांब जाऊ नकोस! इथे साऱ्यांना पुरेल इतकं आहे, तू कुठेही जायची गरज नाही.''

देवजीला माफ करण्यापेक्षा चंदाला माफ करणं खूप सोपं होतं. पुढचे अनेक दिवस ती देवजीशी बोलू शकली नाही; पण त्या अबोल्यातही तिचं देवजीवर बारीक लक्ष असायचं. तो चंदाशी सलगी दाखवतो आहे का? तिच्या मुलींकडे विनाकारण अवाजवी लक्ष देतो आहे का? आपल्याशी अजून काय बेइमानी करतो आहे? तिच्या या पहाऱ्याचा त्या सगळ्यांपेक्षा तिलाच जास्त त्रास होत होता. आपण असं का करत आहोत हेही तिला समजत नव्हतं.

झोपताना ती आणि देवजी जरी बाजू-बाजूला पडायचे तरी एकमेकांना किंचितही स्पर्श न होऊ द्यायची काळजी घ्यायचे.

त्याच्या बाजूला असं पडून राहिलं, तरी रात्र-रात्र तिच्या डोळ्याला डोळा लागायचा नाही. माणसाच्या परस्पर संबंधांचं तिला नवल वाटायचं. इथे काहीदेखील गृहीत धरता येत नाही. प्रेमही नाही आणि द्वेषही नाही. तिचं मन नकळत राजपिपल्यात परत गेलं, त्या शेवटच्या दिवसांकडे.

मध्यंतरी बरेच दिवस धनसुख आउट हाउसकडे फिरकला नव्हता. त्या दुपारी अचानक तिला दारावर टकटक ऐकू आली. तिने जाऊन दार उघडलं आणि न बोलता त्याला आत घेतलं. त्याचं लक्ष ऊर्मीकडे केंद्रित झाल्यापासून कुहेली तिच्या नकळत थोडी निर्धास्त झाली होती. म्हणूनच धनसुखच्या उपस्थितीत ती पूर्वीइतकी सजग राहात नव्हती. की नकळत इतक्या महिन्यांच्या त्यांच्या रोजच्या भेटींनी आपोआपच ती त्याच्या चेहऱ्याशी, शरीराशी आणि देहबोलीशी परिचित झाली होती? तिला धनसुखमध्ये कधी आरतीच्या न्यूनगंडाच्या खुणा दिसायच्या, तर कधी कार्तिकमध्ये प्रकर्षाने दिसणारा पौगंडावस्थेतला तोरा. आपण सर्वांना आवडलं पाहिजे ही कीर्तीला वाटणारी गरज तर कायमच धनसुखमध्ये स्पष्टपणे जाणवत राही. तो इतका काही परिचित झाला होता की, त्याच्याविरुद्ध सुरुवातीला वाटणाऱ्या वैरभावाची तीव्रतादेखील ओसरली होती. सुरुवातीच्या दिवसांत हा वैरभाव त्याच्याविरुद्धचं तिचं सर्वात मोठं अस्त्र होता.

तो आलेला पाहून ती पलंगाच्या कडेवर टेकली आणि कपडे काढू लागली.

''थांब!'' त्याच्या कपाळावर आठी होती. ''मला आज ते नको आहे.''

ती तशीच थांबली आणि त्याच्याकडे टक लावून पाहू लागली. त्याला जर ते नको होतं तर तो तिथे का आला होता याचं कारण तो सांगेल म्हणून ती थबकली.

''बेन आणि मी लवकरच महिनाभरासाठी बाहेर जाणार आहोत. त्या दरम्यान मुलं आजी-आजोबांकडे राहातील.'' ऊर्मीनं मध्य प्रदेशाची ट्रीप ठरवली होती. ते

दोघं आणि भावना आणि तिचा नवरा असे चारजण मध्य प्रदेश फिरून येणार होते. मांडू, खजुराहो, पंचमढी अशा ठिकाणांना भेट देणार होते. त्याला ऐकू जाईल अशा स्वरात भावना सूचकपणे बोलली होती, ''बरोबर एक-दोन पांढऱ्या साड्या घे बरं का; पंचमढीचे धबधबे सर्वांत जास्त नितळ आहेत.''

''आपला सहा महिन्यांचा करार संपायला वेळ असला, तरी तुला हवं असेल तर तू लवकर घरी परत जाऊ शकतेस.''

त्याच्या बोलण्याला मान डोलवून कुहेली तो जाण्याची वाट पाहू लागली.

तो तसाच बसून राहिला. खुर्चीवर – तिच्याकडे तोंड करून. भावना त्यांच्याकडे आली होती आणि आता ऊर्मी तिच्याबरोबर बडोद्याला गेली होती. ती उद्यापर्यंत परतणार नव्हती. ऊर्मीला पुन्हा अनिश्चितता जाणवू नये किंवा भीती वाटू नये म्हणून घरी परतायची घाई त्याला नव्हती. गेले कित्येक दिवस ऊर्मी जाणीवपूर्वक त्याच्याशी मादकपणे वागत होती. आपल्या विलोभनीय हालचालींनी त्याला वेढून टाकत होती. तोही उघड्या डोळ्यांनी आपणहून चालत जात तिच्या जाळ्यामध्ये स्वत:ला गुंतवून घेत होता. सुखाचे सारे मार्ग तिच्या हाती सोपवून तो निर्धास्त झाला होता. तिच्या कल्पनांमध्ये गुरफटून सौख्याची नित्य नवी शिखरं सर करत होता. त्याची स्वत:ची कल्पनाशक्ती आता काम करेनाशी झाली होती याची त्याला जाणीव होती. आसपासच्या गावांमधून स्त्रियांना हेरून, त्यांना आपली शेज सजवायला लावण्याचे त्याचे दिवस आता कायमसाठी संपले होते. हा बदल घडवून आणायला कारणीभूत होती ती ही समोर बसलेली बाई. अशीच ताठरलेली, या पलंगाच्या कडेवर बसून त्याच्याकडे टक लावून पाहाणारी, डोळ्यांत प्रचंड उद्विग्नता घेऊन आलेली, अगदी आल्या दिवसापासून आजतागायत काहीही बदल न झालेली ही बाईच त्याला कारणीभूत होती. पूर्वी त्याला तिची जबरदस्त ओढ वाटत होती. त्याला हवं ते सुख तो तिच्याकडून मिळवत होता. त्याच्या या वाटण्या आणि मिळवण्यामध्येच ती त्याच्यावर अबोलपणे आरोप करण्यात यशस्वी झाली होती. 'कोणत्या हक्काने?'

कुहेली तिथून निघून जाण्याआधी त्याला तिला काहीतरी सांगायचं होतं; पण आपल्याला नीट सांगता येईलच याची त्याला खात्री नव्हती.

त्याने थोड्या अनिश्चितपणे अडखळत बोलायला सुरुवात केली. ''आजवर मला माहीत असलेल्या इतर स्त्रियांपेक्षा तू कितीतरी वेगळी आहेस.'' आपण आता तिची माफी मागणार आहोत की दिलगिरी व्यक्त करणार आहोत की आपण तिच्याशी ज्या पद्धतीने वागलो त्याचं समर्थन करणार आहोत हे त्याचं त्यालाच समजलं नव्हतं.

''तुझ्यासारख्यांना सगळ्या बायका सारख्याच, दोन पाय, दोन हात, दोन

स्तन...'' ती कडवटपणे म्हणाली.

''असं वाटतं तुला?' असं म्हणत खोल श्वास घेऊन तो झटक्यात उठला.

काय होतं आहे हे कळायच्या आधी तो तिच्या पुढ्यात येऊन उभा राहिला. ''इकडे ये,'' असं घोगऱ्या आवाजात म्हणत त्याने तिला पलंगावरून जोरात उठवून खोलीत असलेल्या त्या भिंतीवरच्या आरशासमोर ओढलं. त्या अरुंद आरशात आता तिचं प्रतिबिंब होतं. मग तो तिच्यामागे तिला लगटून उभा राहिला. दोघांचाही चेहरा आरशाकडे होता.

''आता या आरशातल्या तुझ्या प्रतिमेकडे माझ्या नजरेतून पाहा आणि मग सांग की तू म्हणालीस ते बरोबर आहे का.''

ती अवाक होऊन त्याला न्याहाळत होती. एका झटक्यात त्याने तिचे केस मोकळे केले. त्याबरोबर रेशमाच्या लड्या उलगडून कमरेपर्यंत पोहोचल्या. केसांमध्ये हात घालून त्याने तिला स्वत:च्या अधिक जवळ आणलं. आता त्याने तिच्या केसात स्वत:चा चेहरा लपवला. हातांनी तो तिला पाठभर कुरवाळत होता. त्याचा उष्ण, ओलसर श्वास तिच्या पाठीला जाणवत होता.

खूप वेळ असं केल्यावर त्याने तिच्या ब्लाउजची बटणं काढायला सुरुवात केली. त्याची नजर अजूनही तिच्या आरशाच्या नजरेशी बांधलेली होती. ''मी सांगेपर्यंत डोळे मिटू नकोस.''

एक-एक करत त्या दोघांच्याही अंगावरचे कपडे उतरत गेले. त्यांच्या कपड्यांचा छोटासा ढीग जमिनीवर जमला. आता त्याच्या हातांनी तिच्या उरोजांना झाकलं, ओंजळीत घेतलं. त्याच्या तळव्यांची ऊब तिच्या शरीरात खोलवर संवेदना उमटवू लागली. तिची नजर आरशावर खिळलेली होती. आता त्याचे हात हळूहळू तिला शरीरभर कुरवाळू लागले, तिच्या छातीकडून हलकेच सरकत तिच्या पोटापर्यंत, नाभीपर्यंत मग तिच्या नितंबांच्या गोलाईवरून कुठलीही घाई न करता मृदू भावना जागवत. त्याची नजर उजळली. त्याच्या साध्या बघण्यानेसुद्धा तिची काया खुलली, बेचैन झाली. त्याच्या रोखून बघणाऱ्या नजरेमध्ये ती पूर्णपणे गुंतली. तो आरसा विरघळून गेला तरी, चकाकत राहिला तरी ती तशीच निश्चलपणे उभी होती.

त्याच्या नजरेतून, त्याने टाकलेल्या मोहिनीतून सुटण्यासाठी ती अतिशय क्षुब्ध होऊन त्याला सामोरी झाली. क्षणभरासाठी त्याची नजर तिच्या चेहऱ्यावर स्थिरावली आणि दुसऱ्याच क्षणी त्याचे ओठ तिच्या ओठांवर टेकले. त्यांची शरीरं अशी परस्परांवर अनुरक्त झाली आणि उंच डोंगरकड्यावरून बेभानपणे स्वत:ला खाली झोकून देणाऱ्या मत्त नदीचा धुंद आवाज तिला ऐकू येऊ लागला; आतल्या आत. त्यांचे ओठ एकमेकांत अधिकाधिक गुंतले. त्या चुंबनातून तिच्या जखमी ओठांना त्याच्या रक्ताची खारट गोड चव जाणवली. आता त्याची जीभ तिच्या चुंबनातून

सुटून तिच्या शरीराकडे वळली. त्याने आळीपाळीने तिच्या स्तनाग्रांभोवती हळुवारपणे जीभ फिरवायला सुरुवात केली. इतका वेळ सचेतन असलेली वेळ-काळ-स्थळाची जागृती आता अचेतन झाली. तिच्या कानातला घोंघावणारा आवाज अचानक थांबून एक प्रकारची नि:शब्द शांतता तिला जाणवली. सारं विश्व ब्रह्मस्वरूप झालं, शब्दरहित झालं. तो तिच्यासमोर गुडघ्यावर बसला. त्याचं डोकं आता तिच्या मांड्यांमध्ये विसावलं.

त्याच्या रसनेचा प्रवास चालूच होता. तो तिच्या स्त्रीत्वाची अवीट माधुरी चाखत असतानाच तिलाही प्रचंड सौख्याची, आवेगाची प्रचिती आली. क्षणभरासाठी का होईना तीही प्रेमबद्ध झाली. तेवढ्यात नजरेच्या कोपऱ्यातून तिला खिडकीच्या लोखंडी चौकटीमध्ये बद्ध झालेला आकाशाचा निळा तुकडा दिसला. आता मात्र तिच्या गुडघ्यांनी तिला दगा दिला. डोळे घट्ट मिटून ती जमिनीवर घरंगळत गेली. हळूच तिने त्याला जवळ ओढून स्वत:वर घेतलं, स्वत:च्या शरीरात प्रवेश करू दिला. आता तिला वेळेची भीती नव्हती. तिला जाणवत होत्या त्या फक्त आवेगाच्या लाटा, उंच जाणाऱ्या, खाली येणाऱ्या, व्यापून टाकणाऱ्या, उचंबळून येणाऱ्या, गुंतवणाऱ्या, अधीर करणाऱ्या, व्याकूळ करणाऱ्या, व्यापून टाकणाऱ्या, खळाळणाऱ्या, रोमांचित करणाऱ्या, गच्च धरून ठेवणाऱ्या, शिरशिरी उमटवणाऱ्या, कामभावना जागवणाऱ्या असंख्य लाटा. शरीराच्या कणा-कणांतून दोघंही फुलून आले, एकजीव-आदिम झाले. मग तिच्या तोंडातून जोरात चीत्कार बाहेर पडला. तोही पुन:पुन्हा तिचं नाव घेत होता. एखादा मंत्र जपल्यासारखा, समागमाच्या परमोच्च बिंदूला पोचेस्तोवर...

तिने पुन्हा डोळे उघडले तेव्हा ती खोली एका आगळ्याच गंधाने व्यापली होती. जणू ती गंधावलेली होती आणि तिच्यातूनच तो गंध दूरवर सर्वत्र पसरत होता. मात्र, त्या गंधाला आता कामाचा, लालसेचा स्पर्श नव्हता. उरल्या होत्या त्या सरलेल्या वासनांच्या लख्ख निर्मळ सावल्या. तिचं गात्रन्‌गात्र थकलेलं होतं. तिचं शरीर रितं झाल्यागत तिला वाटत होतं; तरीही तिला युगानुयुगांची तृप्ती जाणवत होती. आता ते दोघंही पलंगावर विसावले होते. अजूनही त्यांची शरीरं एकमेकांत गुंतलेली होती. जणू दूरवर कुठेतरी कोण्या एका नदीने सारे बांध झुगारून देत त्यांनाही आपल्याबरोबर वाहावत नेलं होतं, लाटांच्या अलगद तरंगांवर बसवून. आता ना कोणी आक्रमण करणारं होतं ना कोणी सोसणारं, ना कोणी मारक ना कोणी याचक, ना कोणी शिकारी ना कोणी भक्ष्य, ना कोणी मारेकरी ना कोणी बळी... तिथे होते फक्त दोन सजीव हाडांमासांचे, रक्ताचे बनलेले, लयीवर चालणाऱ्या श्वासातून एकरूप झालेले, अद्वैत अनुभवलेले, सरतेशेवटी का होईना एकत्र येण्याचं प्रयोजन परिपूर्तीला गेलेले.

संध्याकाळ होत आली. त्यांच्या दोघांच्या अनावृत्त शरीरांवर गडद-फिक्या

सावल्यांचे खेळ करत सूर्य अस्ताला जाऊ लागला. धनसुखभाई कुहेलीपासून हलकेच दूर सरकला, कपडे चढवून घरी जायला. त्याआधी त्याने हळुवारपणे तिच्या मोकळ्या केसांची तिच्या मानेवर सैलसर गाठ मारली आणि अतिशय प्रेमाने, मायेने तिला म्हणाला, ''तुला घरी पाठवण्याची व्यवस्था मी करतो. तुझी मुलं तुझी वाट पाहात असतील. एक गोष्ट नेहमीच लक्षात ठेव, तुला किंवा तुझ्या कुटुंबाला कधीही, काहीही अडचण आली तरी मी इथे आहे तुमच्यासाठी.''

तो गेल्यावर ती दार लावून घ्यायला उठली तेव्हा तिला जाणवलं की, तिच्या स्वत:च्या अस्तित्वावर आता त्याच्या देहाचा, स्पर्शाचा आणि जाणिवांचा ठसा उमटला आहे – कायमस्वरूपी. आता या निर्दयी समतल प्रदेशातून वाहाणारा वारा तिला पुन्हा इतक्या सहजतेने असं इकडून तिकडे टाकून नाही देऊ शकणार.

''जागी आहेस का?'' तिच्या विचारचक्रात व्यत्यय आणत देवजीनं विचारलं.

''हो,'' ती म्हणाली.

''मग उठून बस आणि मी काय सांगतो आहे ते ऐक.'' तो स्वत: उठून तिच्या दिशेने तोंड करत अगदी ताठ बसता झाला. तीही त्याचं बोलणं ऐकण्यासाठी उठून बसली. त्याच्या भुवया आक्रसल्या. मग ताणल्या गेल्या. एकीकडे शब्दांची जुळवाजुळव करत असताना त्याच्या चेहऱ्यावरचे भाव झरझर बदलत होते. मध्येच त्याचा चेहरा शंका-कुशंकांनी काळवंडत होता, परंतु तरीही त्याच्या तोंडातून चकार शब्दही बाहेर पडेना. अनेक भावना त्याच्या डोळ्यांत वादळी ढगाची सावली घेऊन उमटल्या.

''तुला काय सांगायचं आहे ते सांग, मी ऐकून घ्यायला तयार आहे,'' वाट पाहून ती म्हणाली.

''मला माहिती आहे मी चंदावर प्रेम केलं म्हणून मी तुझी माफी मागणं तुला अपेक्षित आहे.'' वादळी ढग फुटून धो धो बरसू लागला, त्याच्या शब्दांच्या रूपाने. तो बोलत राहिला. ती गेल्यानंतरचे दिवस, त्यांना होणारा त्रास, त्याचं पिणं, चंदाचं हरवलेलं असणं, मुलांची आबाळ... त्यातला थोडाफार भाग तिला नानलोकडून कळला होता, परंतु त्याच्या तोंडून ऐकताना तिला अधिक सविस्तर कळलं. त्याच्या शब्दांनी आपण दुखावले आणि ओरबाडले जाऊ असं तिला वाटतं होतं. पण तसं काहीच झालं नाही. उलट ऐकता-ऐकता ती आतून शांत होत गेली.

''तू इथे नव्हतीस... पण आम्ही होतो... आणि आम्हाला एकमेकांची गरज भासली.'' त्याने अगदी शांतपणे सांगितलं आणि तिच्या प्रतिक्रियेची वाट पाहात थांबला.

तिने मान डोलवली. ती शिकली होती; स्वानुभवातून की, आपल्या भावनांच्या नद्या अतिशय खोल असतात. त्यांच्या अंधाऱ्या तळाचा थांग लागणंच कठीण.

नदीच्या प्रवाहामध्ये होणाऱ्या प्रत्येक बदलावर आपण अंकुश ठेवू शकत नाही. त्यांच्या लोकांमध्ये नदीवर धरण बांधून तिला अडवण्याची पद्धत कधीच नव्हती. उलट, ते तिच्या प्रवाहावर विश्वास ठेवायचे. अशी कुठली नदी आहे जी आजवर समुद्रात जाऊन मिळायला असमर्थ ठरली होती?

ती पुढे झाली. त्याच्या बोटात तिने आपली बोटं गुंफली. मग दोघांच्या बोटांची मिळून मूठ बांधली आणि हलकेच आपल्या ओठांनी त्या जोडमुठीला स्पर्श केला. त्यांच्या तारुण्यात त्यांनी ठरवलेली ती खूण होती त्याचा अर्थ होता, 'आपण दोघं मिळून सर्व निभावून नेऊ.'

"देवजी," थोड्या वेळानं ती उद्‌गारली. "आपण चंदाकरता नवीन झोपडी बांधू. या भागोडियाला आपण तिच्यासाठी छानसा नवरा शोधून आणू."

कधीकधी आयुष्य जणू तुम्हाला सांगतं की, त्याच्या रहाटगाडग्यापुढे तुमच्या आनंदाचं यत्किंचितही मोल नाही, परंतु तरीही संवाद चालू ठेवण्यासाठी तुम्हाला मार्ग शोधणं भाग असतं. आयुष्याला हळुवारपणे जाणीव करून घ्यावी लागते की 'तुम्ही आणि तुमचे' महत्त्वाचे आहेत.

"देबा, तुला दिसतंय का रे ते?"

"काय कुहू?"

"आपलं भविष्य," ती उत्तरली. दूरवर कुठेतरी काहीतरी हलकेच उलगडत गेलं आणि तिचे डोळे नव्या तेजानं झळकले.

ते चंदासाठी नवीन झोपडी बांधणार होते. मग यंदाच्या उत्सवाकरता सोनगढला जाऊन तिच्यासाठी एखादा चांगला पुरुष शोधणार होते, तिच्यावर प्रेम करेल असा. धनसुख पटेलला सांगून ती चंदाकरता आणि तिच्या आयुष्यातल्या नवीन माणसाकरता बटाईनं कसायला जमीन मागून घेणार होती. तो तिला नक्कीच नाही म्हणणार नाही. 'ते आणि त्यांचे' असे मिळून इथे शेती करणार होते, या सुजलाम सुफलाम जमिनीत उदंड पीक पिकवताना प्रजोत्पादन करून त्यांची वंशवेल विस्तारणार होती. एकत्र उत्कर्ष साधणार होती. आजूबाजूच्या रिकाम्या पडलेल्या जमिनींवर हळूहळू लागवड करणार होती. कालांतराने, जशी त्यांची आधीची वस्ती होती तशीच वस्ती इथेदेखील निर्माण होणार होती. ते आपल्या देवांची पूजा करणार होते. वाडवडिलांचा मानसन्मान जपणार होते आणि त्यांचे सण साजरे करणार होते. पुन्हा एकदा होलिकादेवी येऊन तिच्या जवळच्या वेगवेगळ्या बियांचे आणि मिठायांचे उदार हस्ते वाटप करणार होती. त्यांची मुलं मोठी होताना एकत्र पळण्याबरोबरच ढोलाच्या आणि डफलीच्या तालावर टाळ्या वाजवत होळीचे गाणे म्हणणार होती.

◆